ማዛሮት በመጋቤ ሐዲስ ዶክተር ሮዳስ ታደሰ

ማዛሮት

(በከዋክብት ላይ በፈጣሪ የተጻፈ

የማይጠፉ ሕያው ምስጢር)

(ከአንድ ጥንታዊ የሥነ ፈለክ የግእዝ ብራና መጽሐፍ ላይ የተገኘ

ማዛሮት በመጋቤ ሐዲስ ዶክተር ሮዳስ ታደሰ

ሥዕል)

በመጋቤ ሐዲስ ዶክተር ሮዳስ ታደሰ

© መጋቤ ሐዲስ ዶክተር ሮዳስ ታደሰ
የአዘጋጁ መብት በሕግ የተጠበቀ ነው
All Right Reserved

ሁለተኛ ዕትም
፳፻፲፬ (2014) ዓ.ም.

ለማንኛውም አስተያየት ይህን አድራሻ ይጠቀሙ
E-mail: - awtezerama@yahoo.com

መታሰቢያነቱ

በብርሃኑ ማለፍ መጥፋት የሌለበት እውነተኛው ፀሐይ፣ የንጋት ኮከብ ኢየሱስ ክርስቶስ ከአማናዊት ምሥራቅ ከቅድስት ድንግል ማርያም በተወለደ ጊዜ አስደናቂው ኮከብ እየመራቸው ወርቅ፣ ዕጣን፣ ከርቤ ይዘው ወደ ቤተልሔም በመሄድ እውነተኛው ፀሐይ ዐማኑኤልን ከዳግሚት ሰማይ ከቅድስት ድንግል ማርያም ጋር በማየታቸው ሰግደው ስጦታቸውን ላቀረቡት የሥነ ከዋክብት ተመራማሪ ለነበሩት ለነገሥታት ሰብአ ሰገል ይሁንልኝ።

ምስጋና

ከኹሉ አስቀድሜ ይህን መጽሐፍ እንዳዘጋጀው ያነሣሣኝን፤ በሰላምም አስጀምሮ ያስፈጸመኝን በሥራዬ ሁሉ ያልተለየኝ ጌትነቱን ሰማያት ፀሓይ ጨረቃ ከዋክብት ሁሉ የሚያውጁለትን ልዑል እግዚአብሔርን በእጅጉ አመሰግናለኊ፤ በእውነት እንበለ ሐሰት።

ይህንን የመጽሐፍ ረቂቅ አንብቦ እጅግ ገንቢ አስተያየቱን

ለሰጠኝ እግዚአብሔርን መፍራት፣ ሀገርን መውደድና ማገልገል፣ ሰውን ማክበር ለተቸረው ለሥነ ፈለኩ ተመራማሪ የሥራ ባልደረባዬና ለጓደኛዬ ለአስትሮፊዚዚስት ዶክተር ጌትነት ምስጋናዬን አቀርባለሁ። ዳግመኛም በምናደርገው መርሐ ግብር ሁሉ ከጎናችን ለማትለየው ፈሪሃ እግዚአብሔርና ከቅንነትና ከሀገር መውደድ ጋር ላስተባበረችው ለልያ ባፈና ምስጋናዬን አቀርባለሁ።

በተጨማሪም ያለውን ውድ ጊዜ በመስጠት የመጽሐፉን ሽፋን በዚህ መልኩ ላዘጋጀልኝ ለዮዳሄ ደጉ ምስጋናዬን አቀርባለሁ።

ማውጫ

ገጽ

መግቢያ 9

ምዕራፍ 1

ፀሐይ 16

- የፀሐይ ትልቀት በመጽሐፍ ቅዱስ 16
- የፀሐይ መጠን በሳይንስ...19
- ፀሐይና መጠሪያዋ በመጽሐፍ ቅዱስ 19
- የፀሐይ ግለት በመጽሐፍ ቅዱስ...22
- የፀሐይ ጉልበት በሊቃውንት ምልከታ....................................23
- የፀሐይ ጉልበት በሳይንስ...25
- ፀሐይን መመልከት ጉዳቱ በመጽሐፍ ቅዱስ.........................26
- ዑደተ ፀሐይ በመጽሐፍ ቅዱስ 29
- ዑደተ ፀሐይ በሳይንስ...30
- አትክልትና ፀሐይ በመጽሐፍ ቅዱስ 31
- አትክልትና ፀሐይ በሳይንስ 32
- እንስሳትና ፀሐይ በመጽሐፍ ቅዱስ.......................................34

3

- ➢ እንስሳትና ፀሐይ በሳይንስ 35
- ➢ የፀሐይ መጨለምና መጽሐፍ ቅዱስ....37
- ➢ የሙሴ ዘመን ጨለማ 37
- ➢ የጌታቸን ስቅለት ቀን የነበረው ጨለማ 38
- ➢ የታላቁ መከራ ጨለማ 40
- ➢ የፍርድ ጨለማ....45
- ➢ መደበኛ የግርዶሽ ጨለማ....46
- ➢ የፀሐይ ምሳሌነት....47
- ➢ ሥላሴና ፀሐይ....48
- ➢ ፀሐይና ኢየሱስ ክርስቶስ....51
- ➢ ፀሐይ ክርስቶስ ከ12ቱ ከዋክብቱ ጋር 53
  - ❖ መፀውና ወንጌላዊው ሉቃስ....54
  - ❖ ሐጋይና ወንጌላዊው ዮሐንስ 56
  - ❖ ጸደይና ወንጌላዊው ማቴዎስ....57
  - ❖ ክረምትና ወንጌላዊው ማርቆስ....58
- ➢ ፀሐይና የጌታ ትምህርት....59
- ➢ የረቡዕ ፀሐይና ኢየሱስ ክርስቶስ 62
- ➢ የጌታ ልደትና ዕርገት በፀሓይ አወጣጥ....70
- ➢ ፀሐይና ክብረ ቅዱሳን....75
- ➢ ፀሐይና ትንሣኤ ሙታን 77
- ➢ ፀሐይና የቤተ ክርስቲያን ሥርዓት....78
- ➢ ፀሐይና በመከራ የሚገኝ ክብር....81

ምዕራፍ 2

ከዋክብት 83

- መጽሐፍ ቅዱስና ከዋክብት....84

4

- መጽሐፍ ቅዱስና የከዋክብት ቁጥር 84
- የከዋክብት ቁጥር በሳይንስ 85
- የከዋክብት ልዩነት በመጽሐፍ ቅዱስ 88
- የከዋክብት ልዩነት በሳይንስ 88
- መጽሐፍ ቅዱስና ድምፅ የሚያወጡ ከዋክብት 90
- ድምፅ የሚያወጡ ከዋክብት በሳይንስ 90
- አራቱ ሊቃነ ከዋክብት በመጽሐፍ ቅዱስ 95
- አራቱ ሊቃነ ከዋክብት በሳይንስ 97
- የከዋክብት ምሳሌነት 98
- የበለዓም ኮከብ ኢየሱስ ክርስቶስ 100
- የንግት ኮከብ ኢየሱስ ክርስቶስ 101
- ኢየሱስ ክርስቶስና 12ቱ ከዋክብት 105
- ማዛሮት 112
- የሰንቡላ *Virgo* ዘዲያክ ሕብረ ኮከብ 127
  - ✓ የኮማ ሕብረ ኮከብ 131
  - ✓ የሴንታውረስ ሕብረ ኮከብ 132
  - ✓ ቦኦቲስ ሕብረ ኮከብ 135
- የሚዛን *Libra* ዘዲያክ ሕብረ ኮከብ 138
  - ✓ የደቡብ መስቀል ሕብረ ኮከብ 144
  - ✓ ሉቹስ ሕብረ ኮከብ 147
  - ✓ ኮሮና ሕብረ ኮከብ 149
- የዐቅራብ *Scorpius* ዘዲያክ ሕብረ ኮከብ 153
  - ✓ ሰርፐንስና ኦፌዩከስ ሕብረ ኮከብ 160
  - ✓ ሄርኪውሊስ ሕብረ ኮከብ 162
- የቀውስ *Sagittarius* ዘዲያክ ሕብረ ኮከብ 167
  - ✓ ሊራ ሕብረ ኮከብ 172

- ✓ ኤራ ሕብረ ኮከብ 174
- ✓ ድራኮ ሕብረ ኮከብ 176
- የጀዲይ *Capricornus* ዞዲያክ ሕብረ ኮከብ 180
  - ✓ ሳጂታ ሕብረ ኮከብ 183
  - ✓ አኪውላ ሕብረ ኮከብ 188
  - ✓ ዴልፊኑስ ሕብረ ኮከብ 191
- የደለው *Aquarius* ዞዲያክ ሕብረ ኮከብ 194
  - ✓ ፓይሲስ አውስትሪኑስ ሕብረ ኮከብ 198
  - ✓ ፔጋሰስ ሕብረ ኮከብ 200
  - ✓ ሳይጂነስ ሕብረ ኮከብ 203
- ሁት *Pisces* ዞዲያክ ሕብረ ኮከብ 205
  - ✓ ባንድ ሕብረ ኮከብ 212
  - ✓ አንድሮሜዳ ሕብረ ኮከብ 213
  - ✓ ሴፌውስ ሕብረ ኮከብ 217
- ሐመል *Aries* ዞዲያክ ሕብረ ኮከብ 221
  - ✓ ካሲዮፒያ ሕብረ ኮከብ 225
  - ✓ ሴተስ ሕብረ ኮከብ 229
  - ✓ ፐርሰስ ሕብረ ኮከብ 231

- ሰውር *Taurus* ዞዲያክ ሕብረ ኮከብ 236
  - ✓ ኦሪዮን ሕብረ ኮከብ 247
  - ✓ ኤርዳነስ ሕብረ ኮከብ 251
  - ✓ አውሪጋ ሕብረ ኮከብ 253
- ገውH *Gemini* ዞዲያክ ሕብረ ኮከብ 258

- ✓ ሌፐስ ሕብረ ኮከብ..................263
- ✓ ካኒስ ሜጀር ሕብረ ኮከብ...........264
- ✓ ካኒስ ማይነር ሕብረ ኮከብ..........268
- ሰርጣን Cancer ዞዲያክ ሕብረ ኮከብ...........270
  - ✓ ኡርሳ ማይነር ሕብረ ኮከብ..........274
  - ✓ ኡርሳ ሜጀር ሕብረ ኮከብ...........276
  - ✓ አርጎ ሕብረ ኮከብ.................280
- አሰድ Leo ዞዲያክ ሕብረ ኮከብ..............288
  - ✓ ሀይድራ ሕብረ ኮከብ...............293
  - ✓ ክራቴር ሕብረ ኮከብ...............295
  - ✓ ኮርቪስ ሕብረ ኮከብ...............297
- ከዋክብትና መላእክት 300
- ሰባቱ ከዋክብት...........................302
- የሰባቱ ከዋክብት ምሳሌነታቸው 306
  - ✓ ሸምሽ..........................306
  - ✓ ቀመር..........................306
  - ✓ መሪህ..........................307
  - ✓ ዐጣርድ........................316
  - ✓ መሸተሪ........................319
  - ✓ ዝሁራ.........................321
  - ✓ ዙሀል.........................322
- ከዋክብትና ቅዱሳን........................325
- ከዋክብትና ፍርድ..........................327
- ከዋክብን ማምለክ ጣዒአት እንደሆን 330
- የቤተልሔም ኮከብ 331
- ሰብአ ሰገልና የኦሪዮን ቀበቶ................338

ምዕራፍ 3

ጨረቃ......342

- ❖ የጨረቃ ምሳሌነቷ......345
    - የጠፍ ጨረቃ ምሳሌ......346
    - የጨረቃ ልደት ምሳሌ......347
    - የጨረቃ ግማሽ ምሳሌ......347
    - የሙሉ ጨረቃ ምሳሌ......348
    - የጨረቃ ጐድለት ምሳሌ......349
- ❖ ጨረቃና ማዕበል......352
- ❖ ጨረቃና የሰዎች ውስጣዊ ማዕበል......347
- ❖ ጨረቃና እንስሳ......363
- ❖ የወር አበባና ጨረቃ......365
    - ✓ ሜንስትሩአል ዑደትና የጨረቃ ልደት......367
    - ✓ ፎሊክውላር ዑደትና ግማሽ ጨረቃ......368
    - ✓ ኦቪውሌሽንና ሙሉ ጨረቃ......368
    - ✓ ሉቴየልና የጨረቃ ጐድለት......369

ምዕራፍ 4

ሥነ አየርና መጽሐፍ ቅዱስ......369

- ▪ ነፋሳትና መጽሐፍ ቅዱስ......370
- ▪ የነፋሳት አቅጣጫ......371
- ▪ 12ቱ ነፋሳት በመጽሐፈ ሔኖክ......376
- ▪ የነፋሳት ስሞች በመጽሐፈ ሔኖክ......376
- ▪ የአራቱ ነፋሳት ጥቅም......378
- ▪ የ4ቱ ነፋሳተ ምሕረት ምሳሌዎች......379
- ▪ የ8ቱ ነፋሳተ መዓት ምሳሌያት......379
- ▪ የነፋሳት አደራደራቸው ምሳሌ......381

8

- 4ቱ ነፋሳትና ጥቅሞቻቸው በመጽሐፍ ቅዱስ................382
    - ✓ የምሥራቅ ነፋስ 383
    - ✓ የምዕራብ ነፋስ 385
    - ✓ የሰሜን ነፋስ 386
    - ✓ የደቡብ ነፋስ 386
- የነፋስ ሚዛንና ዑደት በመጽሐፍ ቅዱስ................387
- የነፋስ ሚዛንና ዑደት በሳይንስ................388
- መንፈስ ቅዱስና ነፋስ................389
- የነፋሳት ግብር በሥነ ፍጥረት ሊቃውንት 390
- ደመና................392
- ደመናና ዓይነቱ በመጽሐፍ ቅዱስ................393
- ደመናና ዓይነቱ በሳይንስ................393
- ደመናና ክብደቱ በመጽሐፍ ቅዱስ................395
- ደመናና ክብደቱ በሳይንስ................395
- ደመናና ምሳሌነቱ................397
- ደመናና የእግዚብሔር ክብር................398
- ጌታችን ኢየሱስ ክርስቶስና ደመና................399
- ቅድስት ድንግል ማርያምና ደመና................401
- ዝናብን የያዘችና ያልያዘች ደመና................401
    - ❖ የኖሳ ቀስተ ደመና................404
    - ❖ ደመና ግብጽ................407
    - ❖ ደመና ሙሴ................407
    - ❖ ፈጣን ደመና................408
- የመከራ ደመና................411
- ደመናና የአየር ትንበያ................413
- መብረቅና ነጎድጓድ በመጽሐፍ ቅዱስ................414
- የመብረቅ ጥቅም በመጽሐፍ ቅዱስ................415
- ዝናብና መጽሐፍ ቅዱስ................419

- ዝናብና ሳይንስ 422
- የባሕር መንገድ በመጽሐፍ ቅዱስ 425
- በረዶ..427
- የበረዶ ብሩህነት በመጽሐፍ ቅዱስ 431
- በበረዶ ጊዜ ስለሚለበስ ልብስ በመጽሐፍ ቅዱስ 432
- የበረዶ ሀብት በመጽሐፍ ቅዱስ 433
- ዋቢ መጻሕፍት...435

መግቢያ

የቀደምት ኢትዮጵያውያን የሥነ ፈለክ ዕውቀት ከዘመናዊው ሳይንስ ጋር በማጣመር "አንድሮሜዳ ቁጥር 1 እና አንድሮሜዳ ቁጥር 2" መጻሕፍት ላይ ከዶክተር ጌትነት ፈለቀ ጋር በመሆን በሚገባ መዳሰሳችን ይታወቃል።

በዚህ መጽሐፍ ደግሞ የነዚህ አስደናቂ ሰማያዊ አካላት የያዙት አስደናቂ መንፈሳዊ ምሳሌ፣ ይልቁኑ የሸሸጉት ሰማያዊ ምስጢር ከመጽሐፍ ቅዱስ አንጻር በዝርዝር የተብራራበት ነው።

ቀደምት ኢትዮጵያውያን ቅዱሳት መጻሕፍትን በሚገባ ያጠኑ በምስጢራቱ ላይ የተራቀቁ ሲሆን በጥበብ ሥጋዊም እጅግ በመላቅ በሥነ ፈለኩ፣ በማዕድናት ምርምሩ፣ በዕፀዋት ሕክምና ወዘተርፈ እጅግ ልቀው ሄደው ነበር። ይህንንም ዕውቀታቸውን ብራና ፍቀው፣ ቀለም በጥብጠው፣ ብርዕ ቀርጸው በብዙ ድካም አዘጋጅተው ዐልፈዋል።

በአሁኑ ጊዜ ግን ከፍተኛ የዕውቀት ክፍተት በቀደምቱና በአሁን መሃል ከመፈጠሩ ጋር ተያይዞ ይልቁኑም የዘመናዊውም ሳይንስ ቢሆን ጥራት ባለው ሁኔታ ባለመዳረሱ በጊዜያችን

ለጥንታዊው የአባቶቻችን ትምህርትም፤ አሁን ዓለም ለደረሰበትም ምርምር ቢሆን አመርቂ ደረጃ ላይ ሊደረስ አልተቻለም።

አበው "ጦር ከፈታው ወሬ የፈታው ይበልጣል" እንዲሉ በተለይ ኢትዮጵያ በሥልጣኔ ማማ ላይ እንዳትወጣ ራሷን እንዳትችል ሊቃውንቷም እንዳይወጡ እንዳይራቀቁ ሙያ ላላቸው ሁሉ ጸያፍ የሆነ የስድብ ስም በመስጠት እንዲሸማቀቁ በማድረግ ሀገሪቱን ቊልቊል እንድትሄድ፣ ራሷን እንዳትችል የውጪ ጥገኛ እንድትሆን በውጪም ባሉ የከፋት ዐርበኞች፤ በውስጧም በተሰገሰጉ ሰነፍ ቅጥረኞች ለዘመናት የከፋት ሥራ ተሠርቷል።

የሰነፎች ወሬ ከፉኛ ከጐዳው የመራቀቅ ዘርፍ አንዱ ሥነ ፈለክ ምርምር ነበረ። እንደ አባቶቻችን መራቀቅ እንደ አጀማመራቸው ቢሆን፤ ትውልዱም በክብር ተቀብሎ ምርምሩን ቢያሸጋግረው ኖሮ በጊዜያችን የት በደረስን ነበር። ዳሩ ግን የእኛ ምርምር በዓለም ዐቀፍ ዩኒቨርስቲዎች ከ400 ዓመታት ጀምሮ ሲሰጥ፤ በእኛ ላይ የነበረው የስንፍና፣ ያለማወቅ፣ ራስን የመናቅ አዚም ምን እንደሆነ ባይታወቅም ለዘመናት ሳንነቃ ቆይተናል።

አሁን ግን ትውልዱ በእጁ የራሱን ዕውቀት የሚፈልግበት ተስፋ ያለው ዘመን ላይ የደረስን ሲሆን በተለይ አብዛኞቹ የኢትዮጵያ ሕፃናትና ታዳጊዎች ከተራ አሉባልታ ዕሳቤ ተላቀው ልክ እንደ አባቶቻችን ዘመን የሥነ ፈለክ ምርምርን በመውደድ ሰማያዊ አካላትን የሚያዩ የሚያደንቁ ሆነዋል። በዚህም የሥነ ፍጥረት ሁሉ ጌታ ልዑል እግዚአብሔር የተመሰገነ ይሁን።

ዓለም ከፍተኛ ደረጃ በደረሰበት በዚህ ዘመን እንኳ በሊቃውንት መጻሕፍት ምርምር ሳይሆን በወሬና በትችት

የተራቀቁ ጥቂቶች እግዚአብሔር በዕለተ ረቡዕ የፈጠራቸውን መልካም እንደሆኑ እንዳየ የሚመሰክርላቸውን ፀሐይን፣ ጨረቃን፣ ከዋክብትን መመርመርና ማወቅ የሰይጣን የሚመስላቸው ሰነፎች አይታጡምና በዝርዝር በዚህ መጽሐፍ ላይ በመጽሐፍ ቅዱስ ላይ እንዴት አምላክ እንደገለጻቸው በዝርዝር በማሳየት የስንፍናና ያለማወቅ ክፉ ጨለማን በዕውቀት ብርሃንነት የሚርቅ ይሆናል።

ይልቁኑ ለሥነ ፈለክ ምርምር የመጀመሪያው የሆነው ሰማይን ለመመርመር አብነት የሆነን የአዳም ሰባተኛ ትውልድ የሆነው ሞትን ሳያይ የተሰወረው ሔኖክ ነበረ። ይልቁኑ መልአኩ ዑርኤል እየመራው የፈጣሪን ገናንነት እንዲያስረዱ ስለተፈጠሩት ስለ ፀሐይ፣ ስለ ጨረቃ፣ ስለ ብርሃናት፣ ስለ መባርቅትና ነጐድጓድ፣ ስለ 12ቱ ነፋሳት፣ ስለ ገነት፣ ስለ ፈለከ ፈለካት ተረድቶ ያንንም ዕውቀት በዝርዝር ለትውልድ አስተላልፏል።

ይህንን የሔኖክን መጽሐፍ ቀድመው ያነበቡ፣ ዓለም ሲያጣው በክብር ያኖሩ፣ በምስጢሩ የተራቀቁ ኢትዮጵያውያኑም፡-

- ትርጓሜ ሚጠተ ብርሃናተ ሰማይ
- መጽሐፈ ሐሳበ ብርሃን
- መጽሐፈ ብርሃን
- መጽሐፈ ሥነ ፍጥረት (በርካታ የብራና መጻሕፍት)
- ትርጓሜ ሥነ ፍጥረት
- መጽሐፈ ምስጢረ ሰማይ ወምድር
- መጽሐፈ ዜና ምስጢር ወዘተርፈ ጽፈው ሲያልፉ የአቡሻህር መምህራን ይህንን ረቂቅ ምስጢር ለምርጥ ደቀ መዝሙር ያስተምሩ ነበር።

ያለ ርሱ የተፈጠረ የለምና ሁሉም ፍጥረት የእግዚአብሔር ብቻ ነው። ጥበብ ሥጋዊን ጥበብ መንፈሳዊን የሚገልጸው ልዑል አምላክ ነውና ጠቢቡ ሰሎሞንም የፀሓይ፣ የጨረቃ፣ የከዋክብት ሌሎቹም ዕውቀቶች እንደተገለጹለት እንዲህ ሲል ይገልጸዋል፡-

- “ያለ ሐሰት ነዋሪ የሚሆን የዕውቀት ነገርን ሰጠኝ፤ ዓለም ጸንቶ የሚኖርበትንም ሥርዓት፤ የፀሐይን፣ የጨረቃንና የከዋክብትንም ሥራ አውቅ ዘንድ የዘመኑን መጀመሪያውንና መጨረሻውን፤ መካከሉንም፤ የቀኑን መመላለስ የጊዜውንም መለዋወጥ የዘመናትን ዑደት የከዋክብትንም አኗኗር፤ የእንስሳንም ጠባይ፣ የአራዊትንም ቁጣ፣ የነፋሳትንም ኀይል፣ የሰውንም ዐሳብ፣ ዛፎችንም ለይቶ ማወቅ፣ የሥሮችንም ተግባር ኀይል አውቅ ዘንድ ሰጠኝ፤ የሥራው ሁሉ አስገኝ እርሱ ጥበብን አስተምሮኛልና የተገለጸውንና የተሰወረውን ሁሉ አወቅሁ” (ጥበብ 7፡ 17-21)

ሰዎች ስለ ሰማያት ገናንነት ማወቅና ስለ ረቂቁ ዓለም ማሰብ ሲጀምሩ የበለጠ እግዚአብሔርን እያወቁት እየፈሩት ስለ ሥራው ኀያልነት የበለጠ እያደነቁ መሄዳቸው እሙን ነው። ይልቁኑ ምሳሌውን ምስጢሩን እንዴት በነዚህ ሰማያዊ ፍጥረታት ላይ ፈጣሪያቸው እንደቀረጸ የበለጠ ሲያቁት በእጅጉ ይደነቃሉ። ጽንፍ እስከ ጽንፍ የሚደርሱት በቀን በቀን የምናያት ፀሐይ የምትገልጠው ምስጢር፣ ሌሊት ለሌሊት የሚታዩት ጨረቃና ከዋክብት በቃል ሳይናገሩ በሰማይ ላይ በምናያቸው ጊዜ የሚነግሩን ታላቅ ሰማያዊ ጥበብና ዕውቀት አለና ነቢዩ ዳዊት እንዲህ ይላል፡-

- “ሰማያት የእግዚአብሔርን ክብር ይናገራሉ፥ የሰማይም ጠፈር የእጁን ሥራ ያወራል፤ ቀን ለቀን ነገርን ታወጣለች፥ ሌሊትም ለሌሊት እውቀትን ትናገራለች፤ ነገር የለም መናገርም የለም፥ ድምፃቸውም አይሰማም፤ ድምፃቸው ወደ ምድር ሁሉ፥ ቃላቸውም እስከ ዓለም ዳርቻ ወጣ፤ በእነርሱም ውስጥ የፀሐይን ድንኳን አደረገ፥ እርሱም እንደ ሙሽራ ከእልፍኙ ይወጣል፤ እንደ አርበኛ በመንገዱ ለመሮጥ ደስ ይለዋል” (መዝ 18 (19)፡1-6)።

እነዚህን የእግዚአብሔርን ክብር የሚመሰክሩትን ሰማያዊ አካላት መመልከት የበለጠ በአምላካችን ላይ ያለንን እምነት የሚያጠነክር ስለመሆኑ አብርሃም ሊንከን ይህንን ተናግሮ ነበር፡-

- “የእግዚአብሔርን ፊት እንዳየሁ እንዳይሰማኝ የሚያደርጉኝ ከዋክብትን በፍጹም አይቼ አላውቅም። አንድ ሰው ዝቅ ብሎ ወደ ምድር በመመልከት (ምድራዊ ዕሳቤ በመያዝ) እግዚአብሔር የለም ሊል እንዴት እንደሚችል ይገባኛል፤ እኔ ልረዳው የማልችለው ግን ሰው ቀና ብሎ ወደ ሰማይ ካየ በኋላ እንዴት እግዚአብሔር የለም ሊል እንደሚችል ነው።” (አብርሃም ሊንከን)

እራሱ እግዚአብሔር በኢሳይያስ ዐድሮ ሰዎችን ዐይናቸውን ቀና አድርገው እነዚህን ሰማያዊ አካላትን እንዲመለከቱ በዚህም የፈጠራቸውን ርሱን እንዲያከብሩ እንዲህ ሲል አዝዞታል፡-

- “<u>ዐይናችሁን ወደ ላይ አንሥታችሁ ተመልከቱ</u>፤ እነዚህን የፈጠረ ማን ነው? ሰራዊታቸውን በቍጥር የሚያወጣ እርሱ ነው፥ ሁሉንም በየስማቸው ይጠራቸዋል፤ በኃይሉ

ብዛትና በችሎቱ ብርታት አንድስ እንኳ አይታጣውም" (ኢሳ 40:26)።

በመሆኑም ሰማያዊ አካላት እንድንመለከት በዚህም የፈጠራቸውን እግዚአብሔርን እንድናውቅ፣ በነርሱ ላይ ያኖረውን ምልክት እንድናውቅ ታዘናል። በዚህም መረዳት የሥነ ከዋክብት ተመራማሪዎች ነገሥታት ኮከቡ እየመራቸው ወደ ቤተልሔም እንደሄዱና ክርስቶስን እንዳገኙት እናነባለን (ማቴ 2:1-11)። በመሆኑም በዚህ መጽሐፍ ላይ በዋናነት በዝርዝር በነዚህ ሰማያዊ አካላት ላይ ያለው ረቂቅ መንፈሳዊ ምሳሌና ምልክት ምንድነው? የሚለውን በዝርዝር ተዳሷል። በመጽሐፍ ቅዱስ ላይ እነዚህ ሰማያዊ አካላት የተፈጠሩበት ዋና ዓላማ እንዲህ ይገልጸዋል፡-

- "እግዚአብሔርም አለ፦ ቀንና ሌሊትን ይለዩ ዘንድ ብርሃናት በሰማይ ጠፈር ይሁኑ <u>ለምልክቶቸ</u> <u>ለዘመኖቸ</u> ለዕለታት ለዓመታትም ይሁኑ፤ በምድር ላይ <u>ያበሩ ዘንድ</u> በሰማይ ጠፈር ብርሃናት ይሁኑ፤ እንዲሁም ሆነ፤ እግዚአብሔርም ሁለት ታላላቆቸ ብርሃናትን አደረገ ትልቁ ብርሃን በቀን እንዲሠለጥን፥ ትንሹም ብርሃን በሌሊት እንዲሠለጥን ከዋክብትንም ደግሞ አደረገ እግዚአብሔርም በምድር ላይ ያበሩ ዘንድ በሰማይ ጠፈር አኖራቸው፤ በቀንም በሌሊትም እንዲሠለጥኑ፥ ብርሃንንና ጨለማንም እንዲለዩ፤ እግዚአብሔርም ያ መልካም እንደ ሆነ አየ" (ዘፍ 1:14-17)

በመሆኑም ዘመንን ለመቁጠር፣ የሚያመለክቱት ምልክት አለና ምልክቶቹን፣ ምሳሌዎቹን መርምሮ በሥነ ፍጥረቱ የሥነ ፍጥረቱ ጌታን ለማወቅ ካልሆነ በስተቀር እነዚህን ፍጡራንን

ማምለክ ግን ከፍተኛ ኀጢአት ነው። በመሆኑም በዚህ መጽሐፍ ላይ እጅግ አስደናቂ መንፈሳዊ ምሳሌነታቸውን በዝርዝር ከነሙሉ የመጽሐፍ ቅዱስ ጥቅሳቸው ጋር አስቀምጬዋለሁ።

ምዕራፍ 1

ፀሓይና ፍቺው

የበረደውን የምታሞቀው፣ የረጠበውን የምታደርቀው፣ የተሰወረውን የምትገልጠው፣ የጨለመውን የምታስለቅቀው ብርሃንን ከሙቀት ጋር ያስተባበረችውን አስደናቂዋ ፍጥረት ፀሓይ በመጽሐፍ ቅዱስ ላይ ከ170 ጊዜያት በላይ ተጠቅሳለች።

"ፀሓይ" ቃሉ የግእዝ ቃል ሲኾን አለቃ ኪዳነ ወልድ በመዝገበ ቃላታቸው ላይ "ጸሐየ" ወይም "ጽሕወ" ማለት በግእዝ ቋንቋ (በራ፣ ጠራ፤ ጽሩይ ኾነ) ማለት እንደሆነ በመተንተን፤ ፀሓይ ማለት "ታላቅ ብርሃን፣ ቀን የሚያበራ" ማለት ነው ሲሉ በትክክል ፍቺውን ገልጸውታል።

የፀሓይ ትልቀት በመጽሐፍ ቅዱስ

ፀሓይን ከምድር ላይ ኾኖ ለሚመለከታት እጅግ ከመራቋ የተነሣ ከሙሉ ጨረቃ ጋር የምትቀራረብ ታናሽ መስላ ትታያለች፤ በዚኽም ምክንያት ለብዙ ዘመናት ሰዎች ባለማወቅና ባለመረዳት ፀሓይ ከጨረቃ የምታንስ ትመስላቸው ነበር፤ ኾኖም ግን የአዳም ሰባተኛ ትውልድ የኾነው ሔኖክ በጻፈው ላይ የፀሓይን ታላቅነት አስቀድሞ እንዲህ ሲል ገልጾት ነበር፦

- "ወቀዳሚ ይወጽዕ ብርሃን ዘየዐቢ ዘስሙ ፀሐይ ወክበቡ ከመ ክበበ ሰማይ ወኵለንታሁ ምሉእ እሳተ ዘያበርህ ወያውዒ ወሠረገላተ በኀበ የዐርግ ነፋስ ይነፍሕ" (መጀመሪያ <u>ስሙ ፀሐይ የሚባል ታላቁ ብርሃን</u> ይወጣል፤ ዙሪያውም እንደ ሰማይ ዙሪያ ነው፤ ሁለመናውም የሚያበራና የሚያቃጥል እሳትን የተመላ ነው፤ ወደ ሠረገላው በሚወጣበት ጊዜ ነፋስ ይነፍሳል) (ሔኖ 21፥10)

ቀደምት የኢትዮጵያ ሊቃውንትም መጽሐፈ ሔኖክን ያገኙና ያነበቡ ቀዳሚ ሕዝቦች በመኾናቸው የፀሓይን ታላቅነት በአግባቡ ተረድተውት ነበር፤ ለዚህም ማሳያ ይኽነን የሔኖክን ቃል በትርጓሜ ሚጠተ ብርሃናት መጽሐፋቸው ላይ ሲተረጒሙ፡-

- "ቀዳማዊ ይሰምዮ ለብርሃነ ፀሐይ በእንተ ዕበዩ እስመ የዓቢ እምኵሉ ብርሃናተ ሰማይ፡፡ ሠረገላ ወፀሐይ ክቡባን እሙንቱ ከመ ሰማይ ወኢኮኑ ርቡዓነ፡፡ ወኵለንታሁ እሳት ምሉእ ዘያበርህ ወያውዒ ዘይቤ እሳት ብሩህ ውእቱ በጠባይዒሁ ለአብርሆ ወለአውዕዮ ወአኮ ከመ እሳተ ገሃነም ጸሊም፡፡ ወሠረገላተ በኀበ የዐርግ ነፋስ ይነፍሳ ዘይቤ እስመ አኮ ምዕረ ዘየዐርግ ወምዕረ ዘይወርድ አላ ሥሩር ውእቱ ዲበ ሠረገላሁ እምዕለተ ፍጥረቱ በከመ ተብህለ ወርኃ ወከዋክብተ ዘለሊከ ሣረርከ፡፡ ወፍጥረተ ሠረገላሰ ነፋስ ውእቱ ዘይነፍህ በነኰርኳር እንዘ ይረውጽ ወሠረገላተ በኀበ የዐርግ ዘይቤ ወሥርቀቱ ለፀሐይ ጊዜ ኃሠ ጽባሕ ዐርገ ይትበሃል"

(ከሰማይ ብርሃናት ኹሉ የሚበልጥ ነውና ስለ ታላቅነቱ የፀሓይን ብርሃን ሔኖክ ቀዳማዊ ይለዋል። ሠረገላና ፀሓይ እንደ ሰማይ ክቦች ናቸው እንጂ አራት ማእዘን አይደሉምና "ዙሪያውም እንደ ሰማይ ዙሪያ ነው" ይላል። ሔኖክ "ኹለመናውም የሚያበራና የሚያቃጥል እሳትን የተመላ ነው" ያለው የፀሓይ እሳትነት በጠባዩ ለማብራትና ለማቃጠል ብሩህ ነው እንጂ፤ እንደ ገሃነመ እሳት ጨለማ አይደለም።

"ወደ ሠረገላው በሚወጣበት ጊዜ ነፋስ ይነፍሳል" ያለው አንድ ጊዜ የሚወጣ አንድ ጊዜ የሚወርድ አይደለም፤ ከተፈጠረበት ዕለት ጀምሮ በሠረገላው ላይ የተመሠረተ ነው እንጂ፤ "ጨረቃና ከዋክብትን አንተ መሠረትህ (ፈጠርህ) እንዳለ (መዝ 73፥16)። የሠረገላው ተፈጥሮው ግን በመገለባበጥ ሲሮጥ እንደሚነፍስ ነፋስ ያለ ነው። "ወደ ሠረገላው በሚወጣበት ጊዜ" ማለቱ በንጋት ብርሃን ጊዜ የፀሓይ መውጣቱ ወጣ ስለሚባል ነው) በማለት አብራርተው ተንትነውታል።

ነቢዩ ሙሴም በቀን የምትታየን ፀሐይ በምሽት ሰዓት ከምትታየን ከጨረቃ በመጠነ ቁስ የምትበልጥ እንደሆነች በዚህ መልኩ ገልጦታል፦

- "እግዚአብሔርም ሁለት ታላላቆች ብርሃናትን አደረገ፤ <u>ትልቁ ብርሃን</u> በቀን እንዲሠለጥን ትንሹም ብርሃን በሌሊት እንዲሠለጥን" (ዘፍ 1፥16)

የፀሓይ መጠኗ በሳይንስ

አሁን ዓለም እንደደረሰበት እንደ ዘመናዊው ሳይንስ ምርምር የፀሐይ መጠነ ቁሷ ከምንገምተው በላይ ታላቅ መሆኑ ታውቋል። የሥርዓተ ፀሐይ 99 ፐርሰንት መጠነ ቁስ የተያዘው በእርሷ ሲሆን ፕላኔቶች ሁሉ ተደምረው የእርሷን 0.1 ፐርሰንት ብቻ ይሆናሉ ማለት ነው።

መጠነ ቁሷን ከመሬት ጋር እንኳ ብናወዳድር የመሬትን 300,000 ጊዜ ዕጥፍ ነውና ከዚህ ስሌት ተነሥተን ምን ያህል ግዙፍ እንደሆነች መገመት አያቅተንም። አማካይ ዳያሜትሯ 864,000 ማይልስ (1,392,000 ኪሎ ሜትር) ሲሆን ይህም የመሬትን መጠን 109 ጊዜያት ይሆናል።

እያንዳንዱ የፀሓይ አንድ እስኩዌር ኢንች ስፍራ ሦስት መቶ ሺሕ ሻማዎች ያህል ብርሃን አለው፤ ይህም በእጅጉ ያስገርማል።

ፀሐይና መጠሪያዋ በመጽሐፍ ቅዱስ

ይህቺ ብርሃንን ከሙቀት ጋር ያስባበረች ፍጥረት በመጽሐፍ ቅዱስ ላይ በተለያየ መጠሪያ ተጠርታ እናነባለን። ይኸውም፡-

1) ፀሓይ
2) ኦርያሬስ
3) ቶማስስ ተብላለች።

የአዳም ሰባተኛ ትውልድ የኾነው ሔኖክ የዕለተ ረቡዕ ፍጥረት የሆነው ፀሓይ ሁለት ስሞች እንዳለው ሲገልጽ፡-

- “አስማቲ ለፀሓይ ከመዝ አሐዱ ኦርያሬስ ወካልዑ ቶማስስ” (የፀሓይ ስሙ እንደዚኽ ነው፤ አንዱ ኦርያሬስ፤ ኹለተኛውም ቶማስስ ይባላል) ይላል (ሔኖ 26፡1)፡፡

በመኾኑም የፀሓይን ስሞች ለመጀመሪያ ጊዜ የገለጠው የአዳም ሰባተኛ ትውልድ የኾነው ሔኖክ ነው ለማለት ያስቸላል፡፡

“ኦርያሬስ” የሚለው የፀሓይ ስም በዕብራይስጥ ቋንቋ “ኦር ሔሬስ” ሲለው ፍቺውም የግእዝ ቋንቋ ሊቅ አለቃ ኪዳነ ወልድ ክፍሌ ሲገልጹት “ፀሓይ፣ ስመ ፀሓይ፣ ሥዕለ ፀሓይ” ማለት ነው፤ በመኾኑም “ኦር” ማለት የፀሓይ ጸዳሉ፣ ብርሃኑ፣ ቀርኑ (ጮራው)፣ ምዕዛሩ ሲኾን፤ “ያሬስ” ደግሞ የፀሓይ ሰሌዳው፣ ክበቡ ነው ብለዋል፡፡

ከዚህ በተጨማሪ ሊቃውንት፡-

4) ሸምሸ

5) አሜር

6) ጃንበር የሚል መጠሪያም ሰጥተውታል፡፡ ይኸውም “ጃንበር” የሚለው ቃል (ጃን በርህ) ከሚለው ቃል የወጣ እንደኾነ አለቃ ደስታ በዐማርኛ መዝገበ ቃላታቸው ላይ ይተነትናሉ፡፡

ይኸውም ሦስት ትርጕም አለ፤ የመጀመሪያው “ጃን” የሚለው የዐማርኛ ቃል “ገነ” ወይም “ገነነ” ከሚለው የግእዝ ቃል ወጥቶ ትርጕሙም ማለት “ታላቅ ገናና ንጉሥ” ማለት ነው፡፡ “በር” የሚለው ቃል “በርህ” (ብርሃን) ከሚለው ቃል የወጣ ነውና፤ ጃንበር ማለት ታላቅ ብርሃን ወይም ፀሓይ ማለት ነው፡፡

ዳግመኛም ሰማያዊ ንጉሥ በአራተኛው ቀን ለዓለም የከፈተው በር ሲሉ ጀንበር ወይም (በረ ጃን) ብለውታል፡፡

ሦስተኛው "ጃን በርህ" ማለት የብርሃን ጋን እንደማለት ነውና ታላቅ ብርሃን መሆኗን ለማመልከት ነው፤ ከዚኹ ጋር ፀሓይ ቶሎ የምትጠልቅበትን ወር "የገና ጀንበር" ብለውት እናያለን፡፡

የፀሐይ ግለት በመጽሐፍ ቅዱስ

ፀሐይ ከፍተኛ ግለትና ሙቀት እንዳላት ይታወቃል፡፡ መጽሐፍ ቅዱስ በተለያየ ስፍራ ላይ የፀሓይን ትኩሳትና ግለት የማቃጠሉን ከፍተኛ ኀይል ያስቀመጠ ሲኾን የተወሰኑትን ጥቅሶች ለማሳያ ከዚህ በታች ገልጬላችኋለሁ፡፡

- "ነገ ፀሐይ <u>በተኮሰ</u> ጊዜ ማዳን ይሆንላችኋል በሉአቸው አሉአቸው" (1ኛ ሳሙ 11፥9)
- "ፀሐይ <u>በተኰሰች</u> ጊዜ ይደርቃሉ <u>በሙቀትም</u> ጊዜ ከስፍራቸው ይጠፋሉ" (ኢዮ 6፥17)
- "አወጣጡ ከሰማያት ዳርቻ ነው፤ ዙረቱም እስከ ዳርቻቸው ነው <u>ከትኩሳቱም</u> የሚሰወር የለም" (መዝ 18 (19) ፥6)፡፡
- "ፀሐይ በቀን <u>አያቃጥልህም</u>" (መዝ 120 (121) ፥6
- "ፀሐይ መልኬን <u>አክስሎታልና</u> ጥቁር ስለ ሆንሁ አትዩኝ" (መሐ 1፥6)
- "በፀሐይ ጮራ እንደ ደረቅ <u>ትኩሳት</u>" (ኢሳ 18፥4)
- "በዋዕዩም (በግለቱም) ሀገሩን <u>ያቃጥላል፤</u> <u>ዋዕዩንስ</u> (ግለቱንስ) ማን ይቋቋመዋል? ዋዕዩንም እሳት

እንደሚነድድበት ምድጃ ያደርጋል፤ ፀሓይ ግን ከሦስት ጊዜ በላይ የበለጠ ተራሮችን ያቃጥላቸዋል" (ሲራ 43፥3-4)

- ❖ "ፀሐይ ከትኩሳት ጋር ይወጣልና ሣርንም ያጠወልጋልና፥ አበባውም ይረግፋልና የመልኩም ውበት ይጠፋልና" (ያዕ 1፥11)

የፀሓይን ከፍተኛ ግለት በዚህ መልኩ በመጽሐፍ ቅዱስ ላይ ካየን በተፈጠረች ጊዜ የነበራትን ከፍተኛ ኀይል የሥነ ፍጥረት ሊቃውንት እንዴት እንደገለጹት በተወሰነ መልኩ እንመልከት፡፡

የፀሐይ ጉልበት በሊቃውንት ምልከታ

ፀሓይ በተፈጠረች ጊዜ ያላት የብርሃን ኀይል አሁን ካላት ኀይልና ብርሃን እጅግ ከፍተኛ እንደነበርና መላእክትም የመጀመሪያ ብርሃኗን አይተው ፈርተው እንደነበርና ከተሰጣት ብርሃን ላይ እግዚአብሔር እንደቀነሰላት ሊቁ ኤጲፋንዮስ የሥነ ፍጥረት መጽሐፉ በኾነው በአክሲማሮስ ላይ እንዲህ ይገልጠዋል፡-

- ❖ "ወእምዝ አዕረጎሙ እግዚአብሔር ለምዕት ጾታ ወለ፲ቱ ሊቃነ መላእክት ወዐቀሞሙ ቅድሜሁ ከመ ያርእዮሙ ክሂሎቶ ወእምዝ ነሥአ እግዚአብሔር ብርሃነ እምዘዚኣሁ ብርሃን መጠነ ሳጠተ ሥርናይ ወቀብዖ ለፀሓይ ወእምዝ አርአዮሙ እግዚአብሔር ለመላእክቲሁ ወስእኑ ርእዮታ ለፀሓይ እም ዕበየ ብርሃና"

(ከዚህ በኋላ እግዚአብሔር መቶውን ነገደ መላእክት ዐሥሩን የመላእክት አለቆች ከሃሊነቱን ሊያሳያቸው

ከከተማቸው አውጥቶ በላይኛው ከተማ በአጠገቡ አቆማቸው። ከዚያም "ብርሃን ይኹን" ብሎ ከፈጠረው ከደገኛው ብርሃን የስንዴ ቅንጣት ያህል አምጥቶ ፀሓይን ቀባው። ከዚያም ያችን የስንዴ ቅንጣት የምታህል ብርሃን ፀሓይን ቀብቷት ለመላእክት ቢያሳያቸው ከብርሃኗ ብዛት የተነሣ ፀሓይን ለማየት አልተቻላቸውም አስፈራቻቸው።

ከዚኽ በኋላ እግዚአብሔር የስንዴ ቅንጣት የምታኽለውን ብርሃን ከፋፍሎ አሁን ባለችበት ደረጃ አድርጎ ለመላእክት ቢያሳያቸው መላእክት ተደንቀው መደሰታቸውን እንዲህ ይገልጠዋል፦

❖ "ወሶበ ርእዩ ዘንተ መላእክት ተፈሥሑ ዐቢየ ፍሥሐ አንከሩ ኵሎሙ ወሰገዱ ዐቢየ ስግደተ ለውእቱ መላኬ ብርሃናት ወአመ ተፈጥሩ ከዋክብት ሰብሑኒ ኵሎሙ መላእክት በዐቢይ ቃል"

(ከዚኽም በኋላ ሁሉም መላእክት የፀሓይን መሞቅ፣ የጨረቃን መድመቅ፣ የከዋክብትን በብርሃን መበላለጥ አይተው ታላቅ ደስታን ተደሰቱ፤ እነዚህን ብርሃናትን ለፈጠረ አምላክ ታላቅ ስግደት ሰገዱ) (አክሲማሮስ ዘረቡዕ)

ይኽ በሥነ ፍጥረት ጊዜ የተደረገ የመላእክትን እልልታ ከ4000 ዓመት በፊት ኢዮብ እንዲህ ይገልጠዋል፦

❖ "የአጥቢያ ኮከቦች <u>በአንድነት ሲዘምሩ</u> የእግዚአብሔርም ልጆች ኹሉ እልል ሲሉ መሠረቶቿ በምን ላይ ተተክለው ነበር? የማእዘኗንስ ድንጋይ ያቆመ ማን ነው?" (ኢዮ 38፥6-7)።

ከዚህ በፀሓይ ብርሃን ላይ ስለተደረገው የብርሃን መመጣጠን የሥነ ፍጥረት ታሪክ በመነሣት በ325 ዓ.ም. በኒቅያ ጉባኤ የተሰበሰቡት 318ቱ ሊቃውንት በቅዳሴያቸው፡-

- “ወአመ ፈጠረ ፀሓየ ወወርኀ አኮ ከመ ያብርሁ ሎቱ ከመ ዘጸልሞ አላ ጸገዎሙ ንስቲተ እምዘዚአሁ ብርሃን መጠነ ኅጠተ ሥርናይ ወበእንተዝ አብርሁ ዲበ ሰብእ”
(ፀሓይንና ጨለማን በፈጠረም ጊዜ እንደ ጨለመበት ሰው ሊያበሩለት አይደለም፤ ከርሱ ብርሃን የስንዴ ቅንጣት ያህል ጥቂት ሰጣቸው እንጂ፤ ስለዚህም በሰው ላይ አበሩ) በማለት ገልጸዋል (ቅዳሴ ዘሠለስቱ ምእት ቍ 36)፡፡

ኢትዮጵያዊዉ ሊቅ አባ ጊዮርጊስ ዘጋሥጫም በሕማማት ሰላምታው ላይ፡-

“እምነ ብርሃን ብርሃነ መጠነ አሐቲ ሥርናይ
እለ አልበስክሙ ነገሥተ ሰማይ
ለወርኅ ወለፀሓይ፤ ግናይ ለክሙ”

(ከብርሃንነታችሁ አንዲት ስንዴ የምታህል (በአንዲት ስንዴ መጠን የምትሆን) ብርሃንን ለፀሓይና ለጨረቃ ያለበሳችሁ የሰማይ ነገሥት መገዛት ለእናንተ ይገባል) በማለት ይገልጠዋል፡፡

ሊቁ ቅዱስ ባስልዮስም በአክሲማሮስ የሥነ ፍጥረት መጽሐፉ ላይ ልዑል እግዚአብሔር “ብርሃን ይሁን” ብሎ ደገኛውን የጎሑን ብርሃን በዕለተ እሑድ ከፈጠረ በኋላ በዕለተ ረቡዕ ደግሞ የፀሐይን ብርሃን ከዚህ ስለማዘጋጀቱ እንዲህ ይላል፡-

- “ብርሃን ይሁን” ባለ ጊዜ የመጀመሪያ ደገኛው የብርሃን ተፈጥሮ ተዘጋጀ፤ ከዚያ በኋላ የፀሐይ አካል ለዚያ የመጀመሪያ ዋና ብርሃን ማስተላለፊያ ሆኖ ተሠራ። ፋኖስ በራሱ እሳት አይደለም፤ እሳት ግን በባሕርዩ ብርሃን የማመንጨት ባሕርይ አለው፤ በመሆኑም እኛም በጨለማ ውስጥ የሚያበራልንን ፋኖስ ሠርተናል።

  በተመሳሳይ መልኩ እንደ ብርሃን አንጸባራቂ አካላት ለዚያ ንጹሕ፣ ግልጽ እና ቁስ አካል ያልሆነ ደገኛ ብርሃን እንደ ማስተላለፊያ በመሆን ተዘጋጅተዋል። ሐዋርያው “በዓለም እንደ ብርሃን ትታያላችሁ” በማለት ይናገራል (ፊልጵ 2፡16) ይህንን ሲል ብርሃን የባሕርዩ የሆነው የዓለም ብርሃን እንዳለ ጠንቅቆ እያወቀ ነበር።

  ይህም አማናዊ የዓለም ብርሃን ቅዱሳንን ከድንቁርና ጨለማ ላወጡዋቸው ለነፍሳት በጸጋ የሚያበሩ አድርጓቸዋልና። ለዚህም ነው የሁሉ ፈጣሪ ያን አስደማሚ ብርሃን ከፈጠረ በኋላ በተጨማሪ ፀሐይን ፈጥሮ በሰማያት ውስጥ እንድታበራ በሰማይ መካከል ያኖራት” (አክሲማሮስ ዘባስልዮስ)።

  የሊቃውንቱን በዚህ መልኩ ካየነው ስለ ፀሓይ ጉልበት የዘመናችን ሳይንሳዊ ምርምር የደረሰበትን የተወሰነ ነገር ከዚህ በታች ተገልጧል።

የፀሐይ ጉልበት በሳይንስ

ፀሐይ በአንድ ቅጽበት (ሴኮንድ) 3.9 x 10^{26} ጁል ጉልበት የምታመነጭ ሲሆን ይህ ቊጥር እጅግ በጣም ብዙ ነው። እንዲሁም በቅጽበት (ሴኮንድ) 600 ሚሊዮን ቶን ሀይድሮጅንን ወደ ሒልየም የምትቀይር ሲሆን የዚህ መጠኑን ስናሰላው የ100 ሚሊዮን ኒኩለር በምብ የሚያክል ማለት ነው።

በየሰዓቱ ወደ 430 ኪውንቲሊየን የሚጠጋ ኀይል ወደ እኛ ቢደርስም በአሁኑ ጊዜ የሰው ልጅ ግን በዓመት 410 ኪውንቲሊየን ጁል ነው እየተጠቀመ ያለው።

ፀሓያችን ለ6 ሴኮንድ ብቻ የምታወጣው ጉልበት እንኳ ቢሰበሰብ የመሬትን ውቅያኖስ ውሃ ሁሉ ማትነን ይቸላል፤ የ3 ደቂቃ ጉልበቷ ቢሰበሰብ ደግሞ የመሬት የላይኛውን ንጣፍ (crust) የሚባለውን ማቅለጥ ይቸላል እንደ ማለት ነው።

የፀሐይ አካልን በዐይን ትኩር ብሎ ማየት ስለማይገባ

ብርሃን ለዕይታ አስፈላጊ መሆኑ ይታወቃል፤ ሆኖም ግን አንዳንድ የብርሃን ዓይነቶቸ በተለይም አልትራቫዮሌት ኤ (UVA) እና አልትራቫዮሌት ቢ (UVB) ብርሃን ጥንቃቄ ካልተደረገባቸው በጊዜ ሂደት በዐይን ላይ ከፍተኛ ጉዳት እንደሚያደርሱ የታወቀ ነው።

በመጽሐፍ ቅዱስ ላይም ፀሓይን በዐይን አተኩሮ መመልከት የዐይን ብርሃንን እስከማጣት የሚያደርስ አደገኛ ነገር እንደሆነና እንድንጠነቀቅ እንዲህ ይጽፋል፦

- “ፀሐይንም <u>አላዩኋትም</u>” (መዝ 57 (58)፥8)
- ከርሱ የሚወጣው እሳታዊ ዋዕይ፤ የሚልከውም ብርሃን <u>ዐይን ያጨልማል</u>” (ሲራ 43፥3-4)፡፡

ቢሆንም ግን ፀሐይን መመርመር ይገባልና ሰሎሞን “ጥበብ ከርስት ጋር መልካም ነው፤ ፀሐይንም ለሚያዩ ሰዎች ትርፍን ይሰጣል” ይላል፡፡ (መክ 7፥11)

ከአልትራቫዮሌት ጨረር ጋር የተዛመዱ የተለመዱ የዐይን ጉዳቶችን በተወሰነ መልኩ ከዚህ በታች እንመለከታለን፡-

1ኛ) ካታራክትስ (Cataracts) – ምርምር እንደሚያሳየው አልትራቫዮሌት ቢ (UVB) ብርሃንን በቀጥታ ከካታራክትስ ዕድገት ጋር ያገናኘዋል፣ ይህም የዐይን ሕመም የሚከሰተው የዓይን መስታወታማ ሌንስ ቀስ በቀስ ደመናማ እና ብርሃን የማያስተላልፍ ሲሆን ነው፡፡ ይህም ካልታከመ አጠቃላይ ዐይነ ዕውርነትን ያስከትላል፡፡ ይህም በአብዛኛው በዕድሜ የገፉ ግለሰቦችን ይጎዳል፣ ነገር ግን በቂ ጥንቃቄ ካልተደረገ ለፀሐይ ብርሀን ከመጠን በላይ መጋለጥ ለዚህ የተለመደ የዐይን ችግር የመጋለጥ እድልን ይጨምራል፡፡

2ኛ) **ማኩላር ዲጄኔሬሽን (Macular Degeneration)** – ማኩላ የሚገኘው ሬቲና ተብሎ በሚጠራው የዐይን ክፍል መሃከል ላይ ነው፤ ሥራውም ግልጽ እና የጠራ ዕይታ የመፍጠር ሃላፊነት ነው፡፡ ከጊዜ በኋላ ለአልትራቫዮሌት ብርሃን ጨረሮች ሲጋለጥ ደግሞ የዐይኑ የተፈጥሮ ሌንስ ሬቲና እና ማኩላን የመጉዳት እድል ከማግኘቱ በፊት አብዛኞቹን ጎጂ አልትራቫዮሌት ብርሃኖችን

ያጣራል። ይሁን እንጂ ሬቲና እና ማኩላ በአልትራቫዮሌት ጨረሮች ጉዳት ሊደርስባቸው እንደሚችል የሚጠቁሙ አንዳንድ መረጃዎች አሉ ይህም ከፍተኛ የሆነ የዕይታ ማጣትንና አርቆ ማየት አለመቻልን ያስከትላል።

3ኛ) **ትሪጂም** **(Pterygium)** – ይህ የዐይን ሕመም ለፀሐይ ብርሀን ለረጅም ጊዜ ከመጋለጥ ጋር የተያያዘ በተለይም የፀሐይ ነጸብራቅ በውሃ ወይም በበረዶ ላይ በሚንጸባረቅበት ጊዜ ነው። ምልክቶቹ የዐይን መድረቅ፣ ዐይኖች ማሳከክ፣ ከመጠን በላይ ማልቀስ ናቸው።

4ኛ) **ኬራታይተስ** **(Keratitis)** – ጎጂ የአልትራቫዮሌት ጨረሮች ከመጠን በላይ መጋለጥ የዐይን ኮርኒያ እንዲቃጠል ሊያደርግ ይችላል። ይህም ካልታከመ ዘላቂ ጉዳት ሊያስከትል ይችላል።

5ኛ) **የዐይን ሽፋሽፍት ካንሰሮች** **(Skin Cancers of the Eyelid)**– እንደሌላው የሰውነት ክፍል ሁሉ የዐይን ሽፋሽፍቶችም የአልትራቫዮሌት ጨረሮች የሚያደርሱት ከባድ ጉዳት የተጋለጡ ሲሆን ከመጠን በላይ በመጋለጥ ሊቃጠሉ የሚችሉ ብቻ ሳይሆን የተለያየ ደረጃ ያላቸው የቆዳ ካንሰር ሊያዳብሩ ይችላሉ፤ ከእነዚህም መካከል ቤዛል ሴል ካርሲኖማ፣ ስኩዌመስ ሴል ካርሲኖማ እና ሜላኖማ ይገኙበታል።

የዐይን ሽፋሽፍት ካንሰር ምልክቶች የዐይን ሽፋኑ ላይ መድማት እና አለመዳን ወይም የማይጠፋ እብጠት፣ የዐይን ሽፋሽፍት ማቃጠልና ድንገተኛ መጥፋት ጉዳቶች ናቸው፡፡

ዑደተ ፀሐይ በመጽሐፍ ቅዱስ

በመጽሐፍ ቅዱስ ላይ ፀሓይ ቋሚ ሳትሆን ዑደት እንዳላት በስፋት ስለፀሐይ ዑደት ተጠቅሶ እናነባለን። ከነዚኽ ውስጥ ለማሳያ ያህል፦

- “ወርኢኩ እሳተ ዘይነድድ ወይረውጽ እንዘ ኢየዐርፍ ወኢይነትግ እምሩጸቱ መዐልተ ወሌሊተ አላ ከማሁ ክመ” (ሳያርፍ የሚነድና <u>የሚሮጥ</u> እሳትንም አየኹ፤ መቸም መቸ እንዲኹ ነው እንጂ በሌትና በቀን <u>ከሩጫው</u> አይገታም) (ሔኖ 6፥40)
- “ወቀዳሚ ይወጽዕ ብርሃን ዘየዐቢ ዘስሙ ፀሓይ ወክበቡ ከመ ክበበ ሰማይ ወኵለንታሁ ምሉእ እሳተ ዘያበርህ ወያውዒ ወሠረገላተ በኀበ የዐርግ ነፋስ ይነፍሕ” (መጀመሪያ ስሙ ፀሓይ የሚባል ታላቁ ብርሃን ይወጣል፤ ዙሪያውም እንደ ሰማይ ዙሪያ ነው፤ ሁለመናውም የሚያበራና የሚያቃጥል እሳትን የተመላ ነው፤ <u>የሚሄድባቸውን</u> ሠረገላዎች ነፋስ ይነዳቸዋል) (ሔኖ 21፥10)
- “በእነርሱም ውስጥ የፀሐይን ድንኳን አደረገ፥ እርሱም እንደ ሙሽራ ከእልፍኙ ይወጣል እንደ አርበኛ በመንገዱ

ለመሮጥ ደስ ይለዋል፤ አወጣጡ ከሰማያት ዳርቻ ነው፥ ዙረቱም እስከ ዳርቻቸው ነው" (መዝ 18 (19) ፥5-6)

- "ፀሐይ ትወጣለች ፀሐይም ትገባለች ወደ ምትወጣበትም ስፍራ ትቸኩላለች" (መክ 1፥5)

የፀሓይ ዑደቷ በሳይንስ

ሌሎች ፕላኔቶች በፀሓይ ዙሪያ ዑደትን ያደርጋሉ እንጂ ፀሓይ ፈጽማ እንደማትንቀሳቀስ "the sun is stationary" በማለት እስከ ቅርብ ጊዜ በሳይንሱ ዓለም ይታመን ነበር። አሁን ግን ያ ሐሳብ ተሰርዞ ፀሐይ ዑደት እንዳላት በመረጋገጡ የሳይንሱ ምርምር የመጽሐፍ ቅዱሱን ሐሳብ ተቀብሎታል።

እንደ ሳይንስ ጥናት ፀሐይ ከመሬት 150 ሚሊዮን ኪ.ሜ ርቀት ላይ ሆና በራሷ ዛቢያ እንዴ ለመሽከርከር 24.7 ቀን እየፈጀባት፣ እኛንና የቀሩትንም ፕላኔቶች ሁሉ ይዛ በምሕዋሯ ላይ በሴኮንድ 220 ኪ.ሜ እየከነፈች በፍኖተ ሐሊብ መካከለኛ ክፍል ዙሪያ ትዞራለች።

በተጨማሪም በሥነ ፈለኩ ሳይንስ የፀሐይን ጉዞም አንድ ዓመት የሚለውን ለመተርጎምም የሚጠቀም ሲሆን ይኸውም አንድ ዓመት ማለት ፀሐይ ዐሥራ ሁለቱን መገብተ አውራሳ (የዞዲያክ) ሕብረ ከዋክብት (constellations) ለማቋረጥ የሚፈጅባት ጊዜ ማለትም ጭምር ነው።

ቀደምት ኢትዮጵያውያንም ፀሓይ በ12ቱ ደጃፎቿ በየወሩ በመመላለስ በሚደርሳቸው ዕለትና ኬክሮስ 12ቱን የወራት

መጋቢዎች በመባል የሚታወቁትን የመናዝል (የዞዲያክ) ከዋክብትን እንደምታቋርጥ በትክክል ጽፈዋል።

አትክልትና ፀሐይ በመጽሐፍ ቅዱስ

መጽሐፍ ቅዱስ በምድር ላይ የሚበቅሉት በጥፍር የሚለቀሙት አዝርዕት፣ በማጭድ የሚታጨዱት አትክልት፣ በመጥረቢያ የሚቆረጡ የዕፀዋት ዝርያዎች ሁሉ ለማደግና በሕይወት ለመቆየት ፀሐይ እንደሚያስፈልጋቸው ለመጀመሪያ ጊዜ በዚህ መልኩ ገልጧል፡-

- "በምድርም ላይ የሚበቅለውና የሚያድገው ሁሉ ይድን ዘንድ ለማዳን ፀሐይን ፈጠረ ... ፀሐይም ሕይወት ሊሆናቸው በእነርሱ ላይ ወጥቷልና በዚህ ዓለም በሚኖር ፍጥረትና በምድር በሚበቅለው ሁሉ ላይ በማያፈራውም ዕንጨት ሁሉ ላይ በሥጋዊ ደማዊ ሁሉ ላይ ወጥቷልና" (ኩፋ 2፥14)

በተመሳሳይ መልኩ አንድ ዘር ለማደግ በላዩ ላይ የፀሐይ ሙቀት ሊያርፍበት ግድ እንደሆነ ሊቃውንት በመጽሐፈ ሥነ ፍጥረት ትርጓሜ ላይ እንዲህ ብለው ገልጸዋል፡-

- "ወዘእንበለ ፀሓይሰ ኢይክል ዘርዕ ከመ ይልሐቅ ወዝንቱ ውእቱ እስመ ያመውቆ ለዘርዕ ወሶበ ሞቀ ወጸምዐ ይሰቲ ሥርዉ እምርጡብ ዘውስተ ከርሠ ምድር ወዛቲ ርጥበት እንተ ይሰትያ ይእቲሰ ቅጥነተ ማይ ምስለ ቅጥነተ ጽቡር ወእመኒ ይሰትያ ዕፅ ትኩል ይሴሰይ ወይልሕቅ ወይገዝፍ ወሶበሰ ኢሀሎ ሙቀተ ፀሓይ እምኢጸምዐ ወሶበኒ ኢጸምዐ እምኢሰትየ ወሶበኒ ኢሰትየ እምኢልሕቀ"

  (ያለፀሓይ ብርሃንና ሙቀት ዘር ሊያድግ አይችልም፤ ዘርን የሚያሞቀው ፀሓይ ነውና፤ ዘር በሞቀና በተጠማ ጊዜ የአትክልት ሥር ከረጠበው የምድር የውስጥ ክፍል ውስጥ ይጠጣል፤ ሥር የሚጠጣትም ይህቺን ርጥበት ነው። ይህቺን የረቀቀ ውሃ ከሥሥ ጭቃ ጋር የተተከለ ዕንጨት በሚጠጣ ጊዜ ይመገባል፣ ያድጋል፣ ይገዝፋል። የፀሓይ ሙቀት ባይኖር ዘር ባልተጠማ ነበር፤ ያልተጠማ ቢሆን ኖሮ ባልጠጣ ነበር፤ ያልጠጣ ቢሆን ኖሮ ባላደገ ነበር)።

አትክልትና ፀሐይ በሳይንስ

በሳይንስ ጥናትም እንደተረጋገጠው አንድ ተክል ካርቦን ዳይኦክሳይድን ከአየር ላይ በቅጠሎቹ፣ በቅርንጫፎቹ፣ በግንዱ፣ በአበቦቹ እና በሥሩ ውስጥ ባሉት ታናናሽ ቀዳዳዎችን በመጠቀም

ይይዛል፡፡ ከዐፈር የሚገኘውን ውሃ በሥሩ በኩል ያገኛል፡፡ እንዲሁም ከፀሐይ ብርሀን ኀይልን በመውሰድ ፎቶሲንተሲስ ይሠራል፡፡ በመሆኑም ተክሎች ምግባቸውን ለማዘጋጀት ፎቶሲንተሲስ የተባለ ሂደት ይጠቀማሉ፡፡

በፎቶሲንተሲስ ወቅት ተክሎች የብርሃን ኃይልን በቅጠሎቻቸው ያስቀራሉ፡፡ ተክሎች የፀሐይን ኃይል በመጠቀም ውሃን እና ካርቦን ዳይኦክሳይድን ግሉኮስ ወደ የሚባል ስኳር ይለውጡታል፡፡ ግሉኮስ ለዕፀዋት ለኃይል እና እንደ ሴሉሎስ እና ስታርች ያሉ ሌሎች ንጥረ ነገሮችን ለማምረት ያገለግላል፡፡ ሴሉሎስ የሕዋስ ግድግዳዎችን ለመገንባት ጥቅም ላይ ይውላል፡፡ ስታርች በዘሮች እና በሌሎች የዕፀዋት ክፍሎች ውስጥ እንደ ምግብ ምንጭ ተከማችቷል፡፡ ለዛም ነው አንዳንድ የምንመገባቸው ምግቦች ውስጥ ለምሳሌ እንደ ሩዝና ጥራጥሬዎች በስታርች የታጨቁት፡፡

በተጨማሪም እንደ ሳይንስ ምርምር ለዕፀዋት አረንጓዴ ቀለም ፀሐይ ታላቅ ድርሻ አላት፡፡ ይኸውም አብዛኛዎቹ ተክሎች በፎቶሲንተሲስ ውስጥ ጥቅም ላይ የሚውለው ክሎሮፊል የተባለ ልዩ ቀለም ያለው ንጥረ ነገር ወይም ቀለም ይይዛሉ፡፡ ክሎሮፊል የፀሐይን ኃይል ወስዶ ወደ ኬሚካል ኃይል የሚቀይረው ነው፡፡ ከፀሐይ የሚመጣው የብርሃን ኃይል ሁሉ ግን አይወስድም፡፡

የፀሐይ ብርሃን በውስጡ ብዙ የተለያዩ ቀለሞች አሉት፡፡ ክሎሮፊል ብዙውን ጊዜ ቀይ እና ሰማያዊ ብርሃንን ከፀሐይ ይቀበላል እና አረንጓዴ ብርሃንን ያንጸባርቃል፡፡

አንዳንድ ቅጠሎች አረንጓዴ እንዲመስሉ ያደረገው የተንጸባረቀው አረንጓዴው ብርሃን ነው! በመጸው ወቅት አንዳንድ ተክሎች ክሎሮፊልን ማምረት ያቆማሉ እና ቅጠሎች ቀለም ሲቀይሩ ይታያሉ፤ ምክንያቱም ክሎሮፊል በመጥፋቱ፣ አረንጓዴው ብርሃን እየተንጸባረቀ ስላልሆነ ነው።

እንስሳትና ፀሐይ በመጽሐፍ ቅዱስ

መጽሐፍ ቅዱስ ፀሐይ ለአዝርዕት፣ ለአትክልት፣ ለዕፀዋት ብቻ ሳይሆን በልብ ለሚሳቡ፣ በእግር ለሚሽከረከሩ፣ በክንፍ ለሚበሩ የባሕር ፍጥረታትና የየብስ ፍጥረታት ሁሉ በሕይወት ይኖሩ ዘንድ አስፈላጊ እንደሆነች እንዲህ ይገልጠዋል፡-

- "በዐምስተኛዪቱም ቀን በጥልቅ ውሃዎች መካከል ያሉትን ታላላቅ ዓሣ ዐንበሪዎች ፈጠረ። ይህ ሁሉ መጀመሪያ በእጁ ተፈጥሯልና ሥጋዊ ደማዊ ሁሉ <u>በውሃዎች ውስጥ የሚመላለስ ፍጥረት ሁሉ ዓሣዎችና የሚበሩ ወፎች ሁሉ ወገኖቻቸውም ሁሉ ተፈጥረዋልና፣ ፀሐይም ሕይወት ሊሆናቸው በእነርሱ ላይ ወጥቷልና</u>" (ኩፋ 2፥15-16)።

እንስሳትና ፀሐይ በሳይንስ

እንደ ሳይንስ ጥናትም ምንም እንኳን የተለያዩ እንስሳት የተለያየ መጠን ያለው የፀሐይ ብርሃን በተለያየ መንገድ ቢፈልጉም የፀሐይ ብርሃን ለሁሉም እንስሳትና አራዊት አስፈላጊ ነው። ለምሳሌ ብዙ ዐጥቢ እንስሳት እና ተሳቢ እንስሳት እንደ እባቦች፣ ዔሊዎች እና እንሽላሊቶች በቀን ወደ ፀሐይ በመውጣት ለመሞቅ፣ የሰውነታቸውን ሙቀት ከፍ ለማድረግ እና ንቁ ለመሆን ይሞክራሉ።

ቀዝቃዛ ደም ያላቸው እንስሳት (እንደ ተሳቢ እንስሳት፣ አምፊቢያንስ እና ዓሣ) ያሉ የሰውነት ሙቀት በቀጥታ የሚወሰነው በአካባቢያቸው በሚኖረው የሙቀት ወይም የቅዝቃዜ መጠን ላይ ነው። ፀሐይ በምትወጣበት ጊዜ ሰውነታቸው ሙቀቷን ይቀበላል፤ ይሞቃሉ እና የበለጠ ንቁ ይሆናሉ። በሚቀዘቅዝ ጊዜ ሰውነታቸው ኀይልን ከመቆጠብ ስለሚቀንስ ትንሽ ቀርፋፋ ይሆናሉ።

ሞቃት ደም ያላቸው እንስሳት የራሳቸውን የሰውነት ሙቀት ማስተካከል ይችላሉ። ይህም ከፍተኛ ጉልበት ይጠይቃል፤ ሞቃት ደም ያላቸው ዝርያዎች በሚቀዘቅዙበት ጊዜ ምግብን ወደ ኀይል በመቀየር የራሳቸው ሙቀት ማመንጨት አለባቸው።

ብዙ እንስሳት ቅጠሎችን፣ ፍራፍሬዎችንና አበባዎችን አስፈላጊ ኀይል የሚያቀርቡላቸው ቀዳሚ የምግብ ምንጭ

አድርገው ይወስዳሉ። ፀሐይ ደግሞ ለእነዚህ ዕፀዋት ሕይወት በእጅጉ አስፈላጊ ነው። ይህም በተዘዋዋሪ እነዚህን ዕፀዋት ለሚመገቡ እንስሳት ለመኖራቸው በእጅጉ አስፈላጊ ነው።

በዚያው ልክ እንደ የሌሊት ወፍ ያሉ አንዳንድ አዕዋፍና የሌሊት እንስሳት ፀሐይ ስትወጣ ለመደበቅ ይበራሉ።

ቢሆንም ግን በተዘዋዋሪ እነሱም ፀሐይ ያስፈልጋቸዋል። ምክንያቱም በሌሊት ሲወጡ ከፀሐይ ኃይል ያገኙ ሕያዋን ፍጥረታትን ይመገባሉና።

በውቅያኖስ የታችኛው ወለል ላይ ያሉ እንስሳት ለመኖር በኦርጋኒክ ነገሮች (በሞቱ ተክሎች እና ፍጥረታት) ላይ የሚደገፉ ናቸው። ይህም ከላይኛው ውሃ አካል ወደ ታችኛው ወለል ለነርሱ አስፈላጊው ነገር በመያዝ ይሰርጋል። እንዲህ ዓይነቱ ኦርጋኒክ ቁስ አካል በመጀመሪያ በፀሐይ የተሠራውን ኃይል በመያዙ ይህንን በመመገብ እነርሱም ተጠቃሚ ናቸው።

በተጨማሪም እንስሳት ዕፀዋትን በሚበሉበት ጊዜ ከፀሐይ የተገኘው ኃይል ከዕፀዋት ወደ እንስሳት ይተላለፋል። በዚህም እንስሳት ፀሐይ በሰውነታቸው ላይ በሚያመጣው ጥቅም ተጠቃሚ ይሆናሉ፣ ምክንያቱም የፀሐይ ብርሀን በቆዳ ላይ ቫይታሚን ዲ ያመነጫል፣ ይህም ለጠንካራ ዐጥንት ምሥረታ ጠቃሚ ነው። ስለዚህ እንስሳት ዕፀዋትን በመመገብ ቫይታሚን ዲ ያገኛሉ።

በእንስሳት ላይ የፀሐይ ማነስ የቫይታሚን ዲ እጥረት ሊያስከትል ይችላል። ይህም ተሰባሪ፣ ደካማ ዐጥንት እንዲኖራቸው ያደርጋል።

አንዳንድ አዕዋፍ ከቦታ ወደ ቦታ ለሚያደርጉት ፍልሰት ፀሐይን እንደሚጠቀሙ ተመራማሪዎች ይጠቅሳሉ። ለእኛም ለሰው ልጆች ፀሐይ እጅግ ብዙ ጥቅምን ትሰጠናለች ዘመን እንቆጥርባታለን፣ ቫይታሚን ዲ እናገኝባታለን።

ዓለማችን እስካሁን ድረስ በሚገባ መጠቀም አልቻለችም እንጂ ንጹሕ ከፍተኛ መጠን ያለው የማያልቅ ታዳሽ ኀይልን ትሰጣለች።

የፀሐይ መጨለሚያና መጽሐፍ ቅዱስ

የፀሐይ መጨለም በመጽሐፍ ቅዱስ በብዙ ስፍራ ላይ ተጠቅሶ እናነባለን፤ ይህም የፀሐይንና የጨረቃን መጨለም በዐምስት መልኩ ጠቅለል አድርገን ማየት እንችላለን። ይኸውም፡-

1ኛ) በሙሴ ዘመን የነበረው የ3 ቀናት ጨለማ

ፈርዖን እግዚአብሔርን አላውቅም እስራኤልን አለቅም ባለ ጊዜ ግብጻውያን ላይ ለ3 ቀናት የመጣው የሚዳሰስ አስፈሪ ጽኑ ጨለማ ነበር። ስለዚህም መጽሐፍ ቅዱስ እንዲህ ይላል፡-

- "እግዚአብሔርም ሙሴን እጅህን ወደ ሰማይ ዘርጋ፤ በግብጽም ሀገር ላይ ሰው የሚዳሰሰው ጽኑ ጨለማ ይሁን አለው። ሙሴም እጁን ወደ ሰማይ ዘረጋ በግብጽም ሀገር ሁሉ ላይ ጽኑ ጨለማ ሦስት ቀን ሆነ፤ ማንም ወንድሙን

አላየም፤ ሦስት ቀንም ሙሉ ከስፍራው ማንም አልተነሣም" (ዘፀ 10፥21-23)

2ኛ) በስቅለት ቀን የታየው ጨለማ

በጌታችን ስቅለት በዕለተ ዐርብ ከቀትር (ስድስት ሰዓት) ጀምሮ የፀሐይ መጨለም ነው። ይኸውም በትንቢት ሲነገር ወንጌላውያኑም እንዲህ ጽፈውልናል፡-

- "በዚያም ቀን ፀሐይ በቀትር እንድትገባ አደርጋለሁ፥ ይላል ጌታ እግዚአብሔር በብርሃንም ቀን ምድሩን <u>አጨልማለሁ</u>" (አሞ 8፥9)
- "ከስድስት ሰዓትም ጀምሮ እስከ ዘጠኝ ሰዓት ድረስ በምድር ሁሉ ላይ <u>ጨለማ</u> ሆነ" (ማቴ 27፥15)
- "ስድስት ሰዓትም በሆነ ጊዜ እስከ ዘጠኝ ሰዓት በምድር ሁሉ ላይ <u>ጨለማ</u> ሆነ" (ማር 15፥33)
- "ስድስት ሰዓትም ያህል ነበረ፥ <u>ጨለማም</u> እስከ ዘጠኝ ሰዓት በምድር ሁሉ ላይ ሆነ ፀሐይም ጨለመ" (ሉቃ 23፥44)

ይህን ጨለማ ሊቃውንት የመደበኛው ግርዶሽ ሳይሆን የጌታችንን የባሕርይ አምላክነቱን የሚገልጽ እንደሆነ በዝርዝር ጽፈዋል። በተለይ መጽሐፈ ሔኖክን በተረጐሙበት "ትርጓሜ መጽሐፈ ሚጠተ ብርሃናት" ላይ ከዲዮናስዮስ ታሪክ በመነሣት እንዲህ ጽፈዋል።

- "ወበእንቲኣሆሙ ተብህለ ወገብረ እግዚአብሔር ክልኤተ ዐበይተ ብርሃናተ ወባሕቱ አመ ተሰቅለ ክርስቶስ ኮነ

ጽልመት ዘኢልማድ እስመ ዲዮናስዮስ ዘአርዮስፋጎስ ዘውእቱ ብሂል መንበረ ጠቢባን እንዘ ይነብር ዐውደ ዲበ መንበሩ ለኲንኖ ግብተ ጸልመ ፀሓይ ቀትረ ወእምድንጋጼ ኢክሳለ ይግበር ምንተኒ በእንተ ድልቅልቅ ዘኮነ ውእተ አሚረ ወጣዖታቲሆሙ ለአረሚ ወድቁ ወኀሊፎ ጽልመት ተስእልዎ ጠቢባን ወመኳንንት እስመ ኮነ ማእምረ ፈድፋደ እምኔሆሙ።

ወይቤልዎ ምንት ኮነ ውስተ ዓለም ንግረነ ወውእቱ አኀዘ የኀሊ በጻሕቅ ሐሳባቲሆሙ ወግብሮሙ ለብርሃናት ወለአብሕርት ወለድልቅልቅ፤ ወኀጥአ እስመ ኢኮነ ጊዜሁ እስመ ወርኀኒ ኮነ አሜሃ ምሉአ በገሃህ ወርሑቀ እምፀሓይ መጠነ ፻ ወሰማንያ ወ፪ ማዕርግ፤ ወእምነ ኮከብ ዘይብልዎ አቅራብ ወሶበ ተስዕኖ ያእምር ከሠተ ሎቱ እግዚአብሔር ዘአብርሃ ልቡናሁ ለፈያታይ በውእቱ ዕለት።

ወውእቱኒ ርእዮ ለእግዚእነ ስቁለ በቀራንዮ ወሰጠጠ አልባሲሁ ወእሙንቱኒ ሶበ ርእይዎ እንዘ ይሰጥጥ አልባሲሁ ሰጠጡ አልባሲሆሙ እምፍርሃት ወይቤልዎ ምንት ኮነ፤ ወይቤሎሙ ለአምላከ ኅቡዕ ሰቀልዎ አሊአሁ ወሶቤሃ ጸሐፎ ለዝ ነገር ወበእንተ ዝንቱ ይትዐወቅ ከመ ኢኮነ ዘልማድ ጽልመተ ፀሓይ ወወርኀ፤ ወሶበሰ ኮነ ጽልመት ዘልማድ ፍቱነ እምነገሮሙ"

❖ (ስለ እነርሱም እንዲኽ ብሎ ተነገረ፤ እግዚአብሔር ኹለት ዐበይት (ታላላቆች) ብርሃናትን ፈጠረ። ነገር ግን ክርስቶስ በተሰቀለ ጊዜ፣ ያልተለመደ ጨለማ ኾነ። የአርዮስፋጎሱ

ዲዮናስዮስ ያውም የፈላስፎች ሸንጎ፣ የጥበበኞች አደባባይ (ዙፋን) በሚባለው፤ በዙፋኑ ላይ ለዳኝነት በአደባባይ ሲቀመጥ በቀትር (በስድስት ሰዓት) ድንገት ፀሓይ ጨለመ። ከድንጋጤ የተነሳ ምንም ምን ማድረግ አልቻለም፤ ያን ጊዜ ስለኾነው ንውጥውጥታ የአረማውያን ጣዖታትም ወደቁ። ጨለማም ባለፈ ጊዜም ከእርሱም ይልቅ እጅግ ዐዋቂ ስለ ኾነ ጥበበኞች እና ሹማምንት ጠየቁት፤ እንዲኽም አሉት “በዓለም ውስጥ ምን ተፈጠረ? እስኪ ንገረን”።

ርሱም የብርሃናት፣ የባሕሮችን እና የንውጽውጽታን ተፈጥሯቸውን እና ቀመሮቻቸውን በትጋት ይመረምር ዘንድ ጀመረ፤ አላገኘምም፤ ጊዜው አይደለምና፤ ጨረቃም ያን ጊዜ በምላቱ ምሉ እና ከፀሓይ ርቆ መቶ ሰማንያ ኹለት ዕርከን ያኽል ኾኗልና፤ አቅራብ ከሚሉት ኮከብም።

ያውቅ ዘንድ በተሳነው ጊዜ፤ የፈታዊውን ልቡና ያበራ እግዚአብሔር በዚያ ዕለት ገለጠለት። ርሱም ጌታችንን በቀራንዮ እንደ ተሰቀለ (ተሰቅሎ) አየው፤ ልብሶቹንም ቀደደ። እነርሱም ልብሶቹን ሲቀደድ፤ ከፍርሃት የተነሣ ልብሶቻቸውን ቀደዱ። እንዲኽም አሉት “ምን ተደረገ?” ርሱም “የተሰወረውን አምላክ ወገኖቹ ሰቀሉት” አላቸው። ያን ጊዜ ይኽነን ነገር ጻፈው፤ ስለዚኽም የፀሓይ እና የጨረቃ ጨለማ መኾን የልማድ ቢኾን ኖሮ ፈጥኖ መርምሮ በነገራቸው ነበር።)

3ኛ) የታላቁ መከራ ጨለማ

ሰማያዊ አካላት ከተፈጠሩበት ዓለማ አንዱ ለምልክት እንዲሆኑ ነውና ለፍርድ ቀን መቃረብ ምልክት ሊሆን ታይቶ በማይታወቅ መልኩ ታላላቅ አስፈሪ ምልክቶች ከሰማይ የሚታዩ ይሆናሉ። ስለዚህም ጌታችን በወንጌል ላይ እንዲል ሲል አስተምሮናል፡-

- "የሚያስፈራም ነገር ከሰማይም ታላቅ ምልክት ይሆናል … በፀሐይና በጨረቃም በከዋክብትም ምልክት ይሆናል … ይህም ሊሆን ሲጀምር ቤዛችሁ ቀርቦአልና አሻቅባችሁ ራሳችሁን አንሡ" (ሉቃ 21፥11, 25, 28)።

በመሆኑም ከፍርድ ቀን ምልክቶቹ ውስጥ የፀሐይ መጨለም፣ የጨረቃ ደም መሆን የእነዚህ ሰማያዊ አካላት መለዋወጥ እንደሆነ መጽሐፍ ቅዱስ እንዲህ ያስረዳናል።

- "ታላቁና የሚያስፈራው የእግዚአብሔር ቀን ሳይመጣ ፀሐይ ወደ ጨለማ ጨረቃም ወደ ደም ይለወጣል" (ኢዩ 2፥31)
- "የሰማይም ከዋክብትና ሰራዊቱ ብርሃናቸውን አይሰጡም ፀሓይም በወጣች ጊዜ ትጨልማለች፤ ጨረቃም በብርሃኑ አያበራም፤ ዓለሙን ስለ ክፉታቸው ክፉዎቹንም ስለ በደላቸው እቀጣለሁ፤ የትዕቢተኞችንም ኩራት አዋርዳለሁ፤ የቀሩትም ከጥሩ ወርቅ ይልቅ የከበሩ ይሆናሉ፤ ሰውም ከኦፊር ወርቅ ይልቅ የከበረ ይሆናል" (ኢሳ 13፥9-11)
- "ታላቅ የሆነ የተሰማም የጌታ ቀን ሳይመጣ ፀሐይ ወደ ጨለማ ጨረቃም ወደ ደም ይለወጣሉ" (የሐዋ 2፥20)

- ❖ "ስድስተኛውንም ማኅተም በፈታ ጊዜ አየሁ፥ ታላቅም የምድር መናወጥ ሆነ፥ ፀሐይም እንደ ማቅ ጠጕር ጥቍር ሆነ፥ ጨረቃም በሞላው እንደ ደም ሆነ" (ራእ 6፥12)

በተለይ በሙሉ የጨረቃ መጨለም በሚኖርበት ጊዜ የሚታየው አስደናቂ ነገር ጨረቃ የተወሰነ ሰዓት ላይ ደም መስላ መታየቷ ነው፤ ይህም በሥነ ፈለኩ ሳይንስ "ታላቅ የደም ጨረቃ" (super blood moon) በመባል ይታወቃል። የጨረቃ ደም መስሎ ቀልቶ መታየት በሚመለከተው ሰው ላይ የመደንገጥ ሁኔታ ሊያስከትል ይችላል።

ብዙ የነገረ መለኮት ምሁራን ለተከታታይ አራት ጊዜ በሚከሰት ሙሉ የጨረቃ ግርዶሽ አራት የደም ጨረቃ መታየቷን ከዓለም ፍጻሜ ጋር እያያያዙ የሚገልጹ አሉ፤ ይህም በሳይንሱ ቴትራድ (tetrad) በመባል ይታወቃል።

በሌላ አገላለጽ በሁለት ዓመት ጊዜ ውስጥ በየስድስት ወሩ ሙሉ የጨረቃ ግርዶሽ ለአራት ተከታታይ ጊዜ ከታየ (አራት የደም ጨረቃ ከታየች) ይህ ክስተት "ቴትራድ" ይባላል ማለት ነው። ቴትራድ በየ600 ዓመት ልዩነት ዑደት እንዳለውም ሳይንስ አረጋግጧል። ቀደምት ኢትዮጵያውያንም በ600 ዓመት ዐቀድ በሚባለው ኮከብ ምክንያት የሚፈጠር ለየት ያለ ግርዶሽ እንዳለና ይህም ከዓለም ፍጻሜ ክስተት ጋር ተያያዥነት ያለውና የመከራ ፊት አውራሪ፣ መሪ፣ ማስጠንቀቂያ፣ አዋጅ ነጋሪ ይሉታል።

በዚህ ላይ ዘርዘር አድርጌ ከዮሐንስ ራእይ 7ቱ ማሕተም ቀመር ጋር መጻፍ ብፈልግም ሰፊ ልቡና የሚያሻው በመሆኑ ዘመናችን ደግሞ "በስሌት ሳይሆን በስሜት፤ በጥበብ ሳይሆን

በስድብና በጠብ" ከመመራቱ ጋር ተያይዞ "በዕውቀት፣ በጥበብ፣ በእምነት፣ በእውነት፣ በማስተዋል፣ በፍቅር" የሚመሩ ትውልዶች እስኪመጡ ድረስ ቀመሮቹን ምልክቶቹን ሁሉ መጻፍ ትቻለኹ።

እንደ ኢትዮጵያ ይህ የ600 ዓመት ዑደት የሥነ ፈለክ ሊቃውንት እስካሁን 12 ጊዜ የሆነ ሲሆን 13ኛው የሚሆነው በ7800 ዓመተ ዓለም ወይም በ2300 ዓ.ም. ነው። ይህም የሊቃውንቱ ሒሳብ በሰንጠረዥ ከዚህ በታች ተገልጧል፦

ጨለማ	በጊዜው ከነበሩት	ዓመተ ዓለም	ሒሳቡ
1ኛ	አዳም	600	600
2ኛ	ሔኖክ	1200	600 X 2 =1200
3ኛ	ያሬድ	1800	600 X 3 = 1800
4ኛ	አርፋክስድ	2400	600 X 4 = 2400
5ኛ	ራግው	3000	600 X 5 = 3000
6ኛ	ያዕቆብ	3600	600 X 6 = 3600
7ኛ	ኢያዕር	4200	600 X 7 = 4200
8ኛ	ሕዝቅያስ	4800	600 X 8 = 4800

9ኛ	በጥሊሞስ	5400	600 X 9 = 5400
10ኛ	ዘይኑን	6000	600 X 10 = 6000
11ኛ	አባ መቃርስ	6600	600 X 11 = 6600
12ኛ	ዐጼ ኢያሱ አድያም ሰገድ	7200	600 X 12 = 7200
13ኛ	?	7800 (2300 ዓ.ም.)	600 X 13 = 7800

አንባብያን ቀድመው መከታተል እንዲችሉ ጥናት እንዲያደርጉ በሚቀጥሉት 100 ዓመታት ውስጥ የሚታዩ የቴትራድ የደም ጨረቃ ጭለማዎች የሚታዩበትን በጎርጎርዮሳዊ የዘመን አቆጣጠር ከዚህ በታች ተጽፏል፡፡

አራት የደም ጨረቃ ያለው የቴትራድ ግርዶሽ ከ2001-2100

ቴትራድ	የመጀመሪያ ግርዶሽ	ሁለተኛው ግርዶሽ	ሦስተኛው ግርዶሽ	አራተኛው ግርዶሽ
1	2003 May 16	2003 Nov 09	2004 May 04	2004 Oct 28
2	2014 Apr 15	2014 Oct 08	2015 Apr 04	2015 Sep 28

3	2032 Apr 25	2032 Oct 18	2033 Apr 14	2033 Oct 08
4	2043 Mar 25	2043 Sep 19	2044 Mar 13	2044 Sep 07
5	2050 May 06	2050 Oct 30	2051 Apr 26	2051 Oct 19
6	2061 Apr 04	2061 Sep 29	2062 Mar 25	2062 Sep 18
7	2072 Mar 04	2072 Aug 28	2073 Feb 22	2073 Aug 17
8	2090 Mar 15	2090 Sep 08	2091 Mar 05	2091 Aug 29

4ኛ) የፍርድ ጨለማ

በመጽሐፍ ቅዱስ ላይ የፀሐይ መጨለም ከፍርድ ጋር ተያይዞ የተገለጠ ሲሆን በተለይ በፍርድ ሰዓት እንደሚጨልሙና ብርሃናቸው እንደሚቋረጥ በዚህ መልኩ ይገልጠዋል፡-

- “ፀሐይና ብርሃን ጨረቃና ከዋክብትም ሳይጨልሙ” (መክ 12፥2)

- "ፀሐይና ጨረቃ <u>ጨልመዋል</u> ከዋክብትም ብርሃናቸውን ሰውረዋል" (ኢዩ 3፥15)
- "በዚያን ወራት ግን ከዚያ መከራ በኋላ ፀሐይ <u>ይጨልማል</u> ጨረቃም ብርሃንዋን አትሰጥም" (ማር 13፥24)

መጽሐፍ ቅዱስን ስናነብ ፀሐይ መጨለሟ ወይም ከብርሃን መለየቷ ብቻ ሳይሆን በፈቃደ እግዚአብሔር ርሱ ባወቀ በፈቀደው ጊዜ ብርሃኗና ኀይሏ በእጅጉ የሚጨምርበት ጊዜና በተቃራኒው ደግሞ ብርሃኗ የሚያንስበት ጊዜ እንደሚመጣ በዚህ መልኩ ይገልጽልናል፡-

- "እግዚአብሔርም የሕዝቡን ስብራት በጠገነ ዕለት፥ መቅሰፍቱ የቈሰለውንም በፈወሰ ዕለት፥ የጨረቃ ብርሃን እንደ ፀሐይ ብርሃን፥ የፀሐይም ብርሃን እንደ ሰባት ቀን ብርሃን <u>ሰባት እጥፍ</u> ይሆናል" (ኢሳ 30፥26)
- "ልዑልም ሕይወትህን ከሰጠህ ከሦስት ወራት በኋላ ምድርን ስትታወክ ታያታለህ፤ ፀሓይም ድንገት በሌሊት <u>ያበራል</u> ጨረቃም ድንገት በቀን <u>ያበራል</u>" (ዕዝ.ሱቱ 3፥1-12)
- "አራተኛውም ጽዋውን በፀሐይ ላይ አፈሰሰ፤ ሰዎችንም በእሳት ልታቃጥል ተሰጣት" (ራእ 16፥8)
- "አራተኛውም መልአክ ነፋ፤ የፀሐይ ሲሶና የጨረቃ ሲሶ የከዋክብትም ሲሶ ተመታ፥ የእነዚህ ሲሶ <u>ይጨልም</u> ዘንድ" (ራእ 8፥12)

5ኛ) መደበኛ የግርዶሽ ጨለማ

ዳግመኛም ጨረቃ ፀሐይን ስትጋርድ የሚታየው የፀሐይ ግርዶሽ እና መሬት ጨረቃን ስትጋርድ የሚከሰት የጨረቃ ግርዶሽ

አለ። ስለ ግርዶሽ "አንድሮሜዳ ቊጥር 1" መጽሐፍ ላይ ስለተገለጠ በዚያ ላይ ያንብቡ። ግርዶሽን ስናነሣ በኢትዮጵያ የተከሰተውን የሠኔ 14/ 2012 ዓ.ም. መቼም አንረሳም።

በተጨማሪም መጽሐፍ ቅዱስን ስናነብ በተለይ በዘፍ 1፥13 ላይ "ለምልክቶች ለዘመኖች ለዕለታት ለዓመታትም ይሁኑ" በማለት እነዚህ ሰማያዊ አካላት ለምልክት መፈጠራቸውን እንደሚገልጽ የፀሐይና የጨረቃ መጨለም፣ ደም መስሎ መታየት ብቻ ሳይሆን፡-

- ታላቅ ጨረቃ መታየት (Super Moon)
- የኮሜቶች መምጣት
- የሰማያዊ አካላት በጣም ተቀራርቦ መገኘት (ኮንጃንክሽን)
- ከፀሐይ ተቃራኒ አቅጣጫ መገኘት (ኦፖዚሽን)
- በአንድ ሰማያዊ አካል ተከልሎ መደበቅ (ኦኩልቴሽን)
- በግርዶሽ ጊዜ የሚገኙባቸው ሕብራት ከዋክብት

ሁሉ የሚያመለክቱትን ታላላቅ ምልክቶች ሲኖሩ ጥቂቶች አስተዋዮች ብቻ ይረዱታል።

ለምሳሌ ያህል የኢትዮጵያን ሥነ ፈለክ ስመረምር የፀሐይ የጨረቃ መጨለም የሚያመጣው አስገራሚ ተጽዕኖና በምድር ላይ የሚያሳየውን የሙሉ ዓመቱን ምልክት የያዘ ታላቅ ጥንታዊ በግእዝ የተጻፈ የብራና መጽሐፍ አንብቤያለሁ።

በዚህም የጥንት አባቶቻችንን ከፍተኛ የሥነ ፈለክ ዕውቀት አድንቄያለሁ። ምናልባት ይህንን በሌላ መጽሐፍ በዝርዝር እመለስበት ይሆናል።

የፀሐይ ምሳሌነት

በመጽሐፍ ቅዱስ ላይ ፀሐይ በብዙ ምሳሌ ተመስላ እናያታለን። በእጅጉ የሚገርመው ደግሞ ምሳሌነቷ በታላላቅ ሃይማኖታዊ ምስጢራት መሆኑ ነው። ይኸውም፡-

- በምስጢረ ሥላሴ
- በኢየሱስ ክርስቶስ
- በክብረ ቅዱሳን
- በሥርዐተ ቤተ ክርስቲያን
- በሰዎች አኗኗር ነው።

ሥላሴና ፀሐይ

የመጀመሪያ ምሳሌነቷ ወይም ምልክትነቷ በምስጢረ ሥላሴ እንደሆነ ለማጠየቅ ክቡር ዳዊት በመዝሙሩ ላይ፡-

- "በእነርሱም ውስጥ የፀሐይን ድንኳን አደረገ፤ እርሱም እንደ ሙሽራ ከእልፍኙ ይወጣል፤ እንደ አርበኛ በመንገዱ ለመሮጥ ደስ ይለዋል፤ አወጣጡ ከሰማያት ዳርቻ ነው፤ ዙረቱም እስከ ዳርቻቸው ነው፤ ከትኩሳቱም የሚሰወር የለም" (መዝ 18 (19) ፥5-6)።

በዚህ መዝሙር ላይ ክቡር ዳዊት የፀሓይን አወጣጥ፣ ግለት፣ ብርሃናማ ጥላ (ድንኳን) በዝርዝር ይገልጠዋል።

ቀደምት ኢትዮጵያውያን በተለያዩ የሥነ ፍጥረት መጽሐፋቸው ላይ ፀሓይ ሦስት ክፍሎች እንዳላት በመጥቀስ እኒህም ክበቧ፣ ብርሃኗ፣ ሙቀቷ በማለት ይከፍላሉ። ይኸውም፡-

- ፀሓይ ወጣች ሲባል አካሏን የሚያመለክት ነው።

- ፀሓይ ጨለመች ሲባል ብርሃኗን ያስረዳል።
- ፀሓይ እንሙቅ ሲባል ደግሞ ሙቀቷን ይገልጻል።

ነገር ግን ከበቡም፣ ብርሃኑም፣ ሙቀቱም ፀሓይ ተብለው ቢጠሩም አንድ ፀሓይ ይባላሉ እንጂ ሦስት ፀሓዮች አይባሉም እያሉ ስለ ፀሓይ አካላት ያትታሉ።

በመሆኑም ፀሐይ ሦስት ክፍል ማለትም አካል፣ ብርሃን፣ ሙቀን እንዳላት፡-

- በክበቧ → አብ
- በብርሃኗ → ወልድ
- በሙቀቷ → መንፈስ ቅዱስ ይመሰላል።

ይኸውም አንድ ፀሐይ ይባላል እንጂ ሦስት ፀሐይ እንዳይባል በምስጢረ ሥላሴ ትምህርትም ምንም በስም፣ በአካል፣ በግብር ሦስት ቢሆኑ በሥልጣን፣ በአገዛዝ፣ በጌትነት አንድ ናቸውና።

ከፀሐይ ክበቧ ብርሃኗና ሙቀቷ እንደሚገኙ በክበቧ የተመሰለው እግዚአብሔር አብም የዓለም ብርሃን ወልድን ወልዷል፤ ሙቀተ ጸጋን የሚሰጥ መንፈስ ቅዱስን አሥርጿል። ነገር ግን ከፀሐይ አካል ብርሃንና ሙቀት ሲገኙ በአንድ ጊዜ እንጂ አካሏ ቀድሞ ብርሃኗና ሙቀቷ ተከታትሎ እንዳልሆነ ሁሉ አብ ወልድን ቢወልድ መንፈስ ቅዱስን ቢያሠርጽም አይቀድማቸውም። በሥላሴ ዘንድ መቅደም መከታተል የለምና ምሳሌውን በፀሐይ ላይ አስቀድሞ ገልጾታል።

አባ ሕርያቆስም በቅዳሴ ማርያም ድርሰቱ ላይ ይህንን ምሳሌነታቸውን እንዲህ ሲል ገልጾታል፡-

- “አብ ፀሐይ ወልድ ፀሐይ መንፈስ ቅዱስ አሐዱ ውእቱ ፀሐየ ጽድቅ ዘላዕለ ኵሉ”

  (አብ ፀሐይ ነው። ወልድ ፀሐይ ነው። መንፈስ ቅዱስ ፀሐይ ነው። ከሁሉ በላይ የሆነ አንድ የእውነት ፀሐይ ነው)።

በመጽሐፈ ቀሌምንጦስ ላይም ጌታቸን ይህንን ሲል እናነባለን፡-

- “አቡየ ፀሐይ ወአነ ብርሃኑ ወመንፈስ ቅዱስ ዋዕዩ”

  (አባቴ ፀሐይ ነው። እኔ ብርሃኑ ነኝ። መንፈስ ቅዱስ ሙቀቱ ነው) (ቀሌም 6፥18)

በተመሳሳይ መልኩ በቅዳሴ ሠለስቱ ምዕት ምዕ 2፥23 ላይ በዚህ መልኩ ተገልጧል፡-

- “አቡየ ወአነ ወመንፈስ ቅዱስ ፀሐይ ወብርሃን ወዋዕይ”

  (እኔ አባቴ መንፈስ ቅዱስ ፀሐይ፣ ብርሃን፣ ሙቀት ነን)

እንደ ሳይንሱ ጥናትም በአንድሮሜዳ ቁጥር 1 መጽሐፍ ላይ በዝርዝር እንደተገለጸው ፀሐይ ከባቢ አየር ያላት ሲሆን የተለያዩ ሦስት ክፍሎችም አሏት። ፀሐይን ስናያት የሚታየን ብርሃናማው ውጫዊ ክፍል “ፎቶስፌር” (photosphere) ይባላል፤ ከርሱ ቀጥለው ያሉት ውጫዊ ከባቢ አየራት ደግሞ “ክሮሞስፌር” (chromosphere) እና “ኮሮና” (corona) በመባል ይታወቃሉ።

ፎቶስፌር ስስ የሆነ የፀሐይ ውጫዊ ክፍል ሲሆን ከፀሐይ አብዛኛውን ብርሃን የምናገኘው ከዚህ ነው። ፎቶስፌር ከፀሐይ ውጫዊ አካል ወደ ውስጥ እስከ 500 ኪ.ሜ. የሚዘልቅ ሲሆን የሙቀት መጠኑ ደግሞ 5,800 ኬልቪን የሚደርስ ነው።

ከፎቶስፌር ቀጥሎ ወደ ውጭ ያለው የፀሐይ ውጫዊ አካል የሆነው ከባቢ አየር ደግሞ "ክሮሞስፌር" ይባላል። ይህ ዘወትር በዐይን የሚታይ አይደለም። ነገር ግን ሙሉ የፀሐይ ግርዶሽ በሚኖርበት ጊዜ ጨረቃ ፎቶስፌርን ስትከልል ክሮሞስፌር በዐይን ይታያል። የፎቶስፌር መጨረሻ ጫፍ ላይ የሙቀቱ መጠን 25,000 ኬልቪን ይደርሳል።

የፀሐይ የመጨረሻው ከባቢ አየር ኮሮና (corona) ይባላል። ከፎቶስፌር ከሚወጣው ብርሃን ጥንካሬ አንጻር ኮሮናንም ቀን ላይ በዐይናችን ልናይ አንችልም። በሙሉ የፀሐይ ግርዶሽ ጊዜ ግን ማየት እንችላለን። የሙቀት መጠንም ኮሮና ውስጥ በጣም እየጨመረ የሚሄድ ሲሆን ለምሳሌ ውጫዊ የኮሮና ክፍል የሙቀት መጠኑ 2 ሚሊየን ኬልቪንና ከዛ በላይ ይሆናል።

ኢየሱስ ክርስቶስና ፀሐይ

በመጽሐፍ ቅዱስ ውስጥ ፀሐይ ታላቁ ምሳሌነቷ የኀጢአትን ጨለማ ገፎ ለጣለው ለእውነተኛው ፀሐይ ለኢየሱስ ክርስቶስን ነው። ስለዚህ ነገር መጽሐፍ ቅዱስ አስቀድሞ የክርስቶስን እውነተኛ ፀሐይነት እንዲህ ይገልጽልናል፦

- "ነገር ግን ስሜን ለምትፈሩት ለእናንተ የጽድቅ ፀሐይ ይወጣላችኋል" (ሚልክ 4፥2)
- "ብርሃኑ ሰማያትን ከድኖአል ምስጋናውም ምድርን ሞልቶአል፤ ፀዳሉም እንደ ብርሃን ነው፤ ጨረር ከእጁ ወጥቶአል" (ዕን 3፥3-4)

❖ ዳዊት ምሳሌውን በፀሐይ አኖረ ብሎ እንደተናገረ ፀሐይ በወጣና በአበራ ጊዜ የዚህ ዓለም ምሳሌው ነው። ዛሬ በዚህ ዓለም እንደሚያበራው ፀሐይ እርሱ እግዚአብሔር በሚመጣ ጊዜ ለሐዲሲቱ ዓለም ያበራላታል። እንደ ፀሐይ ያበራል፤ የማይጠልቅ ፀሓይ የማይጠፋም ፋና እኔ ነኝ ብሏልና። ርሱ እግዚአብሔር ብርሃንዋ ነው" (1ኛ መቃብያን 8፥20-21)

እውነተኛው ፀሐይ ኢየሱስ ክርስቶስ ምስጢረ መንግሥቱን በታቦር ተራራ ላይ በገለጠ ጊዜ ፊቱ እንደ ፀሓይ ማብራቱን ወንጌላዊው እንዲህ ጽፎልናል፡-

❖ "ፊቱም እንደ ፀሐይ በራ" (ማቴ 17፡2)

ዳግመኛም ፊቱ እንደ ፀሐይ እያበራ ለዮሐንስ እንደተገለጠለት በራእዩ ላይ እንዲህ ሲል መስክሯል፡-

❖ "በቀኝ እጁም ሰባት ከዋክብት ነበሩት፤ ከአፉም በሁለት ወገን የተሳለ ስለታም ሰይፍ ወጣ፤ ፊቱም በኃይል እንደሚበራ እንደ ፀሐይ ነበረ" (ራእ 1፥16)

በመጽሐፈ ኪዳን ላይ የኢየሱስ ክርስቶስን አማናዊ ፀሓይነት እንዲህ ተገልጧል፡-

❖ "ፀሐይ ዘኢየዐርብ ወማሕቶተ ዘኢይጠፍእ ፀሐይ ዘዘልፈ ያበርህ ዲበ ቅዱሳን"

(የማይጠልቅ ፀሐይ የማይጠፋ መብራት፤ በቅዱሳን ላይ ዘወትር የሚያበራ ፀሓይ)

"እውነተኛ ፀሐይ፣ የማይጠፋ ፀሐይ" መባሉ በብርሃኑ እንዲዚህቸኛዋ ፀሐይ ሳልፈት ውላጤ የሌለበት፣ ጠፈር ደፈር

የማይከለክለው፣ መዓልትና ሌሊት የማይፈራረቀውና ብርሃን የባሕርዩ ስለሆነ ነው።

ፀሐይ ክርስቶስ ከ12ቱ ከዋክብቱ ጋር

የቤተ ክርስቲያን ሊቃውንት እንደሚያመሰጥሩት ፀሐይ በኢየሱስ ክርስቶስ የመመሰሉ የመጀመሪያው ምስጢር አወጣጡና በ12ቱ ማዛሮት (መናዝል፣ ዞዲያክ) በየወራቸው ማብራቱ ነው።

በተለይ የፀሐይ አወጣጥ ከእልፍኙ የወጣ ሙሽራ መምሰሉ የእውነተኛው ፀሐይ የሰማያዊ ሙሽራ ከአማናዊት እልፍኝ ከቅድስት ድንግል ማርያም መወለዱን ያሳያልና፤ ክቡር ዳዊት ይህንን እንዲህ ሲል ይገልጠዋል፡-

❖ "በእነርሱም ውስጥ የፀሐይን ድንኳን አደረገ፥ እርሱም እንደ ሙሽራ ከእልፍኙ ይወጣል እንደ አርበኛ በመንገዱ ለመሮጥ ደስ ይለዋል፤ አወጣጡ ከሰማያት ዳርቻ ነው፥ ዙረቱም እስከ ዳርቻቸው ነው" (መዝ 18 (19) ፥5-6)

ክቡር ዳዊት "በእነርሱም ውስጥ የፀሐይን ድንኳን አደረገ" ብሎ እንደተናገረ ፀሐይ በእነዚህ 12ቱ መገብተ አውራሳ (12ቱ የወራት መጋቢዎች የዞዲያክ ከዋክብትን) በየወር በየወራቸው በ4ቱ ወቅቶች ውስጥ እንድታበራላቸው አድርጎ በዕለተ ረቡዕ መፍጠሩ ታላቅ ሰማያዊ ምስጢር ያለው ነው።

ይኸውም በነዚህ 4ት ወቅቶች 4ቱ መራሳያን ከዋክብት ፀሓይን ተከትለው ዓመቱን ለ4 ተካፍለው 91 ዕለት ከ15 ኬክሮስ

በመካፈል ሲመግቡ፤ 12ቱ የወራት ከዋክብትም በየወራቸው ምግብናን ይመግባሉ።

ይህም የሰማይ ሥርዓት እውነተኛው ፀሐይ ክርስቶስ ወደዚህች ምድር እንደሚመጣ በፀሐይ ላይ አስቀድሞ ያመለከተው ምስጢር ነበር። ይኸውም ምሳሌነቱ በዝርዝር ስናይ፦

- ጨለማን የምታስለቅቀው ፀሓይ → የኀጢአትን ጨለማ ያስወገደው የእውነተኛው ፀሓይ የክርስቶስ ምሳሌ ናት።
- ፀሓይ እንደ ድንኳን በየወሩ የምትመገባቸውና ዐብራቸው የምታድረው 12ቱ ከዋክብት → ፀሓየ ጽድቅ ኢየሱስ የመረጣቸው የወንጌልን ብርሃን ያበራላቸው የ12ቱ ሐዋርያት ምሳሌ ናቸው።
- ፀሓይ 12ቱ መገብተ አውራኅ ከዋክብትን ለመመገብ የምትመላለስባቸው 4ቱ ወቅቶችና ፀሓይን የሚከተሉ 4ቱ ከዋክብት → የእውነተኛውን ፀሓይ መምጣት የሚመሰክሩ ወንጌልን እንዲጽፉ ያደረጋቸው የ4ቱ ወንጌላውያን አምሳል ናቸው።

ሊቃውንት በትርጓሜ ላይ ያስቀመጡትን የ4ቱ ወቅቶችና የ4ቱ ወንጌላውያን ንጽጽር በዝርዝር ከዚህ በታች አስፍሬዋለኊ።

የመፀው ወቅትና ወንጌላዊው ሉቃስ

በሀገራችን በኢትዮጵያ የመፀው ወቅት ከመስከረም 26 እስከ ታኅሣሥ 25 ያለው ሲሆን የነፋስ ወቅትም ይባላል፤ መፀው

የሚለውን የግእዝ ቃል ወደ ዐማርኛ ሲፈታ "መፀወ" ማለት (ጸገየ፣ ጼነወ፣ መጠወ) "አበበ፣ አበባ ያዘ፣ የአበባ መዐዛ ሸተተ" ማለት ነውና ወርኀ ጽጌ፣ ዘመነ ጽጌ (የአበባ ወር፣ የአበባ ዘመን) ማለት ነው።

እንደ ኢትዮጵያውያን ቀደምት ተመራማሪዎች በክረምት ወቅት ሠልጥኖ የነበረው ቅዝቃዜ ወደ ታች ሲል፤ በክረምቱ ጊዜ ተቀብሮም የከረመው ሙቀት ወደ ላይ ወደ ላይ ሲል ከታች ሙቀቱ ከላይ ጠሉ እየተሰማቸው አዝርዕት፣ አትክልት፣ ዕፀዋት ያድጋሉ፤ ይገዝፋሉ፤ ያብባሉ፤ ያፈራሉና በዚህ ምክንያት የአበባ ሥያሜ እንደተሰጠ ይናገራሉ።

ይህ የመፀው ወቅት የነፋስ ነው። ወንጌላዊው ሉቃስ በዚህ የነፋስ ወቅት እንዲመሰል አድርጎታል። ምክንያቱም ቅዱስ ሉቃስ በወንጌሉ የመጀመሪያው ምዕራፍ ላይ በነፋስ አምሳል የሚሰጥ የመንፈስ ቅዱስን ነገር እንዲህ ሲል ጽፎልና፡-

- "መንፈስ ቅዱስ ይመጽዕ ላዕሌኪ ወኀይለ ልዑል ይጼልለኪ" (መንፈስ ቅዱስ በአንቺ ላይ ይመጣል፤ የልዑል ኀይልም ይጸልልሻል) (ሉቃ 1፥35)።

በተጨማሪም ሉቃስ በሐዋርያት ሥራ ላይም መንፈስ ቅዱስ በነፋስ አምሳል መውረዱን እንዲህ ገልጦታልና፡-

- "ድንገት እንደሚነጥቅ ዓውሎ ነፋስ ከሰማይ ድምፅ መጣ፣ ተቀምጠው የነበሩበትንም ቤት ሁሉ ሞላው" (የሐዋ 2፥2)።

በዚህ የነፋስ ወቅት ከ4ቱ ሊቃነ ኮከብ አንዱ ኮከብ ፀሐይን ተከትሎ 91 ዕለት ከ15 ኬክሮስ እንደሚመግብ ወንጌላዊው

ሉቃስም እውነተኛውን ፀሓይ ኢየሱስ ክርስቶስን ተከትሎ መንፈሳዊ ምግብን ይመግባልና፡፡

የሐጋይ ወቅትና ወንጌላዊው ዮሐንስ

በሀገራችን በኢትዮጵያ የሐጋይ ወቅት ከታኅሣሥ 26 እስከ መጋቢት 25 ያለው ሲሆን የእሳት ወቅትም ይባላል፤ ሐጋይ የሚለው ቃል "ሐግይ ሐግዮት" ካለው የግእዝ ንዑስ አንቀጽ የተገኘ ሲሆን "ማጋየት፣ ማቃጠል፣ በጋ፣ ድርቅ መሆን) የሚል ፍቺ አለውና ሐጋይ ማለት በጋ፣ የድርቅ ወራት ማለት ነው፡፡

እንደ ቀደምት ኢትዮጵያውያን ምርምር በዚህ ወቅት ቅዝቃዜ ፈጽሞ የሚጠፋና የሚቀበር ሲሆን ተቀብሮም የከረመ ሙቀት ፈጽሞ ይወጣል ይሠለጥናል ያን ጊዜ አዝርዕቱ፣ አትክልቱ ከሙቀቱ የተነሣ ይደርቃሉ፤ ታጭደው ተወቅተው በጐታ በጐተራ እንደሚገቡ ይጽፋሉ፡፡

ከላይ እንዳየነው ይህ የሐጋይ ወቅት የእሳትና ደረቅ ወቅት ነው፡፡ ወንጌላዊው ዮሐንስን በዚህ እንዲመሰል አድርጎታል፡፡ ምክንያቱም መስተጻርር መስተቃርን የሌለበት ደረቅ ቃል በመጀመሪያው የወንጌሉ ምዕራፍ ላይ እንዲህ ሲል ጽፏልና፡-

❖ "በመጀመሪያው ቃል ነበረ፣ ቃልም በእግዚአብሔር ዘንድ ነበረ፣ ቃልም እግዚአብሔር ነበረ፤ ይህ በመጀመሪያው በእግዚአብሔር ዘንድ ነበረ" (ዮሐ 1፥1-2)

በዚህ የሐጋይ ወቅት ከ4ቱ ሊቃነ ኮከብ አንዱ ኮከብ ፀሐይን ተከትሎ 91 ዕለት ከ15 ኬክሮስ እንደሚመግብ ወንጌላዊው

ዮሐንስም እውነተኛውን ፀሓይ ኢየሱስ ክርስቶስን ተከትሎ መንፈሳዊ ምግብን ይመግባልና።

የጸደይ ወቅትና ወንጌላዊው ማቴዎስ

በሀገራችን በኢትዮጵያ የጸደይ ወቅት ከመጋቢት 26 እስከ ሠኔ 25 ያለው ሲሆን የመሬት ወቅት ተብሎ ይጠራል። ጸደይ የሚለው ቃል እንደ ቋንቋው ሊቅ አለቃ ኪዳነ ወልድ ክፍሌ ትንተና “ዐጸደ” ከሚለው የግእዝ ቃል የወጣ ሲሆን ትርጕሙም ዐጨዳ፣ የዐጨዳ ወራት፣ ዘመነ በልግ፣ በወዲያ መከር በወዲህ በልግ የሚደርስበት፣ የሚታጨድበት ወዲያውም የሚዘራበት፣ የዘር ወር፣ በሐጋይና በክረምት መካከል ያለ ክፍል ይሉታል።

በሀገራችን በጸደይ ወቅት የመሬት ባሕርይ የሚመግብ ሲሆን ወርኃ መሬት ነው።

ይህም ሊታወቅ መሬት ቢቈፍሩ ደንገያ ቢፈነቅሉ ቡቃያ ያስገኛል፣ በዚህ ወቅት በበጋ ሠልጥኖ የነበረው ሙቀት ወደ ታች ሲኼድ በመሬት ውስጥ ተቀብሮም የነበረው ቅዝቃዜ ወደ ላይ ሲል ምድር ስለምትሞቅ ምድር ቡቃያ ታወጣለች ይላሉ የጥንት ኢትዮጵያ የሥነ ፍጥረት ተመራማሪዎች።

በዚህ የጸደይ ወቅት የቡቃያ ዘርና የመሬት ወቅት እንደሆነ ወንጌላዊው ማቴዎስም በዚህ ወቅት ይመሰላል። ምክንያቱም ከሌሎቹ ወንጌላውያን ይልቅ አምልቶ አስፍቶ ምሳሌ ዘርዕን (የዘር ምሳሌን) ጽፏል (ማቴ 13፥1-44)። ይህ የጸደይ ወቅት የመሬት ወቅት

እንደሆነ በወንጌሉ መጀመሪያ ላይ የጌታን ምድራዊ ልደት እንዲህ ሲል ጽፏልና፦

❖ “የዳዊት ልጅ የአብርሃም ልጅ” (ማቴ 1፥1)።

በዚህ የፀደይ ወቅት ከ4ቱ ሊቃነ ኮከብ አንዱ ኮከብ ፀሐይን ተከትሎ 91 ዕለት ከ15 ኬክሮስ እንደሚመግብ ወንጌላዊው ማቴዎስም እውነተኛውን ፀሐይ ኢየሱስ ክርስቶስን ተከትሎ መንፈሳዊ ምግብን ይመግባልና።

የክረምት ወቅትና ወንጌላዊው ማርቆስ

በሀገራችን በኢትዮጵያ ከሠኔ 26 እስከ መስከረም 25 ያለው ወቅት ክረምት በመባል ይታወቃል። ክረምት የሚለው ቃል “ከሪም ከሪሞት” ካለው የግእዝ ንዑስ አንቀጽ የወጣ ነው፤ ትርጕሙም “መዝነም፣ መፍሰስ፣ ክረምት መሆን” ማለት ነው። ክረምት ማለት በጸደይና በመፀው መካከል ያለ የዝናም ወራት ማለት ነው።

በዚህም ወቅት የውሃ ባሕርይ የሚመግብ ሲሆን የውሃ ወር ነው፤ ይህም ዝናማት በመብዛታቸው፤ ምንጮች በመመንጨታቸው፤ አዝርዕት አትክልት በመብቀላቸው ይታወቃል።

ዳግመኛም በጸደይ ሠልጥኖ የነበረው ሙቀት በክረምት ጊዜ ፈጽሞ ሲጠፋ ተቀብሮ የቆየው ቅዝቃዜ ሲወጣ ከምንጩ ጽናት የተነሣ ምድር እናድ እፈርስ የምትልበት ጊዜ ነው፤ ከውሃው ብዛት የተነሣ ምድር እንዳትጎዳና እንዳትፈርስ አምላክ ደመና ግላጭ ሲሆን ፀሓይን አምጥቶ ምድርን ያሞቃታል ያረጋታል ያጸናታል።

ወንጌላዊው ማርቆስም በዚህ የውሃ ወቅት በሆነው በክረምት እንዲመሰል አድርጎታል፡፡ ምክንያቱም ወንጌሉን በውሃ የሚሆን የጥምቀትን ነገር በመጻፍ ይጀምራልና እንዲህ ሲል፡-

- “በዚያ ወራትም ኢየሱስ ከገሊላ ናዝሬት መጥቶ ከዮሐንስ በዮርዳኖስ ወንዝ ተጠመቀ” (ማር 1፥1-9)፡፡

በዚህ የክረምት ወቅት ከ4ቱ ሊቃነ ኮከብ አንዱ ኮከብ ፀሐይን ተከትሎ 91 ዕለት ከ15 ኬክሮስ እንደሚመግብ ወንጌላዊው ማርቆስም እውነተኛውን ፀሓይ ኢየሱስ ክርስቶስን ተከትሎ መንፈሳዊ ምግብን ይመግባልና እግዚአብሔር ባወቀ ይህንን ሁሉ ምስጢር አስቀድሞ በፀሐይ ላይ አኑሮታል፡፡

ፀሓይና የጌታ ትምህርት

በጨለማና በሞት ጥላ ለነበሩት ሁሉ ብርሃን የሆናቸው ብርሃን ወንጌልን ያበራልን የማይጠልቀው አማናዊ ፀሐይ ኢየሱስ ክርስቶስ ነውና የቤተ ክርስቲያን ሊቃውንት፡-

- የአማናዊ ፀሐይ የጌታን ትምህርትን → በፀሐይ
- የሙሴን ሕግና የሐዋርያትን ትምህርት → በጨረቃ
- የነቢያትና የ70ው አርድእትን አገልግሎት → በከዋክብት

አምሳል በመግለጽ በትርጓሜ ሥነ ፍጥረት ላይ እጅግ በሚያስደንቅ መልኩ እንዲህ በማለት አስቀምጠዋል፡-

- “ወነዋ ኮነ ሕገ ሙሴ ወርኀ ወነቢያት ከዋክብተ እንበይነ ከዊኖቶሙ ዘያበርሁ በሌሊት ለሕዝቦሙ፤ ወሕገ ክርስቶስ ውእቱ ፀሐይ አማናዊ ሶበ ሠረቀ አብርሃ ለነ በብርሃኑ ፈድፋደ እምወርኅ ወእምከዋክብት፤ ኩሉ መምህር ውእቱ

ፀሐይ ለረድኡ፤ ወለረድእኒ ዘይበርህ ውእቱ ወርኅ፤ ወ፲ወ፪ቱ ሐዋርያት ከመዝ ኮኑ ወርኃ ወይበርሁ እምክርስቶስ ፀሐየ ጽድቅ ወ፸ኒ አርድእተ ዚኣሆሙ ኮኑ ከዋክብተ”

(ለወገኖቻቸው በሌሊት (በብሉይ ኪዳን ዘመን) የሚያበሩ ስለመሆናቸው እነሆ የሙሴ ሕግ በጨረቃ፤ የነቢያት ትንቢት ከዋክብት ተመሰለ።

የክርስቶስ ሕግ ግን እውነተኛ ፀሐይ ነው። ርሱ (ኢየሱስ ክርስቶስ) በወጣ ገዜ ከጨረቃና ከከዋክብት ይልቅ በእጅጉ አበራልን።

መምህር ሁሉ ለደቀ መዝሙሩ ፀሓይ ነው፤ በፀሐይ ምክንያት የሚበራውም ደቀ መዝሙር ደግሞ ጨረቃ ነው (በጨረቃ ይመሰላል)።

12ቱም ሐዋርያትም ከእውነተኛው ፀሐይ ከክርስቶስ የተነሣ እንዲህ የሚበሩ ጨረቃን ሆኑ (በጨረቃ ተመሰሉ)። 70ው የነርሱ ደቀ መዛሙርት (አርድዕት) ከዋክብትን ሆኑ (በከዋክብት ተመሰሉ))።

ሊቃውንት ስለ ፀሐይ የጌታ ምሳሌነት የረቀቀውን አጕልተው እንዲህ ምሳሌውን ጨምረው ይገልጡታል፦

- ጠፈር → የቤተ ክርስቲያን ምሳሌ።
- በጠፈር ላይ የሚያበራው ፀሐይ → የቤተ ክርስቲያን ፀሐይ የሆነው የክርስቶስ ምሳሌ።
- ብርሃንን ከፀሐይ የምትቀበል ጨረቃ → የሊቀ ካህናቱ ምሳሌ ናት። ይህንንም በዝርዝር እንዲህ ገልጠውታል፦

- "ዓዲ ሊቀ ካህናት ወርኅ እንበይነ ከዊኖቱ ይበርህ እምሕገ ክርስቶስ ዘውእቱ ብርሃን አማናዊ፤ ሕገ ክርስቶስ ውእቱ ፀሐይ ወኵሉ ዘይበርህ እምኔሁ። ውእቱ ወርኅ ወይደልዎ ከመ ያብርህ ላዕለ ካልዑ በብርሃን ዘያበርህ ቦቱ እምሕገ ክርስቶስ በከመ ያበርህ ወርኅ ውስተ ዓለም በብርሃን ዘያበርህ ቦቱ እምፀሐይ"
  (ይኸውም እውነተኛ ብርሃን ነውና ከፀሐይ የክርስቶስ ሕግ የተነሣ ሊቀ ካህናቱ ጨረቃ በመሆኑ ያበራል። ሁሉ ከርሱ የተነሣ (በርሱ ምክንያት) የሚበራ የክርስቶስ ሕግ ፀሐይ ነው።
  በርሱ ላይ በሚያበራው ፀሐይ የተነሣ ጨረቃ በዓለም ውስጥ እንዲያበራ በርሱ ላይ ከሚያበራው የክርስቶስ ሕግ ብርሃን የተነሣ ይህ ጨረቃ (ሊቀ ካህናት) በሌላው ላይ ያበራ ዘንድ ይገባዋል)።

በተጨማሪም መተርጕሙም የጌታን ፀሐይነት በዚህ መልኩ ሲገልጸው፡-

- "ክርስቶስ በብርሃኑ ቤተ ክርስቲያንን የሚያበራ የዓለም ብርሃን የማይጠልቅ ፀሐይ ነው። ጨረቃ ጨለማን ለማራቅ ብርሃንን ከፀሐይ እንድታገኝ ቤተ ክርስቲያንም ባለማወቅ ጨለማ ላሉ ለማንጸባረቅ ብርሃንን ከክርስቶስ ታገኛለች።

ወደ ከፍታ በሄድን ቍጥር በፀሐይ መውጣት የበለጠ እንመሰጣለን በተሻለ በብርሃኑ እንደምቃለን፣ እንሟሟቃለን። እርሱ እራሱ "ወደ እኔ ተመለሱ ይላል የሰራዊት ጌታ እግዚአብሔር እኔም ወደ እናንተ እመለሳለሁ" እንዳለ (ዘካ 1፡3) … እኛም ከእርሱ ጋር እንደ ጴጥሮስ፣ ያዕቆብና ዮሐንስ ወደ ተራራው ጫፍ ብንወጣ በክርስቶስ ብርሃን፣ በአብ ድምፅ እንደሰታለን)።

የዕለተ ረቡዕ ፀሐይና ኢየሱስ ክርስቶስ

እንደሚታወቀው ፀሐይ የተገኘው በአራተኛው ዕለት በዕለተ ረቡዕ ነበር። ይህንን ስናይ ለምን 4ተኛው ቀን ተመረጠ? የሚለው ጥያቄን ማንሣታችን አይቀሬ ነው። ይህም እግዚአብሔር ባወቀ ያደረገው ሲሆን በውስጡም ታላቅ ምስጢርን የያዘ ነበር።

ይኸውም በአራተኛው ዕለት፣ በአራተኛው ኬክሮስ የበረደውን የሚያሞቅ፣ የተሰወረውን የሚገልጥ፣ የጨለመውን የሚያስለቅቅ ፀሓይ በምሥራቅ መገኘቱ የሚያመለክተው እውነተኛው ፀሐይ በአራተኛው ክፍለ ዘመን፤ ከአራተኛው ነገደ ትውልድ ከተገኘችው ከአማናዊት ምሥራቅ ከቅድስት ድንግል ማርያም መወለዱን በትክክል ሲገልጽልን ነው።

አራቱ ዘመናት የተባሉት፡-

1ኛ) ዘመነ አበው

2ኛ) ዘመነ መሳፍንት

3ኛ) ዘመነ ነገሥት

4ኛ) በዘመነ ካህናት ናቸው። በዚህ 4ተኛው ዘመን ላይ ምሥራቋ እመቤታችን ተገኘች።

በተጨማሪም በአራተኛው ትውልድ ማለትም አራተኛው የያዕቆብ ልጅ ከሆነው፡-

1ኛ ልጅ) ሮቤል

2ኛ ልጅ) ስምዖን

3ኛ ልጅ) ሌዊ

4ኛ ልጅ) ይሁዳ ነው።

ከ4ተኛው የያዕቆብ ልጅ ከቤተ ይሁዳ ከተገኘች ከምሥራቋ ደጃፍ ከቅድስተ ድንግል ማርያምም በብርሃኑ ሳልፈት ውላጤ የሌለበት፣ ጠፈር ደፈር የማይከለክለው፣ መዓልትና ሌሊት የማይፈራረቀው፣ የማይጠልቅ የጽድቅ ፀሓይ ክርስቶስ ተወልዶ ዘላለማዊ ፍዳን ዘላለማዊ ጨለማን አርቅልናልና።

ታላቁ አባት ቅዱስ ኤፍሬምም የፀሓየ ጽድቅ የክርስቶስ እናት የኾነችውን ቅድስት ድንግል ማርያምን ባመሰገነበት በቀዳሚት የውዳሴ ማርያም መጽሐፉ ላይ እንዲህ ይላታል፡-

- ❖ “ኮንኪ ዳግሚተ ሰማይ ዲበ ምድር ኦ ማርያም ድንግል ወላዲተ አምላክ ዘእንበለ ርኩስ ሠረቀ ለነ እምኔኪ ፀሐየ ጽድቅ”

  (ያለመለወጥ አምላክን የወለደሽ እመቤታችን ሆይ ሁለተኛ ሰማይን ተባልሽ፤ አውነተኛ ፀሐይ ከአንቺ ለእኛ ወጥቷልና)

ሊቁ አባ ጊዮርጊስም በእንዚራ ስብሐት መጽሐፉ ላይ ደጋግሞ ይህንን ምስጢር ሲያነሣ፡-

"ኖኅተ አንቲ እንተ ኮንኪዮ ምሥራቅ
ለፀሓየ ጽድቅ ብሩህ ለጽልመተ ጌጋይ ዘአርሐቆ
ወቊረ አበሳ ዘይመስሉ ሶበ ይዌጥሕ ሞቆ"

(የበደል ጨለማን ለሚያርቀውና ቸርነቱን በሚያነባብር ጊዜ የአበሳ አመዳይን ለሚያቀልጠው ብሩህ የጽድቅ ፀሓይ መውጫ ምሥራቁን የኾንሺው ደጃፍ አንቺ ነሽ)።

"ኖኅተ ጽባሕ አንቲ ለፀሓየ ጽድቅ ምሥራቁ
ኲሉ ፍጥረት ዘላህበ ዚኣሁ ይመውቁ
ወበቅድሜሁ ብርሃናት ለፈጽሞ ትእዛዝ ይሠርቁ
መክፈልተ ዓመት ጥንቁቀ ለኀበ ርብዕ እንዘ ይነፍቁ"

(የዓመትን ድርሻ ጠንቅቀው ወደ አራት መንገድ እየከፈሉ፤ ትእዛዝን ለመፈጸም ብርሃናት በፊቱ የሚወጡና ፍጥረት ኹሉ የርሱን ወላፈን የሚሞቁ፤ የእውነተኛ ፀሓይ መውጫው ምሥራቃዊት ደጃፍ አንቺ ነሽ)።

ምክንያቱም ፀሓይ በአራተኛው ቀን ተገኝታ ለዐሥራ ኹለቱ ደጃፎች እንዳበራች አማናዊት የብርሃን ደጃፍ ቅድስት ድንግል ማርያምም በአራተኛው ክፍለ ዘመን በዘመነ ካህናት፤ ከአራተኛው ትውልድ ከነገደ ይሁዳ ተገኝታ፤ የእውነት ፀሓይ ክርስቶስን ወልዳ እውነተኛው ፀሐይ ልጇም ለ12ቱ ሐዋርያት ብርሃን ወንጌልን ሲያስተምር ተሰምቷልና የፀሐይ በአራተኛው ቀን መገኘት እጅግ አድርጎ የሚያስደንቅ ነው።

እውነተኛው ብርሃን አማናዊው ፀሐይ ኢየሱስ ክርስቶስ እንደሆነ ከኢትዮጵያ ሊቃውንት መካከል የሊቁ የቅዱስ ያሬድንና የአባ ጊዮርጊስ ዘጋሥጫን ትምህርት በተወሰነ መልኩ ከዚህ በታች አቀርበዋለኊ።

ስለ ኢየሱስ ክርስቶስ ፀሐይነት የቅዱስ ያሬድ ትምህርቶች እነሆ፡-

- "እምሥርወ ዕሴይ ፀሐይ ሠረቀ ወአድኀነ ዓለመ በምጽአቱ ብርሃን ዘእምብርሃን ዘመጽአ ውስተ ዓለም ክብሮሙ ለቅዱሳን"
  (ከዕሴይ ሥር (ባሕርይ) <u>ፀሐይ</u> ወጣ፤ በመምጣቱ ዓለምን አዳነ፤ በዓለም ውስጥ የመጣ ከብርሃን የተገኘ ብርሃን ለቅዱሳን ክብራቸው ነው) (ድጓ ዘእስጢፋኖስ)
- "ይትፌኖ ወልድ እምሰማያት እምኀበ አቡሁ ፀሐየ ጽድቅ ዘያበርህ ለኲሉ ዓለም"
  (ለዓለም ሁሉ የሚያበራ <u>ያእውነት ፀሐይ</u> ከሰማያት ከአባቱ ዘንድ ተላከ) (ድጓ ዘዘወትር)
- "ፀሐይ ዘወተረ ያበርህ ላዕለ ጻድቃን ፀሐየ ጽድቅ ወልደ እግዚአብሔር ብርሃኑ ለዓለም ወልደ አምላክ"
  (በጻድቃን ላይ ዘወትር የሚያበራ የእግዚአብሔር ልጅ <u>የእውነት ፀሐይ</u> ነው፤ የአምላክ ልጅ ለዓለም ብርሃኑ ነው) (ድጓ ዘዘወትር)

- “ብርሃን ዘእምብርሃን ፀሐየ ጽድቅ ዘበአማን ውእቱ ኢየሱስ ክርስቶስ ዘነቢያት ሰበኩ ምጽአቶ እምቤተ ዳዊት ትጸንዕ መንግሥቱ ወልዱ መልአከ ምክሩ ለአብ”
  (ነቢያት መምጣቱን የሰበኩለት ከዳዊት ቤት ዘላለማዊ መንግሥቱ የምትጸና የአብ የባሕርይ ልጁ የምክሩ አበጋዝ፤ ከብርሃን የተገኘ ብርሃን እውነተኛው <u>የጽድቅ ፀሐይ</u> ኢየሱስ ክርስቶስ ነው) (ድጓ ዘዘወትር)

- “ብርሃን ዘእምብርሃን ዘመጽአ ኀቤነ ውስተ ዓለም ክብረ ቅዱሳን ቤዛ ብዙኃን ብርሃን ዘእምብርሃን ዘመጽአ አምላክ ዘበአማን ፀሐየ ጽድቅ ክርስቶስ”
  (ከብርሃን የተገኘ ብርሃን የብዙዎቹ ቤዛ የቅዱሳን ክብር ወደ እኛ ዓለም የመጣ ነው። የመጣው ከብርሃን የተገኘ ብርሃን፣ እውነተኛ የባሕርይ አምላክ፣ <u>የእውነት ፀሐይ</u> ክርስቶስ ነው) (ድጓ ዘዘወትር)
- “ዮም በርህ ሠረቀ ሠረቀ ለነ ሰማይ ወምድር ዘኢያገምሮ ማሕፀነ ድንግል ጾሮ እንዘ አምላክ ውእቱ ኀደረ ወተገምረ ውስተ ማሕፀነ ድንግል ኮነ ሕፃነ ንዑስ ዘአልቦ መምሰል ተወልደ ፀሐየ ጽድቅ ሠረቀ”
  (ዛሬ ለእኛ ብርሃን በራልን፤ ሰማይና ምድር የማይችለው የድንግል ማሕፀን ተሸከመው። አምላክ ሲሆን በድንግል ማሕፀን ውስጥ ተወሰነ፤ ታናሽ ሕፃን ሆነ፤ ምሳሌ የሌለው ተወለደ፤ <u>የእውነት ፀሐይ</u> ወጣ) (ድጓ ዘበዓለ ልደት)

- "ፀሐየ ጽድቅ ሠረቀ እግዚእ ተረክበ ወአምላክ ተአኵተ ወተወልደ እምቅድስተ ድንግል እስመ መለኮቱ ኢማሰነ" (<u>የእውነት ፀሐይ</u> ወጣ፤ ጌታ ተገኘ፤ አምላክ ተመሰገነ፤ መለኮቱ አልተለወጠምና ከቅድስት ድንግል ተወለደ) (ድጓ ዘሰንበት)
- "ዘቀዲሙ ኅቡዕ ይእዜሰ ክሡተ ኮነ ወአስተርአየ ክርስቶስ ወልደ እግዚአብሔር ፀሐይ ዘኢየዐርብ ሠረቀ ወማሕቶተ ዘአብርሆ ለጽልመት"
(ቀድሞ ስዉር የነበረው ዛሬ ግን የተገለጠ ሆነ፡፡ የእግዚአብሔር ልጅ ክርስቶስ ታየ። ጨለማውን ያበራው መብራት፤ <u>የማይጠልቀው ፀሐይ</u> ወጣ) (ድጓ ዘናዝሬት)

ስለ ኢየሱስ ክርስቶስ ፀሐይነት ስለ ቅድስት ድንግል ማርያም ሰማይነት የታላቁ ሊቅ የአባ ጊዮርጊስ ዘጋሥጫ ትምህርቶች እነሆ፡-

- "የሰማይ ሥርዐት በምድር ላይ ተሠራ፤ ቤተልሔምም እንደ ሰማይ ተመሰለች፤ በሚጠልቅ ፀሓይም ፈንታ፤ በቅዱሳን ላይ ዘወትር የሚያበራ፤ ኅልፈት ጥልቀት የሌለበት <u>አማናዊ ፀሓይ ኢየሱስ ክርስቶስ</u> በውስጧ ወጣ፤ ከብርሃኑ ጕድለት መምላትን የሚያፈራርቅ በጨረቃ ፈንታ የድንግልናዋ ምስጋና ዘወትር የማይጐድልና በኹሉ የመላ በዕብራይስጥ ማሪሃም የተባለች የተመረጠች ድንግል ማርያም ተገለጠች፤ በከዋክብት ፈንታም የብርሃን መላእክት ታዩ" (አባ ጊዮርጊስ ዘጋሥጫ፤ አርጋኖን)

- "ኦ ሰማይ ዳግሚት ዘወለደቶ ለፀሓየ ጽድቅ ዘውእቱ ብርሃነ ቅዱሳን ዘሰዶዶ ለጽልመት"
(ጨለማን ያሳደደውን (ያስወገደውን) የቅዱሳን ብርሃን የሚኾን እውነተኛ ፀሐይን የወለደቸው ኹለተኛዪቱ ሰማይ ሆይ) (አባ ጊዮርጊስ ዘጋሥጫ፤ አርጋኖን)
- "አንቲ ውእቱ ኆኅተ ኄሳን ዘውእቱ ወርኀ ሃሌ ሉያ
እምነ ካልኣን ኀዋኅው ዘይፈደፍድ ዕበያ
ባቲ ይሠርቅ ቶማስ ወባቲ ትነሥእ ብርሃነ አሶንያ"
(ከሌሎች ደጃፎች ይልቅ ክብሯ ከፍ ያለ የምስጋና ወር የሚኾን የሚያዝያ ደጃፍ (ምሥራቅ) መባቻ አንቺ ነሽ፤ በርሷ ፀሓይ ይወጣል፤ ጨረቃም ብርሃንን በርሷ ትነሣለች (ከርሷ ትቀበላለች) (አባ ጊዮርጊስ ዘጋሥጫ፤ እንዚራ ስብሐት)

- "ምሕኑ ለሰማይ፤ ወሙፃኡ ለፀሓይ፤ ሥኑ ለወርሳ፤ ወሡራኄሁ ለኀሐ"
(የሰማይ መኑ ነሽ፣ የፀሓይም መውጫው ነሽ፣ የጨረቃ ውበቱ ነሽ፣ የወገግታም ጌጡ ነሽ፡፡) (አባ ጊዮርጊስ ዘጋሥጫ፤ ኆኅተ ብርሃን)

ዳግመኛም እውነተኛው ፀሓይ የጽድቅ ፀሓይ ኢየሱስ ክርስቶስ ሲሆን ይህንን ፀሓይ ያስገኘቸው አማናዊት የምሥራቅ ደጃፍ ቅድስት ድንግል ማርያም ናትና በሌሎቸ ሀገራት የነበሩ የቤተ ክርስቲያን ሊቃውንት ስለ ጌታ ፀሐይነት የመሰከሩት ምስክርነት ከዚህ በታቸ እነሆ፡-

- "በሥጋ የማይገለጸው መልአክ ወደ ንጽሕት ድንግል ተላከ፤ ምንም ኀጢአት የሌለበት ቅንጣት ርኩሰት ወደሌለባት ንጽሕት ተላከ (መሓ 4፥7)። የጽድቅን ፀሐይ የሚያውጀው ብርሃን ተላከ (ሚልክ 4፥2)፤ ከቀን ብርሃን የሚቀድመው ንጋት ተላከ፤ በአባቱ ዕቅፍ (ዕሪና) ውስጥ እያለ ገና በእናቱ ክንዶች ውስጥ ስለሚኾነው ወልድ መወለድ ለማወጅ ገብርኤል ተላከ።" (ቅዱስ ጎርጎርዮስ ገባሬ መንክራት)
- "ኮንኪ ዳግሚተ ሰማይ ዲበ ምድር ኦ ወላዲተ አምላክ ዘእንበለ ርኩስ ሠረቀ ለነ እምኔኪ ፀሓየ ጽድቅ" (አምላክን ያለ መለወጥ የወለድሽው ሆይ የምድር ኹለተኛ ሰማይን ኾንሽ፤ እውነተኛ ፀሓይ ካንቺ ወጥቶልናልና)
- "በመንጦላዕተ ደመናት ተሰወረ ወእምቅድስተ ድንግል መድኀን ተወልደ እግዚአ ተረከበ ፀሐየ ጽድቅ ዘበአማን ሠረቀ"

  (በደመናት መጋረጃ ተሰወረ፤ ከቅድስተ ድንግል መድኀኒት ተወለደ፤ ጌታ ተገኘ፤ እውነተኛ ፀሐይ በእውነት ወጣ) (ቅዳሴ ዘጎርጎርዮስ 1፥9)
- "ይኸቺ ብላቴና (ድንግል ማርያም) እና ያቺ ያረጀች ሴት (ኤልሳቤጥ) ተገናኙ፣ ንጋት እና ምሽት ተገናኝተው እንደተሳሳሙ አድርጎ መናገር ይቻላል። እመቤታችን ማርያም ንጋት ናት፣ እናም ያእውነት ፀሐይን ተሸከማለች (ሚል 4፥2)፤ ኤልሳቤጥ ግን የብርሃን ኮከብን የምትሸከም ምሽት ናት (ዮሐ 5፥35)። ንጋት መጥታ ወዳጅዋ ለኾነችው ለምሽት

ሰላምታ ሰጠቻት፣ ምሽትም ንጋት ስትሰማት በማየቷ እጅግ ተደሰተች።

ብላቴናዪቱ ድንግል ጠቢብ እና ትሕት ነበረች፤ በእድሜ ያረጀችው ሴትም እንደ እናት አድርጋ በአክብሮት ተቀበለቻት። ኮከቡ (ዮሐንስ) ፀሓይን (ጌታን) ለመቀበል ባለመቻሉ ምክንያት፣ በርሱ መገለጥ (መታየት) በደስታ መላወስና መዝለል ጀመረ (ሉቃ 1፥41-45)።

የንጋት ብርሃን የምሽት ጨለማን አገኘው (ተገናኘው) እና ቀሰቀሰው፣ ነገር ግን ርሱ የብርሃን ጨረርን ሊቋቋመው አልቻለም። ብላቴናዪቱ ሴት ልጅ በተናገረች ጊዜ ሕፃኑ (ዮሐንስ) ባረጀችው ሴት ኾድ ውስጥ ኾኖ በመገረም ተላወሰ…።

ድንግልና ወሊድ ተባብረው ለተመለከተ ኹሉ መናገር እጅግ የሚከብድ ነውና ታላቁ <u>ያእውነት ፀሓይ</u> ጸዳሉን ወደ ውስጥ አሰባሰበ፤ አንዲት ብላቴና ልጅም ብቻዋን በቅድስና በማሕፀኗ ተሸከመችው። ርሷ ብርሃናት የሚኾኑ ኹሉ የሚፈሩትን አማናዊ ብርሃንን ወለደችው፤ ምክንያቱም በልደቱ አማካይነት ርሱ ጨለማን ከኹሉም ስፍራዎች ላይ አንሥቷልና። (ቅዱስ ያዕቆብ ዘሥሩግ ድርሳን በእንተ ወላዲተ አምላክ፤ በእንተ ልደተ እግዚእ)

የጌታ ልደትና ዕርገት በፀሓይ አወጣጥ

የእውነተኛ ፀሐይ የክርስቶስ ልደት በታኅሣሥ ወር ላይ መከበሩ ከፀሐይ እንቅስቀሴ በወሩ ውስጥ ካሉት ተፈጥሯዊ ክስተቶች ጋር የተያያዘ እንደሆነ ከሊቃውንት ሊቁ ያዕቆብ ዘሥሩግ ይጽፋል። በተለይ የታኅሣሥ ወር በጣም ዐጭሩ ወር ሲሆን በማጠሩም "የገና ጀንበር" ተብሎ ይጠራል።

በዚሁ ታኅሣሥ ወር በተለይ ታኅሣሥ 12 ሲሆንና የጎርጎርዮሳውያኑ ደግሞ ታኅሣሥ (December) 21 ወይም 22 ሲፈልግም 23 የሚሆንበት እና ፀሐይ በፀሐይ ጐዳና (ኤክሊፕቲክ) መስመር በሰማያዊው ሉል ላይ ወደ ደቡቡ አቅጣጫ መጓዟን የምታቆምበት ዕለት "ዊንተር ሶልስቲስ" (winter solstice) ይባላል።

ይህ ዕለት በሰሜናዊው ንፍቀ ክበብ ክረምት የሚጀምርበት ነው። በተጨማሪም ይህ ወቅት የሰሜናዊው ንፍቀ ክበብ ሌሊቱ የሚረዝምበት እና የቀኑ ርዝማኔ ደግሞ ከ12 ሰዓት በታች የሚሆንበት ነው። በተጨማሪም ወቅቱ የደቡቡ ንፍቀ ክበብ ወደ ፀሐይ ያጋደለበት፣ ከአርክቲክ መስመር ጀምሮ ወደ ሰሜን ያለው ክፍል ቢያንስ ለአንድ ቀን ፀሐይ የማትወጣበት እንዲሁም ፀሐይ በደቡብ ምሥራቅ ወጥታ በደቡቡ ምዕራብ የምትጠልቅበት ወቅት ነው።

በዚህ ወር ፀሐይ ቶሎ ከመጥለቋ ጋር በምሕዋሯ ላይ ዝቅ ብላ ቀኑም ከማጠሩ ጋር በጣም ቀዝቀዛ አየር ስለሆነ ዕፀዋት ሁሉ ቅጠላቸው ረግፎ ፍሬ የለሽ የሚሆኑበት ጨለማ የሚሠለጥንበት ነው። ይህም በኀጢአት የረገፍነው እኛን ጸጋውን ሊያጐናጽፈን፤ በምድር ላይ ሠልጥኖ የነበረውን የኀጢአትና የሞት ጨለማን ሊያርቅልን ማለፍ መለወጥ የሌለበት የማይጠልቀው እውነተኛ

ፀሐይ ኢየሱስ ክርስቶስ በበረት ውስጥ ሊወለድበት ወሩን እንደመረጠው ሊቁ ቅዱስ ያዕቆብ ዘሥሩግ እንዲህ ይላል፡-

❖ "በዚኽ ፍሬ አልባ በኾነ ወር ውስጥ የሕይወት ፍሬ ከመልካምነቱ ያጠግበን ዘንድ ተላከልን፤ ጐተራ እህል አልባ በኾነበት በዚኽ ወር ውስጥ ያጠግበን ዘንድ የምሕረት ነዶ ተሰብስቧል፤ ድኾች በሙሉ በተራቡበት በዚኽ ወር ባለጠጋ የኾነው ርሱ የሰው እጅ በማየት (በምጽዋት) በሚኖሩ ላይ ከባለጠግነቱ እያፈሰሰ መጣ፤ ዛፎች ኹሉ ቅጠሎቻቸው በረገፉበት በዚኽ ወር ዕርቃናቸውን የነበሩ አካላት በልምላሜ ኹሉ ተሸልመዋል (ዘፍ 3፥7)። እንቡጦች በየቅርንጫፍ ላይ (በብርድ) በተቃጠሉበት በዚኽ ወር ውስጥ የድንግል ቅርንጫፍ ፍሬን ከማሕፀኗ ሰጠ (ኢሳ 11፥1)።

በዚኽ ቅጠሎቹን ከዛፎች በሚያረግፈው ወር ውስጥ የአዳም ቅጠሎች በብርሃን ልብስ ተቀየሩ፤ በዚኽ በከባድ ብርዱ ፍሬዎችን አቃጥሎ በሚያጠፋ ወር ውስጥ የተባረከ ፍሬ ታርሳ ከማታውቀው ምድር በቀለ። በዚኽ ጌጥን በሙሉ ሊገፍና ሊያረግፍ በሚመጣ ወር ውስጥ የታላላቆቻችን ዕርቃን ተሸፈነ፤ በዚኽ የባለዕዳዎችን ኹሉ እስራት በሚያበዛ ወር ውስጥ ዕዳን ኹሉ የሚያስወግደው ባለጠግነት (ሀብት) መጣልን።

በዚኽ ምድሪቱን ተድላን ኹሉ በሚነሣበት ወር ውስጥ ታላቅ በረከት ለኹሉም ሰው ተላከ፤ ፀሓይ ብርሃናን

በምትነሣበት በዚኽ ወር ውስጥ ብርሃን ከልዑሉ ዘንድ ታደሰልን (ሉቃ 1፥78)፤ ፀሓይ ከፍ ወዳለ አጽናፍ በምትወጣበት በዚኽ ወር ውስጥ የብርሃን ጸዳል ወረደ ጕድጓዳ ዳርቻዎችም በብርሃኑ ጸዳል በሩ።

ጨለማ እንኳ በሚመለላለስበት በዚኽ ወር ውስጥ ያ ከፉ (ሰይጣን) ተዋረደ ድል ከመንሣትም ተገታ፤ ሌሊቱ ከምላቱ በሚቀንስበት በዚኽ ወር ውስጥ ከቍስሎቹ የተነሣ ቀንሶ የነበረው ወገን ዳግም በዛ (ለመለመ)። በዚኽ ማለዳውን በግርዶሹ በሚያዘገይ ወር ውስጥ የከፋው ወጥመዶች ከደቂቀ ሰብእ ላይ ተነሡ፤ ሌሊቱ ከንጋት (ከብርሃን) በሚርቀበት በዚኽ ወር ውስጥ ጨልሞ የኖረውን ነፍስ ብርሃን ነካው፤ በዚኽ ጨለማ በሚያበራው ፀሓይ ድል በተነሣበት በዚኽ ወር ውስጥ የተጠላው ከፉ በአዳኛችን ተሸነፈ። በዚኽ ፀሓይ ወደ ወና ጥሻ ውስጥ ከምሕዋሯ ፈቅ በምትልበት ወር ውስጥ ለምድር ያበራላት ዘንድ ፀሓይ ገብቶ በዋሻ (በግርግም) ዐደረ።

ዛሬ ንጋት ከዋሻው (ከበረቱ) አበራ፤ የፀሓይ ብርሃን በቀላሉ የማይደርስበትን ጽንፍ ጥልቁን በነጸብራቁ ያበራውም ዘንድ ታላቁ ፀሓይ ከዋሻው ጠባብ ክፍተት ወጣ። ዛሬ በመገለጡ ብርሃናማው ቀን የኀጢአትን ጥላዎች አሳድዶ ይዟቸዋልና የእውነት ቀን በእነርሱ ይከብርባቸው ዘንድ ፀሓዩቱ ዐሥራ ኹለት ደረጃዎች ለብርሃን ወደኋላ ፈቅ አለችለት (ኢሳ 38፥8)" (ቅዱስ ያዕቆብ ዘሥሩግ፤ ድርሳን

በእንተ ልደት)

በወርኀ ታኅሣሥ የተወለደው አማናዊ ፀሐይ ኢየሱስ ክርስቶስ ሞትን ድል አድርጎ ተነሥቶ በ40ኛው ቀን ዕርገቱን ፀሐይ ከምሕዋሯ ከፍ ብላ ለረጅም ሰዓት ደምቃ የምታበራበት በጸደይ ወቅት ማድረጉ ከፀሓይ ምሕዋራዊ የከፍታ አካሄድ ጋር እያስተባበረ በጥልቅ ሃይማኖታዊ ዕውቀቱ ቅዱስ ያዕቆብ ዘሥሩግ እንዲኽ ይተነትነዋል፡-

❖ "ብርሃን ነገሥና ጨለማ ከስፍራው ጠፋ፤ ቀንም የበላይነትን ተጐናጸፈ፤ ምሽትን ከሰዎች ልጆች ላይ አስወገደ፤ ፀሓይ ከፍ ከፍ ብሎ በከፍታ ቦታ ላይ ኾነና የተንሰራፋውን የጽልመት ጥላ አሳጥሮ አስወገደ፤ ርሱ ጌታ በካኑን ወር ወረደ (ተወለደ)፤ ልክ ፀሓይ በዚኽ ወራት ከቦታዋ ከምሕዋሯ ዝቅ እንድትል፤ በግንቦት ወር ዐረገና በብርሃኑ ጨለማን አጠፋው፡፡

በብርሃን ወር ፀሓይ ከፍ ወደ አለ ቦታዋ (ምሕዋሯ) ከፍ ከፍ ትላለች፤ በርሷም አንጸባራቂው (አማናዊዉ ብርሃን) ወልድ እየተመሰገነ ከፍ ከፍ አለ፤ በዚኽ ወር በጸፍጸፈ ሰማይ ጫፍ ላይ ፀሓይ ቆማ ኹሉንም ፍፍቴን ትመለከታለች፤ በዚኽ ወርም ታላቁ የጽድቅ ፀሓይ እየተመሰገነ ከፍ ከፍ አለ፤ በጨለማ ተወርሰው የነበሩት ጥልቅ ቦታዎች በርሱ እጅግ ደመቁ፡፡

ፀሓይ በዚኽ ወር ትፈነጥቃለች፤ ጕድጓዱንም ታበራዋለች፤ በዚኽ ወር ፀሓይ ተሞግሳ በሙሉ ከፍታዋ አማካይነት

ከአጽናፍ እስከ አጽናፍ ትደርሳለች፤ ፀሐይ ወደ ላይ እስከኼደች ድረስ ወደ ከፍታ ቦታዋ ታርጋለች።

ስለዚኽ ከታች ወደሚገኘው ጥልቁ ስፍራ በመውረድ ብርሃኗ ያበራል፤ የዓለም ኀጢአትም ጨልሞ እንደነበረው ጕድጓድ ነው (ዘፍ 29፥10)፤ ፀሐያችን ወደ ላይ ወደ ከፍታ ቦታው ሲነሣ ብርሃኑ በውስጡ አበራ፤ ርሱም የከበረ ነውና ብርሃኑ ወደ መሬት ወርዶ ጥላዎቿን ያፍናቸዋል፤ ያሳጥራቸዋል፤ እንዲፈጸሙና እንዲጠፉ ያደርጋቸዋል።

በግልጽ ለሚመለከታት በመንገዷ ላይ ፀሐይ የእግዚአብሔርን ልጅ መውረድና ማረግ ታሳያለች፤ በታኅሣሥ ወር ልደቱ ነው፤ በርሷም ፀሐይ እጅግ ዝቅ ትላለች፤ ደማቁ ፀሐይ ወደ ምድር መውረዱንም ታውጃለች፤ እንደገናም በወርኀ ግንቦት ፀሐይ በምሕዋሯ ከፍ ከፍ ብላ በመውጣት የብርሃንን ነገር ገልጣ በማሳየት ምስጉን መሲሐ በዚኽ ወራት ማረጉን ትገልጣለች) (ቅዱስ ያዕቆብ ዘሥሩግ በእንተ ዕርገተ እግዚእ)

ፀሐይና ክብረ ቅዱሳን

ታላቁ መጽሐፍ ቅዱስ የቅዱሳንን ክብር በፀሐይና በሰማያዊ አካላት አነጻጽሮ ይጽፋል። ይህም ቅዱሳን መላእክትን፣ ቅድስት ድንግል ማርያምን፣ ቅዱሳን አበውን ሁሉ ያጠቃልላል።

ለምሳሌ ክብረ መልአክን ከፀሐይ ጋር ሲያነጻጽር፦

- “ሌላም ብርቱ መልአክ ደመና ተጐናጽፎ ከሰማይ ሲወርድ አየሁ፤ በራሱም ላይ ቀስተ ደመና ነበረ፥ ፊቱም እንደ ፀሐይ እግሮቹም እንደ እሳት ዓምዶች ነበሩ” (ራእ 10፥1) ይላል፡፡

አሕዛብን ሁሉ በብረት በትር የሚገዛቸው እውነተኛውን ፀሐይ የወለደቻቸው የቅድስት ድንግል ማርያምን ክብር በፀሐይ ሲገልጽ፡-

- “ይህች እንደ ማለዳ ብርሃን የምትጐበኝ፥ እንደ ጨረቃ የተዋበች እንደ ፀሐይም የጠራች፥ ዓላማ ይዞ እንደ ተሰለፈ ሠራዊት የምታስፈራ ማን ናት?” (መሓ 6፡10)
- “ታላቅ ምልክትም በሰማይ ታየ ፀሐይን ተጐናጽፋ ጨረቃ ከእግሮቿዋ በታች ያላት በራስዋም ላይ የአሥራ ሁለት ከዋክብት አክሊል የሆነላት አንዲት ሴት ነበረች” (ራእ 12፡1) ይላል፡፡

ሊቁ ቅዱስ ያሬድ ቅድስት ድንግል ማርያምን በፀሓይ መስሎ እንዲህ ይላታል፡-

- “እግዝእትየ ለቃል መዝገቡ፣ ለወርኅ ከበቡ፣ ለፀሓይ ላሕቡ” (እመቤቴ ሆይ የቃል መዝገቡ፣ የጨረቃ ከበቡ፣ የፀሓይ ሙቀቱ ነሽ)

በተጨማሪም ክብረ ቅዱሳንን ስትወክል ፀሓይ ኹል ጊዜ ሙሉ ኾና እንድትኖር ቅዱሳንም በሃይማኖት በምግባር ምሉኣን ናቸው፤ ፀሐይ ብርሃኗ ጸንታ እንደምትኖር ጻድቃንም በደግ ምግባር ጸንተው ይኖራሉ፡፡ ጌታችንም በወንጌል ክብረ ቅዱሳንን በፀሐይ ብርሃን መስሎ እንዲህ አስተምሯል፡-

❖ "በዚያን ጊዜ ጻድቃን በአባታቸው መንግሥት እንደ ፀሐይ ይበራሉ" (ማቴ 13:43)

ፀሐይና ትንሣኤ ሙታን

ሌላው የፀሐይ አስደናቂ ምሳሌ በተፈጥሯዊ ኩነቷ የሰው ልጆችን ሕይወት መወከሏ ነበር። ይኸው ፀሐይ መውጣቷ፣ በጠፈር ላይ ማብራቷ፣ መጥለቋ፣ ደግማ መውጣቷ ትንሣኤ ሙታንን ይገልጻል። በዝርዝር ስናየው:-

- መውጣቷ → የመወለዳችን ምሳሌ።
- በጠፈር ላይ ማብራቷ → በዚህ ዓለም ልብስ ለብሰን የማጌጣችን ምሳሌ።
- መጥለቋ → የመሞታችን ምሳሌ።
- ጎሕ ሲቀድ ዳግም መውጣቷ → አማናዊ ብርሃን ጌታችን ለፍርድ ሲመጣ ከሞት የመነሣታችን ምሳሌ እንደሆነ መተርጕማን ሊቃውንት ይገልጣሉ።

እነዚህ ሰማያዊ የብርሃን አካላት በብርሃን፣ በመጠነ ቊስ መበላለጥ እንዳለባቸው ቅዱሳን ሰዎችም ከሞት ሲነሡ በክብር የሚበላለጡ ስለመሆናቸው ቅዱስ ጳውሎስ እንዲህ ይገልጠዋል።

❖ "የፀሐይ ክብር አንድ ነው የጨረቃም ክብር ሌላ ነው የከዋክብትም ክብር ሌላ ነው፤ በክብር አንዱ ኮከብ ከሌላው ኮከብ ይለያልና የሙታን ትንሣኤ ደግሞ እንዲሁ ነው" (1ኛ ቆሮ 15:41-42)

ፀሐይና የቤተ ክርስቲያን ሥርዓት

አስቀድሞ ልዑል እግዚአብሔር የቃል ኪዳኑ ታቦት ላለባት ለኦሪቷ ድንኳን መገልገያ ካዘዛቸው ንዋያተ ቅድሳት ውስጥ ተቀዋመ ወርቅ (የወርቅ መቅረዝ) ይገኝበት ነበር።

ይኸውም 7 ማብሪያ ስላለው መቅረዝ ስለ አሠራሩ ሲገልጽለት እንዲህ ይለዋል፡-

- "ሰባቱንም መብራቶች ሥራ፤ በፊቱ ያበሩ ዘንድ መብራቶቹን ያቀጣጥሉአቸዋል" ይለዋል። "በስተጎኑ ስድስት ቅርንጫፎች ይውጡለት፤ ሦስት የመቅረዙ ቅርንጫፎች በአንድ ወገን ሦስትም የመቅረዙ ቅርንጫፎች በሌላ ወገን ይውጡ" (ዘፀ 25፥31-40)

በማለት 3ቱ በወዲህ፤ 3 በወዲያ ሆነው እንዲሠሩ መካከለኛው ግን ሥረ ወጥ ሆኖ እንዳይቀጠልበት በመካከለኛው የተቀዳው በአዕጹቁ (በቅርንጫፎቹ) ሁሉ እንዲበራ አዘት ነበር።

ይኸውም ለቤተ ክርስቲያን ምሳሌ በሆነችው በብርሃን ድንኳን አምሳል በተሠራቸው በኦሪታዊቷ ድንኳን እንዲቀመጥ የታዘዘው መቅረዝ የዕለታት ምሳሌ ነበር። ይኸውም፡-

- 7ቱ አዕጹቅ (ቅርንጫፎች) → የ7ቱ ዕለታት ምሳሌ ነው።
- በወዲህ ያሉት 3ቱ ቅርንጫፎች → ከእሑድ - ማግሰኞ ያሉት 3ቱ ዕለታትን ይወክላሉ።
- በወዲያ ያሉት 3ቱ ቅርንጫፎች → ከኀሙስ - ቅዳሜ ያሉት 3ቱ ዕለታትን ይወክላሉ።

- በመካከል ያለውና በወዲያና በወዲህ 6ቱ ቅርንጫፎች የተከከበቡት → የረቡዕ ዕለት አምሳል ነው።
- በመካከል ዘይት የተቀዳበት በቅርንጫፎቹ ሁሉ እንዲሚያበራ → በረቡዕ ዕለት የተፈጠሩት ፀሐይ፣ ጨረቃ፣ ከዋክብት 3ቱን ዕለት (ከእሑድ - ማግሰኞ) ያሉትን በወዲህ፤ 3ቱን ዕለት (ከኀሙስ- ቅዳሜ) ያሉትን ዕለታት በወዲያ አድርገው የማብራታቸው አምሳል ነበር።

የፀሐይን፣ የጨረቃ፣ የከዋክብት ምሳሌነትን የያዘው ይህ መቅረዝ በዮሐንስ ራእይ ላይ በ7ቱ አብያተ ክርስቲያናት እንደተመሰለ በዚህ መልኩ ይገልጸዋል፦

- “እንዲሁም፦ የምታየውን በመጽሐፍ ጽፈህ ወደ ኤፌሶንና ወደ ሰምርኔስ ወደ ጴርጋሞንም ወደ ትያጥሮንም ወደ ሰርዴስም ወደ ፊልድልፍያም ወደ ሎዶቅያም በእስያ ወዳሉት ወደ ሰባቱ አብያተ ክርስቲያናት ላክ አለኝ፤ የሚናገረኝንም ድምፅ ለማየት ዘወር አልሁ፤ ዘወርም ብዬ ሰባት የወርቅ መቅረዞች አየሁ” (ራእ 1፥11-12)

በመሆኑም ቤተ ክርስቲያን ሥርዓቷ በዚህ የጠፈር አምሳል እንዲሆን ተደርጓል። ይኸውም በመጽሐፈ ቅዳሴ ትርጓሜ በታሪክ ክፍል ውስጥ ተጽፎ እንደተገለጠው ጠፈር የቤተ ክርስቲያን ምሳሌ ነው። በጠፈር ላይ ፀሐይ፣ ጨረቃ፣ ከዋክብት እንዳሉ ሁሉ በቤተ ክርስቲያንም፦

- እንደ ፀሐይ → ሊቀ ካህናት
- እንደ ጨረቃ → ካህናት

- ➢ እንደ ከዋክብት → ላእካነ ቤተ ክርስቲያን (ዲያቆናት) ይኖራሉ ብለዋል፡፡

ይህንንም በዝርዝር በትርጓሜ ሥነ ፍጥረት ላይ ሲጽፉት፡-

- ❖ "ወከመዝ ረሰየ እግዚአብሔር ብርሃናተ እለ ያበርሁ ውስተ ዓለም በምቅዋማተ ሰማይ ዘአቅደምነ ብሂለ እስመ ይእቲ አምሳሊሆሙ ለሐዋርያት ቅዱሳን፡፡ ከማሁ ብርሃናት እለ ያበርሁ ለነፍስ ህልዋን በአማን ኅበ ሐዋርያት ወኅበ እለ ይተልውዎሙ ወመዓርጊሆሙ ከመዝ ተሠርዑ፡፡ ህየንተ ፀሐይ ሊቃነ ካህናት፤ ወህየንተ ወርኅ ካህናት፤ ወህየንተ ከዋክብት ዲያቆናት..."

(አስቀድመን እንደተናገርን በዓለም ውስጥ የሚያበሩ ብርሃናትን እግዚአብሔር በሰማይ ስፍራ አደረገ፡፡ ለቅዱሳን ሐዋርያት ምሳሌዎቻቸው ናትና፡፡ እንዲኹ ለነፍስ የሚያበሩ ሐዋርያትና በሚከተሏቸው በእውነት ያሉ ብርሃናት ደረጃዎቻቸው እንዲህ ተሠሩ፡፡

በፀሐይ ፈንታ ሊቃነ ካህናት፤ በጨረቃ ፈንታ ካህናት፤ በከዋክብት ፈንታ ዲያቆናት ናቸው፡፡ እኒህ የክርስቶስን ትእዛዝ ቢያደርጉ በርሷም ለወገኖቻቸው ቢያስተምሩ እነርሱ ከፀሐይ ከጨረቃ ከከዋክብት ይልቅ በእውነት በእጅጉ ነፍስን ያቀናሉ (ያበጃሉ) ያበራሉ፡፡

እኒህ (ፀሐይ፣ ጨረቃ፣ ከዋክብት) ለሥጋ ያበራሉ፡፡ እኒህ ግን ለነፍስ ያበራሉ፡፡ የነፍስ ክብር ከሥጋ ክብር እንዲበልጥ ከእኒህ (ፀሐይ፣ ጨረቃ፣ ከዋክብት) ክብር ይልቅ ክብራቸው ይበልጣል፡፡ ካህናት ይህንን የክርስቶስን ትእዛዝ የማያደርጉ

የማያስተምሩ ቢሆኑ ግን ከብርሃን የተራቈቱ ፀሐይ፣ ጨረቃ፣ ከዋክብት ማለት ናቸው...) ይላሉ።

ዳግመኛም በቤተ ክርስቲያን ባለው መንበር ላይ የግራና የቀኝ መብራት ይበራል። በተጨማሪም ቀናዲል (መቅረዞች) እንዲበሩ ታዟል። ይህ የታዘዘበትን ምክንያት ሊቃውንት በመጽሐፈ ቅዳሴ ትርጓሜ መቅድም ላይ ሲያስቀምጡ፡-

- ጠፈር → የቤተ ክርስቲያን ምሳሌ።
- በቀኝ የሚበራው መብራት → የፀሐይ ምሳሌ።
- በግራ የሚበራው መብራት → የጨረቃ ምሳሌ።
- የቀናዲል (የመቅረዞች) መብራት → የከዋክብት ምሳሌ ስለሆኑ በማለት በዝርዝር ምሳሌውን አስፍረዋል።

በተጨማሪም የቤተ ክርስቲያን ሁለቱ ዐጥር አንዱ የአድማስ አንዱ የናጌብ ምሳሌ። መካከሉ አንድም ቢሆን ሰው ያለበት ክብ ነውና የዚህ ዓለም ምሳሌ እንደሆነ ጨምረው መተርጕማን ገልጠዋል።

ፀሐይና በመከራ የሚገኝ ክብር

ዘር ለማደግ በላዩ ላይ የፀሐይ ግለት ሊያርፍበት ግድ እንደሆነ ሰውም በትሩፋት ለመክበር የግድ መከራን መቀበልን ያስፈልገዋል። ስለዚህ ነገር በመጽሐፈ ሥነ ፍጥረት ትርጓሜ ላይ ይህንን በዝርዝር ከነሙሉ ምሳሌው እንዲህ ጽፈውልናል፡-

- "ወዘእንበለ ፀሓይሰ ኢይክል ዘርዕ ከመ ይልሐቅ ወዝንቱ ውእቱ እስመ ያመውቅ ለዘርዕ ወሶበ ሞቀ ወጸምዐ ይሰቲ

ሥርዉ እምርጡብ ዘውስተ ከርሠ ምድር ወዘቲ ርጥበት እንተ ይሰትያ ይእቲሰ ቅጥነተ ማይ ምስለ ቅጥነተ ጽቡር ወእመኒ ይሰትያ ዕፅ ትኩል ይሴሰይ ወይልሕቅ ወይገዝፍ ወሶበሰ ኢሀሎ ሙቀተ ፀሓይ እምኢጸም0 ወሶበኒ ኢጸም0 እምኢሰትየ ወሶበኒ ኢሰትየ እምኢልሕቀ።

ወከማሁ ሶበ የሐምማ መከራ ለነፍስ ትትመሐፀን ኀበ እግዚአብሔር እንዘ ተኀሥሥ ረድኤቶ ወለለኩሉ ተማሕፀነት በቱ ትቀርብ ኀቤሁ ወትነሥእ ኀይሎ፤ ወሶበሰ ኢሀሎ መከራ እምኢተማሕፀነት በቱ ዘልፈ ወእምኢተላጸቀት ኀቤሁ ኩሎ ጊዜ አላ እንበይነ ፈሪሆታ እመከራት ወእንበይነ አእምሮታ ከመ ውእቱ ከሃሊ ላዕለ ረዲኦታ ወአድኅኖታ እምኔሆሙ ትጐይይ ኀቤሁ ወትትላጸቅ በቱ ወትትናዘዝ ዘልፈ በቀሪቦታ"

(ያለፀሓይ ብርሃንና ሙቀት ዘር ሊያድግ አይችልም፤ ዘርን የሚያሞቀው ፀሓይ ነውና፤ ዘር በሞቀና በተጠማ ጊዜ የአትክልት ሥር ከረጠበው የምድር የውስጥ ክፍል ውስጥ ይጠጣል፤ ሥር የሚጠጣትም ይህቺን ርጥበት ነው። ይህቺን የረቀቀ ውሃ ከሥሥ ጭቃ ጋር የተተከለ ዕንጨት በሚጠጣ ጊዜ ይመገባል፣ ያድጋል፣ ይገዝፋል። የፀሓይ ሙቀት ባይኖር ዘር ባልተጠማ ነበር፤ ያልተጠማ ቢሆን ኖሮ ባልጠጣ ነበር፤ ያልጠጣ ቢሆን ኖሮ ባላደገ ነበር።

እንዲሁ መከራ ነፍስን ባሳመማት ጊዜ ወደርሱ (ወደ ጌታ) ትቀርባለች ኀይሉንም ትወስዳለች። መከራ ባይኖር ኖሮ

ዘወትር በርሱ (በጌታ) ባልተማፀነች ነበር። ሁልጊዜ ወደርሱ ባልተጠጋችም ነበር። ነገር ግን ከመከራዎቹ መፍራቷ የተነሣና ርሷን ለመርዳትና ለማዳን ርሱ ሁሉን ቻይ እንደሆነ አውቃ ከእነርሱ ወደርሱ ትሸሻለች፤ በርሱም ትጠጋለች፣ በመቅረቧም ዘወትር ትረጋጋለች) ይላሉ።

ተፈጸመ ምሳሌ ፀሐይ

የኀጢአትን ጨለማ ያሳደድከው፣ በልባችን ዘወትር የምታበራው ከአማናዊት ምሥራቅ ከቅድስት ድንግል ማርያም የተወለድከው እውነተኛው ብርሃን ፀሐየ ጽድቅ ዐማኑኤል ሆይ ዘወትር አመሰግንሃለሁ። በአንተ ፀሐይነትም ዘወትር የደመቅሁ አድርገኝ፤ ጨለማ ፈጽሞ ሊቀርበውና ሊያሸንፈው በማይችለው ብርሃንነትህ ሁሌ የበራሁ ልሁን። አሜን

ምዕራፍ 2

ኮከብና ትርጕሙ

"ኮከብ" የሚለው መነሻ ቃሉ የግእዝ ሲሆን በብዙ "ከዋክብት" ይባላሉ፤ የግእዝ ቋንቋ ሊቅ አለቃ ኪዳነ ወልድ ክፍሌ በግእዝ መዝገበ ቃላታቸው ላይ ይህ ስም "ከወወ" ከሚለው እና

"ከበበ" ከሚለው የግእዝ ቃል የተደቀለ በመሆኑ በኮከው ፈንታ ኮከብ ተብሎ ተጠርቷል፤ "ከበብ" ማለት በግእዝ "ክብ፣ ዙሪያ" ማለት ነውና ቅርጻቸው ክብ መሆናቸውን አመልክተዋል።

"ከዋው" ማለት ደግሞ "ፈጥነው የሚሄዱ" ማለት ነውና እንቅስቃሴያቸውን የሚገልጥ ሲሆን በአጠቃላይ ኮከብ ማለት በግእዝ ቋንቋ ክብ የሆነ፣ የሚንቀሳቀስ፣ የብርሃን ቅንጣት፣ የጸዳል ሰሌዳ፣ ብርሃን የተሣለበት የሰማይ ጌጥ፣ የጠፈር ፈርጥ፣ ሌሊት እንደ አሸዋና እንደ ፋና በዝቶ የሚታይ የሚያበራ፣ የፀሓይ ሰራዊት፣ የጨረቃ ጭፍራ፣ ዘዋሪ፣ ከባቢ ማለት ነው ይላሉ።

መጽሐፍ ቅዱስና ከዋክብት

እንደ መጽሐፍ ቅዱስ ገለጻ የከዋክብት ፈጣሪያቸው እግዚአብሔር እንደሆነና የተፈጠሩትም ከፀሐይና ከጨረቃ ጋር በአራተኛ ዕለት እንደሆነ እንዲህ ያስቀምጣል፦

- "እግዚአብሔርም ሁለት ታላላቆች ብርሃናትን አደረገ ትልቁ ብርሃን በቀን እንዲሠለጥን ትንሹም ብርሃን በሌሊት እንዲሠለጥን ከዋክብትንም ደግሞ አደረገ" (ዘፍ 1፥16)
- "የጣቶችህን ሥራ ሰማዮችን ባየሁ ጊዜ ጨረቃንና ከዋክብትን አንተ የሠራሃቸውን" (መዝ 8፥3)

መጽሐፍ ቅዱስና የከዋክብት ቍጥር

ከሺሐዎች ዓመታት በፊት የተጻፈው መጽሐፍ ቅዱስ ከፈጣራቸው ከእግዚአብሔር በቀር የከዋክብትን ብዛት

ማንኛውም ፍጡር መቊጠር እንደማይችል ገልጾ የሚያነጻጽራቸውም በባሕር ዳር ካለ አሸዋ ጋር ሲሆን ይህም በዚህ መልኩ ተጽፏል፡-

- “የሰማይን ሰራዊት መቊጠር የባሕርንም አሸዋ መስፈር እንደማይቻል” (ኤር 33፥22)
- “ወደ ሰማይ ተመልከት፥ ከዋክብትንም ልትቈጥራቸው ትችል እንደ ሆነ ቊጠር አለው” (ዘፍ 15፥5)
- “በእውነት በረከትን እባርክሃለሁ፥ ዘርህንም እንደ ሰማይ ከዋክብትና በባሕር ዳር እንዳለ አሸዋ አበዛዋለሁ” (ዘፍ 22፥17)
- “ስለዚህ ደግሞ በብዛታቸው እንደ ሰማይ ኮከብ እንደማይቈጠርም በባሕር ዳር እንዳለ አሸዋ የነበሩት” (ዕብ 11፥12)

የከዋክብት ቊጥር በሳይንስ

መጽሐፍ ቅዱስ እንዲህ አለመቆጠራቸውን ከብዙ ሺሕ ዓመት በፊት ቢያመለክትም የሳይንስ ታሪክ ግን እንደሚያስረዳው ቅድመ ልደተ ክርስቶስ 150 ዓመት ላይ የነበረው ሒፓርከስ ከዋክብት ከ3000 እንደማይበልጡ ያስብ ነበር።

በ150 ዓ.ም. የነበረው የሥነ ከዋክብት ተመራማሪው ፕቶለሚ ወደ 1,056 ኮከቦችን የቆጠረና አሁን ያሉት የኮከቦች ብዛት ከ 3,000 እንደማይበልጥ አስቀምጦ ነበር።

በ1608 ላይ ጋሊሊዮ ቴሌስኮፕን ከሠራ በኋላ ግን በመጀመሪያው ዓመት ባጠናው ጥናት እጅግ ብዙ ከዋክብት እንዳሉና ቊጥራቸውም እንደማይታወቅ ማረጋገጥ ቻለ። ከዚያ በኋላ በየጊዜያቱ አሁን እስካለንበት ድረስ የተሻሉ መሣሪያዎች በተሠሩ ቊጥር ወደ ሕዋ ለጥናት የሚላኩት ሳተላይቶች እየጨመሩ በሄዱ መጠን የሚታዩት ከዋክብት በእጅግ እየጨመሩ እየሄዱ በመምጣታቸው በሰማያት ያሉ ከዋክብት ትክክለኛ ቊጥራቸው ይህ ነው ለማለት ያስቸግራል።

እንደ ሳይንስ ጥናት ከዋክብት ከብዛታቸው አንጻር መነጻጸር ያለባቸው በምድር ላይ ካሉት አሸዋ ጋር እንደሆነ በመታወቁ በርካታ ንጽጽሮች ተሠርተዋል። በምድር ላይ በሚገኙ የባሕር ዳርቻዎች አሸዋ ጋር በማነጻጸር ከዋክብት ብዛታቸው ከአሸዋ ቊጥር የበለጡ እንደሆኑ ያስቀምጣሉ።

በተለይ እጅግ የዘመኑ የጂኦሎጂካል ጥናቶች በምድር ላይ ያሉትን የአሸዋ ብዛት ለማስላት ይሞክራሉ። በመሆኑም ተመራማሪዎች በምድር ላይ 7.5 ሴክሲቲሊየን የአሸዋ ቅንጣት እንዳለ ይገልጻሉ። ይህም ማለት 75 ላይ 10 ዜሮዎች መጨመር ማለት ነው። የሥነ ፈለክ ተመራማሪወች በበኩላቸው በሁለንታ ያሉትን የከዋክብት ብዛት በማጥናት የእኛ ዩኒቨርስ 70 ሴፕቲሊየን የከዋብት ብዛት እንዳለ ይገምታሉ። ይህም ማለት 7 ላይ 23 ዜሮዎች መጨመር ማለት ነው። ከዚህ በመነሣት ለአንድ የአሸዋ ቅንጣት በአማካይ 10,000 ከዋክብት ይደርሱታል እንደ ማለት ነው።

እነዚህ ለመቊጠርም ለመስፈርም የሚያዳግቱ እነዚህን ብዛት ላላቸው ከዋክብት ለእያንዳንዳቸው አዳም ሳይሆን ራሱ

እግዚአብሔር ስም ሰጥቷቸዋል፤ ቍጥራቸውንም ያውቃል። ታላላቅ ምስጢራትን የሚያስረዱ አስደናቂ ቅርጽም ሰጥቷቸዋል። ይህም በመጽሐፍ ቅዱስ እንዲህ ተገልጧል፦

- "የከዋክብትንም ብዛት ይቈጥራል ሁሉንም በየስማቸው ይጠራቸዋል፤ ጌታችን ታላቅ ነው ኀይሉም ታላቅ ነው ለጥበቡም ቍጥር የለውም" (መዝ 146 (147)፥4)
- "ዐይናችኹን ወደ ላይ አንሥታችሁ ተመልከቱ እነዚህን የፈጠረ ማን ነው? ሰራዊታቸውን በቍጥር የሚያወጣ ርሱ ነው ኹሉንም በየስማቸው ይጠራቸዋል በኀይሉ ብዛትና በችሎቱ ብርታት አንድስ እንኳ አይታጣውም" (ኢሳ 40፥26)

በተመራማሪዎች የተገመቱ ብዛት ያላቸው ነገራት በአማካይ

ዝርዝር	መጠን
በራስ ላይ ያለ ጸጉር በአማካይ	$2X10^{5}$
በዓመት ውስጥ የሴኮንዶች ብዛት	$3X10^{7}$
የዓለም ሕዝብ	$7X10^{9}$
በብርሃን ዓመት የማይልስ መጠን	$6X10^{12}$
ሕይወት ከተጀመረ ጊዜ ጀምሮ የቃላት ብዛት	10^{16}
በጠቅላላው በባሕር ዳርቻ የሚገኝ አሸዋ ብዛት	10^{22}
በሁሉም ውቅያኖስች የውሃ ጠብታ መጠን	10^{25}
የፀሐይ ኀይል በሻማ ሲመነዘር	$3X10^{27}$
በታየው ዩኒቨርስ ያለ የኤሌክትሮንስ መጠን	10^{80}

የከዋክብት ልዩነት በመጽሐፍ ቅዱስ

የተወሰነውን በዐይናችንም አይተን እንደምንመሰክረው በከዋክብት መካከል ብዙ ዓይነት ልዩነቶች አሉ። የከዋክብት ርቀት፣ ክብደት፣ ይዘት፣ ቀለም፣ ሙቀት፣ ደማቅነት የተለያየ ነው። የእፍጋት መጠናቸው፣ ብሩህነታቸው፣ ውስጣዊ ሥሪታቸው እና የሚንቀሳቀሱበት አቅጣጫ ሌላው መለያቸው ነው። ሐዋርያው ቅዱስ ጳውሎስ ይህንን ልዩነታቸውን እንዲህ ይገልጠዋል፦

- "የከዋክብትም ክብር ሌላ ነው፤ በክብር አንዱ ኮከብ ከሌላው ኮከብ ይለያልና" (1ኛ ቆሮ 15፡41)

የከዋክብት ልዩነት በሳይንስ

እንደ ሳይንስ ጥናትም ጥንድ ሆነው፣ ሦስት ወይም አራት ሆነውም በስበታቸው ተያይዘው የሚኖሩ ከዋክብትም አሉ። ለምሳሌ ቅርብ የሚባለው "ፕሮክሲማ ሴንታውሪ" ብቻኛ ሳይሆን የሦስት ከዋክብት (አልፋ ሴንታውሪ ኤ፣ አልፋ ሴንታውሪ ቢ እና ፕሮክሲማ ሴንታውሪ) ውጤት ነው።

እንደ ፀሐይ በዙሪያቸው ፕላኔት ያላቸውም አሉ። አንዳንድ ከዋክብት ደግሞ የራሱ ቃና ያለው ድምፅ እንደሚያወጡ ሳይንስ አረጋግጧል።

በቀለም ደረጃም የተለያዩ ናቸው ለምሳሌ እንደ ሙቀት መጠናቸው ሰማያዊ፣ ቀይ ወይም ቢጫ ቀለም ሊኖራቸው ይችላል።

ተመራማሪዎች እንደሚገልጹት እንኳን እነዚያ ኹሉ ከዋክብት ይቅርና በማንኛውም መንገድ ኹለት ኮከቦች እንኳን አንድ ዓይነት አካላዊ ኩነታት የላቸውም፡፡ ኮከቦች በአፈጣጠራቸው የተለያየ ገጽታ ቢኖራቸውም እስከ አሁን በተገኘው መረጃ መሠረት ኹለት ተመሳሳይ የኾኑ ከዋክብት መገኘታቸው ዐልቦ ነው (አልተገኙም)። ይኽ የተለያየ ጠባይዐቸው ከዋክብቱ በውስጣቸው የያዙት ትክክለኛ የኾነ የኬሚካል ውሕደት፣ ግዝፈት፣ መጠን፣ ውፍረት፣ ግፊት፣ የአየር ሙቀት፣ ስበት እና እንቅስቃሴ ይይዛል። አንዳንዶች ከዋክብት ግልጽ የኾነ የቀለም እና የብሩህነት ልዩነት አላቸው። ሌሎች ከዋክብት የተለየ ጠባያቸውን ለማወቅ የስፔክትሮስኮፒ ጥናት ያስፈልጋል።

በእጅግ የሚገርመው ልዩነቱ በከዋክብት ብቻ ሳይኾን በተመሳሳይ መልኩ እያንዳንዱ የበረድ ደንጋይ፣ የሣር ቅጠል፣ የባሕር አሸዋ ሲታዩ ተመሳሳይ ቢመስሉም እውነታው ግን የተለያዩ መኾናቸው የሥነ ፍጥረትን ድንቅነት የሚያሳይ ነው፤ በአጉሊ መነጽር ደረጃ በትንሽ አካል እንኳ ያሉትን አተሞች ለማደራጀት በእውነቱ (በተግባር) ስፍር የሌላቸው ቍጥሮች ሲገኙ አንድ የበረድ ደንጊያ እንኳ በውስጡ 10^{20} አተሞች አሉ። ይኽም ተመሳሳይ መለያየት በምድር ላይ ባለው ሰውም ላይ ያለ እውነት ሲኾን እየራሱ የራሱ የኾነ አሻራ አለው፤ ማንኛውም በሥነ ፍጥረት ያለ አካል ምንም ያኽል ረዥም ወይም ዐጭር፣ ታናሽ ይኹን ታላቅ የማይመረመር የእግዚአብሔርን ፈጣሪነት ጌትነቱን ጥበበኛነቱን ምስክርነት ይሰጣል።

መጽሐፍ ቅዱስና ድምፅ የሚያወጡ ከዋክብት

መጽሐፍ ቅዱስ ስናነብ የምናገኘው ሌላው አስደናቂ ነገር ከዋክብት ድምፅ እንደሚያወጡ አምላካቸውንም እንደሚያመሰግኑ ነው። በተለይ በኢዮብ መጽሐፍም ከዋክብት እንደሚዘምሩና ድምፅ እንደሚያወጡ ሲጽፍልን ዳዊት ደግሞ ከዋክብት እንደሚያመሰግኑት እንዲህ ጽፈውልናል፦

- “አጥቢያ ኮከቦች በአንድነት ሲዘምሩ” (ኢዮ 38፥6-7)
- “ከዋክብትና ብርሃን ሁሉ፥ አመስግኑት” (መዝ 148፥3)

በዕብራይስጥ ቋንቋ “ሲዘምሩ” የሚለው ቃል “ራናን” ማለት ሲኾን በከፍተኛ ሁኔታ ድምፅ ማሰማት፤ ኲሽኲሽታ ወይም ከባድ ድምፅ ለምሳሌ በትልቅ የብረት በር ላይ የተገጠመ የደረቀ ማጠፊያ የሚያሰማው ድምፅ ዓይነት እንደማለት ነው። በመኾኑም ኢዮብ ኮከቦች በራሳቸው ጊዜ ድምፅ ሹክሹክታ እና ለጆሮ የሚሰማ ከፍተኛ ድምፅ እንደሚያወጡ አረጋግጧል።

ድምፅ የሚያወጡ ከዋክብት በሳይንስ

ኮከቦች ድምፅ እንደሚያሰሙ ለማረጋገጥ ግሮቴ ራበር የተባለው ተመራማሪ በ1940 ላይ ከፀሐይ የራዲዮ ሞገድን ለማወቅ ሙከራ ቢያደርግም፤ የምርምሩ ውጤቱ አመርቂ አልበረም። በ1942 ዓ.ም. ላይ ግን ራበር እንደገና ሲሞክር የሚያበረታታ ውጤት አገኘ። በተመሳሳይ ዓመት የአሜሪካ ጦር ሳይንቲስቶች ምስጢራዊ የሆነ የራዳር መሣሪያ በመፈልሰፍ የጀርመንን አይሮፕላን ማንነት መለየት አስችሏቸዋል። መሣሪያው

ከ400 እስከ 500 ሳ.ሜ ያሉትን የሞገድ ርዝመት "wave length" ለመለካት አስችሏቸዋል።

ወዲያውኑ በየካቲት 1942 ዓ.ም. ላይ ራዳሩ ከፍተኛ የሆነ ድምፅ ተቀብሎ መሥራት አልቻለም። በመጀመሪያው የጀርመን ጣቢያውን የመቆጣጠር ሁኔታ እንደሆነ ተገምቶ ነበር። ከዚያም በኋላ የድምፁ አቅጣጫ ወዲያውኑ የት እንደሆነ ታወቀ። ነገር ግን ሁኔታው የተከሰተው በፀሐይ ነቍጥ (sun spot) እንቅስቃሴ ምክንያት ነበር።

ከሁለተኛው የዓለም ጦርነት በኃላ ምርምሩ የራዲዮ ቴሌስኮፕ እንዲፈለሰፍ ምክንያት ሆኗል። በአሁኑ ሰዓት የራዲዮ ሞገድ በከባቢ አየራችን ውስጥ ከ 0.8 ሳ.ሜ. እስከ 17 ሜ. ውስጥ ገብቶ ይገኛል። ቢሆንም የተፈጥሮ ጆሯችን ከዋክብት ድምፅ ቢያወጡም የሚያወጡትን ድምፅ ግን መስማት አይችልም። ለዚህ ነው ክቡር ዳዊት ከ3000 ዓመት በፊት እንዲህ ያለው፡-

- "ሰማያት የእግዚአብሔርን ክብር ይናገራሉ፥ የሰማይም ጠፈር የእጁን ሥራ ያወራል፤ ቀን ለቀን ነገርን ታወጣለች ሌሊትም ለሌሊት እውቀትን ትናገራለች፤ ነገር የለም መናገርም የለም ድምፃቸውም አይሰማም፤ ድምፃቸው ወደ ምድር ሁሉ ቃላቸውም እስከ ዓለም ዳርቻ ወጣ። በእነርሱም ውስጥ የፀሐይን ድንኳን አደረገ፥ እርሱም እንደ ሙሽራ ከእልፍኙ ይወጣል፤ እንደ አርበኛ በመንገዱ ለመሮጥ ደስ ይለዋል" (መዝ 18 (19)፡1-5)

ዶክተር ኬሪ ሪመር ስለ ቅዱሳት መጻሕፍትና ሳይንስ ስምምነት ላይ ስለ ከዋክብት ድምፅ ሲያብራሩ "በአስገራሚውና

በዘመናዊው ኪነ ጥበብ ምርምርና ጥናት ይዞታ ስለ ብርሃን ጠቃሚነት ብዙ ነገሮችን ማግኘትና ማወቅ ችለናል፤ ብርሃን፣ ቀለምና፣ ድምፅ በመሠረታዊ ነገሮቹ አንድ ናቸው፤ የአንዳንድ የሚታዩ ነገሮች ጨረሮችም ከጠፈር ውጪ አሻግረው ወይም አቋርጠው ይኼዳሉ፤ ከእነዚኽ አንዳንዶቹ ብርሃን ኾነው ለዐይን ይታያሉ፤ አንዳንዶቹ ድምፅ ኾነው ለጆሮ ይሰማሉ፤ በኪነ ጥበብ ሒሳብ ረገድም በጣም የተዛመዱ ስለኾኑ የብርሃን የቀለምና የድምፅ አንድነት ትክክለኛነትም በየቤተ ሙከራው የተጨበጠ ማስረጃ ይገኛል" ይላሉ።

እኒኽ ተመራማሪ በመቀጠል "የአንዳንድ ጮራዎች ቀለምም በዝግታ ስለሚጓዝ በዐይን ሊታይ አይቻልም፤ እነዚኽ ርቀው የሚታዩ ጮራዎችም ትንሽ ቀላ ብለው ይታያሉ፤ የሌሎች ቀለሞች ጨረሮችም በጣም ፈጣንና ርቀው መኼድ ስለሚችሉ ዐይን ሊያያቸው አይችልም፤ እነዚኽ ርቀው የሚገኙ ለዐይን የማይታዩ ጨረሮች ናቸው።

እነዚኽን ጨረሮች ይዞ ለሰው ዐይን እንዲያገለግሉ ማድረግ እንዲቻል እነዚኽን ፎቶ ግራፍ የሚያነሡና ለዐይን ርዳታ የሚያደርጉ መሣሪያዎች አሉ፤ ለዐይን ብርሃን የማይደርሱ ጮራዎች እንዳሉ ኹሉ እንደዚኹም ለጆሮ የማይደርሱ የድምፅ ንቅናቄዎች አሉ፤ ዛሬ ባለንበት ዓለም ውስጥ በቅርቡ የኪነ ጥበብ ሊቃውንት እያንዳንዱ የብርሃን ጮራና እያንዳንዱ የቀለም ዐይነት በድምፅ በኩል የተለየ ጥቅም የሚያስገኝ ነው" በማለት ይገልጻሉ።

ምሁሩ በመቀጠል "የፀሓይ ብርሃን ወይም የከዋክብት ብርሃን በዓለማት አቋርጠው ሲጓዙ ድምፅ አላቸው፤ እነዚኽ

የብርሃን ጮራዎቹ በዓለማቱ የሚያዜሙትን የዜማ ድምፅ እየሰማን በተደሰትን ነበር፤ ድምፅ ከብርሃን ጋር ዐብሮ የሚጐዳኝ ነገር ስለኾነ ሲፈጠር ወዲያውኑ የንጋት ከዋክብት አዜሙ ብሎ ኢዮብ የተናገረው በዘመኑ ሳይንስና በአካዳሚ በቀለም ትምህርት ጥበብ ረገድ ሲመለከቱት ትክክለኛና የተረጋገጠ ነው፤ ምክንያቱም ብርሃን በሚገኝበት ስፍራ ኹሉ ድምፅም ዐብሮ ስለሚገኝ ነው" ይላሉ።

ይኽንንም ለማስረዳት እንዲህ ይላሉ "በኒውዮርክ ዐዲስ ተከፍቶ በነበረው የሬድዮ ጣቢያ ውስጥ በሚገኘው የምሳ መመገቢያ ቦታ ልዩ ቀለም የሚሰጠውን መሣሪያ ለምሳሌነት ያነሣሉ፤ ይኸውም በመመገቢያው ክፍል ጕልላት ላይና የዓለማዊ ጨዋታ በሚደረግበትና በሚጨፈርበት አዳራሽ ውስጥ አስገራሚ ቀለሞች እየታዩ የለሰለሰ ድምፅ ባለማቋረጥ ለጆሮ ይሰማል፤ እነዚኽ በቀስተ ደመና ቅርጽ የሚታዩት ቀለሞችም በሚታየው ቀለም መጠን የጨዋታውን የሙዚቃውን ስልት እያስተላለፉ ያሰማሉ፤ ከቀለሙና ከድምፁ የሚገኘው ጥቅምና ጣዕም የተመዛዘነና ተወዳዳሪ ሲኾን በድምፅና በቀለም በኩል የሚታየውና የሚሰማው ሳይለያይ ተወዳዳሪ ነው።

የብርሃን ጮራዎቹ ልዩ ልዩ ቀለማቸውን እያሰባጠሩ ሲያስተላልፉ ከነዚኽ የሚመጣው የድምፅ ስልት በብርሃን በኩል የሚገኘውን ድምፅ እንዲያሰማ ከዋክብት በተፈጠሩ ጊዜ ባዶና ከጠፈር ውጪ በኾነው ሥፍራ ረጅም ጕዟቸውን ተሻግረው ተስማሚ የኾነ ድምፃቸውን አሰምተዋል" ይላሉ።

የብርሃንና የድምፅን ነገር ለማስረዳት ዶክተር ኬሪ የፊልም መሣሪያን ለምሳሌ ይጠቅሳሉ "ነፍስ በሌለው የፊልም ክር የተከፋፈሉ ሥዕሎችና ክፍት የኾኑ ነገሮች አሉ፤ በእነዚኽ ክሮች ጠርዞቻቸም ወደ ፊልሙ መኪና ሲገቡ ብዙውን ጊዜ ድምፅ አቀባይና አስተላላፊ ተብሎ የሚጠራው የድምፅ ንቅናቄ ይሰማል፤ ፊልሙ መንቀሳቀስና መታየት በጀመረ ጊዜ ብርሃን የሚያስተላልፈው በሥዕልና በድምፅ ይገባል፡፡

ይህ ብርሃን የሚሰጠው መሣሪያም የፊልም ትርኢቱ በሚታይበት ግድግዳ ላይ ይፈናጠርና ትርኢቱን ማሳየት ይጀምራል፤ ይኽም የብርሃን ማስፈንጠሪያ መኪና (መሣሪያ) በዘመናዊ የኦላዲን መብራት ማለት በፎቶ ኤሌክትሪክ እየተረዳ ድምፅ ወደ ሚያወርደው መኪና (መሣሪያ) ይተላለፋል፤ ይህ የብርሃን መገኛ የኾነ መወርወሪም የፊልሙን ንቅናቄና ኹኔታ ሲያሳይ ንግግሩን የሙዚቃውን ስልትና የጭፈራውን ድምፅ ተስማሚ በኾነ ኹኔታ ለተመልካቸ ያሰማል" በማለት የከዋክብትን ድምፅ በምሳሌ ለማስረዳት ሞክረዋል፡፡

ከከዋክብት ወገንም የራሳቸው የሆነውን ልዩ ድምፅ የሚያወጡ ከዋክብት በኤቾ አር ምስል ላይ ድምፅ አውጪ (ፐልሴቲንግ) ከዋክብት "ኢንስታቢሊቲ እስትሪፕ" (instability strip) በሚባል ጠባብ ክልል ውስጥ ይገኛሉ፡፡ እነዚህ ከዋክብት በብዛት የዋና መስመር ዕድሜቸቸውን የጨረሱ ዕድሜ ጠገቦች ናቸው፡፡ ዓይነታቸው የተለያየ ሲሆን ዋና ዋናዎቹ :- ዴልታ ስኩቲ፣ ሚራ፣ አር አር ሌሬ፣ ዜድ ዜድ ሴቲ፣ ጋማ ዶራዱስ የሚባሉት ናቸው፡፡

እንደሚታወቀው የመሬትን ውስጣዊ አካል ለማጥናት፣ ሥሪቱም ምን እንደሆነ ለማወቅ መሬትን መቆፈር አይጠበቅብንም። በመሬት መንቀጥቀጥ ወቅት የሚመጡትን የተለያዩ ዓይነት ሞገዶችን ብቻ በማጥናት የመሬት ከርሥ ውስጥ ጠጣር ነገር ወይም ፈሳሽ መኖሩን ማወቅ ይቻላል። ሴይስሞሎጂ የሚባለው የጥናት ዘርፍም ይህን ያጠናል፡፡ በተመሳሳይ አስቴሮሴይስሞሎጂ የሚባው ስለ ከዋክብት የሚያጠናው የሥነ ፈለክ ዘርፍ የከዋክብትን ውስጣዊ አካል ያጠናል።

በተለያየ ተፈጥሮአዊ ምክንያቶች እነዚህ ከዋክብት መጠናቸው ወይም ይዘታቸው (volume) ወጥ በሆነ መልኩ እየጨመረ ይቀንሳል። ይህ ማለት ደግሞ ራዲየሳቸውም እየጨመረ ይቀንሳል፡፡ ይህ በሚሆንበት ጊዜ እንቅስቃሴው በቴሌስኮፕ ይለካል። እያንዳንዱም እንቅስቃሴ (እንደ ኮከቡ ዓይነት) የራሱ የሆነ ዝውተራ (frequency) ስለሚያወጣ ሪትሙን የጠበቀና ራሱን የቻለ፣ የከዋክብት ድምፅ ይሆናል ማለት ነው። የተለያዩ ድምፆች በዝውተራ እንደሚለያዩ በፊዚክሱ ይታወቃል።

አራቱ ሊቃነ ከዋክብት በመጽሐፍ ቅዱስ

ከከዋክብት መካከል አራት ታላላቅ (ዐበይት) ከዋክብት ወይም ሊቃነ ከዋክብት በመባል የሚታወቁ እንዳሉ የአዳም ሰባተኛ ትውልድ የሆነው ሔኖክ ከነስማቸው እንዲህ ይገልጻቸዋል፡-

- “የተሠሩ አራቱን ክፍለ ዘመን የሚለዩ የእነዚህ መጋቢዎች ስማቸው ምልክኤልና ሕልመልመሌክ፣ ምልኤልና ናርኤል ናቸው” (ሔኖ 28፥19)፡፡

በቀደምት ኢትዮጵያውያ የሥነ ፈለክ ሊቃውንት እነዚህ አራቱ ዐበይት ከዋክብት ስማቸው በሔኖክ ላይ በተጠቀሰው መልኩ ወስደዋቸዋል፡፡ የአካሄዳቸው ነገር “ፍኖተ መራሒ ወተመራሒ” (የመሪና የተመሪ መንገድ) በሚል ይራቀቁባቸዋል፡፡

በተለይ በ4ቱ ወቅቶች የሚሠለጥኑት 4ቱ ታላላቅ ከዋክብት፣ 12ቱን መገብተ አውራኅ የተባሉ የዞዲያክ ከዋክብትን እንደሚያስከትሉ ሲያብራሩ፡-

- “የሐውር ፀሐይ በፍኖት እንተ ተሠርዐ ሎቱ ወመራህያን አርባዕቱ ዐበይት ከዋክብት ይተልዉ ፀሐየ ወእምድኅሬሆሙ ይትመርሁ ፲ወ፪ቱ ከዋክብት መራህያን ሥርዓታት ለለ፮ ወበበ፫ቱ”

  (ፀሐይ በተሠራለት ጐዳና (ኤክሊፕቲክ) ይጓዛል፡፡ አራቱ ታላላቅ መሪዎች ከዋክብትም ፀሐይን ይከተላሉ፣ ከአራቱ መሪዎች ከዋክብት ኋላ፣ 12ቱ የወራት መጋቢዎች (መናዝል፣ ዞዲያክ) ከዋክብት ለእያንዳንዳቸው በየሦስት አራት ሥርዐታቸው ሆነው ይከተላሉ)፡፡

እነዚህ አራቱ ሊቃነ ከዋክብት የ4ቱ ወንጌላውያን (የማቴዎስ፣ የማርቆስ፣ የሉቃስ፣ የዮሐንስ) ምሳሌ ናቸው፡፡

እኒህ 4ቱ ታላላቅ ከዋክብት ዓመቱን ከአራት ይካፈሉታል፡፡ 91 ዕለት ከ15 ኬክሮስ ይደርሳቸዋል፡፡ ፀሐይን ተከትለው ሥጋዊ ምግብናን ይመግባሉ፡፡

አራቱ ወንጌላውያንም በተመሳሳይ መልኩ ዘመኑን ከአራት ተካፍለው ፀሐየ ጽድቅ (የእውነት ፀሐይ) ክርስቶስን ተከትለው መንፈሳዊ ምግብናን ይመግባሉና በማለት መተርጕማን ሊቃውንት ጽፈዋል።

በተጨማሪም ከ4ቱ ወንጌላውያን ጋር የሚነጻጸሩት የሰው፣ የአንበሳ፣ የላም፣ የንስር ፊት ያላቸው ኪሩቤልና ሱራፌልን በገጻቸው የሚወክሉ ከዋክብት በዕለተ ረቡዕ ተፈጥረዋል።

እነዚህም በሰው ፊት አምሳል ያለው ደለዊ (አኳርየስ)፤ በአንበሳ ፊት ያለው አሰድ (ሊዮ)፤ በላም ፊት ያለው ሰውር (ታውረስ)፤ በንስር ፊት ያለው አኪውላ ናቸው።

ዘመናት በዘመነ ሐዲስ ወንጌላውያን ከመሰየማቸው በፊት በዘመነ ብሉይ በገጸ ብእሲ፣ በገጸ አንበሳ፣ በገጸ ላሕም፣ በገጸ ንስር ተሰይመው ይጠሩ ነበር።

አራቱ ሊቃነ ከዋክብት በሳይንስ

በአንድሮሜዳ ቊጥር 1 መጽሐፍ ላይ በዝርዝር እንደተጻፈው አራት ንጉሣዊ ከዋክብት (Royal Stars) በሳይንስ የሚታወቁ ሲሆኑ እነዚህ አራት ከዋክብት በእያንዳንዱ ወቅት መጀመሪያ ላይ መታየት እንደሚጀምሩ የሚታወቅ ሲሆን የሰማይ ጠባቂም ተብለው ይጠራሉ።

ከዋክብቱም አልዴባራን (Aldebaran)፣ ሬጉለስ (Regulus)፣ አንታረስ (Antarus) እንዲሁም ፎማልሀውት (Fomalhaut) ይባላሉ።

በጥንታውያኑ መርማሪዎች ዘንድ አልዴባራን የምሥራቅ፣ ሬጉለስ የሰሜን፣ አንታረስ የምዕራብ እና ፎማልሀውት ደግሞ የደቡብ ጠባቂ በመባልም ይታወቃሉ።

እነዚህ በዐይን የሚታዩት አራቱ ዐበይት ከዋክብት በሳይንሱ የመጀመሪያዎቹ 25 ደማቅ ከዋክብት ተብለው ከተዘረዘሩት ከዋክብት ውስጥ የሚገኙ ሲሆን ከሚወክሉት (ከሚገኙበት) ሕብረ ኮከብ (constellation) ደግሞ ደማቆቹ ናቸው።

እንደ ሥነ ፈለኩ ሳይንስ ምርምር በዓመቱ ውስጥ ለስንት ቀናት እንደሚታዩም የሚታወቅ ሲሆን በአልዴባራን እና ሬጉላስ መሓከል 83 ቀናት አሉ። በሬጉለስ እና አንታረስ መካከል ደግሞ የ99 ቀናት ልዩነቶች አሉ።

እንዲሁም በአንታረስ እና ፎማልሀውት መሓከል የ93 ቀናት እና በፎማልሀውት እና አልዴባራን መሓከል ደግሞ 90 ቀናት መኖራቸው ተመዝግቧል። ቀናቱም ሲደመሩ 365 ቀናትን ይሰጣሉ።

የከዋክብት ምሳሌነት

እግዚአብሔር ሰውን በአርአያው በአምሳሉ ሲፈጥረው ብራና ፍቆ ቀለም በጥብጦ ዕውቀትን እንዲጨብጥ አልነበረም። ይልቁኑ እጅግ ታላቅ ኀይል ባለው በልቡናው ሕግ (በሕገ ልቡናው) ተመርቶ በአእምሮ ጠባይዑ በአእምሮ መንፈሳዊው እየታገዘ

ፍጥረታትን እያየ ምስጢራቸውን ተረድቶ የፈጣሬ ፍጥረታት የእግዚአብሔርን ስሙን እንዲቀድስ ነበር።

ዳሩ ግን ይህንን በልቡናው ሠሌዳ የታተመውን ዕውቀት መጠቀም ሳይችል ቀርቶ ያልታዘዘውን በመብላቱ ከክብሩ በመዋረዱ ምክንያት የሰው ልጆችን ሊታገዙበት በሠሌዳ በብራና በወረቀት ላይ የሚጻፍ አጋዥ ጽሑፍ አስፈለገ።

ከተፈጠሩ ጊዜ ጀምሮ ጽንፍ እስከ ጽንፍ የሚደርሱት በቀን በቀን የምናያት ፀሐይ የምትገልጠው ምስጢር፣ ሌሊት ለሌሊት የሚታዩት ጨረቃና ከዋክብት በቃል ሳይናገሩ ነገር ግን በሰማይ ላይ በምናያቸው ጊዜ የሚነግሩን ታላቅ ሰማያዊ ጥበብና ዕውቀት ቢኖርም አብዛኞቹ ሰዎች በወረቀት በተጻፈው ንባብ እንጂ የእግዚአብሔርን ክብር የሚያወሩትን እነዚህን ሰማያዊ ፍጥረታት የሚመሰክሩትን ምስክርነት ከማወቅ የራቁ ናቸው። ይህንንም ንግግራቸው ነቢዩ ዳዊት እንዲህ ይላል፦

- “ሰማያት የእግዚአብሔርን ክብር ይናገራሉ የሰማይም ጠፈር የእጁን ሥራ ያወራል፤ ቀን ለቀን ነገርን ታወጣለች፥ ሌሊትም ለሌሊት እውቀትን ትናገራለች፤ ነገር የለም መናገርም የለም፥ ድምፃቸውም አይሰማም፤ ድምፃቸው ወደ ምድር ሁሉ፥ ቃላቸውም እስከ ዓለም ዳርቻ ወጣ፤ በእነርሱም ውስጥ የፀሐይን ድንኳን አደረገ፥ እርሱም እንደ ሙሽራ ከእልፍኙ ይወጣል፤ እንደ አርበኛ በመንገዱ ለመሮጥ ደስ ይለዋል” (መዝ 18 (19) ፥1-6)።

በመሆኑም በምዕራፍ 1 ላይ ስለ ፈጣራት አምላክ ፀሐይ የምትመሰክረውን ሕያው ምስክርነት በዝርዝር እንዳየን በዚህ

ምዕራፍ ላይ ደግሞ ከዋክብት ጽንፍ እስከ ጽንፍ ለመላው የሰው ልጆች የሚመሰክሩትን ሕያው ምስክርነት እናያለን።

ከላይ ፀሐይ የእውነተኛውን ፀሐይ የኢየሱስ ክርስቶስን ነገር እንደመሰከረችልን ከዋክብትም ስለ እውነተኛውን የንጋት ኮከብ ኢየሱስ ክርስቶስ ምስክር ናቸውና ከዚህ በመቀጠል የከዋክብትን ምሳሌነት በዝርዝር ወደ መግለጥ እሄዳለኍ፡-

የበለዓም ኮከብ ኢየሱስ ክርስቶስ

ኮከብ በንጉሣችን በኢየሱስ ክርስቶስ እንደሚመሰል መጽሐፍ ቅዱስ በግልጽ ያስረዳናል። ይኸውም ከያዕቆብ ወገን አማናዊ ኮከብ ኢየሱስ ክርስቶስ እንደሚወለድ ለበለዓም አስቀድሞ ተገልጾለት ኮከብ ክርስቶስን በራእይ እያየ አስደናቂ ትንቢትን እንዲህ ብሎ ተናገረ፡-

- ❖ "አየዋለሁ አሁን ግን አይደለም እመለከተዋለሁ በቅርብ ግን አይደለም፤ ከያዕቆብ ኮከብ ይወጣል" (ዘኍ 24፥17)።

ከኢትዮጵያ ኦርቶዶክስ ተዋሕዶ ቤተ ክርስቲያን ሊቃውንት ውስጥ አባ ጽጌ ብርሃን በማሕሌተ ጽጌ መጽሐፉ ላይ ኮከብ ጌታን የወለደች ናትና ቅድስት ድንግልን ባወደሰበት ክፍል ላይ፡-

"ማርያም ዕፀ ሳቤቅ ወምሥራቅ ዘያዕቆብ
ወላዲቱ ለስርግው ኮከብ"

(ዕፀ ሳቤቅ ማርያም ሆይ ያጌጠውን ኮከብ የወለድሽው የያዕቆብ ምሥራቅ) ነሽ በማለት አስተምሯል።

ለዚህ ነበር ሦስቱ የሥነ ከዋክብት ተመራማሪዎቹም ኮከብ ምሳሌው የሆነው መድኀኒታችን ኢየሱስ ክርስቶስ በተወለደ ጊዜ ኮከብ እየመራቸው ሲመጡ የተናገሩት ኀይለ ቃል፡-

- “አይቴ ሀሎ ዘተወልደ ንጉሠ አይሁድ እስመ ርኢነ <u>ኮከበ ዚኣሁ</u> በምሥራቅ ወመጻዕነ ከመ ንስግድ ሎቱ” (የተወለደው የአይሁድ ንጉሥ ወዴት አለ፤ <u>የርሱን ኮከብ</u> በምሥራቅ አይተን፤ ለርሱ ልንሰግድ መጥተናልና) (ማቴ 2፥1-2)

ማለታቸው ምስጢሩን ለተረዳው እጅግ አስደናቂ ነበር።

ልብ ብለን ስናነበው “ኮከበ ዚአሁ” (የርሱን ኮከብ ወይም ኮከቡን) ማለታቸው ኮከብ በተፈጥሮ ገንዘቡ መሆኑን ብቻ ሳይሆን ኮከብ የኢየሱስ ክርስቶስ አምሳል መሆኑን በትክክል ያሳየ ነበርና ምሳሌውን በከዋክብት ላይ አስቀድሞ ያኖረ የኢየሱስ ክርስቶስን ሥራ ከማድነቅ ውጪ ምንም አንልም።

የንጋት ኮከብ ኢየሱስ ክርስቶስ

በዚህ ክፍል ላይ አስቀድሜ ስለ ንጋት ኮከብ የተወሰነ ነገር ማቅረብ ይገባል። በተለይ በአንድሮሜዳ ቁጥር 1 መጽሐፍ ላይ በዝርዝር እንደተጻፈ “ኮከበ ጽባሕ” (የንጋት (የዐጥቢያ) ኮከብ) በመባል የምትታወቀው እንደ ኢትዮጵያ የሥነ ፈለክ ሊቃውንት “ዝሁራ” ትባላለች። በዐይን ስለምትታይና ጠዋት ፀሐይ ከመውጣቷ በፊት እንደ ኮከብ ደምቃ በሰማይ ላይ ስለምትታይ

"ኮከበ ጽባሕ" የዐጥቢያ ኮከብ ወይም የንጋት ኮከብ (Morning Star) የሚለውን ሥያሜ ለማግኘት ችላለች።

የተወሰኑ ወቅቶችን ደግሞ ልክ ፀሐይ እንደገባች ከዋክብት ሳይወጡ ደምቃ ስለምትታይ የምሽት ኮከብ (Evening Star)፣ "ኮከበ ምዕራብ፣ አስታርቦ ሸሸ" ተብላም ትጠራለች።

የሳይንሱ ዓለም ይህችን በጣም ደማቅ አካል ዛሬ ፕላኔት ቬኑስ እያለ ሲጠራት ቀደምት ኢትዮጵያውያን የግእዝ ሊቃውንት ደግሞ "ዝሁራ" በማለት ጠርተዋታል።

በግእዝ ቋንቋ "ዘሀረ" ማለት በራ፣ አበራ፣ ብሩህ ሆነ፣ የክብር ብርሃን ማለት ነውና ይህቺም በእጅጉ ደመቅ ያለ ብርሃን እንዳላት በሥያሜዋ አመልክተዋል።

በሥነ ፈለክ መጽሐፋቸው ላይም በዝርዝር ስለዚችም ፕላኔት እንዲህ ጽፈዋል፡-

"ወሣልሳይ ሰማይ ሀሎ ኮከብ ዘስሙ ቬኑስ ዘውእቱ ዝሁራ፣ ዝንቱ ኮከብ ይመስል ለዐይን ዘይልሕቅ እምከዋክብት … ዝንቱ ኮከብ ለእመ የሐውር ቅድመ ፀሓይ ይሰመይ ኮከበ ጽባሕ፣ ወለእመ የሐውር ድኅረ ፀሓይ ይሰመይ አስተሀርቦ ሸሸ"

(በሦስተኛው ሰማይ ስሙ ቬኑስ የሚባል አንድ ኮከብ አለ፤ ይኸውም ዝሁራ ነው፤ ይህ ኮከብ ለዐይን እይታ ከከዋክብት የሚተልቅ ይመስላል … ይህ ኮከብ ከፀሓይ ፊት ቢሄድ የዐጥቢያ ኮከብ ይባላል፤ ከፀሓይ በስተኋላ ቢሄድ አስተሀርቦ ሸሸ ይባላል) ብለዋል።

ዝሁራ (የንጋት ኮከብ) ከፀሐይና ጨረቃ ቀጥላ ደማቋ ሰማያዊ አካል ናት። በሥነ ፈለኩ ደማቅ የሚባለው ኮከብ "ሳይረስ"

(Sirius) የሚባለው ኮከብ ሲሆን ዝሁራ ወይም የንጋት ኮከብ ግን የዚህን ኮከብ ዐሥር እጥፍ አብርታ በሰማይ ላይ ለዐይናችን ትታያለች።

ምስጋና ይግባውና ብርሃናችን ኢየሱስ ክርስቶስም በዚህ የንጋት ኮከብ እራሱን መስሏልና ሰማይን ለምናስተውል፣ ጠፈር የእግዚአብሔር የእጁ ሥራ ብቻ መሆኑን ለምንረዳ ገለጸልን።

ለማያስተውሉ፣ ሰማይን ለማይመረምሩ፣ እግዚአብሔር የፈጠረውን በድፍረት ለሰይጣን ለመስጠት ለሚሞክሩ ቅዱሳት መጻሕፍትን መመርመር ለማይሞክሩ ግን ይህ ምስጢር ሁሌም እንደተከደነባቸው ይኖራል።

በምሥራቅ አቅጣጫ ቀድሞ በመውጣት ንጋት መድረሱን የሚያውጀው የዐጥቢያ (የንጋት) ኮከብ የአማናዊ ብርሃን የክርስቶስ ምሳሌ ነው። ይህንንም ማንም ሳይሆን ብርሃናችን ኢየሱስ ክርስቶስ በዮሐንስ ራእይ ላይ ራሱን በንጋት ኮከብ መስሎ እንዲህ አስተማረን፡-

- "እኔ ኢየሱስ በአብያተ ክርስቲያናት ዘንድ ይህን እንዲመሰክርላችሁ መልአኬን ላክሁ። እኔ የዳዊት ሥርና ዘር ነኝ፤ የሚያበራም ያንጋት ኮከብ ነኝ" (ራእ 22፥16)

ቅዱስ ጴጥሮስም በልቡናችን ዘወትር የሚያድር ብርሃናችን ኢየሱስ ክርስቶስን በንጋት ኮከብ መስሎ እንዲህ ገልጦታል፡-

- "ምድርም እስኪጠባ ድረስ ያንጋትም ኮከብ በልባችሁ እስኪወጣ ድረስ" (2ኛ ጴጥ 1፥19)

ከጌታቸን ትምህርት በመነሣት ጌታቸውን ኢየሱስ ክርስቶስን በንጋት ኮከብ መስለው ያስተማሩ ብዙ ሊቃውንት ሲገኙ ለምሳሌ ያህል ቅዱስ ያሬድና አባ ጊዮርጊስ ዘጋሥጫ ይጠቀሳሉ።

ሰማያዊ የመላእክት ዝማሬ የተገለጸለት ቅዱስ ያሬድ በድጓው ላይ ኢየሱስ ክርስቶስ የንጋት ኮከብ ነውና የከዋክብት ተመራማሪ የነበሩትን ሰብአ ሰገልን በኮከብ እንደመራቸው በድጓው ላይ ሲገልጽ፦

- "ኮከበ ጽባሒ ሠረቀ ክብረ ቅዱሳን አስተርአየ፤ ሰብአ ሰገል አምጽኡ ሎቱ አምኃሁ ወርቀ ርእዮሙ ኮከበ እስመ መድኅን ተወልደ"

  (<u>የንጋት ኮከብ</u> (ጌታ) ወጣ። የቅዱሳን ክብር (ጌታ) ተገለጠ፤ የጥበብ ሰዎች (የከዋክብት ተመራማሪዎች) ኮከብን አይተው መድኅን ተወልዷልና እጅ መንሻው የሚኾን ወርቅን አመጡለት።) (ድጓ ዘክብረ ቅዱሳን)

- "ወረደ ቃል እምሰማያት ኮኮበ ጽባሒ ሠረቀ ሞገሳውያን አምጽኡ ሎቱ አምኃሁ ወርቀ ርእዮሙ ኮከበ እስመ መድኅን ተወልደ"

  (አካላዊ ቃል ከሰማይ ወረደ፤ <u>የንጋት ኮከብ</u> ወጣ። ኮከብን አይተው ነገሥታት እጅ መንሻውን ወርቅን አመጡለት) (ድጓ ዘክብረ ቅዱሳን)

ሊቁ አባ ጊዮርጊስ ዘጋሥጫም በአርጋኖን ዘረቡዕ ላይ ቅድስት ድንግል ማርያምን በምሥራቅ አቅጣጫ፤ ጌታን ደግሞ በንጋት ኮከብ መስሎ እንዲህ ብሎ አስተምሮናል፦

- "አማንኬ ይደልወኪ አስተብፅዖ እስመ ኮንኪ ምሥራቀ ለኮከብ ጽባሓዊ"

  (በእውነት መመስገን ይገባሻል፤ ለንጋታዊዉ ኮከብ መውጪያን ኾነሻልና)።

  በእጅጉ የሚገርመው የአብን ወላዲነት የወልድን ተወላዲነት ይልቁኑ ቀዳማዊነቱን ለመግለጽ ከንጋት (ከዐጥቢያ) ኮከብ ጋር በማነጻጸር በክቡር ዳዊት ዐድሮ ልዑል እግዚአብሔር እንዲህ ሲል አናግሮለታል፡-

- "ምስሌከ ቀዳማዊ በዕለተ ኀይል በብርሃኖሙ ለቅዱሳን ወለድኩከ እምከርሥ እምቅድመ ኮከበ ጽባሕ"

  (ከአንተ ጋር ቀድሞ በኃይልህ ቀን፥ በቅዱሳን ብርሃን፥ ከዐጥቢያ ኮከብ አስቀድሞ ከሆድ ወለድሁህ) (መዝ 109 (110)፥3)

ኢየሱስ ክርስቶስና 12ቱ ከዋክብት (መናዝል)

ምስጢሩን በንጋት ኮከብ ላይ የገለጠው የእግዚአብሔር ልጅ የኢየሱስ ክርስቶስ ሰው የመሆን አስደናቂ ምስጢሩን በ12ቱ ከዋክብት ላይ አስቀድሞ ገልጦታል። ይህ የተገለጠለት ዳዊት በመዝሙሩ ላይ እንዲህ ዘመረልን፡-

- “ሰማያት የእግዚአብሔርን ክብር ይናገራሉ፥ የሰማይም ጠፈር የእጁን ሥራ ያወራል፤ ቀን ለቀን ነገርን ታወጣለች፥ ሌሊትም ለሌሊት ጥበብን ትናገራለች” (መዝ 18 (19)፥1-2)

በመሆኑም በሰማያት ላይ በየሌሊቱ የሚታዩት ስፍር ቊጥር የሌላቸው ከዋክብት፤ ይልቁኑ ፀሓይ ከእነርሱ ጋር በሚመግቡበት ወራቸው ልክ ዐብራቸው የምታድርላቸው 12ቱ የወራት መጋቢዎች የዞዲያክ ከዋክብት፤ የእግዚአብሔር ልጅ ፀሓይ ኢየሱስ ክርስቶስ ሰው ሁኖ 12ቱን ከዋክብት ሐዋርያትን የመምረጡ ምስጢር የሚያስረዱ ሲሆኑ ይልቁኑ ምስጢረ ሥጋዌን የሚገልጹ ታላላቅ ምልክቶች ናቸው።

እነዚህ 12ቱ ከዋክብት በኢትዮጵያ ሊቃውንት 12ቱ መገብተ አውራኅ (የወራት መጋቢዎች) በመባል ይታወቃሉ። ይህንን በዝርዝር ከማየታችን በፊት እንደሚታወቀው ይህን ታላቅ ሰማያዊ ምስጢር ያልተረዱ፣ በመንፈሳዊ ትምህርት ያልበሰሉ ጥቂቶች ግን በጥራዝ ነጠቅ ዕውቀት 12ቱን የዞዲያክ ከዋክብት የፈጠራቸው እግዚአብሔር ሆኖ ሳለ ኮከቦቹ የሰይጣን የሚመስሏቸው አሉና በዕውቀት ብርሃንነት ይህ ያለማወቅ ድቅድቁ ጨለማ ድንቁርና ከዚህ በኋላ ይገፈፋል።

ፍጥረታት ሁሉ የተፈጠሩት በልዑል እግዚአብሔር ብቻ መሆናቸውንና መልካም እንደሆኑ መጽሐፍ ቅዱስ በግልጽ

ያስተምረናል። ነቢዩ ሙሴም ስለነዚህ ሰማያዊ አካላት መልካምነት እንዲህ ይገልጸዋል፦

- “ከዋክብትንም ደግሞ አደረገ፤ እግዚአብሔርም በምድር ላይ ያበሩ ዘንድ በሰማይ ጠፈር አኖራቸው፤ በቀንም በሌሊትም እንዲሠለጥኑ፥ ብርሃንንና ጨለማንም እንዲለዩ፤ እግዚአብሔርም ያ መልካም እንደ ሆነ አየ” (ዘፍ 1፥17-18)

ከሊቃውንት ሥር በጉባኤ ባለመማራቸው ሥነ ፍጥረትን ለማርከስ የሚሞክሩ ከመጽሐፍ ቅዱስ ትምህርት የራቁ ሰዎች 12ቱን ከዋክብት በምሽት ጊዜ ሲወጡ ከነሙሉ ቅርጻቸው በዐይን እንደሚታዩ ራሱ አለማወቃቸው ከመንፈሳዊውም ከሳይንሱም ትምህርት መራቃቸውን ታላቁ ስንፍናቸውን የሚያመለክት ነው።

እግዚአብሔር በነቢዩ ሆሴዕ ዐድሮ “ሕዝቤ ዕውቀት ከማጣቱ የተነሣ ጠፍቷል” ብሎ እንደተናገረ (ሆሴ 4፥6)፤ በእርግጥ ሥነ ፍጥረትን ጠንቅቆ ከታላላቅ ሊቃውንት ካለመማር፣ ብራናዎቻችንን ያለመመርመር፣ መጽሐፍ ቅዱስን ያለማንበብ ክፍተት በትውልዱ ላይ ተፈጥሯል።

እግዚአብሔር በፈጠራቸው በእነዚህ 12ቱ የወራት መጋቢዎች የዞዲያክ ከዋክብት ላይ የተገለጠው የአምላክን ሰው የመሆን ታላቅ ሰማያዊ ምስጢር ነውና፤ ክፉውና አታላዩ ሰይጣን ይህንን ስለሚያውቅ ሰዎችን ለማምታታት ከንቱና ብላሽ ምድራዊ ሐሳቦችን ስለ ገንዘብ፣ ስለ ሀብት ወዘተርፈ በኮከብ ቆጠራ ስም በዞዲያክ የ12ቱ የወራት መጋቢዎች ከዋክብት ላይ በሰዎች ዐድሮ እንዲቀላቀል እንዲደበላለቅ አድርጓል።

በዚህ መደበላለቅ የሥነ ፍጥረትን መልካምነትን አጥርቶ የማያይ፣ ፍሬውን ከገለባው መለየት ያልቻለ፣ በዕውቀት ያልበሰለ ሰው እውነት መስሎት በዕለተ ረቡዕ እግዚአብሔር የፈጠራቸውን እነዚህን የዞዲያክ ከዋክብት ለመመርመር የሚፈራና ድንጉጥ እንዲሆን አድርጎታልና ስንዴውን፣ ከእንክርዳዱ፤ ምርቱን ከገለባው፣ እውነተኛን ከሐሰተኛው ለይቶ አበጥሮና አንጠርጥሮ ማሳየት የሊቃውንት በተለይ የአቡሻህር መምህራን ድርሻ ነው።

በእርግጥ ይህ ክፉና አታላይ ሰይጣን አዳምንና ሔዋን በጌታ እንዳይበሉ የተከለከሉትን ዛፍ እርሱ እንዲበሉ ማድረጉ ያለውን ተንኰል የሚያሳይ ነው። ይህ የተንኰል ሥራው ዛሬም አልቆመም፤ ለማሳያ ጌታ ከኖህ ጋር ቃል የተገባባትን ታላቅ ኃይል ያለውን የቅድስና ምልክት ቀስተ ደመናን ሰዎች በመሸማቀቅ እንዳይጠቀሙት ለማድረግ በረቀቀ የከፋት ተንኰሉ ግብረ ሰዶማውያን ዐርማቸው እንዲያደርጉት በማድረጉ ዛሬ በመላው ዓለም ያሉ ብዙዎች ክርስቲያኖች ቀስተ ደመናን ዐፍረው ከመጠቀምና ከመያዝ እንዲርቁ አድርጓል። ይህ የማታለል ድርጊቱም እስከ ፍጻሜ ዓለም ድረስ አይቆምም።

ለማሳያ ያህል በላሊበላ ውቅር አብያተ ክርስቲያናት ግድግዳ ላይ የሚገኘውን ከጥንት ጀምሮ የሚታወቀውን እጅግ ብዙ ምስጢርና ምሳሌ የያዘውን 卍 ቅርጽ መስቀል ብዙ ሰዎችን የፈጀው አዶልፍ ሂትለር በመጠቀሙ ጥንተ ታሪኩን ለማያቅ አላዋቂ የአንባገነኖች የናዚ አርማ እንደሆነ ማሰቡ አይቀሬ ነው።

በነዚህ ሰማያዊ አካላት ላይ ያለውም ብዥታ ምድቡ ከዚህ ነው። ሆኖም ግን መንፈሳዊ ዕውቀቱ የገባቸው፣ ቅዱሳት

መጻሕፍትን በአግባቡ የተረዱ የቤተ ክርስቲያን ሊቃውንት የፈጠራቸው እግዚአብሔር የተናገረውን ነቢዩ ሙሴ በዘፍጥረት 1፡14 ላይ፡- "እግዚአብሔርም አለ፦ ቀንና ሌሊትን ይለዩ ዘንድ ብርሃናት በሰማይ ጠፈር ይሁኑ ለምልክቶቹ ለዘመኖቹ ለዕለታት ለዓመታትም ይሁኑ" በማለት የጻፈውን።

ጌታችንም በወንጌል ላይ "በፀሐይና በጨረቃም በከዋክብትም ምልክት ይሆናል" (ሉቃ 21፡25) በማለት ያስተማረውን ጠንቅቀው በማንበብ ከተፈጠሩበት ዓላማ አንዱ "ለምልክቶቹ" ነውና እነዚህ በዕለተ ረቡዕ የተፈጠሩት "12ቱ ከዋክብት" የተቀደሰ ምልክትን በመያዛቸው በሥርዐተ ቅዳሴ ጊዜ በነዚህ ከዋክብት ልክ ካህናት 12ት ሆነው እንዲቀድሱ በሥርዐተ ቤተ ክርስቲያን ላይ አዘዋል።

ምክንያቱንም በመጽሐፈ ቅዳሴ ንባቡና ትርጓሜ መቅድም ላይ ሲያስቀምጡ በ12ቱ መገብተ አውራኅ ከዋክብት አምሳል 12ቱ ሆነው ካህናት ቅዳሴ ይቀድሳሉ። እነዚህ 12ቱ ከዋክብት ሥጋዊ ምግብና ይመግባሉ። 12ቱ ልዑካን ካህናት መንፈሳዊ ምግብና ይመግባሉና በማለት አብራርተው ምክንያቱን ገልጠውታል።

እውነተኛው ፀሐይ ኢየሱስ ክርስቶስ የመረጣቸው ሐዋርያት ብዛታቸው 12ት መሆናቸው በ12ቱ መገብተ አውራኅ ከዋክብት አምሳል ነው በማለት በትርጓሜ ወንጌል ላይ ያትታሉ።

ጌታችን 5ቱን እንጀራና 2ቱን ዓሣ አበርክቶ መግቧቸው የተነሣው 12ት ቅርጫት የበረከትን ታላቅ ምስጢር በያዙ በእነዚህ 12ቱ ከዋክብትና በ12ቱ ሥዩማን ምሳሌ መሆናቸውን በትርጓሜ ወንጌል ላይ አስተምረውናል (ማቴ 14፥20)።

በመጽሐፍ ቅዱስ ላይ 12 የእግዚአብሔርን ሥልጣን፣ የረቂቁም የግዙፉም ሥነ ፍጥረት ውበትና ቀመር የተገለጸበት አስገራሚ ቊጥር ነው። ለምሳሌ ብናይ፦

- 12ቱ ነገደ እስራኤል
- 12ቱ ሐዋርያት
- 12ቱ መናዝል (መገብተ አውራኅ)
- ፀሐይን ተጐናጽፋ በላይዋ ላይ ያደረገቻቸው 12ቱ ከዋክብት
- 12ቱ ሰዓታተ መዓልት 12ቱ ሰዓታተ ሌሊት
- 12ቱ ወራቶች
- 12ቱ መሳክወ ፀሐይ

በራእይ 21፤12-21 ላይ መንፈሳዊቷ ዓለም ኢየሩሳሌም ሰማያዊት በ12 ቊጥር ምስጢራት የተዋቀረች ናት ይኸውም ያላትን በዝርዝር ስናይ፦

- 12 ደጃፎቿ አሏት።
- 12 ጠባቂ መላእክት በደጆቿ ቆመዋል።
- 12ቱ የእስራኤል ነገዶች ስሞች ተጽፈውባታል።
- 12 መሠረቶች አሏት።
- በመሠረቶቿ የ12 ሐዋርያት ስሞች ተጽፎባታል።
- ስፋትዋ 12 ሺሕ ምዕራፍ ነው።
- ቅጥርዋ 144 ክንድ (12 x 12=144) ነው።
- ደጃፎችና የተሠሩባቸው በ12ቱ የከበሩ ዕንቁዎች ነው።

ከታላቁ መከራ የተረፉት ከ12ቱ ነገደ እስራኤል የታተሙት 144,000 ሰዎች ሲሆኑ ይህም በቊጥር ሲሰላ (12 x 12=144) ወይም 12 x 12,000=144,000 ነው (ራእ 7፤5-8)።

በሕይወት ውሃ ወንዝ አጠገብ ያለው የሕይወት ዛፍ የሚሰጠው ፍሬ ቊጥሩ 12ት ነው (ራእ 22፥2)።

ቅድስት ድንግል ማርያም በቤተ መቅደስ የተቀመጠችበት ዓመት 12 ሲሆን፤ ጌታችን በቤተ መቅደስ ተገኝቶ ምሁራኑን ጥያቄ የጠየቀበት ዕድሜው 12 ላይ ነው (ሉቃ 2፥42)።

ሰውን ሰው የሚያሰኙት ሌሎችም ፍጥረታት የተዋቀሩባቸው 4ቱ ባሕርያት እያንዳንዳቸው ያላቸው 3ት ግብራት ሲደመር 12 ነው (3×4=12)። ይህ ሁሉ የሚያሳየን የዚህን ቊጥር ታላቅነት ነው።

ከዚህ በመቀጠል በመጽሐፍ ቅዱስ ላይ እነዚህ 12ቱ የወራት መጋቢዎች ከዋክብት በታላቅ ክብር እንዴት እንደተገለጡ እንመለከታለን። በተለይ የፈጠራቸው እግዚአብሔር ከነመጠሪያ ስማቸው ለሔኖክ በዝርዝር እንዲህ ገልጦለታል፦

- “ዓመትን የሚለዩ ሥርዐታት የሚባሉ ኮከቦችን የሚመሩ 12 የወር መጋቢዎች፤ ሰባቱን ዕለታትና 4ቱን ክፍለ ዘመን የሚለዩ በ91 መጋቢዎች ላይ የሚጨመሩ አራቱንም ጳጒሜን ከሚለዩ ከሺ አለቆች ጋር ይገባሉ” (ሔኖ 28፡17-18)

በኢትዮጵያው መጽሐፈ ሔኖክ በዚሁ በምዕራፍ 28 ላይ አንድርናኤል፣ ኢየሱሳኤል፣ ኢይሉማኤል፣ዘሐብሳኤል፣ ሄሉያሴፍ፣ ጊዳኤል፣ ኪኤል፣ ሄኤል፣ አስፋኤል እያለ እየተነተነ ይገልጻቸዋል።

መጽሐፈ ምስጢር ዘሔኖክ በመባል በሚታወቀው በስላቮኒኩ በሁለተኛው የሔኖክ መጽሐፍ ፀሐይ በየወራቸው ስለምታቋርጣቸው ስለ 12ቱ የዞዲያክ ከዋክብት (12ቱ የወራት መጋቢዎች) በ30ኛው ምዕራፍ ላይ እንዲህ ይላል፦

❖ "ፀሐይ በቀን እንድታበራ ጨረቃና ከዋክብት በሌሊት እንዲያበሩ አኖርኳቸው። ፀሐይ በተሠራላት በእያንዳንዱ የ12ቱ የመናዝል ሕብረ ኮከብ ትሄዳለች። የወራትን መለዋወጥ፣ ስማቸውን፣ አኗኗራቸውን፣ ግዝፈታቸውን፣ የሰዓት ምልክትነታቸውን፣ እንዴት እንደሚተካኩ ሾምኳቸው" (ሔኖክ ካልዕ 30፥5-6)።

በኃላ በተረዳ መልኩ አሕዛብንም ሁሉ በብረት በትር ይገዛቸው ዘንድ ያለውን ወንድ ልጅ የወለደቸው እነዚህን 12ቱን ከዋክብት ደፍታ መታየቷ 12ቱ ከዋክብት ምን ያህል ታላቅ የተቀደሰ ምስጢርን እንደያዙ አመላካች ሲሆን ዮሐንስ የቅድስት ድንግልን ነገር በዚህ ውብ አገላለጽ ይጽፍልናል፡-

❖ "ታላቅ ምልክትም በሰማይ ታየ ፀሐይን ተጐናጽፋ ጨረቃ ከእግሮቿዋ በታቸ ያላት በራስዋም ላይ የዐሥራ ሁለት ከዋክብት አክሊል የሆነላት አንዲት ሴት ነበረች" (ራእ 12 ፥1)

ማንም ሳይሆን እነዚህን የፈጠረው ልዑል እግዚአብሔር ለኢዮብ ጠቅለል በማድረግ በአንድ ላይ የ12ቱን ከዋክብት የጋራ ስማቸውን "ማዛሮት" በማለት በዚህ መልኩ ገልጦለታል፡-

❖ "ማዛሮት የሚባሉትን ከዋክብት በጊዜያቸው ታወጣ ዘንድ" (ኢዮብ 38፥32)

ማዛሮት

"ማዛል" [mazzal] የሚለው የዕብራይስጥ ቃል በ70 ሊቃናት ትርጕም "ማዛሮት" mazzarot/ mazourtoth ተብሎ ተተርጕሟል። "ማዛሎት" "ፕላኔቶች" ማለት ሲሆን፤ ማዛሮት ደግሞ የ12ቱን ከዋክብት ክበብ (zodiacal circle) ነው። በጥንታዊው የእኛው የግእዝ ቋንቋም እነዚህን 12ቱን ከዋክብት በተቀራራቢ አጠራር "መናዝል" ይላቸዋል።

በተለይ የዕብራይስጥ ቋንቋና የብሉይ ኪዳን ሊቃውንት ማዛሮት ("Mazzaroth מז) ተብለው የተጠሩት እነዚህ 12ቱ ከዋክብት እያንዳንዳቸው የዐሥራ ሁለቱ ነገደ እስራኤል አምሳል እንደሆኑ ለነርሱ አቅጣጫ ይመሩ እንደነበር ሲተነትኑ ለዚህም ምንጫቸው ዮሴፍ ስለ ፀሓይ፣ ጨረቃ እና ዐሥራ አንዱ ከዋክብት ሲሰግዱለት ያየው ህልም ሲሆን እርሱ ዮሴፍ እራሱ ዐሥራ ሁለተኛው ነበር (ዘፍጥረት 37፥9)።

ዳግመኛም የ12ቱ ከዋክብት ምልክቶቹ አቀማመጥ 12ቱ ነገዶች እያንዳንዳቸው በምድረ በዳ ሳሉ በኦሪቷ ድንኳን ዙሪያ ባላቸው አቀማመጥ ጭምር እንደሆነ የብሉይ ኪዳን ሊቃውንት በዝርዝር ይገልጻሉ።

የሐዲስ ኪዳን ሊቃውንትም እነዚህ 12ቱ የወራት ከዋክብት ምሳሌነታቸው በ12ቱ ነገደ እስራኤልና በ12ቱ ሐዋርያት መሆኑን በዝርዝር ጽፈዋል።

እነዚህን በየወራት የሚመግበው ፀሓይ ደግሞ ብርሃን ወንጌልን ለ12ቱ ሐዋርያት የመገበው አማናዊ ፀሐይ ክርስቶስ መሆኑን በዝርዝር በምዕራፍ 1 ላይ አይተናል።

የዐሥራ ሁለቱ መገብተ አውራኅ ዞዲያክ ምልክቶች ስም በግእዝና በውጪው አጠራር ከዋክብቱ የሚወክሏቸው የ12ቱ ነገደ እስራኤል፣ የሚወክሏቸው የ12ቱ የከበሩ አዕናቍ ምሳሌነታቸውን ንጽጽር የመጽሐፍ ቅዱስ አጥኚዎች ያስቀመጡትን በሠንጠረዡ ላይ ከዚህ በመቀጠል አስፍሬዋለሁ፡-

ተራ	የ12ቱ ኮከቦቹ ስሞች	12ቱ ነገደ እስራኤል	12ቱ ዕንቁዎች
1	ሰንቡላ (ቪርጎ)	ዛብሎን	ኢያሰጲድ
2	ሚዛን (ሊብራ)	ሌዊ	ሰንፔር
3	ዐቅራብ (ስኮርፒዮ)	ዳን	ኬልቄዶን
4	ቀውስ(ሳጁታሪየስ)	አሴር	መረግድ
5	ጀዲ	ንፍታሌም	ሰርዶንክስ
6	ደለዊ (አኩዋሪየስ)	ሮቤል	ሰርድዮን
7	ሑት (ፓይሲስ)	ስምዖን	ክርስቲሎቤ
8	ሐመል (ኤሪስ)	ጋድ	ቢረሌ
9	ሰውር (ታውረስ)	ኤፍሬም እና ምናሴ	ወራውሬ
10	ገውዛ (ጀሚኒ)	ብንያም	ክርስጵራስስ

11	ሰርጣን (ካንሰር)	ይሳኮር	ያክንት
12	አሰድ (ሊዮ)	ይሁዳ	አሜቴስጢኖስ

እኔም ከዚህ ተነሥቼ ይህንን መጽሐፍ "ማዛሮት" ብዬ መሰየሜ አንባብያን እዚህ ላይ ሲደርሱ እንደሚረዱት አምናለሁ።

በመጽሐፈ ኢዮብ ላይ እነዚህ 12ቱ ከዋክብት ብቻ ሳይሆኑ ሌሎችንም ሕብረተ ከዋክብት የፈጠራቸው እግዚአብሔር በደመና ውስጥ ሆኖ ለኢዮብ ከነስማቸው እንዲህ ሲል አስረድቶታት ይኸውም በምዕ 38፡31-32 ላይ፡-

- "በውኑ የሰባቱን ከዋክብት ዘለላ ታስር ዘንድ"

በማለት ስለ ፕሊየዲስ ያስረዳዋል።

- "ወይስ ኦሪዮን የሚባለውን ኮከብ ትፈታ ዘንድ ትችላለህን?"

በማለት 3ቱን ቀበቶውን ታጥቆ ሰይፉን ይዞ በሰማይ በዐይን ስለሚታየው የኦሪዮን ሕብረ ኮከብና ሊነጠሉ ስለማይችሉት ከዋክብቱ ይገልጽለታል።

- "ወይስ ማዛሮት የሚባሉትን ከዋክብት በጊዜያቸው ታወጣ ዘንድ"

በማለት ስለ 12ቱ የወራት መጋቢዎች ከዋክብት ይነግረዋል።

- "ወይስ ድብ የሚባለውን ኮከብ ከልጆቹ ጋር ትመራ ዘንድ ትችላለህን?"

በማለት ስለ አርክቱረስ ሕብረ ኮከብን ከተከታዮቹ ከዋክብት ጋር ዘርዝሮ ነግሮታል።

ይኸው ኢዮብ በድጋሚ ከላይ የጠቀሳቸውን ጨምሮ በተለይ በደቡብ አቅጣጫ የሚታዩትን የጌታን ምስጢር በምልክት የሚጠቁሙትን፡-

- "የደቡብ መስቀል" (Southern Cross, Crux)
- መርከቧ የካሪና ሕብረ ኮከብ (Carina)
- ሴንታውረስ ሕብረ ኮከብ (Centaurus)
- ፓላሪስ አውስትራሊስ (Polaris Australis (Sigma Octantis))

በመባል የሚታወቁትን ሁሉ የፈጠራቸው እግዚአብሔር ነውና ይህንን እንዲህ ይገልጠዋል፡-

- "ድብ የሚባለውን ኮከብና ኦሪዮን የሚባለውን ኮከብ፣ ሰባቱን ከዋክብት፤ በደቡብም በኩል ያሉትን የከዋክብት ማደሪያዎች ሠርቷል" (ኢዮብ 9፡9)

ነቢዩ አሞጽም በትንቢቱ በምዕ 5፡8 ላይ፡-

- "ሰባቱን ከዋክብትና ኦሪዮን የተባለውን ኮከብ የፈጠረውን" በማለት

ስለ ኦሪዮን ሕብረ ኮከብና ፕሊየዲስ በመባል ስለሚጠሩት ሰውር ወይም ታውረስ በሚባለው ሕብረ ኮከብ ውስጥ ስላሉት 7ቱ ከዋክብት ይጽፋል።

ዝርዝር የሆነ መንፈሳዊ ምሳሌነታቸውን ከማስፈሬ በፊት እነዚህ 12ቱ ከዋክብት በዐይን ከነሙሉ ቅርጻቸው የሚታዩ

በመሆናቸው አንባብያን ያነበቡትን በዐይናቸው ወጥተው ከነቅርጻቸው ማየት እንዲችሉ የተወሰነ ነገር ልጨምር፡፡

በአንድሮሜዳ ቊጥር 1 መጽሐፍ ላይ በዝርዝር እንደተጻፈው በዘመናዊው የሥነ ፈለክ አተረጓጎም ፀሐይ በምትጓዝበት የፀሐይ ጎዳና (ecliptic) መስመር 8.9 ዲግሪ ወደ ሰሜን እና ደቡብ አቅጣጫ ስፋት ያለውና በውስጡም 12 ሕብራተ ከዋክብትን (constellations) የያዘው ክልል "ዞዲያክ" ይባላል፡፡

ስለዚህ አንድ ዓመት የሚለውን ትርጓሜ ፀሐይ ዐሥራ ሁለቱን ሕብራተ ከዋክብት አቋርጣ ለመጨረስ የሚፈጅባት ጊዜ ብሎም መተርጎም ይቻላል ማለት ነው፡፡

እንደ ሳይንሱ ምርምር የዐሥራ ሁለቱ የወራት መጋቢዎች የዞድያክ ምልክቶች በየ30 ዲግሪ ርቀት ላይ ይገኛሉ፡፡ አንድ ዓመት 365.242 ቀናት ብንል እና ለ12 ብናካፍለው 30.437 ቀናት ስለሚሆን ነው ርቀታቸውን በየ30 ዲግሪ የምንለው፡፡

ለምሳሌ ሐመል (ኤሪስ) ያለበትን 0 ዲግሪ ብንል፤ ሰውር (ታውረስ) በ30 ዲግሪ ርቀት ላይ ይገኛል፤ ገውዝ (ጀሚኒ) 60 ዲግሪ ላይ እያለ በመቀጠል ሑት (ፓይሲስ) ላይ ሲደርስ 330 ዲግሪ ይሆናል፡፡ በመጨረሻም ወደ ሐመል (ኤሪስ) ሲመለስ 360 ዲግሪ ይሆናል ማለት ነው፡፡

ይህ ማለት ደግሞ እያንዳንዱ የዞዲያክ ምልክት ለአንድ ወር ያህል ይታያል ማለት ነው፡፡ በሌላ አነጋገር በእያንዳንዱ ወር ውስጥ ፀሐይ በአንድ የዞዲያክ ምልክት ውስጥ ትሆናለች ማለት ነው፡፡ እዚህ ላይ ግን መታወቅ ያለበት ፀሐይና የዞዲያክ ምልክቱ ስንል ቀን ላይ ማለት እንጂ ማታ ወይም ሌሊት ማለታችን አይደለም፡፡

ለምሳሌ ሐመል (ኤሪስ) የሚታይባት ወር ከመጋቢት 12 እስከ ሚያዚያ 11 ስንል በነዚህ ወራት የዞድያክ ምልክቱ ቀን ላይ ፀሐይ በምትወጣበት ወቅት ከጀርባዋ አለ ማለት ነው።

በቀን ላይ ደግሞ ከዋክብትን ስለማናይ ሐመል (ኤሪስን) በነዚህ ወራት ውስጥ ቀንም ሆነ ማታ አናየውም ማለት ነው። ማታ ላይ የሚታይበት ወቅት ግን በሚቀጥለው ሰንጠረዥ ላይ እንደተጠቀሰው ኅዳር (November) ይሆናል ማለት ነው። የሌሎቹም በዚህ መልክ ነው መታየት ያለበት።

በመጽሐፈ ኢዮብ "ማዛሮት" የሚባሉት በግእዙ "መናዝል" ወይም 12ቱ መገብተ አውራኅ የምንላቸው በእንግሊዝኛው ደግሞ "ዞዲያክ" (Zodiac) በመባል ይታወቃሉ። ይህ ቃል "ዞ" (Zoe) ከሚለው የግሪክ ሥርወ ቃል እንደመጣ ተደርጎ ለረጅም ጊዜ ይታሰብ ነበር።

"ዞ" ማለት ትርጉሙ "ሕይወት" ማለት ነው። የከዋክብቱ ስብስቦች ቅርጽ የእንስሳት ቢመስልም "ዙ" (zoo) ወይም ጫካ የሚለውን ቃል ግን አያመለክትም። ምክንያቱም በስብስቦቹ ውስጥ እንስሳ የማይመስሉ ነገሮችም አሉ ለምሳሌ ሚዛን፣ በገና፣ መርከብ፣ መስቀል መሠዊያና ዘውድ ጥቂቶቹ ናቸው።

በመሆኑም "ዞዲያክ" የሚለው ቃል የግሪክ ቃል "ዞዲያኮስ" (Zodiakos) ከሚለው እንደመጣ የዘርፉ አጥኚዎች ያስረዳሉ። "ሶዲ" ("Sodi" סוֹדִי) የሚለው የዕብራይስጥ እና የሳንስክሪቱ ቃል ሲሆን ትርጓሜው "መንገዱ" የሚል ሲሆን በተጨማሪም መኖርና ጎዳና ማለትም ነው። ምክንያቱም የጥንት ሰዎች ከዋክብትን እንደ መሪ እና ለማንኛውም ነገር እንደ መጓጓዣ መንገዳቸው

በመጠቀም ተከትለዋቸዋል። እህል ከመዝራት እስከ ማጨድ፣ በየብስና በባሕር ለመጓጓዝ በየወራቱ የሚታዩ ከዋከብቱን እንደ ኮምፓስ ይጠቀሟቸው ስለ ነበረ ነው።

በበረሓ ጉዞ በረጅም የባሕር ላይ ጉዞ እንደዛሬው አቅጣጫ ጠቋሚ መሣርያ ባለመኖሩ በቀላሉ ሰዎች ከዋክብትን አይተው ያሉበትን አቅጣጫ በማወቅ ወደ ሚፈልጉበት ቦታ ጉዞ ያደርጉ ነበር። ነገር ግን ደመና ሆኖ ከዋክብትም ጨረቃም በማይታዩበት ምሽት አቅጣጫን ካላወቁ ጉዟቸው ፈታኝ ነው የሚሆነው።

ዓለምን ዞሮ ያስተማረ ሐዋርያው ቅዱስ ጳውሎስ በመርከብ ላይ በነበረው ረጅም ጉዞ ምሥራቅና ምዕራብን የምታሳውቅ ፀሐይን፣ አቅጣጫን የሚያመላክቱ ከዋክብትን ባለማየታቸው የነበረውን ተስፋ መቍረጥ እንዲህ ይገልጠዋል፦

- “በሦስተኛውም ቀን የመርከቡን ዕቃ በእጃችን ወረወርን፤ ብዙ ቀንም ፀሐይን ከዋክብትንም ሳናይ ትልቅ ነፋስም ሲበረታብን ጊዜ፥ ወደ ፊት እንድናለን የማለት ተስፋ ሁሉ ተቈረጠ” (የሐዋ 7፡18-20)

ከዚህ በታች በአንድሮሜዳ ቍጥር 1 መጽሐፍ ላይ ያለውን ሰንጠረዥ በዚህም በድጋሚ ተካቷል። ይኸውም የዞዲያኩን ምልክት፣ ምሳሌውን፣ ኢትዮጵያዊ ስሙን ቀንና ማታ የሚታዩበትን ወራት በትክክል ያሳያል።

ስለዚህ አንባቢዎች ቀጣዩን ሰንጠረዥ እንደ መመሪያ በመጠቀም የዞዲያክ ምልክቶቹ ቀን ላይ በምን ወራት እንደሚታዩ ማወቅ ይችላሉ።

ማታ ላይ ደግሞ ራሱኑ የዞዲያክ ምልክቱን (ሕብረ ኮከቡን) በዐይናቸው ከነቅርጹ በሰማይ ላይ ማየት ከፈለጉም ቀጣዩ ሰንጠረዥ የሙሉውን ዓመት በቂ መረጃ ይዟል፡፡

ተራ ቁጥር	ስማቸውና ምልክታቸው በሌላው ዓለም				ማታ የሚታዩበት ወር
		ስማቸውና ምልክታቸው በኢትዮጵያ	ወራቸው በሌላው ዓለም	ወራቸው በኢትዮጵያ	
1	Virgo (Virgin)	ሰንቡላ (ድንግሏ)	Aug 23-Sept 22	ነሐ 17-መስ 13	ሚያዝያ
2	Libra (Scales)	ሚዛን (መመዘኛ)	Sept 23-Oct 23	መስ 14-ጥቅ12	ግንቦት
3	Scorpio (Scorpion)	አቅራብ (ጊንጥ)	Oct 24-Nov 21	ጥቅ 13-ኅዳ12	ሠኔ
4	Sagittarius (Archer)	ቀውስ (ቀስተኛ)	Nov 22-Dec21	ኅዳ 13-ታኅ12	ሐምሌ

5	Capricorn (Sea Goat)	ጀዲ (የፍየል ጠቦት)	Dec 22-Jan 19	ታሳ 13-ጥር11	ነሐሴ
6	Aquarius (Water bearer)	ደለዊ (የውሃ መቅጃ)	Jan 20-Feb 18	ጥር 12 - የካ11	መስከረም
7	Piscus (Fishes)	ሑት (ዓሣ)	Feb 19-Mar 20	የካ 12-መጋ 11	ጥቅምት
8	Aries (Ram)	ሐመል (በግ)	Mar 22-Apr19	መጋ 12-ሚያ11	ኅዳር
9	Taurus (Bull)	ሠውር (በሬ)	Apr 20-Ma 20	ሚያ 12- ግን 12	ታኅሣሥ
10	Gemini (Twins)	ገውዝ (መንቶቹ)	Ma 21-Jun21	ግን 13- ሠኔ 13	ጥር
11	Cancer (Crab)	ሸርጣን (ጕርምጥ)	Jun 22-July 22	ሠኔ 14-ሐም15	የካቲት
12	Leo (Lion)	አሰድ (አንበሳ)	Jul 23-Aug 22	ሐም 16-ነሐ16	መጋቢት

አስገራሚው ነገር በመላው ዓለም ከጥንት ጀምሮ በሰማይ የሚሠሩት ቅርጽን፣ የሚወጡበትን ጊዜ በመረዳት ለነዚህ ሕብራተ ከዋክብት የተሰጣቸውን ሥያሜ መመሳሰልን ለሚያውቅ ሰው

እጅግ መደነቁ አይቀሬ ነው። ብዙዎቹ ከዋክብት ስማቸው አብዛኞቹ የዕብራይስጥ ሲሆን የግእዝም የዐረብኛም አሉባቸው። ዛሬ ድረስ የሥነ ከዋክብት ተመራማሪዎችም ጥንቱን በተሰጣቸው ስም ነው እየተጠቀሙ የሚገኙት። በጠበብት የተሰጣቸው ስያሜዎቹም አምላክ በተፈጥሮ የሰጣቸው ቅርጾቹም የአምላክን ሰው የመሆን ምስጢርና ቅዱሳት መጻሕፍትን ገላጭ ናቸው።

በመጽሐፈ ኢዮብም እንዳነበብነውና በዓለም ሁሉ ከጥንት ጀምሮ ለከዋክብቱ የተሰጡት ስያሜያት በሙሉ አንድ ሳይቀር የእግዚአብሔርን የማዳን ሥራ የሚገልጹ መሆናቸውን ስንረዳ ደግሞ በታላቅ አግራሞት ውስጥ መግባታችን እሙን ነው።

ከዚህ በመነሣት ከክርስቶስ ልደት በፊት ይህ ሁሉ አንድነት እንዴት በዓለሙ ሆነ? ብሎ መጠየቅ ተገቢ ነው።

ይኸውም የአምላክ ሰው የመሆኑን የዘፍ 3፥13 የተስፋውን ቃል ኖኅ ለ3ቱም ልጆቹ ለሴም፣ ለካም፣ ለያፌት ነግሯቸዋልና ሦስቱም ነገዶች (ነገደ ሴም፣ ነገደ ካም፣ ነገደ ያፌት) ሁሉ በተበታተኑበት ሀገራት ሁሉ አንዱ ሲሞት አንዱ ሲተካ የመሲሑን መወለድ እኩሌታው በፀሐይ እኩሌታው በጨረቃ እየቆጠረ ምልክቱን ደግሞ በከዋክብት እያየ ለዘመናት ኖሯል።

ሁለቱ ነገዶች (ነገደ ካምና ነገደ ያፌት) እንደ ነገደ ሴም አበውና ነቢያት የጻፏቸውን መጽሐፍ ባያገኙም በራሳቸው ትውልድ ባሉ ለምሳሌ ነገደ ካም ላይ የጌታ ምሳሌ የሆነው አብርሃምን የባረከው እንደ ሊቀ ካህናቱ መልከ ጼዴቅ ያሉ ታላላቅ

አበው ነበሩና የተለያዩ ሀገራት በየራሳቸው መረዳትና ትውፊት የመሲሑን መወለድ ይጠባበቁ ነበሩ (ዘፍ 14፥18)።

ይልቁኑ ከዋክብቱ የንጋት ኮከብ የኢየሱስ ክርስቶስን ምስጢር የያዙ እንደነበር በመረዳታቸው በጡብ ላይ በሚቀርጹት ቅርጽ በሄሮግሊፊክ ጽሑፎቻቸው በከዋክብት ካርታቸውና በሰማያዊ አካላት በከዋክብት ሥያሜዎቻቸው ላይ ይህን ተስፋ ለመግለጽ ይሞክሩ በተቻላቸው አቅምም ይመረምሩ ነበር።

ይህም ሊታወቅ ትንቢቱን እናውቃለን ሱባኤውን እንቆጥራለን የሚሉ እስራኤላውያን ሳያውቁ በሩቅ ሀገር የነበሩት የሥነ ከዋክብት ተመራማሪዎች የመሲሑን መወለድ በሥነ ፈለክ ምርምር ተረድተው ኮከብ እየመራቸው ለተወለደው ንጉሥ ለኢየሱስ ክርስቶስ ስጦታቸውን ይዘው ከሩቅ ሀገር ሲመጡ አወቅን የሚሉት የኢየሩሳሌም ሕዝብ በመላና በጊዜው ገዢ የነበረው ሄሮድስ የነበረውን ድንጋጤ ወንጌላዊው እንዲህ ጽፎልናል፦

- “ኢየሱስም በይሁዳ ቤተ ልሔም በንጉሡ በሄሮድስ ዘመን በተወለደ ጊዜ እነሆ ሰብአ ሰገል፦ የተወለደው የአይሁድ ንጉሥ ወዴት ነው? ኮከቡን በምሥራቅ አይተን ልንሰግድለት መጥተናልና እያሉ ከምሥራቅ ወደ ኢየሩሳሌም መጡ ንጉሡ ሄሮድስም ሰምቶ ደነገጠ ኢየሩሳሌምም ሁሉ ከእርሱ ጋር” (ማቴ 2፥1-2)።

ሐዋርያትም ዓለምን ዞረው ሲያስተምሩ ይህን የሚገልጽ ምልክት ሲያገኙ ምን እንደሆነ ምስጢሩን በማስረዳት ወደ ትክክለኛው መንገድ በመመለስ የእግዚአብሔር ልጅ እንደመጣ

በመግለጽ፣ ከአምልኮተ ጣዖት ወደ አምልኮተ እግዚአብሔር እየመለሱ ያስተምሩ፣ ያጠምቁ እንደነበር እንዲህ እናነባለን፡-

❖ "ጳውሎስም በአርዮስፋጎስ መካከል ቆሞ እንዲህ አለ፡ የአቴና ሰዎች ሆይ፥ እናንተ በሁሉ ነገር አማልክትን እጅግ እንደምትፈሩ እመለከታለሁ፤ የምታመልኩትን እየተመለከትሁ ሳልፍ፡ ለማይታወቅ አምላክ የሚል ጽሕፈት ያለበትን መሠዊያ ደግሞ አግኝቼአለሁና፡ እንግዲህ ይህን ሳታውቁ የምታመልኩትን እኔ እነግራችኋለሁ፤ ዓለሙንና በእርሱ ያለውን ሁሉ የፈጠረ አምላክ እርሱ የሰማይና የምድር ጌታ ነውና እጅ በሠራው መቅደስ አይኖርም እርሱም ሕይወትንና እስትንፋስን ሁሉንም ለሁሉ ይሰጣልና አንዳች እንደሚጎድለው በሰው እጅ አይገለገልም ምናልባትም እየመረመሩ ያገኙት እንደ ሆነ፥ እግዚአብሔርን ይፈልጉ ዘንድ በምድር ሁሉ ላይ እንዲኖሩ የሰውን ወገኖች ሁሉ ከአንድ ፈጠረ፥ የተወሰኑትንም ዘመኖችና ለሚኖሩበት ስፍራ ዳርቻ መደበላቸው። ቢሆንም ከእያንዳንዳችን የራቀ አይደለም" (የሐዋ 17፥22-27)።

ኢትዮጵያን ለመሰሉ መጻሕፍተ ብሉያትን ያነቡና ይጠባበቁ ለነበሩ እንደ ኢትዮጵያዊው ጃንደረባ ላሉ ደግሞ የነቢያትን ትንቢት በመተርጎም በእግዚአብሔር ልጅ በኢየሱስ ክርስቶስ አምነው ጥምቀትን እንዲቀበሉ እንዳደረገ እንዲህ ይገልጠዋል፡-

❖ "እነሆም ህንደኬ የተባለች የኢትዮጵያ ንግሥት አዛዥና ጃንደረባ የነበረ በገንዘብዋም ሁሉ የሠለጠነ አንድ የኢትዮጵያ ሰው ሊሰግድ ወደ ኢየሩሳሌም መጥቶ ነበር

ሲመለስም በሰረገላ ተቀምጦ የነቢዩን የኢሳይያስን መጽሐፍ ያነብ ነበር መንፈስም ፊልጶስን፦ ወደዚህ ሰረገላ ቅረብና ተገናኝ አለው ፊልጶስም ሮጦ የነቢዩን የኢሳይያስን መጽሐፍ ሲያነብ ሰማና፦ በውኑ የምታነበውን ታስተውለዋለህን? አለው እርሱም፦ የሚመራኝ ሳይኖር ይህ እንዴት ይቻለኛል? አለው። ወጥቶም ከእርሱ ጋር ይቀመጥ ዘንድ ፊልጶስን ለመነው፤ ያነበውም የነበረ የመጽሐፉ ክፍል ይህ ነበረ፤ እንደ በግ ወደ መታረድ ተነዳ፥ የበግ ጠቦትም በሸላቹ ፊት ዝም እንደሚል፥ እንዲሁ አፉን አልከፈተም፤ በውርደቱ ፍርዱ ተወገደ፤ ሕይወቱ ከምድር ተወግዳለችና ትውልዱንስ ማን ይናገራል? ጃንደረባውም ለፊልጶስ መልሶ፦ እባክህ፥ ነቢዩ ይህን ስለ ማን ይናገራል? ስለ ራሱ ነውን ወይስ ስለ ሌላ? አለው ፊልጶስም አፉን ከፈተ፥ ከዚህም መጽሐፍ ጀምሮ ስለ ኢየሱስ ወንጌልን ሰበከለት" (የሐዋ 8፥26-29)

እኔም በዚህ ላይ "እኛስ የምናያቸውን ከዋክብት ስለ ኢየሱስ ክርስቶስ የያዙትን ምስጢር እናስተውላለን?" የሚለውን ጥያቄ እንደ ፊልጶስ ለአንባብያን ለመጠየቅ እወዳለሁ።

ምክንያቱም ከላይ እንደገለጥኩት እነዚህ 12ት ከዋክብት የሚገልጹት ታላቁን የመዳን ትምህርት ሆኖ ሳለ ከጊዜ በኋላ እነዚህ ተሸፍነው፤ ከሚያሳዩት ታላቅ ሰማያዊ ምስጢር በተለየ መልኩ በኮከብ ቆጠራ ስም ለምድራዊ የሀብት የገንዘብ የዕድል ወዘተርፈ ወደሚል ዝቅ ያለ ደረጃ ጥቂቶች ስላመወረዷቸው በዚህ ምክንያት

ታላቁ ምስጢር ከሰዎች እንዲደበቅ በመሆኑ አማናዊው ሰማያዊው ዕውቀት በጥቂቶች ሊቃውንት ቀርቷል።

በዚህም ሰዎች ይህንን ሰማያዊ ምስጢር እንዳያውቁ እንዲሸሹ ወይም ደግሞ ከታላቁ ሰማያዊው ምስጢር ይልቅ ወደ ኀላፊ ምድራዊ ዕሳቤ ብቻ እንዲያዘነብሉ በማድረግ የተንኰል አባት ሰይጣን ይህ የከፋት ሥራው ተሳክቶለታል።

በመጽሐፍ ቅዱስ ላይ በክብር የተጠቀሱት በኢዮብ መጽሐፍ በክብር የተገለጡት "ማዛሮት" የተባሉት እነዚህ 12ቱ ከዋክብት ስለ እውነተኛው የንጋት ኮከብ ስለ ኢየሱስ ክርስቶስ እንዴት እንደሚመሰክሩና ፈጣሪ ሲፈጥራቸው የሰጣቸው ቅርጽ፣ በመላው ዓለም ከጥንት ጀምሮ የተሰጣቸው ሥያሜ የሚገልጸውን ታላቅ ሰማያዊ ምስጢር በዝርዝር ከነቅርጻቸው ተቀምጧል። ሁሉም ከነሙሉ ቅርጻቸው በዐይን ይታያሉና ከዋክብትን በደንብ ማየት ለተለማመዳችሁ በምሽት ወጥታችሁ ለማየት ሞክሩ።

ወይም ደግሞ አሁን በደረስንበት ታላቅ የቴክሎጂ ዘመን ላይ በቀላሉ "Stellarium, StarTracker, SkyView, Sky Map" የመሳሰሉ ከዋክብቱን ከነሙሉ ቅርጻቸው ካሉበት ቦታና ጊዜ ጭምር ያሉበትን በቀጥታ የሚያሳዩ አፕሊኬሽኖች ወይም መተግበሪዎችን ከፕሌይ ስቶር አውርዳችሁ ሞባይላችሁን ወደ ሰማይ አድርጋችሁ ሁሉንም መከታተል ትችላላችሁ።

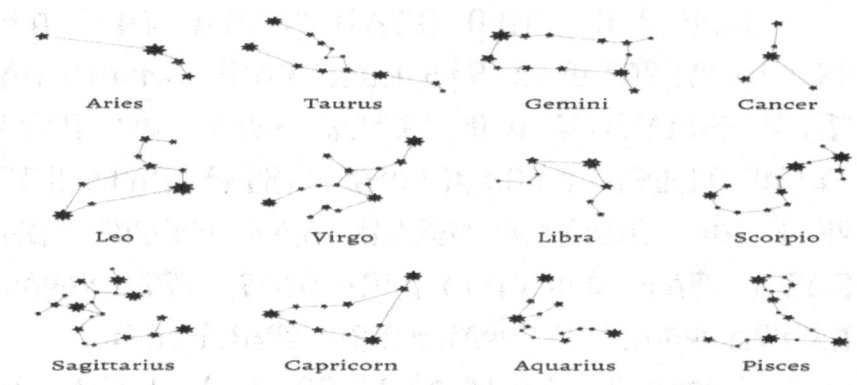

በሰማይ ሲታዩ ቅርጻቸው image credited: theconversation.com

1ኛ. የሰንቡላ ዞዲያክ ሐብረ ኮከብ (Virgo)

በዕለተ ረቡዕ ከተፈጠሩ የጌታን የማዳኑን ማስጢር ከሚያውጁ ከ12ቱ የወራት መጋቢዎች ከዋክብት ውስጥ የመጀመሪያዋ ሰንቡላ ተብላ የምትታወቀው ናት። የጥንት ሕዝቦች ሰንቡላን ማስቀደማቸው በዘፍ 3፥15 ላይ "በአንተና በሴቲቱ መካከል በዘርህና በዘርዋም መካከል ጠላትነትን አደርጋለሁ፤ እርሱ ራስህን ይቀጠቅጣል አንተም ሰኰናውን ትቀጠቅጣለህ" ተብሎ የተነገረው ትንቢት ጌታ ከድንግል ማርያም ተወልዶ ስለሚፈጽመው ነበር።

ከ12ቱ የወራት መጋብያን ከዋክብት የመጀመሪያዋ የሰንቡላ ወይም የቪርጎ ሐብረ ኮከብ በሰማይ ላይ በምትወጣ ገዜ ስንመለከታት በቀኝ እጇ ቅርንጫፍ (ቊጥቋጦ)፤ በግራ እጇ የበቆሎ እሸት የያዘች ድንግል ሆና ከነቅርጿ በሰማይ ትታያለች።

ይህቺ ሕብረ ኮከብ በግእዝ "ሰንቡላ" (ሸቱ) ስትባል የድንግል ማርያም ምሳሌ ናትና በዕብራይስጥ "ቤቱላህ"፤ በላቲን "ቪርጎ" ትባላላች፤ ፍቺውም "ድንግል" ማለት ነው። በግሪክም "ሴሬስና ፓርቴኖስ" ስትባል ፍቺውም "ንጽሕት ብላቴና ድንግል" ማለት ነው። በዐረቢክም "አዳራህ" ሲሏት ፍቺዋም "ንጽሕት ድንግል" ማለት ነው። ይህንን ፈጣሪ በሰማይ ማኖሩ የመሲሑን ከድንግል መወለድ የሚያመለክት ሕያው ምልክት ነበረ።

ዳግመኛም "ሰንቡል" ስትባል የበቆሎ እሸት ማለት ነው። በግብጻውያን "አስፓሊያ" ይሏት ነበር ፍቺውም "የበቆሎ እሸት" እንደማለት ነበር። ከአዝርዕት ውስጥ እሸት ይዛ የሰንቡላ ሕብረ ኮከብ በሰማይ ላይ ወቅቷን ጠብቃ መታየቷ በዘፍ 3፥15 ላይ "የሴቲቱ ዘር" የተባለ የኅብስተ ሕይወት የጌታ ከቅድስተ ድንግል ማርያም በቤተልሔም መወለድን የሚያሳይ ሕያው ምልክት ነው። ነቢዩ ኢሳይያስ እንዲህ ብሎ እንደተናገረ፦

- "ስለዚህ ጌታ ራሱ ምልክት ይሰጣችኋል፤ እነሆ ድንግል ትፀንሳለች ወንድ ልጅም ትወልዳለች፥ ስሙንም ዐማኑኤል ብላ ትጠራዋለች" (ኢሳ 7፥14)።

ከሰንቡላ ደማቋ በላቲን "ስፓይካ" የተባለች ኮከብ ስትሆን ሮማዎች በኋላ ያወጡላት ነው፤ "ስፓይካ" ማለት የበቆሎ እሸት ሲሆን በዕብራይስጥ የጥንት መጠሪያዋ ግን "ዛሜክ" ይባላል፤ በዐረብኛም "አልዚማህ" ሲባል ፍቺው "ቊጥቋጦ" (ቅርንጫፍ) ማለት ነው። ሌላው ኮከቧ "ዛቪጃቫ" (Zavijava) ሲሆን ትርጕሙ "በእጅጉ ያጌጠ የተዋበ" ማለት ነው።

ይኸውም ሰንቡላ ቍጥቋጦ ይዛ መታየቷ የአምላክን ሰው የመሆን ምስጢር ያዘለ ሲሆን ይኸውም በብዙ የነቢያት ትንቢት ላይ ቍጥቋጦ አስቀድሞ እንዲህ ተገልጾ ነበር፡-

- ❖ "በዚያም ቀን የእግዚአብሔር ቍጥቋጦ ለጌጥና ለክብር ይሆናል" (ኢሳ 4፥2)።
- ❖ "ከእሴይ ግንድ በትር ይወጣል፥ ከሥሩም ቍጥቋጦ ያፈራል" (ኢሳ 11፥1)።
- ❖ "ለዳዊት ጻድቅ ቍጥቋጦ የማስነሣበት ዘመን ይመጣል) (ኤር 23፥5)።
- ❖ "እነሆ፥ እኔ ባሪያዬን ቍጥቋጦ አወጣለሁ" (ዘካ 3፥8፤ 6፥13)።

ሌላኛው የቪርጎ ኮከብ "አል ሙሬዲን" (Almuredin) ሲባል ፍቺው ደግሞ "ወደዚህ የሚመጣው፣ ሥልጣን ገንዘቡ የሆነ" ማለት ነው። በከለዳውያን "ቪንዴሚአትሪክስ" (Vindemiatrix) ሲባል "ወልድ ወይም የሚመጣው ቅርንጫፍ" ማለት ነው።

ይኸውም የከሃሊውን መሲሕ የኢየሱስ ክርስቶስን ሰው መሆን የሚያሳይ ሲሆን በኢሳይያስ እንዲህ ተነግሮለታል፡-

- ❖ "ሕፃን ተወልዶልናልና፥ ወንድ ልጅም ተሰጥቶናልና፤ አለቅነትም በጫንቃው ላይ ይሆናል፤ ስሙም ድንቅ መካር ኃያል አምላክ የዘላለም አባት የሰላም አለቃ ተብሎ ይጠራል" (ኢሳ 9፥6)።

አንባብያን የሰንቡላ ኮከብ ስትወጣ በሰማይ ላይ ምን ልትመስል እንደምችል ከዚህ በታቹ ባለው ሥዕል ተገልጧልና የመውጪያዋን ጊዜ ጠብቃችሁ በዐይናችኁ እይዋት።

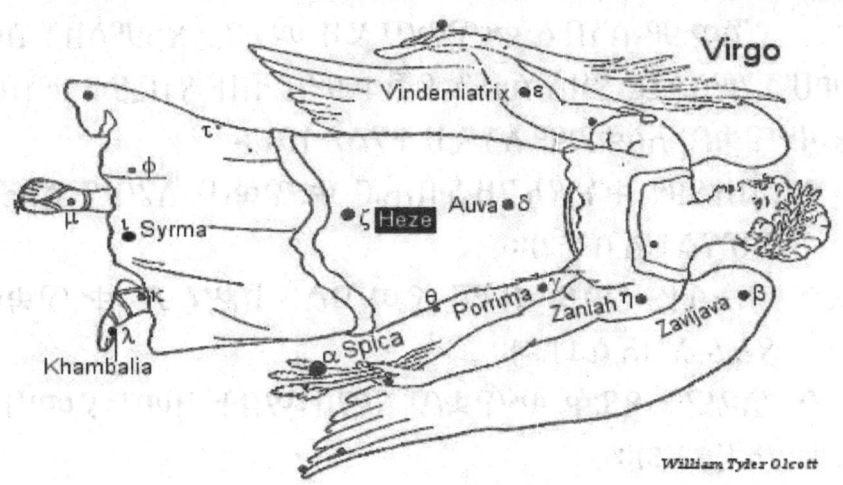

ቪርጎ የስንዴ ዛላ ይዛ ስትሣል image credited: tcoe.org

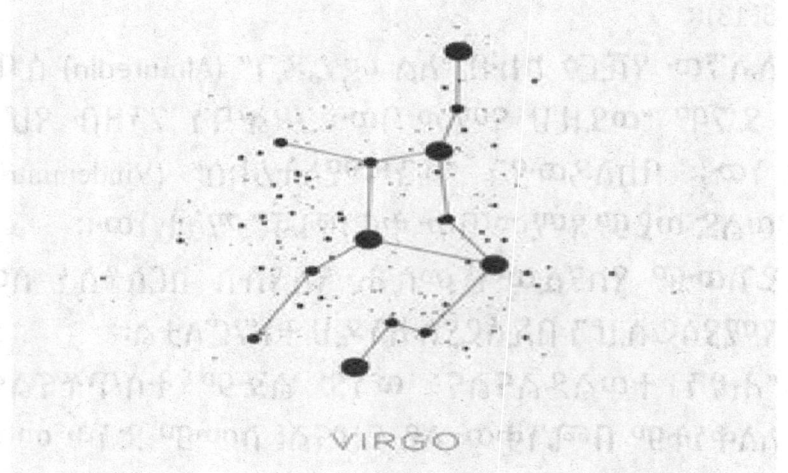

ቪርጎ በሰማይ ላይ ስትታይ image credited: shutterstock.com

የሰንቡላ የዞዲያክ ሕብረ ኮከብን ምስጢር በደንብ ለመረዳት ከሰንቡላ ጋር የምስጢር ተባባሪ የሆኑ በሰማይ ከነሙሉ

ቅርጻቸው የሚታዩ 3 ሕብራተ ከዋክብትን ከዚህ በታቹ እናያለን፤ እነርሱም፡-

1.1. ኮማ

1.2. ሴንታውረስ

1.3. ቦኦቲስ ናቸው።

1. ኮማ Coma ሕብረ ኮከብ

ኮማ የሚለው በዕብራይስጥ "በእጅጉ መሻት ወይም በትውልዱ ሁሉ የሚሻው (የሚፈለገው) እርሱ" ማለት ነው። ቅ.ል.ክ. 2000 ዘመን በኢዝና የተሣለው የኮማ ሕብረ ኮከብ ሥዕል የእናትና ልጅ ነበር።

አልቡማዛር የተባለ በ8ኛው ክፍለ ዘመን የነበረ የሥነ ፈለክ ተመራማሪ ይህ ጥንታዊ ምልክት ይወክል የነበረው ንጽሕት ድንግል ሕፃን ልጇ ክርስቶስን ስታጠባው የሚያመለክት ነው ይላል። የጥንት ግብጻውያን ይህንን ሕብረ ኮከብ "ሼስኑ" (Shes-nu) ሲሉት ፍቺውም "የሚፈለገው ወልድ (ልጅ)" ማለት ነው።

ይህም ሕብረ ኮከብ ሥጋን መዋሐድ ይሻ የነበረውን፤ ትውልዶች ሁሉም የርሱን ልደት በብርቱ ይሹ ይፈልጉ የነበረውን ጌታን ያመለክታል (ማቴ 13፥17፤ ዮሐ 8፥56)።

ይኸውም ሊታወቅ የሥነ ከዋክብት ተመራማሪ የነበሩት ሰብአ ሰገል ኮከብ እየመራቸው ከሩቅ ሀገር የተወለደውን ንጉሥ ሽተውት እያሰሱ እየፈለጉ ከእናቱ ጋር ማግኘታቸውን ወንጌል ይጽፍልናል (ማቴ 2፥1-11)።

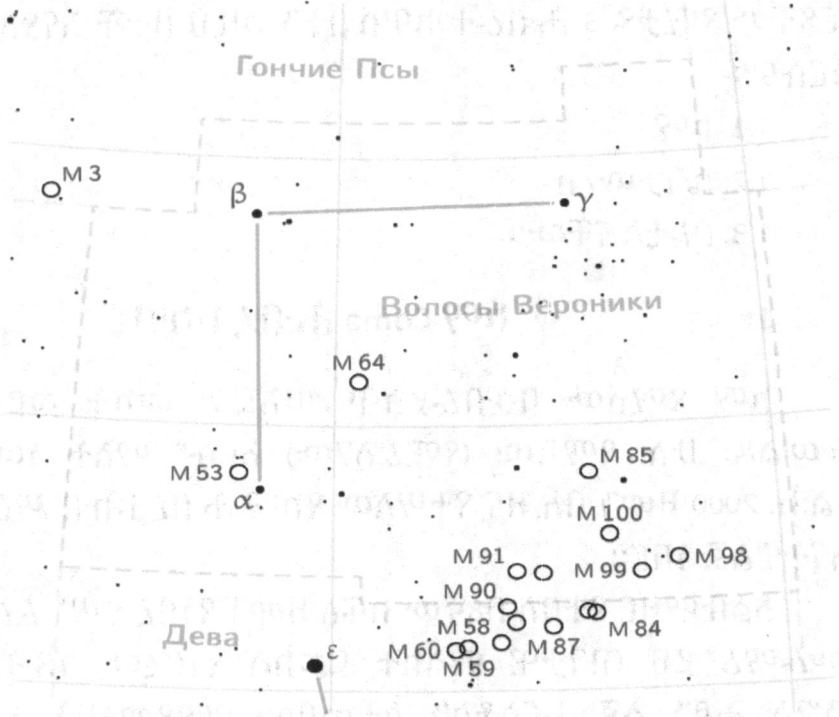

ኮማ ሕብረ ኮከብ በሰማይ ላይ ሲታይ image credited: wikimedia.org

1.2. ሴንታውረስ ሕብረ ኮከብ

ይህ ሕብረ ኮከብ በዕብራይስጥ "ቤዛህ" (BEZEH)፤ በዐረብኛ "አልቤዜ" (AL BEZE) ሲባል በሁለቱም ያለው ፍቺ "የተናቀ የተጠላ" ማለት ነው፡፡

ሌላኛው መጠሪያው "አስሜአህ" (ASMEAH) ሲሆን ፍቺው "ለኀጢአት ማስተስረያ የሚቀርብ መባዕ ስጦታ" ማለት ነው፡፡ እንዲህ ተብሎ ሕብረ ኮከቡ መሰየሙ ለጌታ ለቤዛ ዓለም መጥቶ እንደሚሠዋ በስያሜው አመላካች ነበር፡፡

ነቢዩ ኢሳይያስም ስለ ጌታ መሥዋዕትነት እንዲህ ይላል፡-

- ❖ “ነፍሱን ስለ ኃጢአት መሥዋዕት ካደረገ በኋላ ዘሩን ያያል፥ ዕድሜውም ይረዝማል፥ የእግዚአብሔርም ፈቃድ በእጁ ይከናወናል” (ኢሳ 53፡10)

በግሪክም “ኪኢሮን” (CHEIRON) ሲሉት ፍቺው “የተበሳ” እንደማለት ነው። በግብጻውያንም “ኔሙ” (Knemu, mu) ማለት “መሞት፣ መቊሰል” ማለት ነው።

ይህ ሁሉ ፍቺ የሚያሳየው አይሁድ መከራ ያጸኑበት፣ ራሱን ለሕማም ለሞት አሳልፎ የሰጠ፤ በችንካር የተቸነከረ፣ በጦር ጐኑ ስለ ተበሳው ስለ መድኀኔ ዓለም ክርስቶስ የሚገልጽ ነው።

ከላይ እንዳየነው ይህ ሕብረ ኮከብ በዕብራይስጥ “ቤዛህ” (BEZEH)፤ በዐረብኛ “አልቤዜ” (AL BEZE) ፍቺው “የተናቀ” ማለት ነው።

ይህ በሕብረ ኮከቡ ያለው ስያሜ ስለ ጌታችን የሚያስረዳ ነበር። ነቢዩ ኢሳይያስም በጽሑፍ እንዲህ ብሎ ይገልጸዋል፡-

- ❖ “መልክና ውበት የለውም፥ ባየነውም ጊዜ እንወድደው ዘንድ ደም ግባት የለውም፤ <u>የተናቀ ከሰውም የተጠላ</u>፥ የሕማም ሰው ደዌንም የሚያውቅ ነው፤ ሰውም ፊቱን እንደሚሰውርበት የተናቀ ነው፥ እኛም አላከበርነውም፤ በእውነት ደዌያችንን ተቀበለ ሕመማችንንም ተሸከሞአል፤ እኛ ግን እንደ ተመታ በእግዚአብሔርም እንደ ተቀሠፈ እንደ ተቸገረም ቈጠርነው፤ እርሱ ግን ስለ መተላለፋችን

ቈሰለ፣ ስለ በደላችንም ደቀቀ፤ የደኅንነታችንም ተግሣጽ በእርሱ ላይ ነበረ፣ በእርሱም ቍስል እኛ ተፈወስን” (ኢሳ 53፥2-5)

በዚህ ሕብረ ኮከብ ውስጥ በጣም ደማቁ ኮከብ “ቶሊማን” (TOLIMAN) ሲባል ፍቺውም “የነበረና የሚኖር” እንደማለት ነው።

ይኸውም ሕማማተ መስቀልን ተቀብሎ በሦስተኛው ቀን ሞትን ድል አድርጎ የተነሣው ኢየሱስ ክርስቶስ ያለና የሚኖር እንደሆነ ይገልጻል። እንዲህ እንደተጻፈ፦

❖ “ፊተኛውና መጨረሻው ሕያውም እኔ ነኝ፤ ሞቼም ነበርሁ እነሆም፣ ከዘላለም እስከ ዘላለም ድረስ ሕያው ነኝ” (ራእ 1፥17-18)

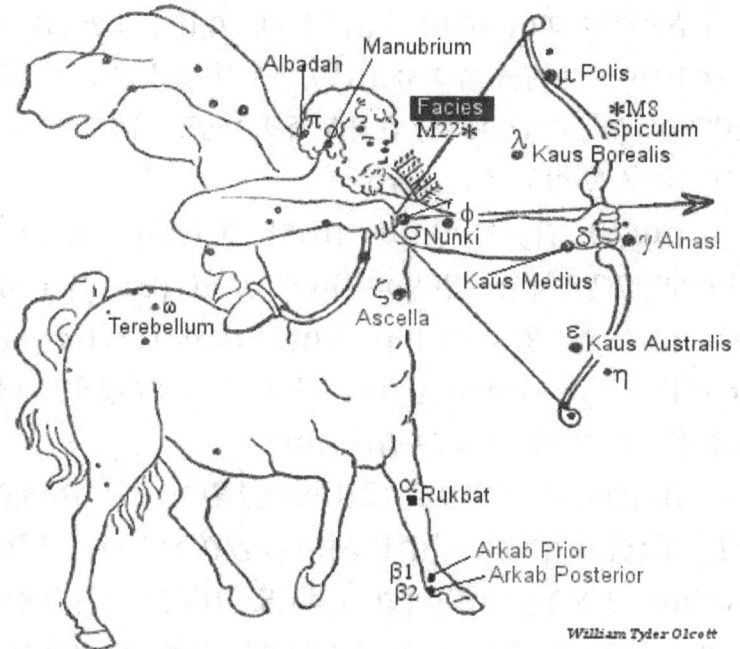

ሴንታውረስ ሕብረ ኮከብ በሰማይ ላይ ሲታይ image credited: tcoe.org

1.3. ቦኦቲስ ሕብረ ኮከብ Bootes

ይህ ሕብረ ኮከብ በመላው ዓለም በሕብራተ ከዋክብት ካርታ ላይ ሲሣል፤ በሰማይ ላይ በዐይን ሲታይ የሚታየው በቀኝ እጁ ጦር በግራ እጁ ማጭድ እንደያዘ ሆኖ ነው። ጥንታዊ ስሙ “ሰማት" (SMAT) ሲሆን ፍቺውም “ገዢ፣ በቊጥጥር ስል ያዋለ፣ ሠራዒ” ማለት ነው።

ሌላኛው መጠሪያው "ባኡ" (BAU) ሲሆን "ቦኦቴስ" ፍቺውም "የሚመጣው" ማለት ነው። በጦሩ ጫፍ ላይ ያለው ኮከብ "አል ካቱሮፕስ" (AL KATUROPS) ሲባል ፍቺውም "ቅርንጫፍ፣ ከእግሩ በታች የሚረማመድ" ማለት ነው።

ከወገቡ በታች ያለው ኮከብ "ሚራክ" (MIRAC) ሲባል ፍቺውም "እንደ ቀስት የሚመጣው"፤ ኢዛር (Izar) "ጠባቂ" ማለት ነው። በራሱ ላይ ያለው ኮከብ "ኔካር" (Nekkar) ሲባል ትርጒሙም "የተወጋ" ማለት ነው። ሌላው ኮከብ "ሙፕራይድ" (Muphride) ሲባል ፍቺው "የሚለየው" ማለት ነው።

በአጠቃላይ ማጭድ ይዞ የሚታየው ይህ ቦኦቲስ የተባለ ሕብረ ኮከብ ወካይነቱ በእሾህ አክሊል ራሱን፤ ጐኑን ደግሞ በጦር የተወጋው ኢየሱስ ክርስቶስ ለፍርድ በጌትነት እንደሚመጣና ከፉውን ሁሉ ከእግሩ በታች እንደሚረጋገጠው የሚያሳይ ሲሆን ስለዚህ ነገር በዮሐንስ ራእይ እንዲህ ተገልጧል፡-

❖ "አየሁም፡ እነሆም ነጭ ደመና፡ በደመናውም ላይ የሰውን ልጅ የሚመስል ተቀምጦአል፡ በራሱም ላይ የወርቅ አክሊል <u>በእጁም ስለታም ማጭድ ነበረው</u>፤ ሌላ መልአክም ከመቅደሱ ወጥቶ በደመናው ላይ ለተቀመጠው፦ የማጨድ ሰዓት ስለ ደረሰ ማጭድህን ስደድና እጨድ፡ የምድሪቱ መከር ጠውልጓልና ብሎ በታላቅ ድምፅ ጮኸ፤ በደመናውም ላይ የተቀመጠው ማጭዱን ወደ ምድር ጣለው ምድርም ታጨደች" (ራእ 14፥14-16)

❖ “ይመጣልና፤ በምድር ላይ ሊፈርድ ይመጣልና፤ እርሱም ዓለምን በጽድቅ አሕዛብንም በቅንነት ይፈርዳል” (መዝ 95 (96)፥13

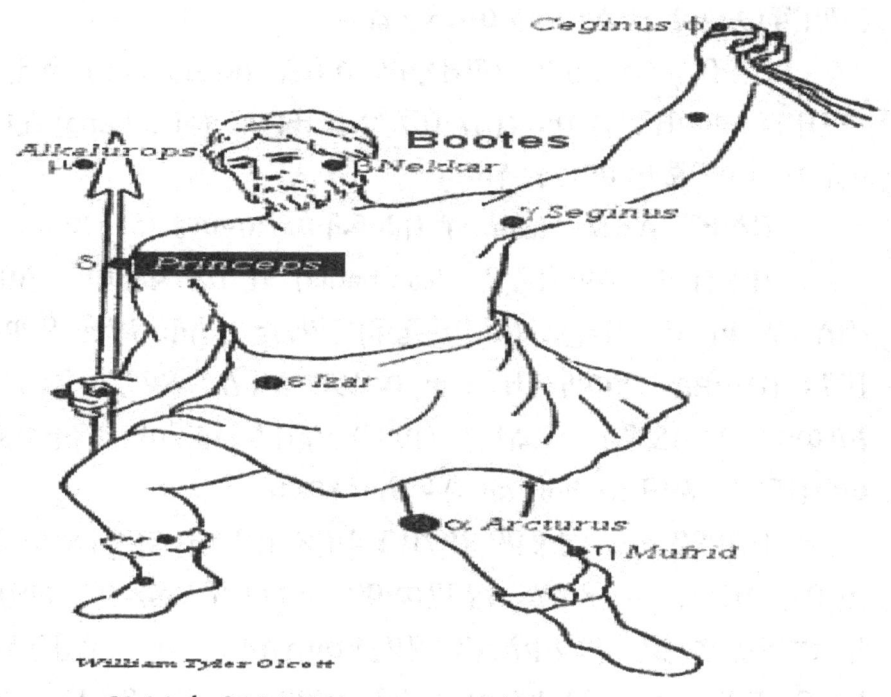

ቦአቲስ ሕብረ ኮከብ image credited: tcoe.org

በአጠቃላይ የሰንቡላ የዞዲያክ ሕብረ ኮከብና ተዛማጅነት ያላቸው ሦስቱ ሕብራተ ከዋክብት የሚገልጹት ምስጢር ሁሉም በናፍቆት ሲጠባበቀው የነበረው መሲሕ ክርስቶስ ከቅድስት ድንግል ማርያም መወለዱን፤ በትሕትና መመላለሱን ሕማማተ መስቀልን መቀበሉን ነው።

2. የሚዛን ዞዲያክ ሐብረ ኮከብ (Libra)

የጌታን እኛን መዋጀት በሰማይ ላይ የሚያሳየን ሁለተኛው የዞዲያክ ሐብረ ኮከብ ሚዛን ነው። ሚዛን ቃሉ የግእዝ ሲሆን ዐማርኛውም እንዳለ ቃሉን ወስዶታል።

በዕብራይስጥም፡- ሞዛኒም ሲባል (Mozanaim) ፍቺው "ሚዛን፣ መመዘኛ" ነው። በዐረብኛ "አል ዙቤና" (Al Zubena) ሲባል ፍቺው "መዋጀት፣ መዳን" ነው።

በላቲን "ሊብራ" (Libra) ሲባል ፍቺው "መመዘኛ" ነው።

በቅብጥ "ላምባዲያ" (Lambadia) ሲባል ፍቺው "ላም" (ባለጸግነት) እና "ባዲያ" (ቅርንጫፍ) ከሚሉ ሁለት ቃላት የመጣ ሆኖ፣ በጥቅሉ "የመናዘዣ ቦታ ወይም ስፍራ" የሚል ትርጉም አለው። በአካድያን "ቱልኪ" (Tulki) ሲባል ፍቺው "የተቀደሰ መንበር" (ምሥዋዕ) (holy altar) ማለት ነው።

በሰማይ ላይ ሲታይም የሚዛን ቅርጹ በደንብ የሚታየው ይህ ሐብረ ኮከብ ቅርጹም ስያሜውም ተመዝኖ ፍጹም መሆን አለመቻል ወይም መቅለልን የሚያመለክት ነው። ይህንንም ከቅርጹና በውስጡ ያሉት የከዋክብት ስያሜ በትክክል ይገልጸዋል።

በአጠቃላይ ስናየው ሚዛን (ሊብራ) ምሳሌነቱ የእግዚአብሔርን ፈታሒነት ነው። ዛሬም ምድራዊ ዳኞች የፍትሕ ምሳሌ በማድረግ ሚዛን ይዘው ይታያሉ። ጠቢቡ ሰሎሞን "እውነተኛ ሚዛንና መመዘኛ የእግዚአብሔር ናቸው፤ የከረጢት መመዘኛዎች ሁሉ የእርሱ ሥራ ናቸው" እንዳለ (ምሳ 16፥11)።

በሰማይ ላይ ሲታይ ዝቅ ባለው የሚዛኑ ክፍል የሚገኘው፣ ከሁሉም ደማቅ የሆነው ኮከብ "ዙበን አል ጄኑቢ" (ZUBEN AL GENUBI) ተብሎ ይጠራል፤ የዚህ ትርጉምም "መግዣው ወይም ዋጋው የጎደለ" ማለት ነው። መጕደል መባል እያንዳንዱ ሰው ለእራሱ ኀጢአት ስርየት የሚከፍለው ዋጋ ለእራሱ መዳን በቂ አይደለም፣ ማንም ማንንም ማዳን አይችልም ማለት ነው። ክቡር ዳዊት "ወንድም ወንድሙን አያድንም ሰውም አያድንም፤ ቤዛውን ለእግዚአብሔር አይሰጥም" (መዝ 48 (49) ፥ 7) እንዲል።

ይኸውም የመጀመሪያው ሰው በአምላካዊ የፍትሕ ሚዛን ተመዝኖ ምኞተኛ (ፈታዊ) ሆኖ ተገኝቶ ከክብሩ ጕድሎ ከልዕልናው መዋረዱን የሚያሳይ ነው። መጽሐፍ ቅዱስ ይህንን እንዲህ ይገልጠዋል፦

- "ሴቲቱም ዛፉ ለመብላት ያማረ እንደ ሆነ፥ ለዐይንም እንደሚያስጎመጅ ለጥበብም መልካም እንደ ሆነ አየች፤ ከፍሬውም ወሰደችና በላች፤ ለባልዋም ደግሞ ሰጠችው እርሱም ከእርስዋ ጋር በላ" (ዘፍ 3፥6)።

ይህም የመጀመሪዎቹ ሰዎች ጕምዢዎች፥ ምኞተኞች መሆናቸውን በትክክል ያሳያል።

ታዲያ በአምላካዊ የፍርድ ሚዛን ተመዝኖ መቅለል አለና ነቢዩ ዳንኤል ንጉሡን ብልጣሶር

- "በሚዛን ተመዘንህ ቀልለህም ተገኘህ" እንዳለው (ዳን 5፥27)።

የሰው ልጆችም በምኞታቸው ምክንያት ተመዝነው መቅለላቸውን ያሳያል። ስለዚህ ይህ የሚዛን ሕብረ ኮከብ

ጠቋሚነቱ የሰው ልጅ በፈታሒው አምላክ ተመዘነ። ነገር ግን ያልተሰጠውን የባሕርይ አምላክነትን ሲፈልግ ተገኝቶ ዕዳ እንዳ መጣበት ነው። ታዲያ ከዚህ ፍዳ የሰውን ልጅ ማን ያድን?

መልሱ ይኸውና ከፍ ባለው ሚዛን ክፍል ላይ ያለው ብሩህ ኮከብ "ዙቢን አል ሸማሊ" (ZUBEN AL CHEMALI) ተብሎ ሲጠራ ፍቺውም "የሚሸፍነው ዋጋ፣ ትክክለኛው ዋጋ፣ ዕዳው ተከፈለ" ማለት ነው፤ በአጠቃላይ የሚዛን ኮከብ አመልካችነቱ እኛ በበደልን የካሰልንን የጌታን የቤዛነት የመዋጀት የማዳን ሥራ ነው።

ከታችኛው ሚዛን በታችና አጠገብ ያለው ኮከብ "ዙቢናክራቢ" ZUBENAKRABI ወይም "ዙቢን አል አክራብ" (ZUBEN AL AKRAB) ይባላል። ፍቺውም "የግጭት (የጠብ) ዋጋ" ማለት ነው። ይህም በጌታችንና በሰይጣን መካከል ያለውን ጠብ የሚገልጽ ሲሆን ጌታ ድል ነሥቶት በዋጋ ዋጅቶናልና።

ዳግማዊ አዳም ኢየሱስ ክርስቶስ እኛ በበደልን እርሱ ክሶ ዋጋ ከፍሎ በመስቀል ተሰቅሎ፣ መከራ ተቀብሎ ኃጢአታችንን በደሙ በመሸፈን፣ ከሁሉም ኃጢአት እና ውርደት ነጻ አውጥቶን በደሙ መዋጀቱን ነው። መጽሐፍ ቅዱስ እንዲህ እንደሚል፡-

- "የኃጢአት ደመወዝ ሞት ነውና፤ የእግዚአብሔር የጸጋ ስጦታ ግን በክርስቶስ ኢየሱስ በጌታችን የዘላለም ሕይወት ነው" (ሮሜ 6፥23)።
- "በዋጋ ተገዝታችኋል" (1ኛ ቆሮ 7፥23)።
- "መጽሐፉን ትወስድ ዘንድ ማኅተሞቹንም ትፈታ ዘንድ ይገባሃል፣ ታርደሃልና፣ በደምህም ለእግዚአብሔር ከነገድ ሁሉ ከቋንቋም ሁሉ ከወገንም ሁሉ ከሕዝብም ሁሉ

ሰዎችን ዋጅተህ ለአምላካችን መንግሥትና ካህናት ይሆኑ ዘንድ አደረግሃቸው" (ራእ 5፥9-10)።

ሊቁ ቅዱስ ያዕቆብ ዘሥሩግም አዳምና ሔዋን አምላክነት ሽተው ከጸጋ ተራቍተው፣ ከክብራቸው ሚዛን ጐድለው ሲገኙ፤ እግዚአብሔር አብ አንድያ ልጁን ልኮ ልጁም ክቡር ደሙን አፍስሶ በደሙ የዋጀን እንደሆነ እንዲህ ይገልጠዋል፡-

- በርግጥም ለሰው ልጆች ምንም ተስፋ አልነበረም፤ እነርሱም ከጸጋ ልጆች ደረጃ ወድቀው ነበርና (ሮሜ 8፥15፤ ገላ 4፥5)፤ ከመለኮት ቤት ጋር ከነበራቸው ቍርኝት ተሰድደው ነበሩ፤ ትእዛዙን መተላለፋቸው ለኀፍረት ዳርጓቸው ቆይቷል፤ እነርሱም ለአብ ቤት ባይተዋር ኾኑ፤ ከዔደን ገነት ወጥተው ተጣሉ፤ የሙታን ሸለቆ የኾነው ሲኦልም ተቀበላቸው (ዘኍ 16፥33)፤ ከልዑል ቦታ ወድቀው ወደ ታችኛው ጥልቅ ተወረወሩ።

የንጉሡ ማዕድ ተነፍጓቸው (ማቴ 22፥1) የዘንዶው ምግብ የሚኾንን ትቢያ ዐፈር ኾኑ (ዘፍ 3፥19)፤ መንፈሳዊውን ክብር ተገፍፈው የኀፍረትን ልብስ ቅጠል አገለደሙ፤ የብርሃን መጐናጸፊያ ከእነርሱ ተነሥቶ እነሆ በሲኦል ውስጥ የሸረሪት ድር ሸፈናቸው (ኢሳ 59፥5-6)፤ ተጣሉ፣ ተሰናክለው ወደቁ፣ ጥልቁ ዋጣቸው፣ ወደ ትቢያ ዐፈርነት ዝቅ አሉ፣ ተስፋ የሌላቸውም ኾኑ። ነገር ግን አብ በዘላለማዊ ሕልውናው ውስጥ ያለውን ዘላለማዊ ምሕረቱን ይገልጥላቸው ዘንድ በወደደ ጊዜ ርሱ ልጁን ወደ

ዓለም ላከ ርሱም ከሴት ተወለደ (ገላ 4፡4)፤ ኀጢአት የተረታ ሲኾን የጸጋ በር ተከፈተ (ሮሜ 5፡20)።

መላእክትም ይኽነን አስተዋሉ እናም እንዲኽ አሉ፡- ከዚኽ በኋላ ለሰው ዘር መልካም ተስፋ አለው፤ የትእዛዙ መተላለፍ በርሱ (በወልድ) ይወገዳል፤ ፍርድም በርሱ ይሻራል፤ <u>ዕዳው በርሱ ይካሳል</u>፤ እስራት በርሱ ይበጠሳል (ቆላ 2፡14)፤ ገነት በርሱ ይከፈታል፤ ጠባቂው ኪሩብ በርሱ ዞር ይደረጋል፤ የተሰደደው አዳም በርሱ እንዲመለስ ይደረጋል፤ ለኀፍረት የተዳረገችው ሔዋን በርሱ ጨዋ ትኾናለች፤ ጠበኛው እባብ በርሱ ይቀጠቀጣል፤ አታላዩ ሰይጣን በርሱ ይጋለጣል፤ በሰው ዘር ላይ የተደገነው የሞት ቀስት በርሱ ይሰበራል፤ ከነዚኽ ኹሉ የተነሣ ታናሽ የኾነ ጥቅም ሳይኾን ለሰው ልጆች መልካም ተስፋ ነው።” (ቅዱስ ያዕቆብ ዘሥሩግ ድርሳን በእንተ ልደተ እግዚእ)

አንባብያን ይህ የሚዛን ኮከብ ሲወጣ በሰማይ ላይ ምን ሊመስል እንደሚችል ከዚህ በታች ባለው ሥዕል የተገለጠ ሲሆን የመውጪያውን ጊዜ ጠብቃችሁ በሰማይ ላይ ፈልጋችሁ አግኙት።

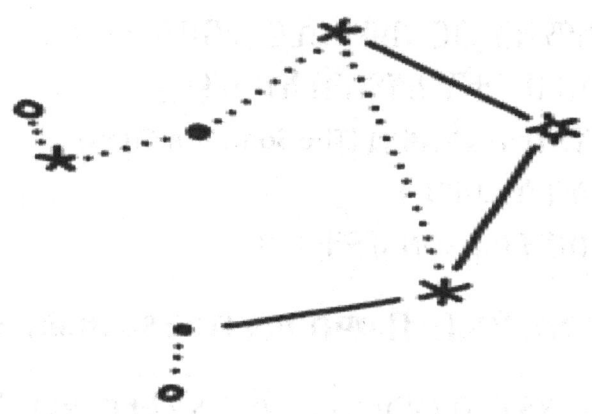

የሚዛን ኮከብ በሰማይ ሲታይ image credited: pinterest.com

ሚዛን ኮከብ በሰማይ ሲታይ image credited: fineartamerica.com

የሚዛን ኮከብን ምስጢርና መንፈሳዊ ምሳሌ በዝርዝር ለመረዳት ከሚዛን ጋር በምስጢር ተባባሪ የሆኑ 3ቱን ሐብራተ ከዋክብት ከዚህ በታች እናያለን፤ እነርሱም፦

2.1. የደቡብ መስቀል (The Southern Cross)

2.2. ሉፑስ (LUPUS)

2.3. ኮሮና (CORONA) ናቸው።

2.1. የደቡብ መስቀል (The Southern Cross)

ይህም የደቡብ መስቀል በመባል የሚታወቀው ሐብረ ኮከብ "ክረክስ" ሲባል ፍቺው "መስቀል" ማለት ነው፤ ጥልቅ ትርጕሙ ግን "ተፈጽሟል" ማለት ነው። በሰሜን ኬንትሮስ በብዛት ስለማይታይና ደቡብ ኬንትሮስ ላይ ስለሚገኝ "የደቡብ መስቀል" (Southern Cross) ይባላል።

በዐይንም መስቀልነቱ በደቡብ ኬንትሮስ በደንብ ጐልቶ በሰማይ ላይ ይታያል። አጥኚዎች ይህ የመስቀል ቅርጽ ያለው ሐብረ ኮከብ ጌታችን ለቤዛ ዓለም በመስቀል በቀራንዮ ተሰቅሎ የድኅነት ሥራውን እስኪፈጽም ድረስ፣ ከኢየሩሳሌም ከፍ ብሎ በግልጽ ይታይ ነበር ይላሉ።

16ኛው ክፍል ዘመን ከመግባቱ አስቀድሞ፣ ሰዎች ወደ ደቡብ ርቀው በመጓዝ፣ ሞቃታማና ደቡባዊ ባሕሮችን ይጎበኙ ነበርና ይህንን መስቀል በሚያዩ ጊዜ "በሰማያት ከሚገኙት ሐብራተ ከዋክብት የላቀ ክቡር መስቀል" (a cross more glorious than all the constellations of the heavens) በማለት ነበር የጠሩት።

ይህን መስቀል ለማየት በቀላሉ ከሴንታውረስ ሕብረ ኮከብ ዝቅ ብሎ መመልከት ነው፡፡ የዕብራይስጥ ስሙ "አዶም" (ADOM) ሲሆን ፍቺውም "መወገድ" ማለት ነው፡፡ ይህም የክርስቶስን ሞት ያመለክታል፡፡

ነቢያት እንዲህ ብለው ስለ ክርስቶስ ሞት ትንቢት እንደተናገሩ፡-

- "ከስድሳ ሁለት ጊዜ ሰባትም በኋላ መሢሕ ይገደላል" (ዳን 9፥26)፡፡
- "ስለ ሕዝቤ ኃጢአት ተመትቶ ከሕያዋን ምድር እንደ ተወገደ ከትውልዱ ማን አስተዋለ?" (ኢሳ 53፥8)፡፡

በዴንዴራህ ይህ ሕብረ ኮከብ በተጠማ አንበሳ ምላሱን አውጥቶ የተሣለ ሲሆን አንዲት ሴት በጽዋ ውሃ ስታቀርብለት፤ ከሥሩ ግን ውሃ እየፈሰሰ በሄሮግሊፊክ ተሥሎ ተገኝቷል፡፡ ይህም የይሁዳ አንበሳ የሕይወት ውሃ ምንጭ የተባለ ጌታችን ውሃ መጠማቱንና ለጥሙ መራራ ሐሞትን ማቅረባቸውን ያመለክታል፤ ይህም እንዲህ ተገልጧል፡-

- "እንደ ነጣቂና እንደሚጮኽ አንበሳ በላዬ አፋቸውን ከፈቱ፤ እንደ ውሃ ፈሰስሁ አጥንቶቼም ሁሉ ተለያዩ፤ ልቤ እንደ ሰም ሆነ፥ በአንጀቴም መካከል ቀለጠ" (መዝ 21 (22)፥14)፡፡
- "ከዚህ በኋላ ኢየሱስ አሁን ሁሉ እንደተፈጸመ አውቆ የመጽሐፉ ቃል ይፈጸም ዘንድ ተጠማሁ አለ፤ በዚያም ሆምጣጤ የሞላበት ዕቃ ተቀምጦ ነበር፤ እነርሱም

ሆምጣጤውን በሰፍነግ ሞልተው በሁሱጵም አድርገው ወደ አፉ አቀረቡለት" (ዮሐ 19፡28-29)።

- ❖ "ለመብሊ ሐሞት ሰጡኝ ለጥማቴም ሆምጣጤ አጠጡኝ" (መዝ 68 (69)፡21)።
- ❖ "ለወሃቤ ዝናም ማየ ከልዕዎ ሐሞተ ወከርቤ አስተይዎ" (ዝናብን ለሚሰጥ ውሃን ከለከሉት ሐሞትና ከርቤን አጠጡት) እንዲል

ግብጻውያን ይህንን አንበሳ "ሴራ" (Sera) በማለት ሲጠሩት ፍቺውም "ድል" ማለት ነው። ይህም የይሁዳ አንበሳ የተባለ መሲሑ ኢየሱስ ክርስቶስ ድል አድራጊ መሆኑን ያመለክታል።

በመሆኑም የደቡብ መስቀል አጠቃላይ ትርጕም በሚዛን ቀልሎ ተፈርዶበት የነበረውን አዳምን ለማዳን ጌታችን በመስቀል ተሰቅሎ ቅድስት ነፍሱን ከሥጋው ከመለየቱ በፊት "ተፈጸመ" ብሎ የድኅነተ ዓለም ሥራውን መፈጸሙን የሚያሳይ ነው (ዮሐ 19፡30)።

አንባብያን ይህ የደቡብ መስቀል ሕብረ ኮከብ ሲወጣ በሰማይ ላይ ምን ሊመስል እንደሚችል ከዚህ በታች ባለው ሥዕል የተገለጠ ሲሆን የመውጫያውን ጊዜ ጠብቃችሁ ቅርጹን በደንብ በሰማይ ላይ ፈልጋችሁ አግኙት።

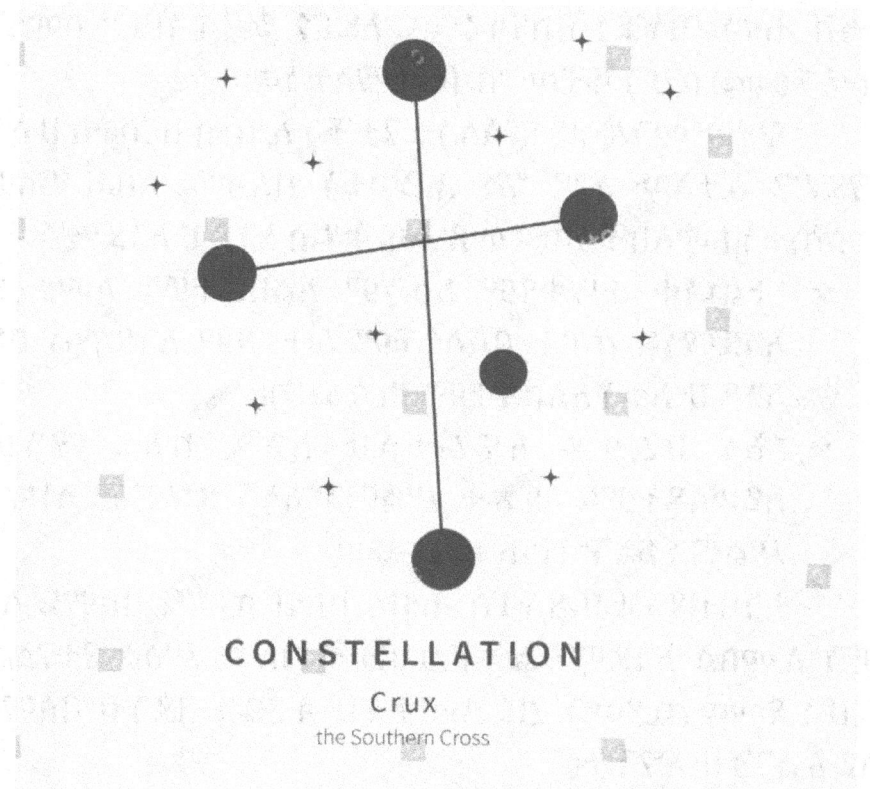

የደቡብ መስቀል (ክረክስ) በሰማይ ሲታይ image credited: shutterstock.com

2.2. ሉፐስ ሕብረ ኮከብ (LUPUS)

ይህ ሕብረ ኮከብ የተገደለ አርዌ ሲባል ሌላኛ ስሙ ቴራ (THERA) ሲሆን ትርጕሙም "አርዌ" ማለት ነው። በዕብራይስጥ "አሴዳህ" (Asedah) ሲባል "መገደል፤ መታረድ" ማለት ነው።

በተጨማሪም "ቪክቲማ" (VICTIMA) ሲባል ትርጕሙ "ተጎድቶ የታረደ" ማለትን ያሳያል፤ በጥንት የዴንዴራህ ዞዲያክ

ታናሽ ሐፀን ጣቶቹን በከናፍሩ ላይ አድርጎ ይሣል ነበር። ስሙም "ሱራ" (Sura) ሲሆን ፍቺው "ጠቦት" ማለት ነው።

ዋናው መንፈሳዊ ምሳሌነቱ ጌታችን ኢየሱስ ክርስቶስ ሁሉን ማድረግ ሲቻለው ነገር ግን ሕይወቱን በፈቃዱ ለቤዛ ዓለም መስጠቱን አመላካች ነው። መጽሐፍ ቅዱስ እንዲህ እንደሚል፡-

- "ተጨነቀ ተሣቀየም አፉንም አልከፈተም፤ ለመታረድ እንደሚነዳ ጠቦት በሸላቶቹም ፊት ዝም እንደሚል በግ እንዲሁ አፉን አልከፈተም" (ኢሳ 53፥7)።
- "እኔ በፈቃዴ እኖራታለሁ እንጂ ከእኔ ማንም አይወስዳትም። ላኖራት ሥልጣን አለኝ ደግሞም ላነሣት ሥልጣን አለኝ" (ዮሐ 10፥17-18)።

አንባብያን ይህ የሉፐስ ሕብረ ኮከብ ሲወጣ በሰማይ ላይ ምን ሊመስል እንደሚችል ከዚህ በታች ባለው ሥዕል የተገለጠ ሲሆን የመውጫያውን ጊዜ ጠብቃችሁ ቅርጹን በደንብ በሰማይ ላይ ፈልጋችሁ አግኙት።

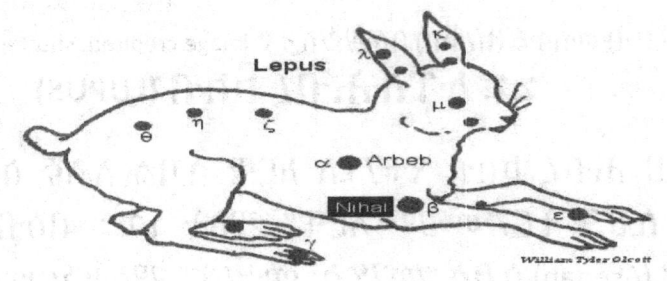

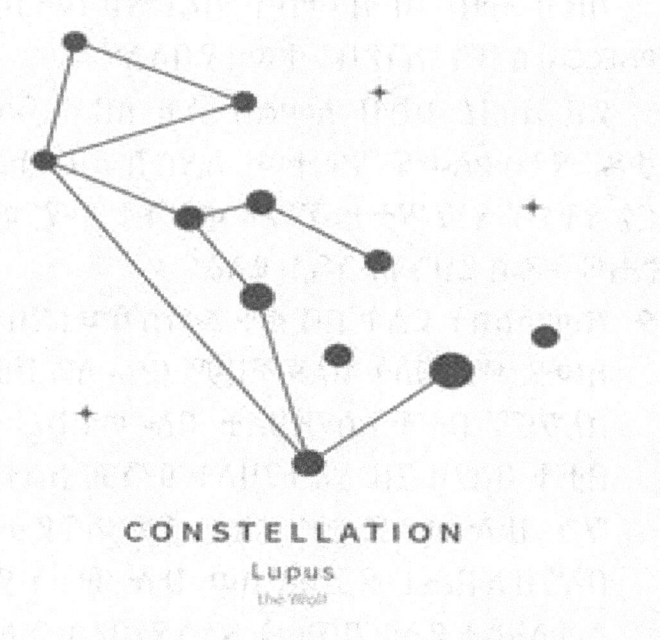

ሉፐስ በሰማይ ሲታይ (Image credited: vectorstock.com)

2.3. ኮሮና ሕብረ ኮከብ CORONA

ኮሮና ሕብረ ኮከብ የዘውድ ቅርጽ የሚሠራ ሲሆን ኮሮና ማለት ፍቺው "አክሊል" ማለት ነው። ዳግመኛም በዘመናችን "ኮሮና ቦሪያሊስ" (Corona Borealis) ወይም የሰሜን ዘውድ ይባላል። በዕብራይስጥ ስያሜው "አታራህ" (ATARAH) ሲሆን "የንጉሣዊ ዘውድ" ማለት ነው።

የዐረብኛ መጠሪያው "አል ኢክሊል" (AL ICLIL) ሲሆን ይህም ሲፈታ "የከበረ ጌጥ" ማለት ነው።

ከዚህ ሐብረ ኮከብ ውስጥ ብሩህ የሆነው ኮከብ “አል ፔካ” (AL PHECCA) ሲሆን “አንጸባራቂው” ይባላል።

ይህ ሕብረ ኮከብ አመልካቸነቱ ለቤዛ ዓለም በመስቀል በፈቃዱ የተሰቀለውና የሞተው ኢየሱስ ክርስቶስ ሞትን ድል አድርጎ የተነሣ የነገሥታት ንጉሥ መሆኑን የሚያመለክት ሲሆን፤ መጽሐፍ ቅዱስ ይህንን እንዲህ ይላል፡-

- “ከመላእክት ይልቅ በጥቂት አሳነስኸው፤ የክብርና የምስጋና ዘውድ ጫንህለት በእጆቸህም ሥራ ላይ ሾምኸው፤ ሁሉን ከእግሮቹ በታቾ አስገዛህለት ብሎ መሰከረ። ሁሉን ከእርሱ በታቾ ባስገዛ ጊዜ ያልተገዛለት ምንም አልተወምና። አሁን ግን ሁሉ እንደ ተገዛለት ገና አናይም፤ ነገር ግን በእግዚአብሔር ጸጋ ስለ ሰው ሁሉ ሞትን ይቀምስ ዘንድ፥ ከመላእክት ይልቅ በጥቂት አንሶ የነበረውን ኢየሱስን ከሞት መከራ የተነሣ የክብርና <u>የምስጋናን ዘውድ</u> ተጭኖ እናየዋለን” (ዕብ 2፡7-9)።
- “በዚያ ቀን የሰራዊት ጌታ እግዚአብሔር ለቀሩት ሕዝቡ <u>የክብር ዘውድና የጌጥ አክሊል</u> ይሆናል” (ኢሳ 28፡5)።

ሕብረ ኮከቡን በሰማይ ላይ በደንብ ስናየው ከአክሊሉ ሥር የእባቡ ቅርጽ ያለው (ሰርፐንት) ምላሱን አውጥቶ አክሊሉን ለመስረቅ ሙከራ ሲያደርግ ይታያል።

ይህንንም በሰማይ ላይ ለማየት እንድትቸሉ ከዚህ በመቀጠል የሕብራተ ከዋክብቱን ቅርጽ አስቀምጥላቸኋለሁ።

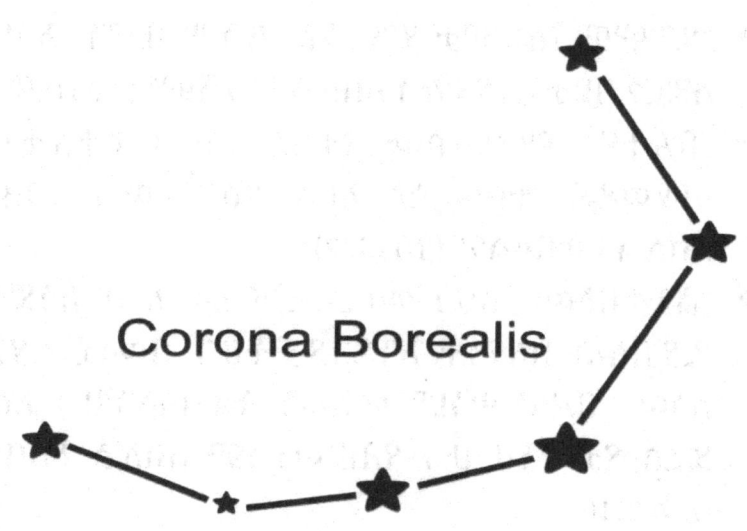

የአክሊል ቅርጽ ያለው ኮሮና ሕብረ ኮከብ (image credited: vectorstock.com)

አባቡ ከመጀመሪያው ሰው ከአዳም አታልሎ በጸጋ የተሰጠውን የድል አክሊልን ለመስረቅ ችሏል፤ ክብር የባሕርይ ገንዘቡ የሆነውን ዳግማይ አዳም ጌታን ሊፈታተን ቢሞክር አልቻለም ይልቁኑ ራሱን ረገጠው ድል ነሣው፤ እኛንም ድል ንሡ ብሎናልና የተመለሰልንን የሕይወትን አክሊል ዘንዶው ሰይጣን ከእኛ ሊሰርቅ እንደሚሞክር የሚያሳይ ነውና ፈተናን ድል ነሥተን

ይህንን የክብር አክሊል እንድንቀዳጅ መጽሐፍ ቅዱስ እንዲህ ይለናል፦

- “ደግሞም በጨዋታ የሚታገል ማንም ቢሆን፥ እንደሚገባ አድርጎ ባይታገል የድሉን አክሊል አያገኝም” (2ኛ ጢሞ 2፥5)።
- “በፈተና የሚጸና ሰው የተባረከ ነው፤ ከተፈተነ በኋላ ለሚወዱት ተስፋ ስለ እርሱ የሰጣቸውን የሕይወትን አክሊል ይቀበላልና” (ያዕ 1፥12)።
- “ልትቀበለው ያለህን መከራ አትፍራ። እነሆ እንድትፈተኑ ዲያብሎስ ከእናንተ አንዳንዶቻችሁን በወኅኒ ሊያገባችሁ አለው፥ ዐሥር ቀንም መከራን ትቀበላላችሁ። እስከሞት ድረስ የታመንህ ሁን የሕይወትንም አክሊል እሰጥሃለሁ” (ራእ 2፥10)።
- “እነሆ ቶሎ ብዬ እመጣለሁ፤ ማንም አክሊልህን እንዳይወስድብህ ያለህን አጽንተህ ያዝ” (ራእ 3፥11)።

በአጠቃላይ ሚዛንና ከርሱ ጋር በምስጢር ተባባሪ የሆኑት 3ቱ ሕብራተ ከዋክብት የሚገልጹት ሰው ያልተሰጠውን አምላክነትን ሲሻ ተገኘና በአምላካዊ የፍርድ ሚዛን ቀለለ ከክብር ጐደለ፤ አዳኙ ክርስቶስ ግን የአዳምን ባሕርይ ባሕርይ አድርጎ በአዳም ኀጢአት ምክንያት የተፈረደውን መከራ በፈቃዱ ተቀበለ።

በመስቀል ተሰቅሎ ዋጋ ከፍሎ ሞትን ድል አድርጎ ተነሥቶ፤ ውሳጤ መንጦላዕት ገብቶ መኣርገ መላእክትን እንደ ጭማ ተጭምቶ መኖሩን ጌትነቱን ያሳያል።

3ኛ. የዐቅራብ ዞዲያክ ሕብረ ኮከብ (Scorpio)

ጌታ ሰው ሆኖ ከጠላት ዲያብሎስ ጋር የሚያደርገውን ጠብ የሚያሳየን ሦስተኛው የዞዲያክ ሕብረ ኮከብ ዐቅራብ ነው። ዐቅራብ ቃሉ የግእዝ ሲሆን የዐማርኛ ትርጕሙ ጊንጥ ማለት ነው፤ በዕብራይስጥ ቋንቋ በተመሳሳይ መልኩ "ዐቅራብ" ሲባል ፍቺውም "ጊንጥ" ከሚለው ባሻገር "ግጭት" ወይም "ጦርነት" የሚል ትርጉም አለው።

በዐረብኛ "አል አቴራህ" (Al Aterah) ሲባል "የሚጎዳ" ማለት ነው።

በቅብጥ ቋንቋም "ኢሲዲስ" (ISIDIS) ሲባል ፍቺውም "የጠላት ጥቃት ወይም ጭቆና" ማለት ነው። ሌላኛው መጠሪያው "አል ዐቅራብ" (AL AKRAB) ሲሆን "የሚመጣውን መጕዳት" ማለት ነው።

በዐቅራብ ውስጥ ያለው ብሩሁ ቀይ ኮከብ "አንታረስ" ፍቺው "የሚጕዳው ጠላት" ማለት ነው።

ዐቅራብ (Scorpio) በሰማይ ላይ ሲታይ አንድ ግዙፍ ጊንጥ፣ ከትልቅ እባብ ጋር እየታገለ የነበረን "ኦፊዩከስ" (OPHIUCHUS) የተባለ የአንድ ኀያል ሰው ተረከዝ ለመንደፍ እየሞከረ ይታያል።

ነገር ግን ኀያሉ ሰው "ሮ ኦፊዩካ" (Rho Ophiuchi) በሚባለው እግሩን የጊንጡ ልብ ላይ ያለውን ፍቺው "የሚጐዳው ጠላት" የተባለው አንታረስ የሚባለው ቀይ ኮከብ ጋር ሲጨፈልቀው ይታያል፡፡

በመረገጡም የጠላትን መጐዳት ሲያመለክት ጊንጡ ደግሞ የረገጠውን ኀያል ስኰና ለመንደፍ ጅራቱን ሲዘረጋ ይታያል፡፡

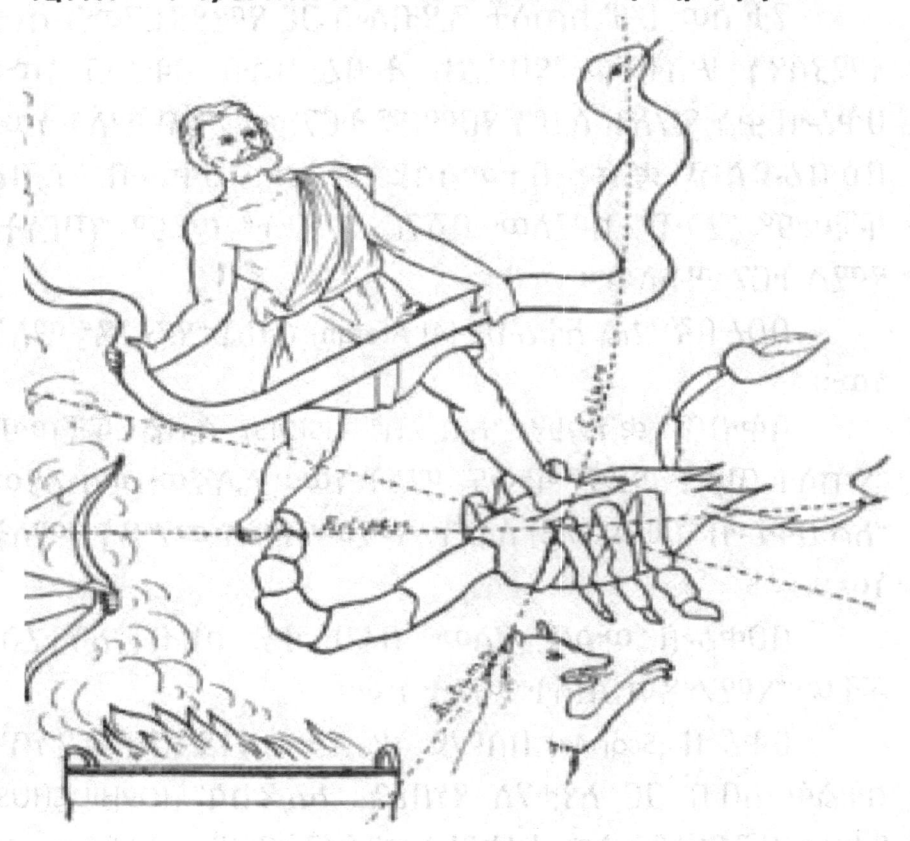

ኀያሉ ኦሬዩከስ የመርዘኛውን ገንጥ ልቡን ሲጨፈልቀው፤ ገንጡ ደግሞ በጅራቱ የኀያሉን ሰኰናውን ለመውጋት ሲታገል (image credited: finedictionary.com)

ይህም ከነጅራቱ በሰማይ ላይ በዐይን በጕልህ የሚታይ መርዘኛ ነዳፊ ነካሽ ገንጥ ምሳሌነቱ ከጥንት ጀምሮ አዳምና ሔዋንን ያሳሳተው በኋላም በዳግማዊ አዳም በጌታ ራስ ራሱ የተቀጠቀጠው የአባቡ የዲያብሎስ ምሳሌ ሲሆን ርሱ ደግሞ ሰኰናውን ለመንደፍ ይታገላል።

ይኸውም አስቀድሞ እንዲህ ተገለጠ፦

❖ "በአንተና በሴቲቱ መካከል፥ በዘርህና በዘርዋም መካከል ጠላትነትን አደርጋለሁ፤ እርሱ ራስህን ይቀጠቅጣል አንተም ሰኰናውን ትቀጠቅጣለህ" (ዘፍ 3፥15)።

በማለት በመርዘኛው በዲያብሎስና ከቅድስት ድንግል ማርያም ያለ አባት በተወለደው በጌታ መካከል ያለውን ጠብና ክርክር የሚያሳይ ነው።

ይኸውም "<u>ባንተና በሴቲቱ</u>" ማለት በሔዋን መኻከል ጠላትነትን አደርጋለኍ ብሎ፤ በዲያብሎስና በሔዋን መኻከል የሚኾነውን ታላቅ ጸብና ክርክር ነግሮታል። አኹን እግዚአብሔር እንዲኽ ማለቱ ሔዋን ከዲያብሎስ ጋር ተጣልታ ድል የምትነሣው ኾና አይደለም፤ ኾኖም ግን ከሔዋን ባሕርይ ከተገኘች ዳግሚት ሔዋን ከምትባል ከቅድስት ድንግል ማርያም የዲያብሎስ ምክሩን የሚያፈርስ፣ ኀይሉን የሚያደክም፣ አሽክላውን የሚቈርጥ፣ መርዙን የሚያጠፋ ቤዛ ኵሉ ክርስቶስ የመወለዱን ነገር ሲናገር ነው (1ኛ

ዮሐ 3፥8-9)።

"<u>በዘርኽና በዘሯም መኻከል ጠላትነትን አደርጋለኊ</u>" በማለት የዲያብሎስ የግብር ልጅ በተባሉት ዲያብሎስ ባደረባቸው በአይሁድ መኻከልና (ዮሐ 8፥44-45)፤ ከሔዋን ባሕርይ ከተገኘ ከዳግሚት ሔዋን ከድንግል ማርያም በድንግልና በተወለደው በባሕርይ ልጇ በክርስቶስ መኻከል ጸብና ክርክር እንደሚኾን አስቀድሞ ገልጧል።

ይኸውም ኀጢአት በመሥራት የተጐዱ ኹለቱ (አዳምና ሔዋን) ሲኾኑ ተስፋውም የአዳምና የሔዋን ሲኾን "ማእከለ ዘርዖሙ" (በዘሮቻቸው) አላለም፤ ነገር ግን ሔዋንን ብቻ ለይቶ "<u>በዘርዋ</u>" ብሎ ተስፋውን የሰጠበት ምክንያት አካላዊ ቃል ክርስቶስ ተወልዶ የሚያድናቸው ቅድመ ዓለም ከአብ ያለ እናት እንደተወለደ ኹሉ፤ ድኅረ ዓለም ያለ አባት ከዳግሚት ሔዋን ከድንግል ማርያም ብቻ በድንግልና ተወልዶ ነውና ለሔዋን ብቻ ሰጥቶ ተስፋውን ገልጾለታል።

ይኸውም አካላዊ ቃል በሰጠው ተስፋ መሠረት ከሔዋን ዘር ይወለድ ዘንድ ስላለው ቅዱስ ጳውሎስ ሲናገር "እንግዲኽ ሕግ ምንድር ነው? ተስፋው የተሰጠው ዘር እስኪመጣ ድረስ" (ገላ 3፥19) በማለት የሰጠውን ተስፋ አጕልቶ ከተናገረ በኋላ፤ በሰጠው ተስፋ መሠረት ከቅድስት ድንግል የመወለዱን ነገር ሲገልጽ "ነገር ግን የዘመኑ ፍጻሜ በደረሰ ጊዜ እግዚአብሔር ልጁን ላከ፤ ከሴትም ተወለደ" (ገላ 4፥4) ሲል ጌታ የተሰጠውን ተስፋ እንደፈጸመው አስተምሯል።

"ርሱ ራስኽን ይቀጠቅጣል አንተም ሰኰናውን

ትቀጠቅጣለኽ” በማለት የተናገረው ሊፈጸም አካላዊ ቃል ወልደ እግዚአብሔር ሰው በኾነ ጊዜ መርዘኛው ሰይጣን በሄሮድስ ዐድሮ ለማስገደል ሞከረ (ማቴ 2፥16) ዲያብሎስ በገዳመ ቆሮንቶስ በአካል በመምጣት በመፈተን፤ ከዚያም በልበ አይሁድ በማደር ስኹና ትምህርቱን፣ ስኹና ተአምራቱን በመቀዋወም በመስቀል ሲያሰቅለው፤ ጌታም በመስቀል ተሰቅሎ በመስቀሉ የመርዛማው የእባቡ የዲያብሎስን ራስ ቀጥቅጦ ድል ነሥቶት ዓለምን አድኖ ለአዳምና ለሔዋን የሰጠውን የተስፋ ቃሉን ፈጽሞታል።

በማእከለ ምድር በቀራንዮ በመስቀል ተሰቅሎ የእባብ የዲያብሎስን ራስ ቀጥቅጦ ሥልጣኑን እንደሚያጠፋ፤ ክቡር ዳዊት በመንፈስ እግዚአብሔር ተቃኝቶ በመዝሙሩ ላይ እንዲህ ይላል፡-

- “እግዚአብሔር ግን ከዓለም አስቀድሞ ንጉሥ ነው፤ በምድርም መኻከል መድኀኒትን አደረገ፤ አንተ ባሕርን በኀይልኽ አጸናኻት፤ አንተ የእባቦቹን ራስ በውሃ ውስጥ ሰበርኽ፤ አንተም የዘንዶውን ራሶቹ ቀጠቀጥኽ” (መዝ 73፥12-14)፡፡

በተጨማሪም ይህ ከ12ቱ አንዱ ይህ የዐቅራብ (የጊንጥ) ሕብረ ኮከብ ከ12ቱ ነገደ እስራኤል ውስጥ ሐሳዌ መሲሕ ከርሱ የሚወለደው የነገደ ዳን፤ በሐዲስ ኪዳን ደግሞ የይሁዳ አምሳልም ነው። ይኸውም ጊንጥ ሲናደፍ (ሲናከስ) የሚያወጣው ሰንበር ሁለት ከናፍር ይመስላል። ይህም የአስቆሮቱ ይሁዳ በመርዛማ ከናፍሩ ጌታን በመሳም ለሞት አሳልፎ ሰጥቶታል። ይህ ጊንጥ

የሚቆይበት 30 ቀናት እንደሆነ ጊንጡ መርዘኛው ይሁዳም በትኖ ላልተጠቀመበት 30 ብር ሲል ጌታን አሳልፎ ሰጥቷል።

በመርዛማ ከናፍሩ ጊንጡ ይሁዳ ጌታን ነክሷልና ሊቁ አባ ጊዮርጊስ ዘጋሥጫ በሐማማት ሰላምታው ላይ እንዲህ ይላል፡-

"እንተ ትኄይስ እምኔሁ ፍቅዐተ ምእመን አርክ
ስዕመተ ይሁዳ ኮነከ አምሳለ ነሲክ
ኢየሱስ ወልደ አምላክ ስብሐት ለከ"

(ምስጋና የተገባኸ የአምላክ ልጅ ኢየሱስ ሆይ ከርሱ ይልቅ የታመነ ወዳጅ ፍንከቻ (መፌንከት) የምትሻል የይሁዳ አሳሳም የንክሻ አምሳያ ኾነኽ)።

የጥልቁ መልአክ አለቃቸው የሆኑት በመጨረሻው ዘመን ለጥፋት ከጕድጓድ ስለ ሚወጡትም መርዘኞቹ ጊንጦች ዮሐንስ በራእዩ ላይ እንዲህ ይላል፡-

- "ከጢሱም አንበጣዎች ወደ ምድር ወጡ የምድርም ጊንጦች ሥልጣን እንዳላቸው ሥልጣን ተሰጣቸው፤... ዐምስትም ወር ሊያሰቃይዋቸው ተሰጣቸው እንጂ ሊገድሉአቸው አይደለም፤ እነርሱም የሚያሰቃዩት ሥቃይ ጊንጥ ሰውን ነድፎ እንደሚያሠቃይ ነው ... እንደ ጊንጥም ጅራት ያለ ጅራት አላቸው በጅራታቸውም መውጊያ አለ" (ራእ 9፡1-10)።

አንባብያን ይህ ዐቅራብ ሐብረ ኮከብ ሲወጣ በሰማይ ላይ ምን ሊመስል እንደሚችል ከዚህ በታች ባለው ሥዕል የተገለጠ ሲሆን የመውጪያውን ጊዜ ጠብቃችሁ ቅርጹን በደንብ በሰማይ ላይ ፈልጋችሁ አግኙት።

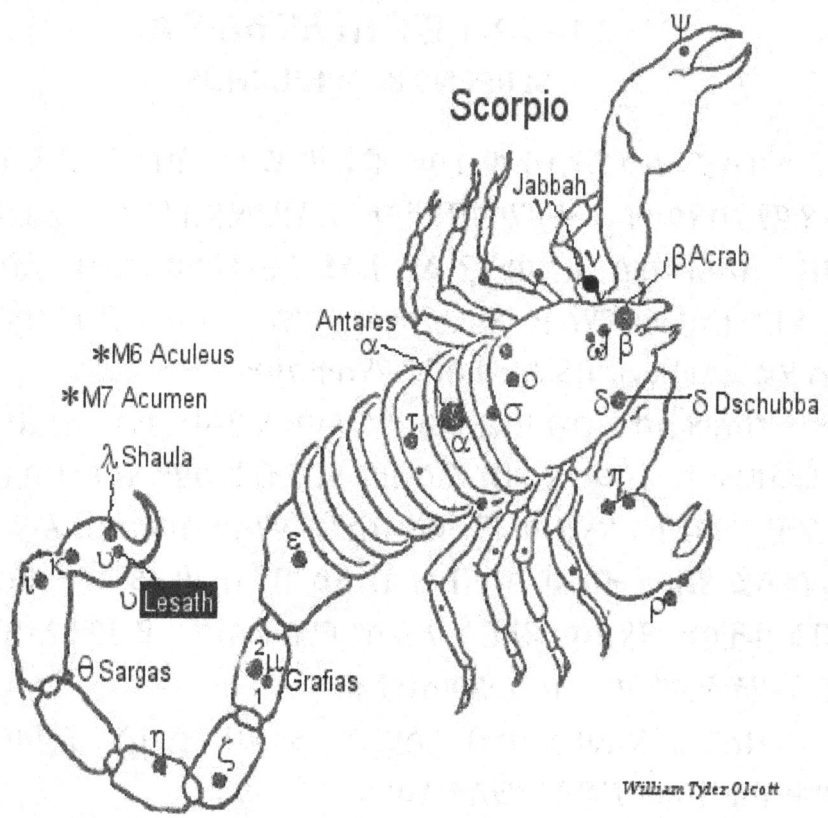

የዐቅራብ ሕብረ ኮከብ Image credited: tcoe.org

ይህንን የዐቅራብን ምስጢር በዝርዝር ለማወቅ ከዐቅራብ ጋር ተባባሪ የሆኑ 3ቱን ሕብራተ ከዋክብት ከዚህ በታቹ እናያለን፤ እነርሱም፡-

3.1. ሰርፐንስ SERPENS

3.2.. ኦፊዩኩስ OPHIUCHUS

3.3. ሄርኪውሊስ HERCULES ናቸው።

3.1.- 3.2. ሰርፐንስ እና ኦፊዩከስ
SERPENS & OPHIUCHUS

ከላይ እንደጠተቀሰው በሰማይም ቅርጹ በደንብ እንደሚያሳየውና አቀማመጣቸው እንደሚያስረዳው ገንጡ፣ እባቡ፣ ከኦፊዩኩስ ጋር ውጊያ ላይ እንደሆኑ ነው። በዕብራይስጥ "አልያህ" (Alyah) ማለት "የተረገመው" ማለት ነው። በዐረብኛም "አል ሃይ" (Al Hay) "በደረቱ ተሳቢ" ማለት ነው።

"ኦፊዩከስ" (OPHIUCHUS) የሚለው የግሪክ ቃል "አፌኩስ" (AFEICHUS) ከሚለው የዕብራይስጥና የዐረብኛ ስም የወጣ ሲሆን ትርጒም "እባቡን የያዘው (የተቆጣጠረ)" ማለት ነው። በኦፊዩከስ እራስ ላይ ያለው ብሩህ ኮከብ "ራስ አል ሀጐስ" (RAS AL HAGUS) ሲባል ፍቺው "የያዘው የእርሱ እራስ" ማለት ነው። ይህም እባቡን ድል ነሥቶት መቆጣጠሩን ያመለክታል።

በእግሩ ያለው ኮከብ "ሳይፍ" (SAIPH) ሲባል ፍቺውም "መቀጥቀጥ፣ መጕዳት" ማለት ነው።

ኦፊዩከስ የተባለው ሕብረ ኮከብ የሚያሳየው ሊነድፈው ከሞከረው፣ በጣም ትልቅ እባብ ጋር ትግል ገጥሞ ኦፊዩከስ ትልቁን እባብ ተቆጣጥሮ ይዞታል።

ይህም በጥሩ እና በክፉ መካከል የሚደረግን ትግልን ሲያሳይ ከላይ እንዳየነው በሕብረ ከዋክብቱ ላይ ኦፊዩከስ እግሩን "አንታረስ" የሚባል የገንጡ ልቡ ላይ በማድረግ፣ ጨፍልቆ ሲገድለው ይታያል። ገንጡ ደግሞ በጅራቱ እግሩን (ሰኰናውን) ሲነድፍ ይታያል።

በአጠቃላይ ሐብረ ኮከቡ ምሳሌነቱ ጌታቸን የከፋት ሁሉ ምንጭ የሆነውን ክፉውን አባብ ረግጦ ጨፍልቆ ቀጥቅጦ ድል መንሣቱን የሚያሳይ ሲሆን ይህም በመጽሐፍ ቅዱስ ላይ እንዲህ ተገልጧል፡-

- “በአንተና በሴቲቱ መካከል፥ በዘርህና በዘርዋም መካከል ጠላትነትን አደርጋለሁ፤ እርሱ ራስህን ይቀጠቅጣል አንተም ሰኰናውን ትቀጠቅጣለህ” (ዘፍ 3፥15)።
- “የሰላምም አምላክ ሰይጣንን ከእግራችሁ በታች ፈጥኖ ይቀጠቅጠዋል” (ሮሜ 16፥20)።

አባቡን የጨፈለቀው የምስጋና ጌታ የእግዚአብሔር ልጅ ኢየሱስ ክርስቶስ ነውና ይህንን ሊቁ ያዕቆብ ዘሥሩግ የጌታን ልደት በተናገረበት መጽሐፉ እንዲህ ይላል፡-

- “አፈር የሚበላው ያ አባብ አዳምን ነደፈው፤ ጥበበኛው (ጌታ) ግን ገብቶ በዋሻዎች እና በስርቻዎች ፈለገው፤ ወደ ሔዋን ዦሮዎች ውስጥ ለመግባቱም ዱካዎቹን አየ፤ እርሱም ከዚያው ገባ። ርሱ ጕዳናውን አፈረሰው፤ በርስቱም ላይ ይይዘው ዘንድ እያሳደደው ወጣ፤ በእፉኝቱ ይጫወትበት ዘንድ ርሱ ሕፃን ኾነ (ኢሳ 11፥8)። እጁንም ወደ ጊንጥ ጕድጓድ ውስጥ ሰደደ ተሳለቀበትም፤ ሲፈልገው ተከታትሎ ወደ ምድር ጣዖታት ማደሪያ ገባ፤ በመወለዱ (በልደቱ) ያዘው በሞቱም ትልቁን አባብ ጨፈለቀው።” (ቅዱስ ያዕቆብ ዘሥሩግ ድርሳን በእንተ ልደተ እግዚእ)

አንባብያን ሰርፐንስ እና ኦፊዩከስ ሕብራተ ከዋክብት ሲወጡ በሰማይ ላይ ምን ሊመስል እንደሚችል ከዚህ በታች ባለው ሥዕል የተገለጠ ሲሆን የመውጪያውን ጊዜ ጠብቃችሁ ቅርጹን በደቡብ በሰማይ ላይ ፈልጋችሁ አግኙት።

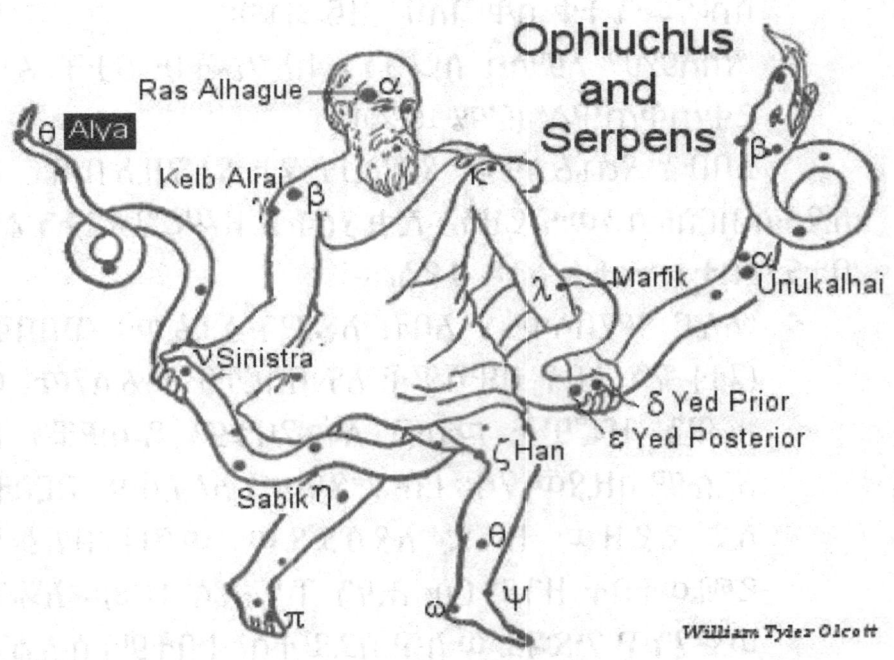

ኦፊዩከስ ድል የነሣውን ዘንዶ ተቆጣጥሮት በሕብረ ኮከቡ ላይ ሲታይ
Image credited: tcoe.org

3.3. ሄርኪውሊስ HERCULES

ሄርኪውሊስ የግሪክ መጠሪያ ነው፤ በዕብራይስጥ ይህ ሕብረ ኮከብ "ማርሲክ" (Marsic) ሲባል "የሚጐዳው" ማለት ነው። በዴንዴራህ "ባው" (Bau) ይባላል፤ ትርጕሙም "የእባቡን ጭንቅላት ሊጨፈልቅ፣ የዲያብሎስን ክፉ ሥራ ሊያፈርስ የመጣ፣ እራሱ የጉልበትን ሎሚ የሚያፈርሰው፣ ጠንካራው፣ አቁሳዩ፣ ቀጪው፣ በእግር ሥር አድርጎ የሚረግጠው" የሚል ነው።

ግሪኮች ግን ይህንን ሕብረ ኮከብ ከሚገልጠው አማናዊ ምስጢር በመለወጥ ወደ ጀብድ የአፈ ታሪክ ለመለወጥ ሞክረዋል። ያው እንደሚታወቀው ግሪኮች ያዩትን ሁሉ ወደነርሱ አፈ ታሪክ ለመለወጥ ይሞክራሉ፤ እንደ ግሪኮች አፈ ታሪክ ከሆነ ሄርኪውሊስ በእያንዳንዱ የመጽሐፍ ቅዱስ ታሪክ ውስጥ የሚገኝ ምንጩም ከተፈጥሮ በላይ የሆነ ሰውም ነው ብለው ያምኑ ነበር።

በሥዕሉ ላይም በራሱ ላይ የአንበሳ ለምድ አድርጎ፤ በሰማይም በቀርጹ ስናየው አንድ ኃያል ሰው በአንድ ጕልበቱ በርከክ ብሎ በግራ እግሩ ድራኮ በሚባለው ደራጎን ላይ ቆሞበት ይታያል። በቀኝ እጁ ዱላ ጨብጧል። በግራ እጁ ደግሞ ኬርቤሩስ የሚባል ሦስት ራስ ያለው ጭራቅ ይዟል።

በዐረብኛ "አል ጊስካሌ" (AL GISCALE) ሲባል ፍቺውም "ኃያሉ" እንደማለት ነው። በራሱ ላይ ያለው ብሩሁ ኮከብ "ራስ አል ጌቲ" (RAS AL GETHI) ሲባል ትርጕሙም "የሚሰባብረው የሚጐዳው የእርሱ እራስ" ማለት ነው።

ይህም የደራጎኑን ራስ የሚሰባብረው ኀያሉ ኢየሱስ ክርስቶስ ብቻ እንደሆነ ያመለክታል።

የቀኝ ክንዱ መሠረት ላይ ያለው ኮከብ “ኮርናፍሮስ” (KORNEPHORUS) ሲባል ፍቺውም “የተንበረከከው፣ ቁጥቋጦ” ማለት ነው። ይህም ጌታ ቁጥቋጦ እንደሚባል ያመለክታል።

ቀኝ ክርኑ ላይ ያለው ኮከብ “ማርሲክ” (MARSIC) ሲባል ፍቺው “ጐጂው” ማለት ነው።

በክቡር ዳዊት ዐድሮ በመዝ 90 (91)፥13 ላይ “በተኵላና በእባብ ላይ ትጫማለህ፤ አንበሳውንና ዘንዶውን ትረግጣለህ” ብሎ እንዳናገረ ደራጎኑን ረግጦ በራሱ ላይ ደግሞ የአንበሳ ለምድ አድርጎ ይታያል።

ከፍ ያለው የግራው ክንዱ ላይ ያለው ኮከብ “ማሲን” (MA’ASYN) ሲባል ፍቺው “ለኀጢአት መባ” ማለት ነው። ከዚያም የታችኛው ቀኝ ክንዱ “ካያም” (CAIAM) ወይም “ጕያም” (GUIAM) ሲባል ፍቺው “መቅጣት” ነው። በዐረብኛ ደግሞ “ከእግሩ በታች መረማመድ” ማለት ነው።

ይሄ ሁሉ ስያሜና ቅርጹ የሚያመለክተው ዋናው ምስጢር መሲሑ ኢየሱስ ክርስቶስ ያን ተንኮለኛ የወደቀውን እባብ መቀጥቀጡን መርገጡን ድል መንሣቱን የሚያመለክት ሲሆን በመጽሐፍ ቅዱስ ላይ ሲገለጽ፡-

- “በዚያም ቀን እግዚአብሔር ፈጣኑን እባብ ሌዋታንን ጠማማውንም እባብ ሌዋታንን በጠንካራ በታላቅም በብርቱም ሰይፍ ይቀጣል፥ በባሕርም ውስጥ ያለውን ዘንዶ ይገድላል” (ኢሳ 27፡1)
- “እግዚአብሔር ግን ከዓለም አስቀድሞ ንጉሥ ነው፥ በምድርም መካከል መድኃኒትን አደረገ፤ አንተ ባሕርን

በኃይልህ አጸናሃት፤ አንተ የእባቦችን ራስ በውኃ ውስጥ ሰበርህ፤ አንተም የዘንዶውን ራሶች ቀጠቀጥህ" (መዝ 73 (74)፡13-14)

አንባብያን ይህ የሄርኩለስ ሕብረ ኮከብ ሲወጣ በሰማይ ላይ ምን ሊመስል እንደሚችል ከዚህ በታች ባለው ሥዕል የተገለጠ ሲሆን የመውጫያውን ጊዜ ጠብቃችሁ ቅርጹን በደንብ በሰማይ ላይ ፈልጋችሁ አግኙት፡፡

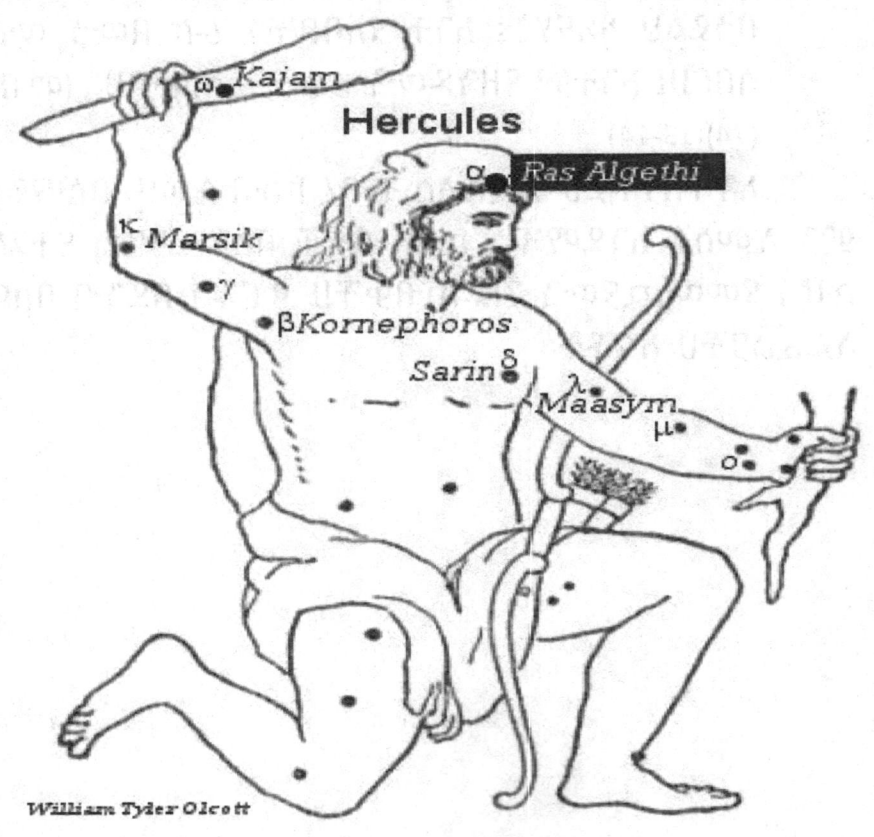

የሄርኩለስ ሕብረ ኮከብ Image credited: shutterstock.com

በአጠቃላይ ዐቅራብና ከርሱ ጋር የምስጢር ትስስር ያላቸውን 3ቱ ሕብራተ ከዋክብት የሚያሳዩት የተረገመው መርዘኛው ጊንጥ ከሰማይ በትዕቢቱ የወደቀው ክፉው አባብ፤ በከኃሊው በአምላካችን በኢየሱስ ክርስቶስ ሥልጣኑ መሻሩ፣ መቀጥቀጡ፣ ድል መነሣቱን ነው።

4ኛ. የቀውስ ዞዲያክ ሕብረ ኮከብ (Sagittarius)

ገናናው ጌታ እኛን ለማዳን ሥጋን እንደሚሐድ የሚገልጸው አራተኛው ሕብረ ኮከብ ይህ በግእዝ ቀውስ የተባለው ኮከብ ነው፤ በዐማርኛ ቀውጢ ሲባል ትርጕሙም ቀስተኛ ማለት ነው።

በተመሳሳይ መልኩ በግሪክም "ቶክሶቴስ" (TOXOTES)፤ በዐረብኛ "አል ቀውሲ" (AL KAUS) ሲባል ቀስተኛ ማለት ነው። ዳግመኛም "ቼኢሮን" (Cheiron) ሲባል ፍቺውም "በሰማያዊ ጥበብ ለሰው ልጆች ታላቁ መምህር" ማለት ነው።

በአካድያን፡- "ኑን-ኪ" (Nun-Ki) ሲባል መጠሪያው ፍቺው "የምድር ልዑል" ማለት ነው። ግብጻውያን "ፒማኤሬ" (Pi-maere) ሲሉት "ግርማ ሞገስ ያለው" ወይም "ሊገለጽ ያለው ውበት" ማለት ነው።

በዕብራይስጥ "ቀሲት" (KESITH) ቀስተኛው ሲባል ዳግመኛም "ጸጋ ያለው ወይም ባለጸጋው" በእብራይስጥ "ናይም" እና ወደ ፊት ሲራመድ ግርማ ሞገስ ያለው "ነሁሽታ" እየተባለ ይጠራል።

ይህ በሁለት ኩነታዊ አካል የሚታይ ቀስተኛ ሕብረ ኮከብ በሰማይ ላይ ሲታይ የቀስቱን ደጋን መርዘኛው ገንጡ (ዐቅራብ) በጠላት ገንጥ ላይ ወድሮ በግርማ ሞገስ እንደሚታይ ፍጹም ሰው ፍጹም አምላክ ጌታም የተሳለ ፍላጻውን በጠላት ሰይጣን ላይ ወድሮ ድል ነሥቶታልና፤ ይህም በዚህ መልኩ ተገልጧል፡-

- "ኃያል ሆይ በቍንጅናህና በውበትህ ሰይፍህን በወገብህ ታጠቅ፤ ስለ ቅንነትና ስለ የዋህነት ስለ ጽድቅም አቅና ተከናወን ንገሥም፤ ቀኝህም በክብር ይመራሃል፤ ኃያል ሆይ <u>ፍላጻዎችህ የተሳሉ</u> ናቸው፥ እነርሱም በንጉሥ ጠላቶች ልብ ውስጥ ይገባሉ አሕዛብም በበታችህ ይወድቃሉ" (መዝ 44 (45)፥3-5)።
- "እግዚአብሔርም ከፍ ከፍ ይላል የድንገትም <u>ፍላጻ</u> ያቈስላቸዋል" (መዝ 63 (64) ፥ 7)

በተጨማሪም የዚህ ሕብረ ኮከብ ተፈጥሮ ሲታይ ሁለት የተለያዩ ተፈጥሯዊ ነገራትን በአንድ ላይ የያዘ ሴንታወር መሰል ነው። ሁለት መልኮችን በአንድነት ይዟል ይኸውም ምሳሌነቱ የእግዚአብሔር ልጅ ኢየሱስ ክርስቶስ የባሕርይ አባቱ እግዚአብሔር አብን በመልክ የሚመስለው ሲሆን ዘመኑ ሲፈጸም የእኛን የሰዎችን መልክ ገንዘብ ማድረጉን የሚያሳይ ነው። ሐዋርያው ቅዱስ ጳውሎስ እንዲህ ብሎ እንደገለጸው፡-

- "እርሱ በእግዚአብሔር መልክ ሲኖር ሳለ ከእግዚአብሔር ጋር መተካከልን መቀማት እንደሚገባ ነገር አልቈጠረውም፤ ነገር ግን የባሪያን መልክ ይዞ በሰውም ምሳሌ ሆኖ ራሱን ባዶ አደረገ፤ በምስሉም እንደ ሰው ተገኝቶ ራሱን አዋረደ ለሞትም ይኸውም የመስቀል ሞት እንኳ የታዘዘ ሆነ፤ በዚህ ምክንያት ደግሞ እግዚአብሔር ያለ ልክ ከፍ ከፍ አደረገው ከስምም ሁሉ በላይ ያለውን ስም ሰጠው" (ዕብ 2፡6-9)።

ዳግመኛ ይህ ሳጁታሪየስ 2ቱን በአንድ ላይ እንዳስተባበረ ጌታቸንም "እንዘ ባዕል ውእቱ በኵሉ አንደየ ርእሶ እምኵሉ" (በሁሉ ባለጸጋ ሲሆን ራሱን ከሁሉ ይልቅ ድሃ አሰኘ) ተብሏልና፡-

ሊቃውንት ጌትነቱንም ትሕትናውንም እንዲህ ብለው እንደገለጹት፡-

- "ኀደረ ውስተ ቤቱ ለሌዊ ዘይጠበልሎ ለሰማይ በደመና በአጽርቅት ተጠብለለ ወተወድየ ንጉሠ ነገሥት ውስተ ጎል" (ባለጠጋ ርሱ ከሌዊ ወገን በተወለደቸ በድንግል ማሕፀን ዐደረ፤ ሰማይን በደመና የሚሸፍን ርሱ በጨርቅ ተጠቀለለ፤ የነገሥታት ንጉሥ በበረት ተጣለ) (ቅዱስ አጢፎስ ምዕ ሃይ.አበ. ምዕ 8 ክፍ. 1፤ ቊ 5)
- "ዘይነብር ዲበ መንበር ልዑል ተወድየ ውስተ ጎል" (በልዑል ዙፋን ላይ ተቀምጦ ያለ ርሱ በበረት ተጣለ) (ቅዱስ ዮሐንስ አፈ ወርቅ፤ ይ.አበ. ምዕ. 66፤ ክፍል 4፤ ቊ 4)

ቀስቱን በጊንጡ ላይ ወድሮ በታላቅ ግርማ መታየቱ ከኀሊው ጌታቸን ኢየሱስ ክርስቶስም ጠላቶቹን ድጋሚ እንዳያንሰራሩ አድርጎ በፍጥነት እንደሚያጠፋ ሲያጠይቅ ነው።

በዚህ ሕብረ ኮከብ ውስጥ በጣም ደማቁ ኮከብ በዕብራይስጥ "ኔይም" (Naim) ሲባል ትርጕሙም "ግርማ ሞገስ የተላበሰ" ማለት ነው። ይህም ከኀሊ ሲሆን ነገር ግን እንደ ከኀሊነቴ በቅጽበት ላጥፋቸው ሳይል ለጠላቶቹ የሚያሳያቸውን ምሕረትና ደግነት ያመለክታል፡- ነቢዩ ኤርምያስ እንዲህ ብሎ እንደገለጠው፡-

- "ያልጠፋነው ከእግዚአብሔር ምሕረት የተነሣ ነው፤ ርኅራኄው አያልቅምና" (ሰቆቃወ ኤርም 3:22)

ቀስተኛው ሳጁታሪየስን ከዮሐንስ ራእይ ጋር በተለይም በነጩ ፈረስ ላይ ከተቀመጠዉ ድል አድራጊ ጋር አነጻድረው የሚገልጡ አሉ፦

❖ "እነሆም፥ አምበላይ (ጸዐዳ) ፈረስ ወጣ፥ በእርሱም ላይ የተቀመጠው ቀስት ነበረው፥ አክሊልም ተሰጠው፥ ድልም እየነሣ ወጣ ድል ለመንሣት" እንዲል (ራእ 6፡2)

አንባብያን ይህ ሳጁታሪየስ ሕብረ ኮከብ ሲወጣ በሰማይ ላይ ምን ሊመስል እንደሚችል ከዚህ በታች ባለው ሥዕል የተገለጠ ሲሆን የመውጪያውን ጊዜ ጠብቃችሁ ቅርጹን በደንብ በሰማይ ላይ ፈልጋችሁ አግኙት።

ማዛሮት በመጋቤ ሐዲስ ዶክተር ሮዳስ ታደሰ

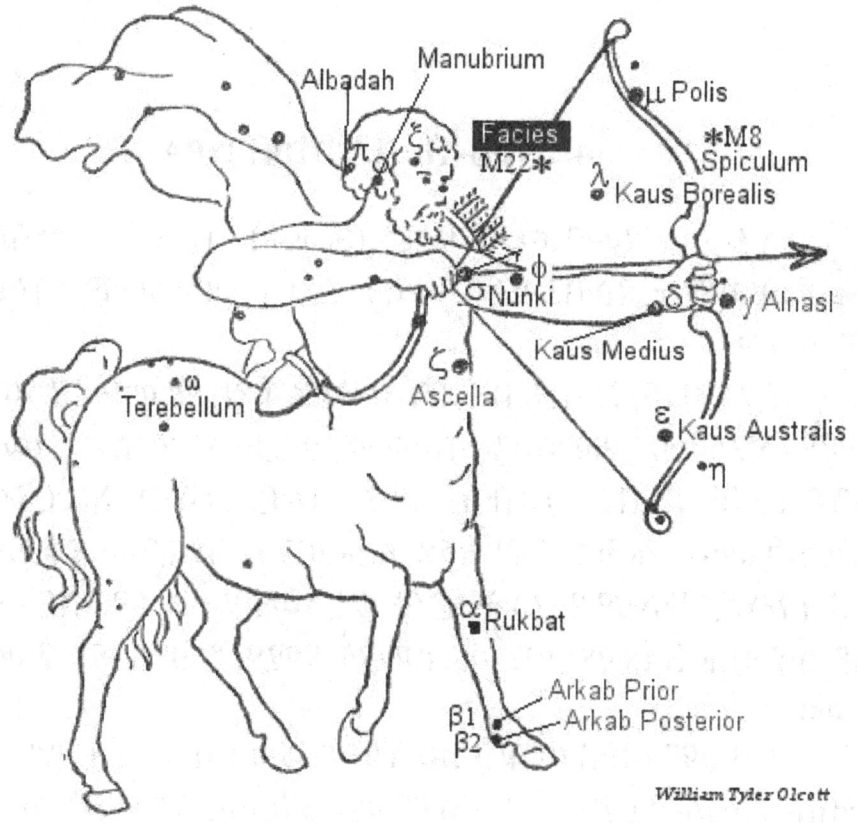

የሳጁታሪየስ ሕብረ ኮከብ Image credited: tcoe.org

ይህንን የቀስተኛውን ኮከብ ምስጢር በጥልቀት ለመረዳት ከርሱ ጋር የምስጢር ተባባሪ የሆኑ 3ቱን ሕብራተ ከዋክብት ከዚህ በታች እናያለን፤ እነርሱም፦

4.1. ሊራ LYRA

4.2. አራ ARA

4.3. ድራኮ DRACO ናቸው።

4.1. ሊራ ሕብረ ኮከብ LYRA

ሊራ ቃሉ የመጣው "ግናሶር" (Gnasor) - በገና እና "ነሻር" (Neshar) ከሚሉ የዕብራይስጥ ቃላት ሲሆን ትርጕሙም "ንስር" ማለት ነው።

ሊራ (በገና) እግዚአብሔርን የማወደሻ የዜማ መሣርያ ነው፤ የሚያገለግለውም አምላክን በከፍተኛ ሁኔታ ለማመስገን ነው። አንዳንዶች ሕብረ ኮከቡን እንደ ንስር (ነሻር) አድርገው ሲመለከቱት፣ ሌሎቹ ደግሞ እንደ ሊራ (በገና) አድርገው ያዩታል። ይሁን እንጂ፣ ሁሉም የሚሉት አንድ ነገር ነው፤ ይኸውም ንስር ወደ ላይ ከፍ ብሎ እንደሚወጣ ወደ ሰማያት የሚያርግ ምስጋናን ገላጭ ነው።

በዚህም ኮከብ ውስጥ ከሁሉም ደማቁ ኮከብ "ቬጋ" (VEGA) ተብሎ ሲጠራ ትርጕሙም "ርሱም መወደስ አለበት" ማለት ነው። "ሱላፋት" (SULAPHAT) የተባለው ኮከብ ደግሞ "ከፍታ ወይም ማረግ" የሚል ፍቺ አለው።

የሊራ ሕብረ ኮከብም ድል ለነሣው ለጌታችን በአርያም በልዕልና በበገና የሚቀርብለትን በፊቱ የሚወጣውን ንጹሐ ምስጋናን ሲሆን ይህንንም ከዚህ በታች ባሉት የመጽሐፍ ቅዱስ ጥቅሶች እንረዳለን፡-

- "ዳዊትም በዜማ ዕቃ በመሰንቆና በበገና በጸናጽልም እንዲያዜሙ ድምፃቸውንም በደስታ ከፍ እንዲያደርጉ

መዘምራኑን ወንድሞቻቸውን ይሾሙ ዘንድ ለሌዋውያን አለቆች ተናገረ” (1ኛ ዜና 15፥16)

- “አቤቱ አዲስ ቅኔ እቀኛልሃለሁ፤ ዐሥር አውታር ባለው በገና እዘምርልሃለሁ” (መዝ 144፥9)
- “መጽሐፉንም በወሰደ ጊዜ አራቱ እንስሶችና ሀያ አራቱ ሊቃናት በበጉ ፊት ወደቁ፥ እያንዳንዳቸውም በገናንና የቅዱሳን ጸሎት የሆነ ዕጣን የሞላበትን የወርቅ ዕቃ ያዙ” (ራእ 5፡8)
- “ድል ነሥተው የነበሩት የእግዚአብሔርን በገና ይዘው በብርጭቆ ባሕር ላይ ሲቆሙ አየሁ” (ራእ 15፡2-4)

አንባብያን ይህ የሊራ ሕብረ ኮከብ ሲወጣ በሰማይ ላይ ምን ሊመስል እንደሚችል ከዚህ በታች ባለው ሥዕል የተገለጠ ሲሆን የመውጪያውን ጊዜ ጠብቃችሁ ቅርጹን በደንብ በሰማይ ላይ ፈልጋችሁ አግኙት።

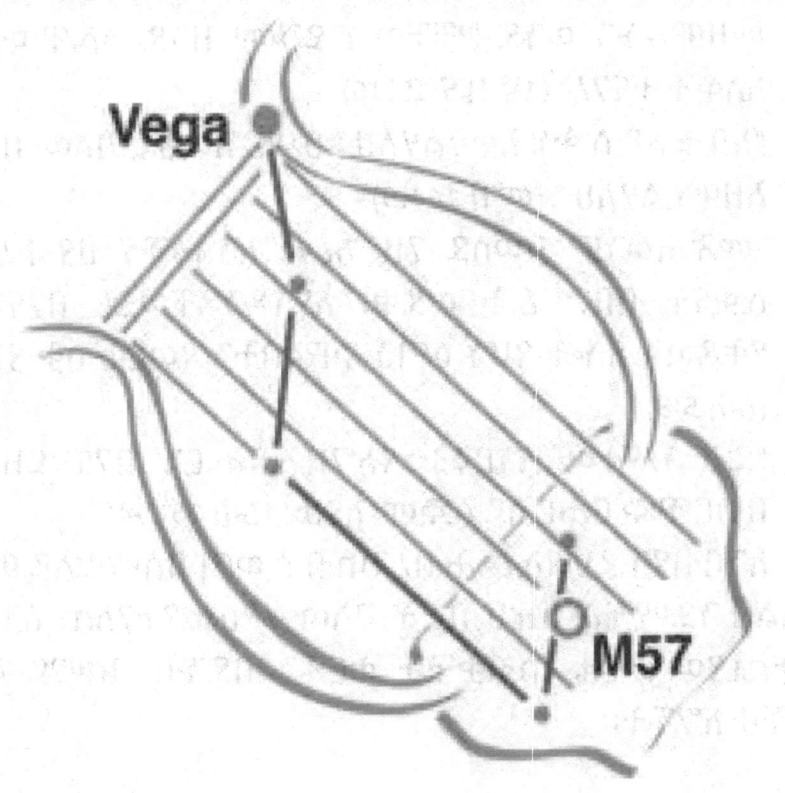

የሊራ ሕብረ ኮከብ image credited: pinterest.com

4.2. ኤራ ሕብረ ኮከብ ARA

"ኤራ" በዕብራይስጥ "ሚዜቤህ" (Mizbeah) ሲባል ትርጕሙ "መሠዊያ" ማለት ነው። ቅርጹ በሰማይ ላይ እንደሚያሳየው በመሠዊያው ሥር የሚነድ እሳት ነው። በዐረብኛ "አል ሙጋምራ" AL MUGAMRA) ሲባል ፍቺው "የመፈጸሚያ፣ የማለቂያ" ማለት ነው። በግሪክኛ "ኤራ" ማለት "የሚረገም" ማለት ነው።

ይህም ሕብረ ኮከብ ሲታይ መሠዊያው በአናቱ ተደፍቶ እሳት ሲነድበትና ወደ ዝቅተኛውና ውጫዊዉ ክፍል ሲጠቁም ነው። የሚወክለውም ፍርድን፣ ዘላለማዊ እሳትን ሲሆን ይኸውም የሚፋጅ የእሳት ምድጃ ለተረገሙት ለጌታ ጠላቶች እንደተዘጋጀ ገላጭ ነው። ይህንንም ከዚህ በታች ባሉት ጥቅሶች እንረዳን፦

- "በተቈጣህም ጊዜ እንደ እሳት እቶን አድርጋቸው፤ እግዚአብሔር በቍጣው ያጠፋቸዋል እሳትም ትበላቸዋለች" (መዝ 20 (21)፡9
- "የሰው ልጅ መላእክቱን ይልካል፤ እነርሱም ለኀጢአት ምክንያት የሆኑትንና ክፉ የሚያደርጉትን ሁሉ ለቅመው ከመንግሥቱ ያወጣሉ። ልቅሶና ጥርስ ማፋጨት ወዳለበት ወደ እቶን እሳት ይጥሏቸዋል። " (ማቴ 13፡41-42)
- "ንጉሡም አገልጋዮቹን፣ እጅና እግሩን አስራችሁ በዉጭ ወዳለዉ ጨለማ አዉጥታችሁ ጣሉት፤ በዚያም ልቅሶና ጥርስ ማፏጨት ይሆናል አላቸዉ። የተጠሩት ብዙዎች፣ የተመረጡት ግን ጥቂቶች ናቸውና።" (ማቴ 22፡13-14)
- "በዚያን ጊዜ በግራው ያሉትን ደግሞ ይላቸዋል፦ እናንተ ርጉማን፣ ለሰይጣንና ለመላእክቱ ወደ ተዘጋጀ ወደ ዘላለም እሳት ከእኔ ሂዱ" (ማቴ 25፡41)
- "ያሳታቸውም ዲያብሎስ አውሬውና ሐሰተኛው ነቢይ ወዳሉበት ወደ እሳቱና ወደ ዲኑ ባሕር ተጣለ፣ ለዘላለምም እስከ ዘላለም ቀንና ሌሊት ይሰቃያሉ... ሞትና ሲኦልም በእሳት ባሕር ውስጥ ተጣሉ። ይህም የእሳት ባሕር ሁለተኛው ሞት ነው፤ በሕይወትም መጽሐፍ ተጽፎ

ያልተገኘው ማንኛውም በእሳት ባሕር ውስጥ ተጣለ" (ራእ 20፡10-15)

እንባብያን ይህ የአራ ሕብረ ኮከብ ሲወጣ በሰማይ ላይ ምን ሊመስል እንደሚችል ከዚህ በታች ባለው ሥዕል የተገለጠ ሲሆን የመውጪያውን ጊዜ ጠብቃችሁ ቅርጹን በደንብ በሰማይ ላይ ፈልጋችሁ አግኙት።

የአራ ሕብረ ኮከብ image credited: underthenightsky.com

4.3. ድራኮ ሕብረ ኮከብ DRACO

ከሰማይ ተጥሎ በወደቀው ዘንዶ የሚመሰለው ይህ ድራኮ በሰማይ ላይ ተዘርግቶ ሲታይ እጅግ ረጅም እባብ ነው።

ድራኮ የዕብራይስጥ ቃሉ "ዳህራክ" (Dahrach) ሲሆን ትርጉሙ "መረገጥ" ማለት ነው። በግሪክ "ድራኮ" ማለት "የተረገጠው፣ ትልቅ እባብ የተባለው ዘንዶ" ማለት ነው። ቀደም ብለን እንዳየነው በጌታ የተመሰለው የሔርኪዩለስ ሕብረ ኮከብ የእባቡን እራስ ሲረግጠው ይታያል።

ይህም የተረገጠውን ዘንዶ ዲያብሎስን እንደሚወክል በከዋክብቱ አስገራሚ ስያሜ የምንረዳው ነው። ይኸውም ደማቁ ኮከቡ በዕብራይስጥ "ቱባን" (THUBAN) ሲባል ፍቺው "በስውር የሚጎዳ" ማለት ነው።

በእራሱ ላይ ያለው ኮከብ በዕብራይስጥ "ራስታባን" (RASTABAN) ሲባል "የስውር ጎጂው እራስ" ማለት ነው።

በዐረብኛ "አል ዋኢድ" (AL WAID) ሲባል ፍቺውም "የሚጠፋው" ማለት ነው።

በእራሱ ላይ ያለው ሌላው ኮከብ "ኢታኒን" (ETHANIN) ተብሎ ሲጠራ "ረጅሙ እባብ ወይም ደራጎን" ማለት ነው።

ሌላው ኮከብ "ጂአንሳር" (GIANSAR) ሲባል "የተቀጣው ጠላት"፤ "አል ዲብ" (AL DIB) "ተሳቢው" "ኢል አቲክ" (EL ATHIK) "አጭበርባሪው" የሚል ፍቺ አለው።

ይኸ በሔርኪዩለስ ሕብረ ኮከብ አናቱ ተረግጦ የሚታየው ደራጎን ከሰማይ የተጣለው፤ በክርስቶስ ድል የተነሣው፤

ክርስቲያኖቻችን ሁሉ የሚዋጋ ክፉው ሰይጣንን የሚወክል ሲሆን ከዚህ በታች ባሉት የመጽሐፍ ቅዱስ ጥቅሶች ውስጥ ተመልከቱ፡-

- “እግዚአብሔር ግን ከዓለም አስቀድሞ ንጉሥ ነው፤ በምድርም መካከል መድኃኒትን አደረገ አንተ ባሕርን በኃይልህ አጸናሃት፤ አንተ የአባቦችን ራስ በውኃ ውስጥ ሰበርህ፤ አንተም የዘንዶውን ራሶች ቀጠቀጥህ” (መዝ 73 (74) ፥12-14)
- “በዚያም ቀን እግዚአብሔር ፈጣኑን እባብ ሌዋታንን ጠማማውንም እባብ ሌዋታንን በጠንካራ በታላቅም በብርቱም ሰይፍ ይቀጣል በባሕርም ውስጥ ያለውን ዘንዶ ይገድላል” (ኢሳ 27፥1)
- “በሰማይም ሰልፍ ሆነ፤ ሚካኤልና መላእክቱ ዘንዶውን ተዋጉ። ዘንዶውም ከመላእክቱ ጋር ተዋጋ አልቻላቸውምም፤ ከዚያም ወዲያ በሰማይ ስፍራ አልተገኘላቸውም፤ ዓለሙንም ሁሉ የሚያስተው፥ ዲያብሎስና ሰይጣን የሚባለው ታላቁ ዘንዶ እርሱም የቀደመው እባብ ተጣለ፤ ወደ ምድር ተጣለ መላእክቱም ከእርሱ ጋር ተጣሉ፤ ታላቅም ድምፅ በሰማይ ሰማሁ እንዲህ ሲል፦ አሁን የአምላካችን ማዳንና ኃይል መንግሥትም የክርስቶስም ሥልጣን ሆነ፥ ቀንና ሌሊትም በአምላካችን ፊት የሚከሳቸው የወንድሞቻችን ከሳሽ ተጥሎአልና” (ራእ 12፥7-10)
- “ዘንዶውም ወደ ምድር እንደ ተጣለ ባየ ጊዜ ወንድ ልጅ የወለደቻውን ሴት አሳደዳት፤ ከእባቡም ፊት ርቃ አንድ

ዘመን፥ ዘመናትም፥ የዘመንም እኩሌታ ወደምትመገብበት ወደ ስፍራዋ ወደ በረሀ እንድትበር ለሴቲቱ ሁለት የታላቁ ንሥር ክንፎች ተሰጣት፤ እባቡም ሴቲቱ በወንዝ እንድትወሰድ ሊያደርግ ወንዝ የሚያህልን ውኃ ከአፉ በስተ ኋላዋ አፈሰሰ፤ ምድሪቱም ሴቲቱን ረዳቻት፥ ምድሪቱም አፍዋን ከፍታ ዘንዶው ከአፉ ያፈሰሰውን ወንዝ ዋጠቸው፤ ዘንዶውም በሴቲቱ ላይ ተቈጥቶ የእግዚአብሔርን ትእዛዛት የሚጠብቁትን የኢየሱስም ምስክር ያላቸውን ከዘርዋ የቀሩትን ሊዋጋ ሄደ፤ በባሕርም አሸዋ ላይ ቆመ" (ራእ 12፥13-18)

አንባብያን ይህ የድራኮ ሕብረ ኮከብ ሲወጣ በሰማይ ላይ ምን ሊመስል እንደሚችል ከዚህ በታች ባለው ሥዕል የተገለጠ ሲሆን የመውጪያውን ጊዜ ጠብቃቸሁ ቅርጹን በደንብ በሰማይ ላይ ፈልጋቸሁ አግኙት።

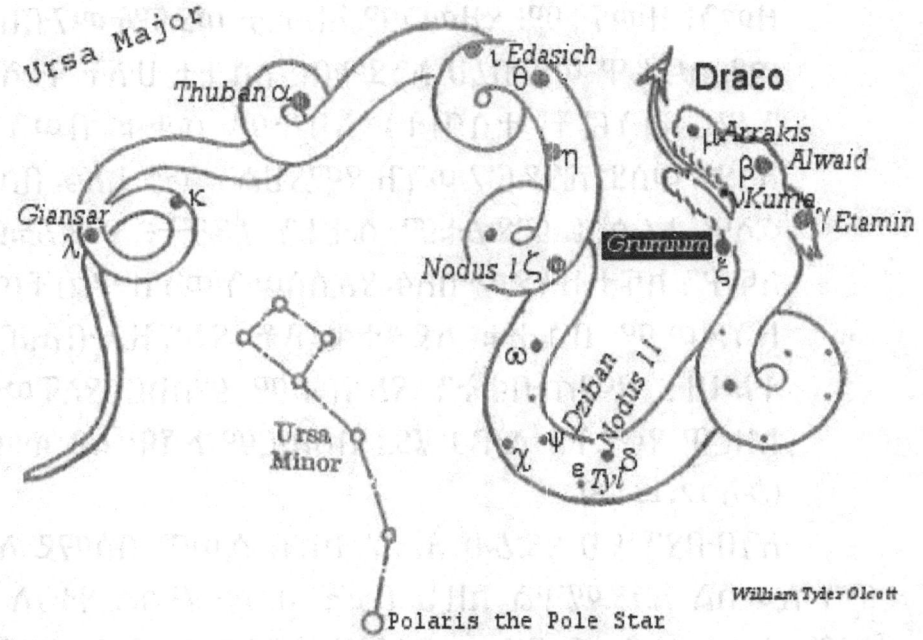

ድራኮ ሕብረ ኮከብ image credited: tcoe.org

በአጠቃላይ የቀውስ (ሳጁታሪየስ) ሕብረ ኮከብና ከርሱ ጋር ተያያዥ የሆኑት 3ቱ ሕብራተ ከዋክብት የሚያስረዱት አምላክ ወሰብእ ጌታችን ዲያብሎስን ድል ስለመንሣቱና በሰማይ ስለሚቀርብለትን ውዳሴ ነው።

5ኛ. የገዲ (ጀደይ) ዞዲያክ ሕብረ ኮከብ (CAPRICORNUS)

ኢየሱስ ክርስቶስ በእኛ የተፈረደውን መከራ ተቀብሎ እኛን ማዳኑን የሚገልጽልን ዐምስተኛው ሕብረ ኮከብ “ገዲ” ነው። ይህ ሕብረ ኮከብ የፍየል ጠቦት የሚመስል ነው። በጥንት የዞዲያክ ሥዕል ጭራው የዓሣ ተደርጎ ይሣል ነበረ። በላቲን “ካፕሪኮርነስ”

ሲባል የዕብራይስጥ መጠሪያው “ገዲ” ይባላል ፍቺዎቹም አሉት፤ እነሱም “ወሬዛ ፍየል ወይም የተወገደ” ማለት ነው።

በፍየሉ ቀንዶች መካከል ያለው ኮከብ “አልፋ ካፕሪኮርኒ” (Alpha Capricorni) “አል ጀዲ” (AL GEDI) ሲባል “ፍየል” ማለት ነው።

ሌላው ኮከብ “ቤታ ካፕሪኮርኒ” (Beta Capricorni) “አል ዳቢክ” (AL DABIK) እና “አል ዴሀቤ” (AL DEHABEH) ፍቺያቸው “የታረደው መሥዋዕት” ማለት ነው።

ጭራው ላይ ያለው ኮከብ ደግሞ ዴልታ ካፕሪኮርኒ Delta Capricorni “ደነብ አል ጀዲ” (DENEB AL GEDI) ሲባል ትርጕሙም “የመጣው መሥዋዕት” ማለት ነው።

“ማአሳድ” Ma’assad የተባለው ኮከብ ፍቺው “የሚታረደው” ሲሆን፤ “ሳአድ አል ናሺራ” (Sa’ad al Naschhira) የተባለው ኮከብ ትርጕሙ “የተወገደው መታሰቢያ” ማለት ነው።

የጀደይ ሕብረ ኮከብ መልኩም የከዋክብቱም ስያሜዎች የሚያመለክቱት በኦሪቱ ሌዋውያን ካህናት ፍየሎቹን ለደቂቀ እስራኤል ለኃጢአት ማስተስረያ የሚሆን መሥዋዕት አድርገው ያቀርቡ ነበር (ዘሌ 9፥15)። ፍየሉም በደል የሠራውን የሰውዬውን ኀጢአት ተሸክሞ በኀጢአተኛው ምትክ ይሠዋ ነበር። ከዚያም በደለኛው ሰው በተሠዋለት ፍየል ምክንያት ነጻ ይወጣ ነበር።

ምንም ኀጢአት የሌለበት ንጹሐ ባሕርይ የክብር ባለቤት ሊቀ ካህናት ጌታችን ኢየሱስ ክርስቶስም ኀጢአታችንን ይደመስስ ዘንድ በአዳም የተፈረደውን መከራ ተቀብሎ ለሁሉ ቤዛ ኾኖ በመስቀል ላይ ተሠውቷልና የጌታ ምሳሌ ነው። ይህንንም ቤዛነት ቅዱስ ጳውሎስ እንዲህ አድርጎ ይገልጸዋል፦

❖ "ነገር ግን ክርስቶስ ይመጣ ዘንድ ላለው መልካም ነገር ሊቀ ካህናት ሆኖ፥ በምትበልጠውና በምትሻለው በእጆችም ባልተሠራች ማለት ለዚህ ፍጥረት ባልሆነች ድንኳን የዘላለምን ቤዛነት አግኝቶ አንድ ጊዜ ፈጽሞ ወደ ቅድስት በገዛ ደሙ ገባ እንጂ በፍየሎችና በጥጃች ደም አይደለም" (ዕብ 9፡11-12)።

በተጨማሪም በጥንት የዞዲያክ ሥዕል ላይ እንደሚገለጸው በዚህ ሕብረ ኮከብ ውስጥ ፍየሉ የኋላ እግሮች የሉትም፤ የፍየሉ የኋላ መጨረሻ የዓሣ ክፍል ነው። ዓሣ የሰው ልጆችን የሚወክል ሲሆን በአንድ ጫፍ የሚታረደው ፍየል በርከክ ብሎ ዐይኖቹን ዝቅ አድርጎ እየሞተ፣ በሌላ ጫፍ ያለው ዓሣው እያደገ ይታያል።

ይህም ዓሣ እንደሚታወቀው የምእመናን ምሳሌ ነውና ጌታችን እኛን ነጻ ሊያወጣ ከሞት ወደ ሕይወት ሊመልሰን ወድዶ እራሱን መሥዋዕት ማድረጉን፣ እርሱ ቆስሎ የነፍሳችንን ቊስል ማራቁን፤ ርሱ ሞቶ ሞተ ነፍሳችንን ማስወገዱን የሚገልጽ ነው።

አንባብያን ይህ የካፕሪኮርነስ ሕብረ ኮከብ ሲወጣ በሰማይ ላይ ምን ሊመስል እንደሚችል ከዚህ በታች ባለው ሥዕል የተገለጠ ሲሆን የመውጪያውን ጊዜ ጠብቃችሁ ቅርጹን በደንብ በሰማይ ላይ ፈልጋችሁ አግኙት።

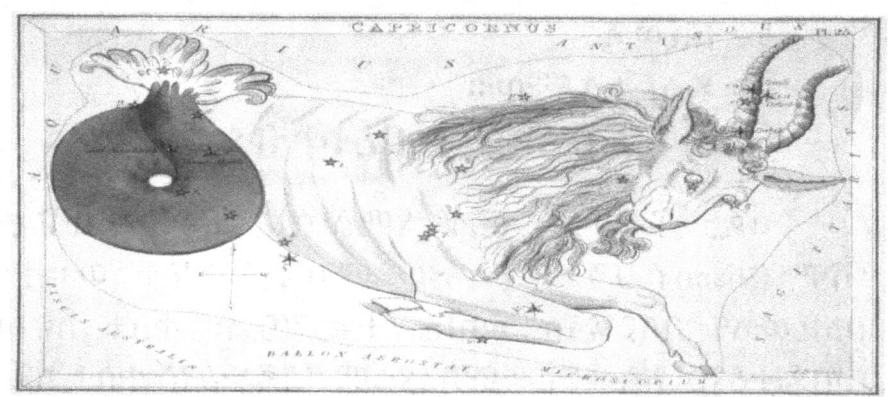

የጀደይ ሕብረ ኮከብ image credited: wikiwand.com

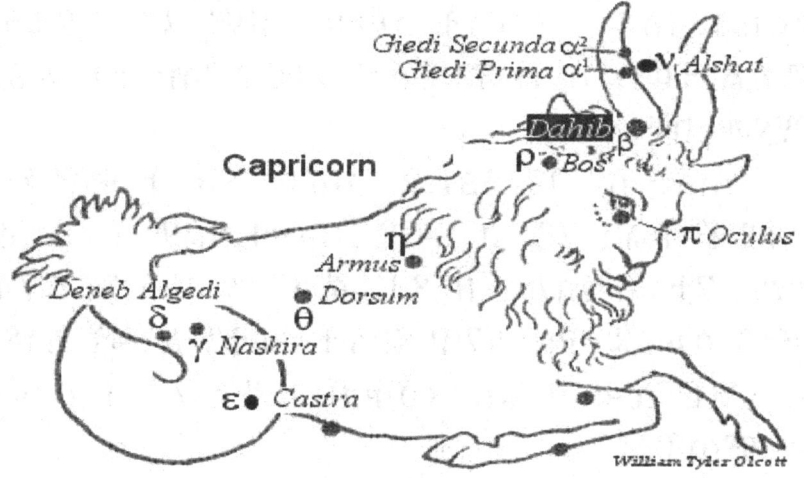

የጀደይ ሕብረ ኮከብ image credited: www. google.com

ይህንን ምስጢር በዝርዝር ለመረዳት ከገዲ (ጀደይ) ጋር ተባባሪ የሆኑ 3ቱን ሕብራተ ከዋክብት ከዚህ በታች እናያለን፤ እነርሱም፡-

5.1. ሳጂታ

5.2. አኪውላ

5.3. ዴልፌኑስ ናቸው።

5.1. ሳጂታ ሕብረ ኮከብ SAGGITA

ሳጂታ ፍቺውም "ቀስት" የሚል ሲሆን የዕብራይስጥ ቃሉ "ሻም" (Sham) ሲሆን "ማጥፋት ወይም ባድማ" ማለት ነው። ቀስቱ በአኪውላና በሳይጂነስ መካከል ተቀምጧል። ቀስቱ ከቀውስ (ከሳጁታሪየስ) አልመጣም ምክንያቱም የሳጁታሪየስ ቀስቱ ከደጋኑ አልወጣምና። ይህ ሕብረ ኮከብ ዋናው ወካይነቱ በጥሩ እና በክፉ መካከል ያለውን ጦርነት ነው። ይህም ጌታ ሊያድናቸው የሚፈልጋቸውን፣ ጠላት ግን ቀስቱን ገትሮ ሊያጠፋቸው መፈለጉን የሚያመለክት ነው።

ጠላት ሰይጣን ይፈልግ የነበረው የክፋት ቀስቱን ገትሮ አስቀድሞ በልበ ሄሮድስ በማደር በመቀጠልም በልበ አይሁድ በማደር ጌታን በማስገደል በሂደቱ እኛንም ማጥፋት ይፈልግ ነበር። ጌታችን ሲወለድ በመደናገጥ የክፋት ቀስቱን እንዴት እንዳዘጋጀ በዝርዝር ሊቁ ቅዱስ ያዕቆብ ዘሥሩግ በዚህ መልኩ ያስቀምጠዋል፦

❖ "ነገር ግን አጋንንት ተቈጥተዋል ያሸበራቸውን ድንቅ በማየታቸው ምክንያት። የግራ ወገን ተከታዮች በሙሉ ተመትተዋል በድንግልና የተከሠተውን ወሊድ ባዩ ጊዜ፤ ክፉዎቹ መናፍስት ተብረክርከዋል፤ እንደ የባሕርያቸውም በቊጣ ነድደዋል፤አጋንንት እጅግ ተደናግጠዋል፤ ግራም ተጋብተዋል፤ ሰይጣን ቈዘመ፤ ከጭፍሮቹ ጋር በቆመበትም

አንገቱን ደፋ።

የርሱ ወገንም በሙሉ ከሕፃኑ የተነሣ ይርበደበድና ይንቀጠቀጥ ነበር፤ ወተት ያወጣቸውን ድንግል ባዩና በተመለከቱ ጊዜ በማቃሰት ጮኹ ከጉዳዩ የተነሣ ሲያንቀጠቅጣቸው ከነበረው ድንቅ ነገር የተነሣ፤ ያለ ጋብቻ ሩካቤ የተገኘው ፍሬ ግራ አጋባቸው፤ የወለደቻው እናት ማሕፀን የታተመ ድንግልናዋም የጸና ነበርና። ሕፃኑ በግርግም ቢተኛም ሰማያውያን ሐያዋንን ቀስቅሷቸዋል፤በዋሻም ተቀመጠ፤ ይኹን እንጂ የርሱ መገለጥ ዳርቻዎችን ኹሉ ያናውጣል።

ስሕተት እንዲኽ አለ፡- "እኔ በበኩሌ ከሕፃኑ በቀር ከዚኽ በኋላ ሌላ ጉዳይ የለኝም። እያቀድኹና እያደባኍ ነው ያለኹት፤ አረታዋለኹም፤ እንደኔው እውነትን የሚጠላ አንድ ውድ ጓደኛ አለኝ። ቅኖች የኾኑትን ኹሉ የምትገድል አንዲት የዕብራውያን ሴት ልጅ (ማቴ 23፥37)፤ ደም በማፍሰስ ተከናለች፤ ሰይፏንም በቅኖች ላይ ታነሣለች። በማታለል የተካነች ናት በውሸትም ተጠብባለች፤ ርሷ የሻኹትን ኹሉ መፈጸም ስለምትችል አንድ መንገድ እያሳሰብኳት ነው ያለኹት እንደ ልማዷም ሕፃኑን ታገኘዋለች ታሳርፈዋለችም። ሖርን በድንጋይ ወግራዋለች፤ በአሮንም አማካኝነት ጥጃውን ቀርጻለች (ዘኍ 32፥4)፤ ሙሴን አውግዛዋለች ኤርምያስንም ወደ ጕድጓድ ወርውራዋለች (ዘፀ 17፥3፤ ኤር 38፥6) በጣዖት አምልኮ ከእኛም ይልቅ (ይበልጥ) የተካነች ናት፤ ርሱም ከአእምሮዋ ይበቅላል፤ ስለ

አሠራሩ ምንም ትምህርት ሳይኖራት የአራት ፊቶቹን ምስል ቀርጻለች (2 ዜና 37፤6-7) ስለዚኽ የኢየሩሳሌምን ሴት ልጅ በሕፃኑ ላይ እናስነሣት፤ በማታለል ጥበብ የተመላች ስለኾነች ዘዴውንም ስለምታውቅ ርሷ ታገኘዋለች"። ሕፃኑ ገና በመጠቅለያ ጨርቅ እንደነበር መተረክ የሚያስደንቅ ነው ከርሱ የተነሣ የግራ ወገን በሙሉ ተሸብሯልና፤ በልደት መንገድ ወደ ፍጥረት ገብቶ አስደንቋቸዋል ስፍራው የት እንደኾነም ከአጋንንት መኻከል የሚያውቅ አልነበረምና።" (ያዕቆብ ዘሥሩግ በእንተ ልደት)

በሕብረ ኮከቡ ላይ እንደምናየው የእግዚአብሔርን ልጅ በማይታይ ቀስት ወርውሮ (ማለትም በአይሁድ ዐድሮ) በተንኮል ለመግደል ሞክሯል። ነገር ግን የዚህን ቀስት ተቆጣጣሪው ከኀሊው ክርስቶስ ብቻ ነው። ቀስቱ ሁልጊዜም በአየር ውስጥ በሚልከው ተኳሽ፣ ቁጥጥር ስር ነው። ቀስቱ፣ በእራሱ ማሰብ ስለማይችል፣ የታለመለትን ማንኛውንም ነገር ሊመታ ይችላል። ቀስተኛው ከመተኮሱ በፊት፣ ነፋሱን እና የሚጓዘውን ርቀት፣ ግንዛቤ ውስጥ ያስገባል። የክፉው ዓላማም የእግዚአብሔርን ልጅ አስገድዬ አርፋለው የሚል ክፉ ሐሳብ ነበር።

ነገር ግን በአይሁድ አድሮ ቢያሰቅለውም የጌታ መሞት ግን ለሰው ልጆች ሁሉ የዘላለማዊ ሕይወትን በር ከፈተ፤ ክፉው የማረካቸውን ነፍሳት በሙሉ ጠራርጐ አወጣበት፤ ሰይጣን ለክፉ ያሰበውን እግዚአብሔር ግን በድንቅ ጥበቡ ዓለምን አዳነበት!

የዲያብሎስ የክፋት ቀስት ተሰባበረ። በመጽሐፍ ቅዱስም እንዲህ ተገልጧል፦

- “ቀስቱን ገተረ አዘጋጀም፤ የሞት መሣርያንም አዘጋጀበት፥ ፍላጻዎቹንም የሚቃጠሉ አደረገ፤ እነሆ፥ በዓመፃ ተጨነቀ ጕዳትን ፀነሰ ኀጢአትንም ወለደ፤ ጕድጓድን ማሰ ቈፈረም። ባደረገውም ጕድጓድ ይወድቃል፤ ጕዳቱ በራሱ ይመለሳል፥ ዓመፃውም በአናቱ ላይ ትወርዳለች” (መዝ 7፥12-16)

አንባብያን ይህ የሳጂታ ሕብረ ኮከብ ሲወጣ በሰማይ ላይ ምን ሊመስል እንደሚችል ከዚህ በታች ባለው ሥዕል የተገለጠ ሲሆን የመውጫያውን ጊዜ ጠብቃችሁ ቅርጹን በደንብ በሰማይ ላይ ፈልጋችሁ አግኙት።

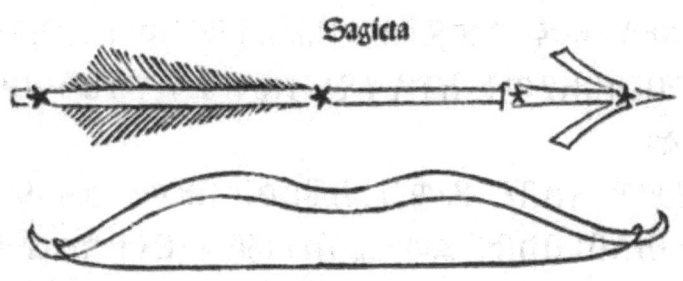

የሳጂታ ሕብረ ኮከብ image credited: fineartamerica.com

5.2. አኪውላ ሐብረ ኮከብ AQUILA

ይህ ንስር በዕብራይስጥ “ታራሬድ” (Tarared) ሲባል የቆሰለው የሚል ፍች አለው። በንስሩ አንገቱ ላይ ያለው ብሩህ ኮከብ “አል ታዪር” (AL TAIR) ሲባል “የቈሰለ” ማለት ነው።

ከጐኑ ያለው ኮከብ “አል ሻይን” (AL SHAIN) ሲባል “ብሩህ” ማለት ነው። ከአልታይር ጐን ያለው ሌላው “ታራሬድ” (TARARED) ሲባል ፍቺው “የሚቆስል” ማለት ነው።

ታችኛው ክንፉ “አልካይር” (ALCAIR) ሲባል “የሚወጋው” ማለት ነው። ጭራው ደግሞ “አል ኦካል” (AL OKAL) ሲባል ፍቺው “ተረከዙ የቆሰለ” ማለት ነው። ይህ ሐብረ ኮከብ በአጠቃላይ ቅርጹና ሥያሜው የጌታን በገዛ ፍቃዱ ሕማማተ መስቀል መቀበል፣ መቍሰል፣ መሞት ያሳያል።

ይህም አንድ ንስር የራሱን ደም፣ ልጆቹን በሕይወት ለማቆየት ሲል፣ መሥዋዕት የሚያደርግበትን ሕይወት፣ የሚያሳይ ነው። ንስሮች ለልጆቻቸው የሚሆን በቂ ምግብ በማያገኙበት ጊዜ፣ የራሳቸውን ቆዳ ቀድደው ጫጩቶቻቸውን ከእነሱ ደም በመመገብ፣ በሕይወት እንዲቆዩና ጤናማ እንዲሆኑ በማድረግ፣ ይታወቃሉ።

ጌታም የከበረ ደሙን አፍስሶ፤ በደሙ የዓለምን ኹሉ ኀጢአት ዐጠበ፤ በክቡር ደሙ ፈሳሽነትም ሥርየተ ኀጢአትን ሰጠ፤ መላው ዓለምን አዳነ፤ ይኽነንም ቅዱስ መጽሐፍ እንዲኽ ይገልጠዋል፦

- “ርሱንም እግዚአብሔር በእምነት የሚገኝ በደሙም የኾነ ማስተስሪያ አድርጎ አቆመው፤ ይኸም በፊት የተደረገውን ኀጢአት በእግዚአብሔር ችሎታ ስለ መተው ጽድቁን ያሳይ ዘንድ ነው” (ሮሜ 3፥25)
- “በውድ ልጁም እንደ ጸጋው ባለ ጠግነት መጠን በደሙ የተደረገ ቤዛነታችንን አገኘን ርሱም የበደላችን ስርየት” (ኤፌ 1፥7)
- “ከአባቶቻችኹ ከወረሳችኹት ከከንቱ ኑሮአችኹ በሚያልፍ ነገር በብር ወይም በወርቅ ሳይኾን ነውርና እድፍ እንደ ሌለው እንደ በግ ደም በክቡር የክርስቶስ ደም እንደ ተዋጃችኹ ታውቃላችኹ” (1ኛ ጴጥ 1፥18-19)
- “መጽሐፉን ትወስድ ዘንድ ማኅተሞቹንም ትፈታ ዘንድ ይገባኻል፥ ታርደኻልና፥ በደምኽም ለእግዚአብሔር ከነገድ ሁሉ ከቋንቋም ኹሉ ከወገንም ኹሉ ከሕዝብም ኹሉ ሰዎችን ዋጅተኽ ለአምላካችን መንግሥትና ካህናት ይኾኑ ዘንድ አደረግኻቸው፥ በምድርም ላይ ይነግሣሉ እያሉ ዐዲስን ቅኔ ይዘምራሉ” (ራእ 5፥9-10)
- “ለወደደን ከኀጢአታችንም በደሙ ለጠበን” (ራእ 1፥5-6)

የንስር ዝርያ ስላለው በደሙ መፍሰስ ልጆቹን ስለሚያድነው ጳልቃን ስለሚባለው ስለዚህ ወፍ ፊሳሎጎስ ዘርዝሮ ሲገልጽ፡-

- “ካልእ ዖፍ ዘይሰመይ ጳልቃን ዘውእቱ ግሬብ ዘይቤ ዳዊት በእንቲአሁ ተመሰልኩ ጳልቃነ ዘገዳም። ወፊስአልጎስኒ ይቤ በእንቲአሁ እስመ መፍቀሬ ደቂቅ ውእቱ በሕቁ፤ ወሶበ ይወልድ ወልደ ይጸፍዑ ውሉድ ገጸ ወላድያኒሆሙ

ወወላድያንሂ የጎድጉ፤ በእንተዝ ወይርሕቁ እምዐቂበ ውሉዶሙ እስከ ይመውቱ ውሉድ፤ ባሕቱ እምድኅረ ሠልስት ዕለት ትመጽእ እሞሙ ወታንጸፈጽፍ ደመ ገቦሃ መልዕልተ ውሉዳ፤ እለ ሞቱ ወኮኑ ውዱቃነ ዲበ ምድር ወታነሥኦሙ። ምሳሌ ዝንቱሰ ነገር ተፈጸመ በእግዚእነ ክርስቶስ፤ በከመ ይቤ ኢሳይያስ ነቢይ ውሉደ ወለድኩ ወአልሀቁ ወእሙንቱሰ ዐለዉኒ፤ ህየንተ ወለደነ ለነ ወአምጽአ ኲሎ ፍጥረታተ ኀበ ኢሀልዎ ኀበ ሀልዎ ለመግቦትነ በአሠንዮቱ፤ ወንሕነሰ ኀደግነ አምልኮቶ ወፈደይናሁ እኪተ ወጸፋዕነ መላትሒሁ፤ እስከ ዐርገ ላዕለ ዕፀ መስቀል ወተረግዘ ገቦሁ ወአንጸፍጸፈ ለነ ደመ ንስሐ ወማየ ስርየት።"

(ዳዊት ስለ ርሱ "የምድረ በዳ ጳልቃንን መሰልኍ" ብሎ የተናገረለት፤ ያውም ግሬብ ነው፤ ስሙ ጳልቃን ስለሚባል ሌላ ዎፍ የሚናገር ነው። ፊስአልጎስም ስለ ርሱ እንዲኽ አለ፤ በእጅጉ ልጆቹን የሚወድድ ነውና ልጅን በወለደ (ባስገኘ) ጊዜ ልጆቹ የወላጆቻቸውን ፊት በጥፊ ይመታሉ፤ ስለዚኽ ነገር ልጆቹ እስኪሞቱ ድረስ ወላጆቹ ልጆቻቸውን ከመጠበቅ ትተው ይርቃሉ፤ ነገር ግን ከሦስት ቀን በኋላ እናታቸው ትመጣለች፤ ሞተው በምድር ላይ የወደቁ በኾኑ ልጆቿ ላይ የጐኗን ደም ታንጠፈጥፍና ታነሣቸዋለች። የዚኽ ምሳሌ ነገርስ በጌታችን ክርስቶስ ተፈጸመ፤ ነቢዩ ኢሳይያስ "ልጆችን ወለድኍ አሳደግኹም እነርሱ ግን ዐመፁብኝ" እንዳለ (ኢሳ 1፥2)፤ እኛን ስለ ፈጠረን ፍጥረታትንም ኹሉ ካለመኖር ወደ መኖር በበጎነቱ

ለመጠበቅ ስላመጣ ፈንታ እኛ ግን ርሱን ማምለክን ትተን ክፉ ዋጋን ከፈልነው፤ ጕንጬንም በጥፊ መታነው፤ ወደ ዕንጨት መስቀል ላይ ወጥቶ እና ጐኑንም ተወግቶ (ዮሐ 18፥22)፤ የንስሓ ደምን እና የይቅርታ ውሃን ለእኛ አስኪያንጠፈጠፈልን ድረስ (ዮሐ 19፥34))።

አንባብያን ይህ የአኪውላ ሕብረ ኮከብ ሲወጣ በሰማይ ላይ ምን ሊመስል እንደሚችል ከዚህ በታች ባለው ሥዕል የተገለጠ ሲሆን የመውጪያውን ጊዜ ጠብቃችሁ ቅርጹን በደንብ በሰማይ ላይ ፈልጋችሁ አግኙት።

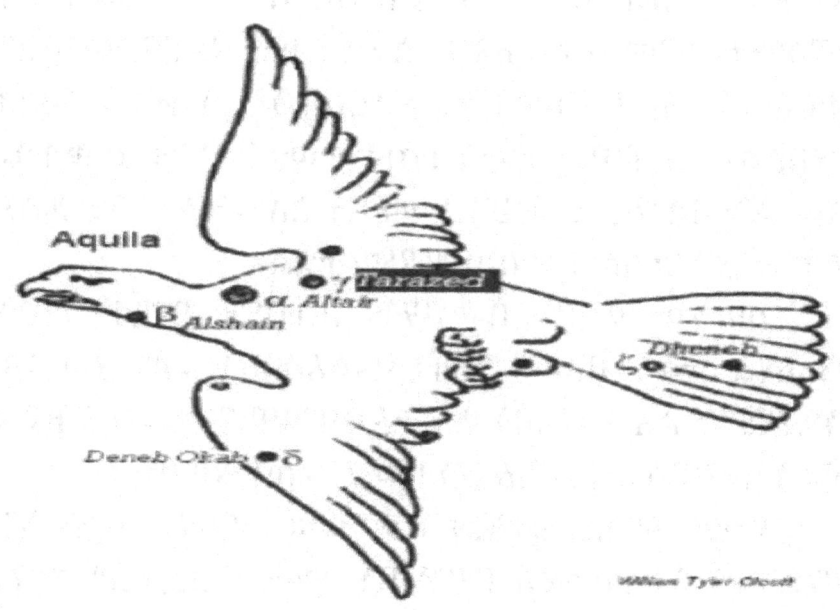

የአኪውላ ሕብረ ኮከብ Image credited: tcoe.org

5.3. ዴልፊኑስ ሕብረ ኮከብ DELPHINUS

ይህ ዶልፊን በዕብራይስጥ “ዳልፍ” (Dalaph) ሲባል ፍቺው “ውሃን ማፍሰስ፣ እንደ ወራጅ ውሃ ፈጣን”፤ በዐረብኛ “ዳልፋ” (DALAPH) “ፈጥኖ የሚመጣው”፤ “ስካሎኒ” (SCALOOIN) “እንደ ወራጅ ውሃ የፈጠነ” ማለት ነው። በሲሪያክ እና ከለዳውያን ቋንቋዎች ደግሞ “ሮታኔብ” (Rotaneb) ትርጉሙ “በፍጥነት መሮጥ” የሚል ነው። በፐርሺያ ያለው መናዝል ላይ ፈሳሽ ውሃ ከዓሣ ጋር ዐብሮ ያሳያል።

ይህ ደስ የሚል አጥቢ እንስሳ፣ ውሃ ውስጥ በችግር ላይ ያሉ ሰዎችንም ይጠብቃል። ዶልፊኖቹ፣ ቀለበት ሰርተው በአጠገብ በመዋኘት፣ ከሻርክ ጥቃት ይከላከሉላችኋል። ጩኸቶችን በማሰማት፣ እየመጣ ካለ አደጋ ያስጠነቅቃሉ፤ የጀርባቸውን ክንፍ ያቀርቡላችሁና ተሸከመዋችሁ ሻርኮችንና ሌሎች አዳኞችን የሚበልጠውን ፍጥነታቸውን ተጠቅመው፣ ከጥቃቱ ያርቋችኋል። የሰው ልጅ በችግር ላይ መሆኑን መረዳት ስለሚችሉ፣ አንድ ዶልፊን በአቅራቢያችሁ ካለ፣ ከመስጠም ያድናችኋል።

ከውሃው ውስጥ በመነሣት፣ ከክብደቱ በሚቃረን ሁኔታ ወደ አየሩ ውስጥ ዘሎ መግባት፣ የዶልፊኑ አንዱ መለያው ነው። እንደገናም ዶልፊን፣ የስበት እና ተፈጥሮዓዊ የሆነውን የሕይወት ኀይልን በሚጥስ ሁኔታ፣ እራሱን ከውሃ ውስጥ ያወጣል።

ይህም ምሳሌነቱ ለጌታችን ነው። ክርስቶስ ሞቶ እጅግ በሚደንቅና በታላቅ ኀይሉ በሥልጣኑ መቃብር ክፈቱልኝ መግነዝ ፍቱልኝ ሳይል 3 መዐልት 3 ሌሊት በከርሠ መቃብር ካደረ በኋላ በተዘጋ መቃብር ሞትን ድል አድርጎ ተነሥቷል። ዳግመኛም

የትንሣኤያችን በኲር ርሱ ነውና በታላቅ ግርማ ተመልሶ መጥቶ እኛንም በትንሣኤ ዘጕባኤ ከሞት ያስነሣናል።

አንባብያን ይህ የዴልፊኑስ ሕብረ ኮከብ ሲወጣ በሰማይ ላይ ምን ሊመስል እንደሚችል ከዚህ በታቸ ባለው ሥዕል የተገለጠ ሲሆን የመውጪያውን ጊዜ ጠብቃችሁ ቀርጹን በደንብ በሰማይ ላይ ፈልጋችሁ አግኙት።

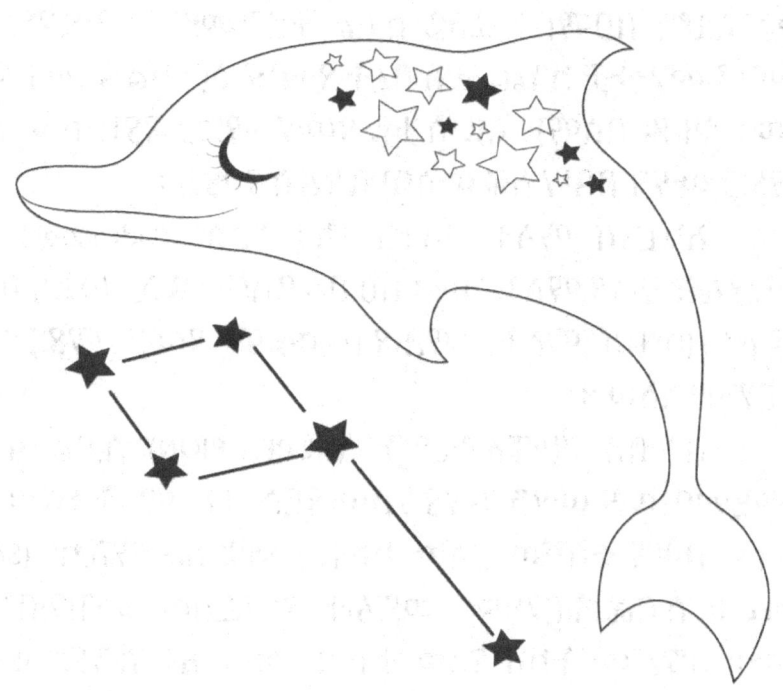

የዴልፊኑስ ሕብረ ኮከብ image credited: vectorstock.com

በመሆኑም ጀደይ ወይም ካፕሪኮርነስና ተመሳሳይ ሕብራተ ከዋከብቱ የሚያስተምሩን ለመሥዋት የሚቀርበው ፍየል ስናይ

የጌታችንን አማናዊ መሥዋዕትነት እናስባለን። አኪውላን ስናይ እኛን ለማዳን መሥዋዕት ሲሆን በሾህ አክሊልና በተሳሉ ችንካሮች መበሳቱን፤ በጦር መወጋቱንና ዶልፊኑን ስናይ ድል ያደረገ ትንሣኤውን ነው።

6ኛ. የደለው ዞዲያክ ሐብረ ኮከብ (Aquarius)

ጸጋውን ለምእመናን የሚያፈሰው ጌታን የሚሰብከው ስድስተኛው የዞዲያክ ሐብረ ኮከብ ደለው ነው። ደለው የግእዝ ቃል ሲሆን በዐማርኛ ደለይ ሲባል ትርጕሙም ከጕድጓድ የውሃ፡ መቅጃ መጐተቻ ከንጨት ከብረት የተበጀ ዕቃ ባልዲ መቅጃ ማለት ነው፤ ቅርጹ በሰማይ ላይ ሲታይ የውሃ ማድጋ የያዘ ሰው በያዘው ማድጋ ውሃን በዓሣ አፍ ውስጥ ሲያፈስ ያሳያል።

አኳርየስ ማለት በላቲን "ኡዶሮኮስ" (Udrokoos) "ውሃን የሚያፈስ" እንደማለት ነው። በዕብራይስጥ "ዴሊ" (DELI) በዐረብኛ "ዴሉ" (DELU) ማለት "ማሕየብ ወይም የውሃ ማድጋ" የሚል ትርጕም አለው።

በግብጽ "ሁፔኢትርዮን" (HUPEITIRION) ሲባል ፍቺውም "የሚመጣውና ውሃን የሚያፈሰው የርሱ ቦታ" ማለት ነው።

በቀኝ ትከሻው ያለው ኮከብ "ሰአድ አል ሜሊክ" (SA'AD AL MELIK) ሲባል ትርጕሙ "ወደፊት የሚፈሰው መዝገብ" ማለት ነው። በግራው ትከሻ ያለው ኮከብ "ሳአድ አል ሱንድ" (SA'AD AL SUND) ሲባል ፍቺው "የሄደውና የሚመጣው" ወይም "የሚያፈሰው" ማለት ነው።

ይህም በዘኍ 24፡7 ላይ ጌታ ስለሚሰጠው ጸጋ "ከማድጋዎቹ ውኃ ይፈስሳል" ተብሎ አስቀድሞ ተነግሯል።

በማድጋው ላይ ያለው ብሩህ ኮከብ "ሞን" (MON) ወይም "ሜኦን" (MEON) ተብሎ ሲጠራ ፍቺው "ማድጋ" ነው። "ሺአት" (Sheat) ማለት "የሚሄደውና የሚመለሰው" ማለት ነው።

ከማድጋ የሚፈሰውን ውሃን የያዘው የደለዊ ሐብረ ኮከብ ምሳሌነቱ በብሉይ ለእስራኤል ዘሥጋ በሐዲስ ለምእመናን በዝቶ የሚወርደው የሚሰጠው የእግዚአብሔር ጸጋና በረከት ሲሆን ይህም በመጽሐፍ ቅዱስ ላይ እንዲህ ተጽፎልናል፦

- "እግዚአብሔርም ጽዮንን ያጽናናል፤ በእርስዋም ባድማ የሆነውን ሁሉ ያጽናናል ምድረ በዳዋንም እንደ ዔደን በረሐዋንም እንደ እግዚአብሔር ገነት ያደርጋል፤ ደስታና ተድላ ምስጋናና የዝማሬ ድምፅ ይገኝበታል" (ኢሳ 51፥3)
- "መንፈሴን በሥጋ ለባሽ ሁሉ ላይ አፈስሳለሁ፤ ወንዶችና ሴቶች ልጆቻችሁም ትንቢት ይናገራሉ፥ ሽማግሌዎቻችሁም ሕልምን ያልማሉ" (ኢዩ 2፥28)
- "ጥሩ ውሃንም እረጭባችኋለሁ እናንተም ትጠራላችሁ" (ሕዝ 36፥25)

የተጠሙት መጠጣቸው የሆነ የነፍሳችንን ጥም በሕይወት ውሃነቱ የቈረጠልን፣ ከማድጋ ጐኑ በፈሰሰ ውሃ ተጠምቀን ልጅነትን ያገኘንበት አምላካችን ኢየሱስ ክርስቶስ ሲሆን የሕይወት ውሃ ምንጭነቱን መጽሐፍ ቅዱስ እንዲህ ሲል ይገልጽልናል፦

- "ኢየሱስ መልሶ፦ የእግዚአብሔርን ስጦታና፦ ውሃ አጠጪኝ የሚልሽ ማን መሆኑንስ ብታውቂ አንቺ ትለምኚው ነበርሽ

የሕይወትም ውኃ ይሰጥሽ ነበር አላት ... ከዚህ ውሃ የሚጠጣ ሁሉ እንደ ገና ይጠማል፤ እኔ ከምሰጠው ውሃ የሚጠጣ ሁሉ ግን ለዘላለም አይጠማም እኔ የምሰጠው ውኃ በእርሱ ውስጥ ለዘላለም ሕይወት የሚፈልቅ የውሃ ምንጭ ይሆናል እንጂ አላት" (ዮሐ 4፥10-14)

- "ከበዓሉም በታላቁ በኋለኛው ቀን ኢየሱስ ቆሞ፦ ማንም የተጠማ ቢኖር ወደ እኔ ይምጣና ይጠጣ፤ በእኔ የሚያምን መጽሐፍ እንዳለ፥ የሕይወት ውኃ ወንዝ ከሆዱ ይፈልቃል ብሎ ጮኸ" (ዮሐ 7፥37-38)
- "ከጭፍሮች አንዱ ጎኑን በጦር ወጋው፤ ወዲያውም ደምና ውኃ ወጣ" (ዮሐ 19፥34)
- "በውሃ መታጠብና ከቃሉ ጋር አንጽቶ እንዲቀድሳት ስለ እርስዋ ራሱን አሳልፎ ሰጠ" (ኤፌ 5፥25-26)
- "በእግዚአብሔርም ቤት ላይ የሆነ ታላቅ ካህን ስላለን ከክፉ ሕሊና ለመንጻት ልባችንን ተረጭተን ሰውነታችንንም በጥሩ ውኃ ታጥበን በተረዳንበት እምነት በቅን ልብ እንቅረብ" (ዕብ 10፥21-22)
- "በዙፋኑ መካከል ያለው በግ እረኛቸው ይሆናልና፥ ወደ ሕይወትም ውሃ ምንጭ ይመራቸዋልና" (ራእ 7፥17)

በተጨማሪም የውሃ ማድጋ ከተሸከመው ከአኳርየስ አጠገብ ሁለቱ ዓሣዎች (ሑት፣ ፓይሲስ) ይታያሉ። ፋሲካ ማለት ማለፍ ማለት ነውና (ከዘመነ ሑት (ዓሣ) ወደ ዘመነ ደለዊ (የውሃ መቅጃ) እንደምንሸጋገር ለማጠየቅ እንደ ሁለቱ ዓሣዎች ከዓሣ አስጋሪነት የተጠሩትን ሁለቱን ጴጥሮስንና ዮሐንስን ለፋሲካ በዓል

የውሃ ማድጋ የተሸከመውን ተከተሉት ብሎ በምስጢር ሲገልጽላቸው፡-

- "ፋሲካንም ሊያርዱበት የሚገባው የቂጣ በዓል ደረሰ፤ ጴጥሮስንና ዮሐንስንም፦ ፋሲካን እንድንበላ ሄዳችሁ አዘጋጁልን ብሎ ላካቸው፤ እነርሱም፦ ወዴት እናዘጋጅ ዘንድ ትወዳለህ? አሉት፤ እርሱም አላቸው፦ እነሆ ወደ ከተማ ስትገቡ ማድጋ ውሃ የተሸከመ ሰው ይገናኛችኋል፤ ወደሚገባበት ቤት ተከተሉት፤ ለባለቤቱም መምህሩ ከደቀ መዛሙርቴ ጋር ፋሲካን የምበላበት የእንግዳ ቤት ክፍል ወዴት ነው ይልሃል በሉት፤ ያም በደርብ ላይ ያለውን የተነጠፈ ታላቅ አዳራሽ ያሳያችኋል፤ በዚያም አሰናዱልን" (ሉቃ 22፥9-12)፡፡

አንባብያን ይህ የአኳርየስ ሕብረ ኮከብ ሲወጣ በሰማይ ላይ ምን ሊመስል እንደሚችል ከዚህ በታች ባለው ሥዕል የተገለጠ ሲሆን የመውጪያውን ጊዜ ጠብቃችሁ ቀርጹን በደንብ በሰማይ ላይ ፈልጋችሁ አግኙት፡፡

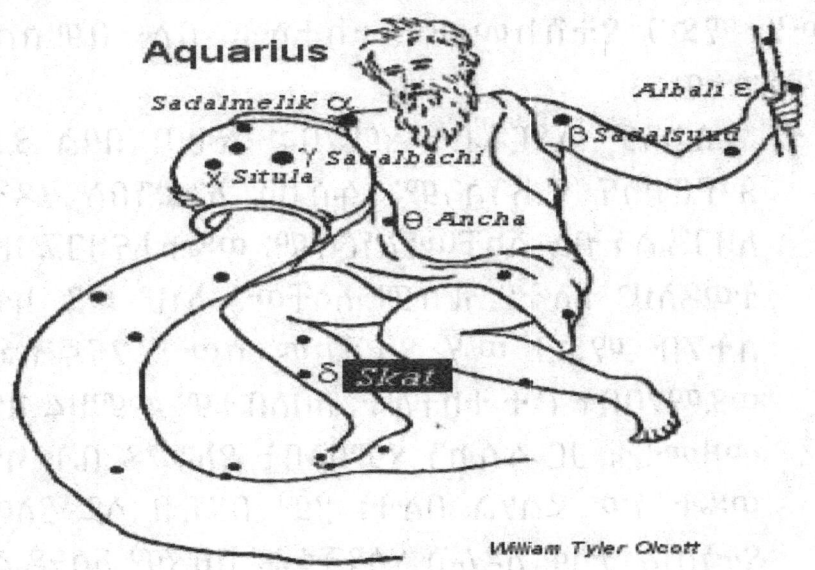

የአኳርየስ ሐብረ ኮከብ image credited: tcoe.org

የደለዊ ሐብረ ኮከብ ምስጢርነትን የበለጠ ለመረዳት ከርሱ ጋር ትብብርነት ያላቸውን 3ቱን ሐብራተ ከዋክብት ከዚህ ቀጥለን እናያለን፤ እነርሱም፡-

6.1. ፓይሲስ አውስትሪኑስ PISCIS AUSTRINUS

6.2. ፔጋሰስ PEGASUS

6.3. ሳይጂነስ CYGNUS ናቸው።

6.1 ፓይሲስ አውስትሪኑስ PISCIS AUSTRINUS

ይህ የደቡብ ዓሣ የተባለው ሐብረ ኮከብ ከደለዊ (አኳርየስ) ጋር ግንኙነት አለው። ምክንያቱም ደለዊ ውሃን በዓሣው አፍ ውስጥ ሲጨምር ይታያል። በዓሣው ራስ ላይ ያለው ብሩህ ኮከብ

“ፎም አል ሀውት” (FOM AL HAUT) ሲባል ፍቺውም “የዓሣው አፍ” ማለት ነው።

በዕብራይስጥ “ዳጊም” (Dagim) ተብሎ ሲጠራ፣ ፍቺውም ብዙ ልጆች የሚል ነው።

ይህ ውሃ የፈሰሰበት ዓሣ ምሳሌነቱ የምእመን ነውና ከደቂቀ እስራኤል ጨምሮ የዳኑትንና የእግዚአብሔርን ጸጋ የተቀበሉትን ሌሎቹንም ይጨምራል። በመሆኑም ለሚድኑት ምእመናን የተገባውን ቃል ኪዳን የሚያሳይ ሕብረ ኮከብ ነው።

የደቡብ ዓሣን ስናነሣ ለሐዲስ ኪዳን ምሳሌ ሊሆን አስቀድሞ ዮናስ በዓሣ ዐንበሪ ሆድ ውስጥ 3 መዓልትና 3 ሌሊት ዐድሯል። ይኸውም ጌታችን 3 መዓልትና 3 ሌሊት በከርሠ መቃብር ለማደሩ ምሳሌ ሊሆን ነበር፤ እንዲህ ተብሎ እንደተጻፈ፦

- “እግዚአብሔርም ዮናስን የሚውጥ ታላቅ ዓሣ አሰናዳ፤ ዮናስም ሦስት ቀንና ሦስት ሌሊት በዓሣው ሆድ ውስጥ ነበረ” (ዮና 2፥1)
- “ዮናስ በዓሣ አንባሪ ሆድ ሦስት ቀንና ሦስት ሌሊት እንደ ነበረ፥ እንዲሁ የሰው ልጅ በምድር ልብ ሦስት ቀንና ሦስት ሌሊት ይኖራል” (ዮና 12፥40)

በሕብረ ኮከቡ ላይ ሲታይ የዓሣ ዐንበሪው አፍ ተከፍቶ ውሃው ወደ አፉ ውስጥ ሲገባ ነው፤ እዚህ ላይ ዓሣ ዐንበሪው ውሃውን እየጠጣ ሳይሆን፣ እየፈሰሰበት ነው።

ይህ የሚወክለው የመንፈስ ቅዱስ ጸጋ በእግዚአብሔር ቅዱሳኖች ላይ እየፈሰሰ መሆኑን ነው። አማንያን በዓሣው

የሚወከሉ ሲሆኑ የእግዚአብሔርን በረከቶች መቀበላቸውና እርሱን ማገልገላቸውን ያመለክታል።

አንባብያን ይህ ፓይሲስ አውስትሪኑስ ሕብረ ኮከብ ሲወጣ በሰማይ ላይ ምን ሊመስል እንደሚችል ከዚህ በታች ባለው ሥዕል የተገለጠ ሲሆን የመውጪያውን ጊዜ ጠብቃችሁ ቅርጹን በደንብ በሰማይ ላይ ፈልጋችሁ አግኙት።

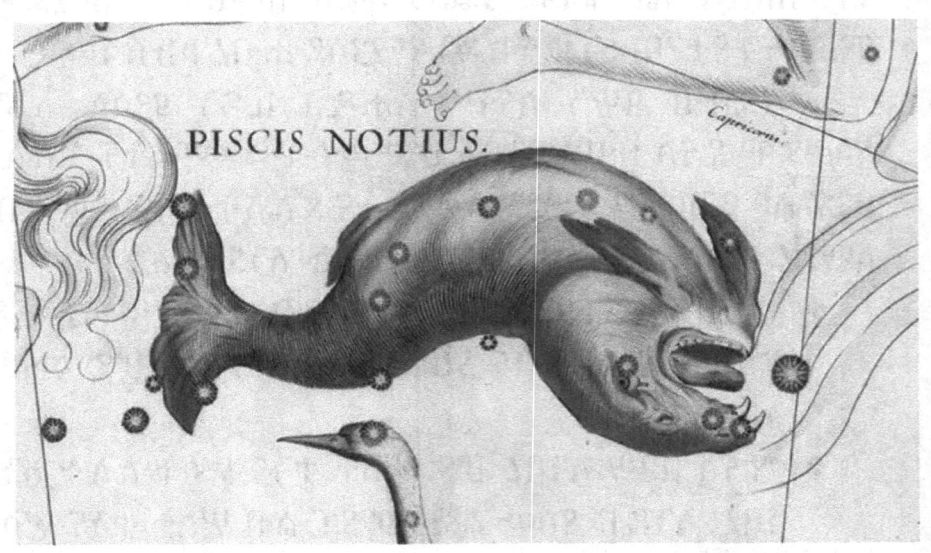

የፓይሲስ አውስትሪኑስ ሕብረ ኮከብ image credited: underthenightsky.com

6.2. ፔጋሰስ ሕብረ ኮከብ PEGASUS

ባለ ክንፉ ፈረስ ፔጋሰስ "የኢትዮጵያው በራሪ ፈረስ" በመባል ይታወቃል። ስለ ፔጋሰስ ሰፊ ነገር ለመረዳት "አንድሮሜዳ ቁጥር 2" መጽሐፍን ያንብቡ።

በዕብራይስጥ "ፔካ ወይም ፔጋ"" (Peka or Pega) ማለት "ዋናው፣ አለቃው" ማለት ሲሆን "ሱስ" (Sus) ፈረስ ማለት ነውና ፔጋሰስ "አለቃ ፈረስ" ማለት ነው።

በአንገቱ ላይ ያለው ብሩህ ኮከብ "ማርካብ" (MARKAB) ሲባል ፍቺውም "ከሩቅ የሚመለሰው" ማለት ነው።

ከግራው እግሩ በላይ ያለው ኮከብ "ሼአት" (SCHEAT) ሲባል ፍቺውም "የሄደውና የሚመጣው" ማለት ነው፤ በክንፉ ላይ ያለው ኮከብ "አል ገኒብ" (AL GENB) ፍቺው "የሚይዘው፣ የሚሸከመው" ማለት ነው።

በአፍንጫው ላይ ያለው ኮከብ በዕብራይሰጥ "ኤኔፍ" (ENEF) ሲባል ፍቺው "ውሃውና ቅርንጫፉ" ማለት ነው።

በመጨረሻም ከሼአት በታች በግራ እግሩ ያለው ኮከብ "ማታር" (MATAR) ሲባል "ከመጠን በላይ እንዲፈስ መንሥዔው" እና "ታላቁ ንጉሥ" ማለት ነው።

ይህም ሕብረ ኮከብ የኢየሱስ ክርስቶስ ዳግመኛ መምጣትን የሚያሳይ ምሳሌ ነው። ፈረስ ፈጣን ሯጭ ነው፤ ክንፍ ሲጨመር ደግሞ የበለጠ ፈጣንና ኀያል እንዲሆን ንጉሥ ክርስቶስም በታላቅ ኀይል ዳግመኛ ፈጥኖ መጥቶ ወደ መንግሥቱ ሊወስደን እንደሆነ ያሳየናል። በራእይ እንዲህ ተብሎ እንደተነገረ፦

❖ "ሰማይም ተከፍቶ አየሁ፥ እነሆም ጸዐዳ ፈረስ፥ የተቀመጠበትም የታመነና እውነተኛ ይባላል፥ በጽድቅም ይፈርዳል ይዋጋልም፤ ዐይኖቹም እንደ እሳት ነበልባል ናቸው በራሱ ላይም ብዙ ዘውዶች አሉ፥ ከእርሱም በቀር አንድ እንኳ የማያውቀው የተጻፈ ስም አለው፤ በደምም የተረጨ

ልብስ ተጐናጽፎአል፤ ስሙም የእግዚአብሔር ቃል ተብሎአል" (ራእ 19፥11-13)

ሞትን ድል አድርጎ ፈጥኖ ተነሥቶ በ40ኛው ቀን ወደ ሰማይ ዐርጎ በአባቱ ቀኝ ተቀምጦ ለሺዎች ዓመታት የመንፈስ ቅዱስ ጸጋን በእኛ ላይ እያፈሰሰ ነው። በታላቅ ግርማ ተመልሶም በመምጣት ወደ መንግሥቱ እንደሚወስደን እንዲህ ብሎ ቃል ገብቶልናል፦

- "በአባቴ ቤት ብዙ መኖሪያ አለ፤ እንዲህስ ባይሆን ባልኋችሁ ነበር፤ ስፍራ አዘጋጅላችሁ ዘንድ እሄዳለሁና፤ ሄጄም ስፍራ ባዘጋጅላችሁ፥ እኔ ባለሁበት እናንተ ደግሞ እንድትሆኑ ሁለተኛ እመጣለሁ ወደ እኔም እወስዳችኋለሁ" (ዮሐ 14፥2-3)
- "አዎን በቶሎ እመጣለሁ ይላል። አሜን፥ ጌታ ኢየሱስ ሆይ፥ ና" (ራእ 22፥20)

አንባብያን ይህ የፔንጋሰስ ሕብረ ኮከብ ሲወጣ በሰማይ ላይ ምን ሊመስል እንደሚችል ከዚህ በታች ባለው ሥዕል የተገለጠ ሲሆን የመውጪያውን ጊዜ ጠብቃችሁ ቅርጹን በደንብ በሰማይ ላይ ፈልጋችሁ አግኙት።

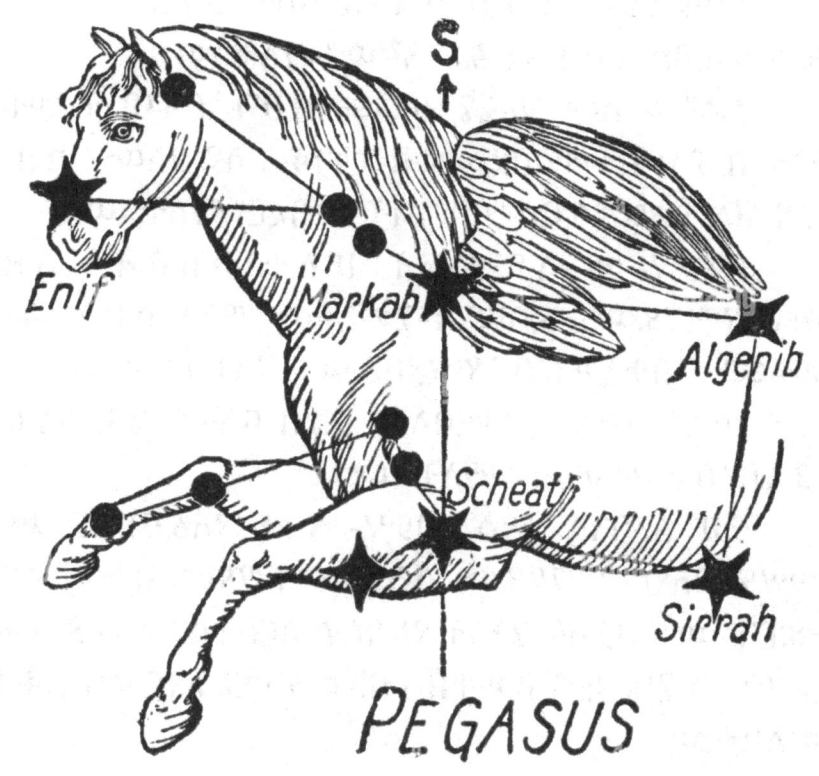

ፔጋሰስ ሐብረ ኮከብ image credited: alamy.com

6.3. ሳይጂነስ ሐብረ ኮከብ CYGNUS

ይህ ሐብረ ኮከብ ዝይ (ይብራ፣ ዳክዬ) ማለት ነው። ስለዚህ ሐብረ ኮከብ ምሳሌነት የበለጠ ለመረዳት በሳይጂነስ ላይ ያሉትን ከዋክብት ስሞችን ከአስደናቂ ፍቺዎቻቸው ጋር ከዚህ በታች እንመልከት፡-

በሰውነቱ መካከል ያለው ብሩህ ኮከብ "ዴነብ" (DENEB) ሲባል "ርሱ ይፈርዳል፣ ዳኛው" ማለት ነው።

ሌላኛው ስሙ "አዲጌ" (ADIGE) ሲሆን "በፍጥነት መብረር" ማለት ሲሆን፤ በተመሳሳይ መልኩ መንቁሩ ላይ ያለው ኮከብ "አል ቢሬዮ" (AL BIREO) ሲባል "በፍጥነት መብረር" ማለት ነው።

በጭራው ላይ ያሉት ሁለቱ ኮከቦች "አዜል" (AZEL) የሚሄደውና ፈጥኖ የሚመለሰው ማለት ሲሆን "ፋፋጅ" (FAFAGE):- "በታላቅ ክብር የሚያበራው" ማለት ነው።

"ሳድር" (SADR) የሚባለው ኮከብ ፍቺው "ልክ እንደ ክብ ወደ ነበረበት የሚመልስ" ማለት ነው።

ይህ ፈጣንና ኀያል ጣምራ የሆነ የአፈጣጠር ሥርዓት በውሃና የአየር የሚሄደው ሳይጂነስ የሚያመለክተው ሰማይና ምድርን ነውና በታላቅ ጌትነት የኢየሱስ ክርስቶስን ለፍርድ ተመልሶ ሲመጣ ያን ጊዜ ጌታን ለመቀበል በደመና ወደ አየር መነጠቃችንን ያመለክታል።

ሐዋርያው ቅዱስ ጳውሎስ እንዲህ እንዳለ፡-

- "ጌታ ራሱ በትእዛዝ በመላእክትም አለቃ ድምፅ በእግዚአብሔርም መለከት ከሰማይ ይወርዳልና፥ በክርስቶስም የሞቱ አስቀድመው ይነሣሉ፤ ከዚያም በኋላ እኛ ሕያዋን ሆነን የምንቀረው፥ ጌታን በአየር ለመቀበል ከእነርሱ ጋር በደመና እንነጠቃለን፤ እንዲሁም ሁልጊዜ ከጌታ ጋር እንሆናለን" (1ኛ ተሰሎ 4፡16-17)

አንባብያን ይህ የሳይጂነስ ሕብረ ኮከብ ሲወጣ በሰማይ ላይ ምን ሊመስል እንደሚችል ከዚህ በታች ባለው ሥዕል የተገለጠ

ሲሆን የመውጪያውን ጊዜ ጠብቃችሁ ቅርጹን በደንብ በሰማይ ላይ ፈልጋችሁ አግኙት።

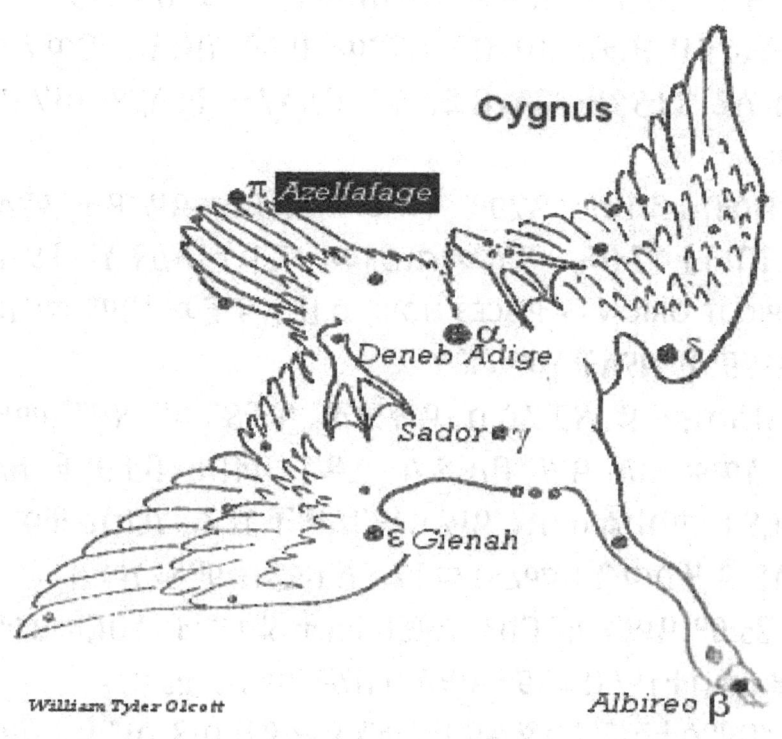

የሳይጂነስ ሐብረ ኮከብ image credited: tcoe.org

በአጠቃላይ የደለዊና ከርሱ ጋር የምስጢር ትስስር ያላቸው ሕብራተ ከዋክብት የሚያመለክቱት የጌታችንን የሕይወት ውሃነት ተመልሶ መጥቶ መንግሥቱን እንደሚያወርሰን ነው።

7ኛ. የሑት ዞዲያክ ሕብረ ኮከብ (PISCES)

በክርስቶስ ያመኑ ምእመናን እንደሚበዙ የሚገልጠው ሰባተኛው ሕብረ ኮከብ ሑት ነው። በዐረብኛ አልሑት ሲባል ፍቺው ዓሣ ሲሆን የግእዙ መነሻ (ሐወተ) እንደ ሆነ ሊቃውንት ይናገራሉ። ይህ ሕብረ ኮኮብን ስናየው ሁለት በባሕር ዐውሬው በሴተስ ላይ የተያያዙ ግን በጅራትና በአንገት የተለያዩ ዓሣዎች ናቸው።

በዕብራይስጥ "ዳጊም" (DAGIM) ሲባሉ ዓሣዎች ማለት ነው። የጥንት ግብጻውያን መጠሪያው "ፒኮት ኦሪዮን፣ ፓይሴስ ሆሪ" (PICOT ORION or PISCES HORI) ሲሆን ፍቺው "የሚመጣው የርሱ ዓሣዎች" ማለት ነው።

በአጠቃላይ የፓይሲስ ዓሣዎች ፍቺያቸው የምእመናን ምሳሌ ነው። ስለ ዓሣ በሐዲስ ኪዳን በብዙ ቦታዎች አለ። ከሐዋርያት መካከል ሲጠሩ ዓሣ ዓሥጋሪዎች ነበሩ። ሲጠራቸውም ልክ እንደ ዓሣ ሰውን በመረብ ወንጌል እንዲያጠምዱ ነው።

ጌታም ዓሣን አበርክቶ ለሚከተሉት ይመግብ ነበር። ሞትን ድል አድርጎ ከተነሣ በኋላም ዓሣን ዐብሯቸው በልቷል።

- "ዐምስቱንም እንጀራና ሁለቱን ዓሣ ይዞ ወደ ሰማይ አሻቅቦ አየና ባረከ፣ እንጀራውንም ቈርሶ ለደቀ መዛሙርቱ ሰጠ" (ማቴ 14፥19)
- "ወደ ባሕር ሂድና መቃጥን ጣል፣ መጀመሪያም የሚወጣውን ዓሣ ውሰድና አፉን ስትከፍት እስታቴር ታገኛለህ፤ ያን ወስደህ ስለ እኔና ስለ አንተ ስጣቸው" (ማቴ 17፥27)

- “እነርሱም ከተጠበሰ ዓሣ አንድ ቁራጭ፥ ከማር ወለላም ሰጡት ተቀብሎም በፊታቸው በላ።” (ማቴ 24፥42-43)
- “በገሊላ ባሕርም አጠገብ ሲያልፍ ስምዖንን ወንድሙንም እንድርያስን መረባቸውን ወደ ባሕር ሲጥሉ አየ፥ ዓሣ አጥማጆች ነበሩና ኢየሱስም፦ በኋላዬ ኑና ሰዎችን አጥማጆች እንድትሆኑ አደርጋችኋለሁ አላቸው።” (ማር 1፥16-17)
- “ወደ ምድርም በወጡ ጊዜ ፍምና ዓሣ በላዩ ተቀምጦ እንጀራም አዩ ኢየሱስም፦ አሁን ካጠመዳችሁት ዓሣ አምጡ አላቸው” (ዮሐ 21፥9-10)

በመጀመሪያው ክፍለ ዘመን ሮማውያን ቄሳሮች የጥንት ክርስቲያኖችን በሚያሳድዱበት ጊዜ ክርስቲያኖች እንግዳ ሰው ሲያገኙ ክርስቲያን መሆኑን ለማረጋገጥ በመሬት ላይ ቀለል አድርጎ የዓሣውን ምልክት ይሥሉ ነበር። ሌላኛውም የሚሥል ከሆነ ክርስቲያን እንደሆኑ ርስ በርሳቸው ይተዋወቁ ነበር።

ይኸውም ዓሣ በጽርዕ “ኢክተስ” (ICTUS) ይባል ነበር። እያንዳንዱ የዓሣው ፊደል በምሕጻረ ቃል “ኢየሱስ ክርስቶስ መድኅን ወልደ እግዚአብሔር” (የእግዚአብሔር ልጅ ኢየሱስ ክርስቶስ መድኅን) ማለት ነው። ይኸውም፦

ኢክተስና ፊደላቱ፦

ፊደላቱ	አባባላቸው	ትርጕሙ	ፍቺው
I	Iota (አዮታ (የውጣ)	Iesous	ኢየሱስ

C	Chi (ኪ)	CHristos	ክርስቶስ
T	Theta (ቴታ)	THeou (ቴኡ)	እግዚአብሔር
U	Upsilon (ኡፕሲሎን)	Uiou (ሁዊዎስ)	ወልድ
S	Sigma (ሲግማ)	Soter (ሶቴር)	መድኅን

Ι Ιησους = Jesus
χ Χριστός = Christ
θ θεός = God
ύ ύιός = Son
ς σωτήρ = Savior

የነዚህ ዓሣዎች ምሳሌነት በርካታ ሲሆን ለአብርሃም በሰጠው ተስፋ መሠረት የነገደ እስራኤል መብዛት ይልቁኑ የዮሴፍ ሁለቱ ልጆች በዕጥፍ መባረከን ያመለክታል።

- “በእውነት በረከትን እባርክሃለሁ፥ ዘርህንም እንደ ሰማይ ከዋክብትና በባሕር ዳር እንዳለ አሸዋ አበዛዋለሁ፤ ዘርህም

የጠላቶቸን ደጅ ይወርሳል፤ የምድር አሕዛብ ሁሉም በዘርህ ይባረካሉ" (ዘፍ 22፡17-18)

❖ "ከክፉ ነገር ሁሉ ያዳነኝ መልአክ፣ እርሱ እነዚህን ብላቴኖች ይባርክ፤ ስሜም የአባቶቼ አባት የአብርሃም እና የይሥሐቅም ስም በእነርሱ ይጠራ፤ በምድርም መካከል ይብዙ።" (ዘፍ 48፡16)።

ዳግመኛም የሁለቱን ነገድ የነገደ ኤፍሬምና የነገደ ይሁዳን አኗኗር የሚያመለክት ነው።

ነቢዩ ሕዝቅኤልም የምእመናንን መብዛት በዓሣ መስሎ፦

❖ "ይህም ውሃ በዚያ ስለ ደረሰ ዓሣዎች እጅግ ይበዛሉ፤ የባሕሩም ውሃ ይፈወሳል ወንዙም በሚመጣበት ያለው ሁሉ በሕይወት ይኖራል" (ሕዝ 47፡9) ይላል

ጌታቸን በወንጌል "መንግሥተ ሰማያት ወደ ባሕር የተጣለች ከሁሉም ዓይነት የሰበሰበች መረብን ትመስላለች፤" (ማቴ 13፡47)፤ እንዳለ "የእውነተኛ አማኝና የአስመሳይ አማኝ" አምሳል ናቸው። በሰማይ ሲታይ አንደኛው ዓሣ ቅዱስ መንፈሱን ተቀብሎ ከደለዊ (አኳሪየስ) ወደ ሚፈሰው ውሃ ሲገባ ገነትን ለማየት ሲናፍቅ፣ ሌላኛው ግን ምድር ላይ ብቻ ባለው ደስተኛ ነው።

ሁለቱ የሑት (ፓይሲስ) ዓሣዎች ኮከብ ስም የአንዱ "ኦክዳ" (OKDA) ሲባል ፍቺውም "ሕብረት" ማለት ነው። ሌላኛው "ሳማካ" (SAMACA) ሲባል "የቀጠለ የተረፈ" ማለት ነው።

ይህም የይሁዳ ቤትና የእስራኤል ቤት በመጨረሻው ዘመን ክርስቶስን በማመን አንድ እንደሚሆኑ ያሳያል።

ቅዱስ ጳውሎስ በሮሜ ክታቡ እንዲህ ብሎ እንደጻፈ፦

❖ “ወንድሞች ሆይ ልባሞች የሆናችሁ እንዳይመስላችሁ ይህን ምሥጢር ታውቁ ዘንድ እወዳለሁ፤ የአሕዛብ ሙላት እስኪገባ ድረስ ድንዛዜ በእስራኤል በአንዳንድ በኩል ሆነባቸው፤ እንደዚሁም እስራኤል ሁሉ ይድናል” (ሮሜ 11፥25-26)

የአንድ ራስ የክርስቶስ አካላት የሆኑ ከአይሁድም ከአሕዛብም ወደ ቤተ ክርስቲያን መምጣቸውን ያመለክታል።

አንባብያን ይህ የሑት ሕብረ ኮከብ ሲወጣ በሰማይ ላይ ምን ሊመስል እንደሚችል ከዚህ በታች ባለው ሥዕል የተገለጠ ሲሆን የመውጫያውን ጊዜ ጠብቃችሁ ቅርጹን በደንብ በሰማይ ላይ ፈልጋችሁ አግኙት።

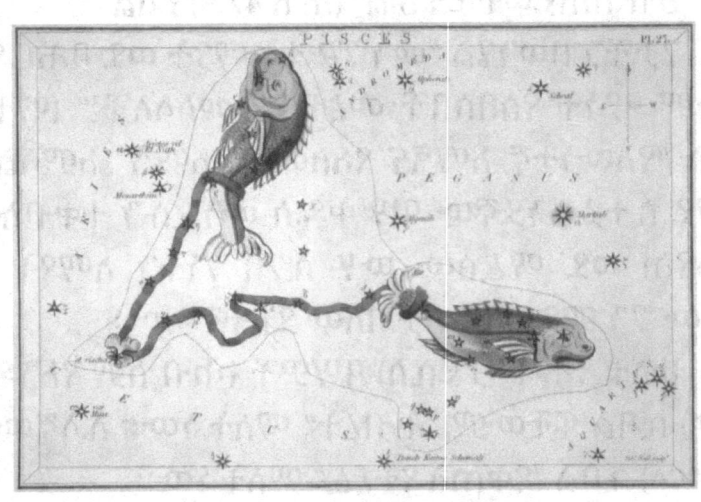

ሑት ሕብረ ኮከብ image credited: wikiwand.com

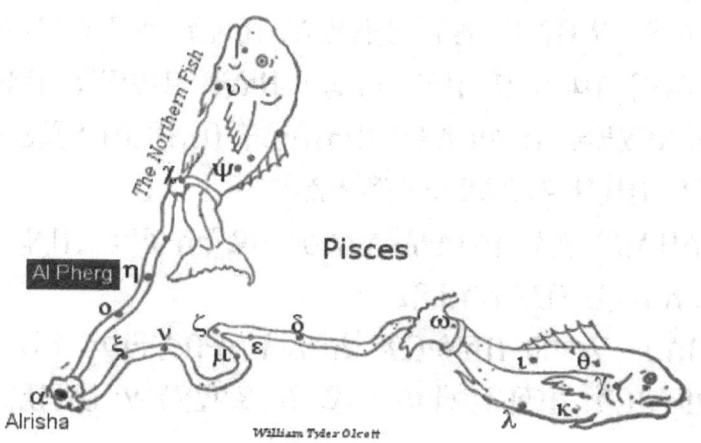

ሑት ሕብረ ኮከብ image credited: tcoe.org

የሑት ዓሣ ምስጢር በደንብ እንዲገባን ከርሱ ጋር ተመሳሳይነት ያላቸውን 3ት ሕብራ ከዋክብት ከዚህ በታች ስንመለከት እነርሱም፡-

7.1. ባንድ THE BAND

7.2. አንድሮሜዳ ANDROMEDA

7.3. ሴፌውስ CEPHEUS ናቸው።

7.1. ባንድ THE BAND

ይህ ሕብረ ኮከብ አሁን ባለው መናዝል ወይም ሕብራተ ከዋብትን በሚያሳየው የከዋክብት ካርታ ላይ አይታይም። የዐረብ ገጣሚ አንታራህ በ6ኛው ክፍለ ዘመን ከሑት የተለየ ምልክት አድርጎ ወስዶታል። የጥንት የግብጻውያን ስሙ "ዩ-ኦር" (U-OR) ሲሆን "የመጣው" ማለት ነው።

የዐረብኛ መጠሪያው "አል ሪሻ" (AL RISHA) ሲሆን ፍቺው "ማሰሪያ ወይም ልጓም" እንደማለት ነው።

ገመዱ የብሉይ እና የሐዲስ ኪዳን ቅዱሳንን በጋራ የሚያስተሳስር ነው። ምንም እንኳን ሁለቱ ዓሣዎች በተቃራኒ አቅጣጫ የሚሄዱ ቢመስሉም (በብሉይና በሐዲስ) የጅራታቸዉ ክንፎች ግን በዚሁ ማሰሪያ ተገናኝዋል።

ስለሆነም ሊነጣጠሉና ሊጠፉ አይችሉም። ነቢዩ ሆሴዕ በትንቢቱ እንዲህ ብሎ እንደጻፈ፦

❖ "በሰው ገመድ በፍቅርም እስራት ሳብኋቸው፤ ለእነርሱም ቀምበርን ከጫንቃቸው ላይ እንደሚያነሣ ሆንሁ" (ሆሴ 11፥4)

ዳግመኛም ይህ ማሰሪያ የታሰረችውን አንድሮሜዳ ሊበላ ባሰፈሰፈው በባሕር አውሬው በሴተስ አንገት ላይ ታስሯል። ዓሣዎቹ ደግሞ በሴተስ ላይ ታስረዋል። ነገር ግን አውሬውን አስሮ የታሰሩትን ከእስራት የሚፈታ ዘውድን የተቀዳጀው "ቅርንጫፍ፣ ሰባሪው" የተባለው ንጉሥ ሴፊስ ሊታደጋቸው በትሩን ይዞ አጠገባቸው አለ።

ይህም በሰማይ ያለው ምልክት የሚገልጸው አሳሪው ዲያብሎስን አስሮ የታሰሩትን ነፍሳት የፈታውን ገናናው ኢየሱስ ክርስቶስ ነውና ክቡር ዳዊት በመዝሙሩ ይህንን ተናገረ፦

❖ "በጨለማ በሞትም ጥላ የተቀመጡ በችግር በብረትም የታሰሩ የእግዚአብሔርን ቃል ስለ ዐመፁ የልዑልንም ምክር ስለ ናቁ፤ ልባቸው በድካም ተዋረደ፤ ታመሙ የሚረዳቸውም አጡ በተጨነቁ ጊዜ ወደ እግዚአብሔር ጮኹ በመከራቸውም አዳናቸው ከጨለማና ከሞት ጥላ አወጣቸው፥ እስራታቸውንም ሰበረ፤ ለሰው ልጆች

ስላደረገው ተኣምራት ስለ ምሕረቱም እግዚአብሔርን ያመስግኑ፤ የናሱን ደጆች ሰብሮአልና የብረቱንም መወርወሪያ ቈርጦአልና” (መዝ 106 (107)፥ 10-16)

አንባብያን ይህ የባንድ ሕብረ ኮከብ ሲወጣ በሰማይ ላይ ምን ሊመስል እንደሚችል ከዚህ በታች ባለው ሥዕል የተገለጠ ሲሆን የመውጪያውን ጊዜ ጠብቃችሁ ቅርጹን በደንብ በሰማይ ላይ ፈልጋችሁ አግኙት።

ባንድ ሕብረ ኮከብ Image credited: zodiactruth

7.2. አንድሮሜዳ ሕብረ ኮከብ ANDROMEDA

የኢትዮጵያዋ ልዕልት አንድሮሜዳ እግሯና እጇ ታስረው በሕብረ ኮከቧ ላይ በግልጽ ትታያለች። የዕብራይስጥ ስሟ “ሲራ”

(SIRRA) ሲሆን ፍቺው “ታስራ፣ የታሰረችው” ማለት ነው። ግእዙም በተመሳሳይ “አሲር” ማለት “ማሰር” ማለት ነው። በጴንጴራህ ዞዲያክ “ሴት” ትባላለች ፍቺው “እንደ ንግሥት የተዘጋጀች” ማለት ነው።

በራሷ ላይ ያለው ብሩሁ ኮከብ “አልፌራትዝ” (ALPHIRATZ) ሲባል ፍቺው “የተሰበረው” ነው።

በሰውነቷ በግራ በኩል ዝቅ ብሎ ያለው ኮከብ “ሚራክ” (MIRACH) ፍቺው “የደከመ” ማለት ነው።

በግራው እግሯ ያለው ኮከብ “አል ማራክ” (AL MARACH) ወይም “አል አማክ” (AL AMAK) ማለት “የሞት ምክንያት” ማለት ነው።

የዕብራይስጡ “ማይዛር” (MIZAR) እና “አል ማራ” (AL MARA) የተባሉት ከዋክብት ፍቺያቸው “ደካማ” ማለት ነው። “አዲል” (Adhil) ኮከብ በዕብራይስጥ “የታመመው” ማለት ነው።

ለባሕር አውሬ ለሴተስ የተሰጠችው አንድሮሜዳ ሕብረ ኮከብ ምሳሌነቱ ለጊዜው የእስራኤል በምርኮ ለዘመናት መታሰርን የሚያመለክት ነው። ዋናው ግን ክርስቶስ እስከሚመጣ ድረስ ነፍሳት በመንጸፈ ደይን መውደቃቸውን በእግረ አጋንንት መጠቅጠቃቸውን በጽኑ እስራት መታሰራቸውን ያመለክታል።

በሕብረ ኮከቧ በታች እንደምናየው ፐርሰስ መጥቶ ከስራቷ ፈትቶ የራሱ እንዳደረጋት ጌታችንም ሰው ሆኖ የደከሙትን ማበርታቱ ነፍሳትንም ከሲኦል እስራታቸው ፈትቶ የራሱ ማድረጉን ያመለክታል።

መጽሐፍ ቅዱስ እንዲህ ብሎ እንዳስተማረን፡-

- “በሥጋ ሞተ በመንፈስ ግን ሕያው ሆነ፤ በእርሱም ደግሞ ሄዶ በወኅኒ ለነበሩ ነፍሳት ሰበከላቸው” (1ኛ ጴጥ 3፥18-19)

ቅዱስ ያዕቆብ ዘሥሩግም የጌታን ልደት በተናገረበት መጽሐፉ ላይ የታሰረቸውን ሴት ሰው በመሆኑ የፈታው ነጻ ያወጣው ዐማኑኤል ነውና ይህንን በስፋት እንዲህ ይገልጠዋል፡-

- “ቤተ ክርስቲያን ሆይ ባማሩ ዜማዎችሽ ንቂ (ተነሺ) ወልድ በተወለደባትም ቀን የምስጋናን ስጦታ ለርሱ አምጪ (ስጪ)፤ በዚኽ ቀን ርሱን ያሳደደቸውን ጽዮንን (ያላመኑበት እስራኤል ዘሥጋን) አስወጥቷታል ርሱን የተወቸውን የተናቀቸውንም ሴት (ምእመናነ አሕዛብን) ትገባ ዘንድ ጋብዟታል።

  በዚኽ ቀን የመካኒቱ ሴት አንገት ቀና ብሏል ምክንያቱም ርሷ በባዕዳን ምድር ተትታና ተረስታ ነበረችና፤ በዚኽ ቀን የተዋረደቸው ሴት (ምእመናነ አሕዛብ) ከፍ ከፍ ትላለች በገዛ ፈቃዷ በአጋንንት ታዛ ውስጥ የወደቀች ነበረችና። በዚኽ ቀን ተወግዛ የነበረቸው ያዘነች ሴት ሐሤት አድርጋለች፤ ምክንያቱም ሙሽራው መጥቶ ከጣዖታት መኻከል አውጥቶ ወስዷታልና፤ በዚኽ ቀን ሐዘንተኛዪቱ ሴት ደስ ተሰኝታለች ምክንያቱም ከሐዘኗ የተጽናናችበት የሰርግ ድግስ ተደግሷልና።

  ዛሬ በባርነት ለነበረቸው ሴት (ለምእመናነ አሕዛብ) አርነት (ነጻነት) መጥቷል፤ ለጣዖት ታገለግል ዘንድ ተይዛ ለቆየቸው፤ ዛሬ ታስራ የነበረቸው ነጻ ተለቃለች

ምክንያቱም ኀያሉ ርሱ ተነሥቶ የእስራቷን ሰንሰለት በጣጥሷልና፤ ዛሬ ለአጋንንት ገረድ የነበረችው ነጻነት አገኝታለች ምክንያቱም ታላቁ ጌታ እነርሱን አሳድዶ የርሱ የኾነችውን ወስዷታልና። ዛሬ በእስራት የነበረችው ሴት ከጨለማ ወጥታለች። ምክንያቱም ብርሃኑ በርቶ የጨለማውን ቤት መዝጊያዎች ሰባብሯልና።" (ቅዱስ ያዕቆብ ዘሥሩግ ድርሳን በእንተ ልደተ እግዚእ)

አንባብያን የአንድሮሜዳ ሕብረ ኮከብ ሲወጣ በሰማይ ላይ ምን ሊመስል እንደሚችል ከዚህ በታች ባለው ሥዕል የተገለጠ ሲሆን የመውጫያውን ጊዜ ጠብቃችሁ ቅርጹን በደንብ በሰማይ ላይ ፈልጋችሁ አግኙት።

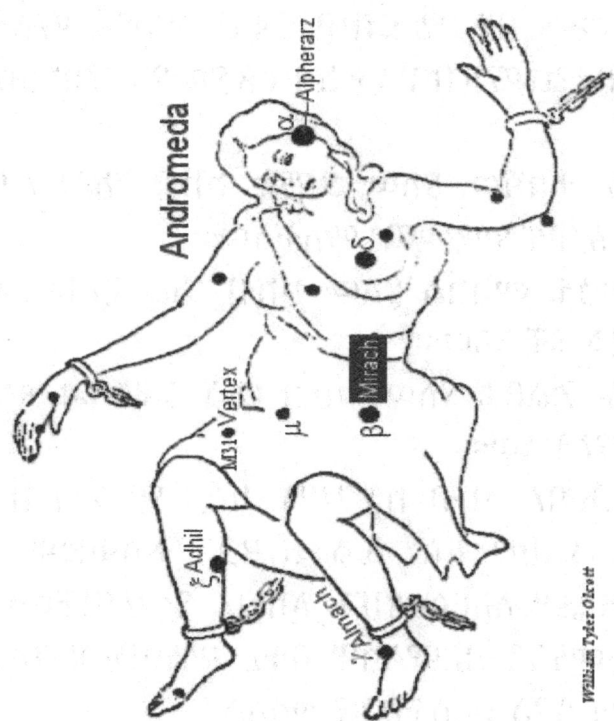

የአንድሮሜዳ ሕብረ ኮከብ image credited: tcoe.org

7.3. ሴፌውስ CEPHEUS

ይህ የኢትዮጵያ ንጉሥ የሴፌውስ ሕብረ ኮከብ ከሳይጂነስ አጠገብ ያለ ነው። በገጽ 188 ላይ ሥዕሉ እንደሚታየው ንጉሣዊ ዘውዱን ደፍቶ በትረ መንግሥቱን ጨብጦ በዙፋኑ ተቀምጦ ይታያል። በዴንዴራህ ይህንን “ፔኩሆር” (PE-KU-HOR) ይሉታል፤ ፍቺው “ሊገዛ የሚመጣው” ማለት ነው።

ሴፌውስ በዕብራይስጥ “ቅርንጫፍ” ማለት ሲሆን ከሴፌውስ በተጨማሪ በጥንት ኢትዮጵያውያን “ሂክ” (HYK) ንጉሥ ይባል ነበር።

በግራ ትከሻው ያለው ደማቅ ኮከብ “አልዴራሚን” (AL DERAMIN) “ፈጥኖ የሚመጣ” ማለት ነው።

በሰውነቱ መካከል ያለው ኮከብ “አል ፒሪክ” (AL PHIRK) “አዳኝ” የሚል ፍቺ አለው።

በግራ ጉልበቱ ያለው ኮከብ “አል ራይ” (AL RAI) ፍቺው “ሰባሪው” ማለት ነው።

ይህ ሕብረ ኮከብ ከንግሥት ካሲዮፕያ ጐን በትሩን ይዞ ይጠብቃል፤ ይህም እስራኤል ዘሥጋን አስቀድሞ ይጠብቅ የነበረው፤ ዛሬም ለእርሱ የሆኑ ለክብሩ የመረጣቸው እስራኤል ዘነፍስ ምእመናንን በአምላካዊ በትረ ሥልጣኑ የሚጠብቃቸው ንጉሠ ነገሥት ኃያሉ ክርስቶስን ይመስላል።

ይህንንም መጽሐፍ ቅዱስ ሲገልጽ-

❖ “በብረት በትር ትጠብቃቸዋለህ፤ እንደ ሸክላ ሠሪ ዕቃዎች ትቀጠቅጣቸዋለህ” (መዝ 2፥9)

- “በሞት ጥላ መካከል እንኳ ብሄድ አንተ ከእኔ ጋር ነህና ክፉን አልፈራም፤ በትርህና ምርኵዝህ እነርሱ ያጸናኑኛል” (መዝ 22 (23) ፡4)
- “አምላክ ሆይ፥ ዙፋንህ ለዘላለም ነው፤ የመንግሥትህ በትር የቅንነት በትር ነው” (መዝ 44 (45) ፡6
- “እግዚአብሔር የኃይልን በትር ከጽዮን ይልክልሃል” (መዝ 109 (110) ፡ 2)
- “አሕዛብንም ሁሉ በብረት በትር ይገዛቸው ዘንድ ያለውን ልጅ ወንድ ልጅ ወለደች” (ራእ 12፡5)
- “አሕዛብንም ይመታበት ዘንድ ስለታም ሰይፍ ከአፉ ይወጣል፤ እርሱም በብረት በትር ይገዛቸዋል” (ራእ 19፡15)

አንባብያን የሴፌውስን ሕብረ ኮከብ ሲወጣ በሰማይ ላይ ምን ሊመስል እንደሚችል ከዚህ በታች ባለው ሥዕል የተገለጠ ሲሆን የመውጪያውን ጊዜ ጠብቃችሁ ቅርጹን በደንብ በሰማይ ላይ ፈልጋችሁ አግኙት።

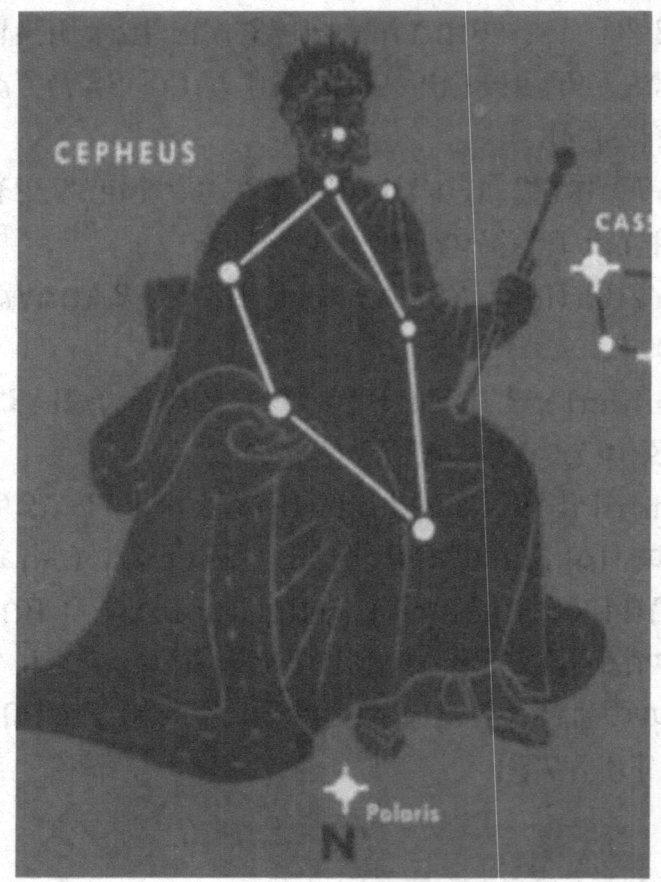

የሴፌውስን ሕብረ ኮከብ image credited: tcoe.org

በአጠቃላይ የሑት (የዓሣው) ሕብረ ኮከብና ከርሱ ጋር በምስጢር ተያያዥነት ያላቸው ሕብራተ ከዋከብት የሚያስረዱት በዓሣ የተመሰሉትን የሰዎች ነፍሳትን ኢየሱስ ክርስቶስ ከእስራታቸው ፈትቶ ነጻ እንዳወጣቸው፤ ንጉሣቸው እንደሆነና በበትረ ሥልጣኑ ሁሌም እንደሚጠብቃቸው ነው።

፬ኛ. የሐመል ዞዲያክ ሕብረ ኮከብ (ARIES)

ጌታቸን ኢየሱስ ክርስቶስ አማናዊ በግ ሆኖ ለቤዛ ዓለም እንደተሰቀለ የሚገልጽልን ስምንተኛው የሐመል ዞዲያክ ሕብረ ኮከብ ነው። ይህ ቃል "ሐሚል ሐሚሎት" ከሚለው የግእዝ ንዑስ አንቀጽ የተገኘ ሲሆን ትርጕሙም "መፅነስ፣ ማበብ፣ ማፍራት፣ መሸከም" ማለት ነው። ይህ ጠቦት ወይም በግ የሚመስል ሕብረ ኮከብ ሲሆን በዕብራይስጥ "ታሌህ" (TALEH) ሲባል "ጠቦት" ማለት ነው።

በዐረብኛም "አል ሐመል" (AL HAMAL) ይለዋል፤ ፍቺው "በግ፣ ደግ፣ መሐሪው" ማለት ነው። በሲሪያክ "አምሮ" (AMROO) ሲባል "ጠቦት" ማለት ነው።

በአካዲያን "ባራ ዚገር" (Bara-ziggar) ሲባል "መሠዊያ፣የጽድቁ መሥዋዕት" ማለት ነው።

በሐመል ላይ ያለው ብሩሁ ኮከብ "ኤል ናት" (EL NATH) ወይም "ኤል ናቲክ" (EL NATIK) ፍቺያቸው "መቍሰል፣ መገደል" ማለት ነው። ቀጥሎ በግራ ቀንዱ ያለው ኮከብ "አልሸርታንግ" (ALSHERATANG) ፍቺው "መከራ የተቀበለው" ወይም "የቆሰለው" ማለት ነው።

ከአልሻርታንግ አጠገብ ያለው ኮከብ "ሜሳርቲም" (MESARTIM) ማለት "መታሰር" ማለት ነው።

ይህ ኮከብ አስረው ለገረፉት ተጠማሁ ሲል ሐሞትን ላጠጡት፤ እጆቹንና እግሮቹን በታላላቅ ችንካር ለበሱት

በትዕግሥት ሕማማተ መስቀልን ተቀብሎ ለዓለም ቤዛ ሊሆን ለተሠዋው ለእውነተኛው በግ ለኢየሱስ ክርስቶስ አምሳል ነው።

አስቀድሞ ለዓለም ቤዛ በቀራንዮ የመሠዋቱን ነገር በሐመል ላይ በሰማይ ላይ ቀርጾ የገለጸው ጌታ በኋላ ደግሞ ለይሥሐቅ ቤዛ ሊሆን በግን በዕፀ ሳቤቅ በማውረድ ገልጦለታል።

ይኸውም አብርሃም አንድያ ልጁን ይሥሐቅን እንዲሠዋው ከእግዚአብሔር "የምትወደውን አንድ ልጅህን ይስሐቅን ይዘህ ወደ ሞሪያም ምድር ሂድ፤ እኔም በምነግርህ በአንድ ተራራ ላይ በዚያ መሥዋዕት አድርገህ ሠዋው" ተብሎ በታዘዘው መሠረት፤ አህያውን ጭኖ ሁለቱንም ሎሌዎቹንና ልጁን ይስሐቅን ከእርሱ ጋር ወስዶ፡ እንጨትንም ለመሥዋዕት ሠንጥቆ ይዞ ለ3 ቀናት ገሰገሰ። ከዚያም ሲደርሱ ብላቴኖቹን አስቀርቶ ለልጁ ለይሥሐቅ የመሥዋዕቱን ዕንጨት አሸከሞ ርሱም እሳቱንና ቢላዋውን በእጁ ይዞ ወጣ (ዘፍ 22፡1-13)።

መሠዊያ ሠርቶ ዕንጨቱን ረብርቦ ልጁ ይሥሐቅን አስሮ በመሠዊያው ዕንጨት ላይ አጋድሞ፤ ሰይፉን አንሥቶ ሊሠዋው በተዘጋጀበት ቅጽበት "ኢትደይ እዴከ ላዕለ ወልድከ ወኢትግበር ቦቱ ወኢምንተኒ" (በብላቴናው ላይ እጅኽን አትዘርጋ አንዳችም ነገር አታድርግበት) የሚለውን ቃል ሰምቶ ዐይኑን አቅንቶ ቢያይ "እኍዝ አቅርንቲሁ በዕፀ ሳቤቅ" ይላል ለይሥሐቅ መድኀኒት ሊኾነው በሳቱም ጕንድ ኹለቱ ቀንዶቹ የተያዙ ጸዐዳ በግን አይቶ ልጁ ይሥሐቅን ፈትቶ ያን ጸዐዳ በግ ሠውቶታል ።

ይኸውም ምሳሌ ነበር በጉ የጌታ፤ ይሥሐቅ የምእመናን ምሳሌ ይኸ በግ ከሳቱም ጕንዷ ዕፅ ተገኝቶ ለይሥሐቅ መድኀኒት

ኾኖ በሞሪያ ተራራ እንደተሠዋ ኹሉ የዓለምን ኀጢአት የሚያስወግድ በግዕ ወልደ እግዚአብሔርም እመ በግዕ ነባቢ ከተባለች ከቅድስት ድንግል ማርያም በሳቱም ድንግልና ተወልዶ የዓለም ቤዛ ኾኖ በቀራንዮ ተራራ በመስቀል ላይ ተሠውቷልና።

ዳግመኛም ዕፅ የመስቀል፤ ይሥሐቅ ዕንጨቱን ተሸክሞ ተራራውን እንደወጣ ጌታም መስቀልን ተሸክሞ ወደ ቀራንዮ ወጥቷልና። እሳት የመንፈስ ቅዱስ፤ ወቅለምት የሥልጣነ እግዚአብሔር ምሳሌ ነው፤ ወቅለምት ዐጥንትን ከሥጋ እንዲለይ ጌታም “አባ አመሐጽን ነፍስየ ውስተ እዴከ” ብሎ በገዛ ሥልጣኑ ነፍሱን ከሥጋው ለይቷልና።

ሳሊና አብርሃም የመቃብር፤ ይሥሐቅ በሳሊና አብርሃም በተሠዋ በሦስተኛው ቀን እንደዳነ ጌታም ሦስት መዓልት ሦስት ሌሊት በከርሠ መቃብር ዐድሮ የመነሣቱ ምሳሌ ነው።

በጉ ከሰማይ የወረደ ነው ቢሉ ጌታ ከሰማየ ሰማያት ለመውረዱ፤ ከዕፀ ሳቤቅ የተገኘ ነው ቢሉ በሳቱም ድንግልና ከእመቤታችን ለመወለዱ፤ ከአብርሃም መንጋ የመጣ ነው ያሉ እንደኾነ ከነገደ አብርሃም ለመወለዱ ምሳሌ እንደሆነ ሊቃውንት በትርጓሜ ኦሪት ዘልደት ላይ ይተነትናሉ።

በኋላም ዓለም በአማናዊው በግ በደመ ወልደ እግዚአብሔር ለመዳኑና ነፍሳት ከሲኦል ለመውጣታቸው ምሳሌ ሊሆን የበጉን ጠቦት እንዲያርዱት ከደሙም ወስደው በሚበሉበት ቤት ሁለቱን መቃንና ጉበኑን እንዲቀቡት አድርጓቸው እስራኤል ከፈርዖን ባርነት ነጻ እንዲሆኑ አድርጓቸዋል (ዘፀ 12)።

የኢየሱስ ክርስቶስ መሥዋዕትነት በበግ ስለመመሰሉ የሚያስረዱ በርካታ የመጽሐፍ ቅዱስ ክፍሎች ሲኖሩ እነዚህም፦

- “ተጨነቀ ተሣቀየም አፉንም አልከፈተም፤ ለመታረድ እንደሚነዳ ጠቦት፥ በሸላቶቹም ፊት ዝም እንደሚል በግ፥ እንዲሁ አፉን አልከፈተም” (ኢሳ 53፥7)
- “በነገው ዮሐንስ ኢየሱስን ወደ እርሱ ሲመጣ አይቶ እንዲህ አለ፦ እነሆ የዓለምን ኃጢአት የሚያስወግድ የእግዚአብሔር በግ” (ዮሐ 1፥29፤ 36)
- “ፋሲካችን ክርስቶስ ታርዶአልና” (1ኛ ቆሮ 5፥7)
- “በሚያልፍ ነገር በብር ወይም በወርቅ ሳይሆን፥ ነውርና እድፍ እንደ ሌለው እንደ በግ ደም በክቡር የክርስቶስ ደም እንደ ተዋጃችሁ ታውቃላችሁ” (1ኛ ጴጥ 1፥18-19)
- “በዙፋኑና በአራቱ እንስሶች መካከልም በሽማግሌዎችም መካከል እንደ ታረደ በግ ቆሞ አየሁ” (ራእ 5፥6)
- “በታላቅም ድምፅ፦ የታረደው በግ ኃይልና ባለ ጠግነት ጥበብም ብርታትም ክብርም ምስጋናም በረከትም ሊቀበል ይገባዋል አሉ” (ራእ 5፥12)

አንባብያን የሐመል ሕብረ ኮከብ ሲወጣ በሰማይ ላይ ምን ሊመስል እንደሚችል ከዚህ በታች ባለው ሥዕል የተገለጠ ሲሆን የመውጪያውን ጊዜ ጠብቃችሁ ቅርጹን በደንብ በሰማይ ላይ ፈልጋችሁ አግኙት።

የሐመል ሕብረ ኮከብ image credited: soulbridging.com

የበለጠ ለመረዳት ከዚህ ከሐመል ሕብረ ኮከብ ጋር ተያያዥነት ያላቸውን 3ት ሕብራተ ከዋክብትን ከዚህ በታች እናያለን።

8.1. ካሲዮፕያ CASSIOPEIA

8.2. ሴተስ CETUS

8.3. ፐርሰስ PERSEUS ናቸው።

8.1. ካሲዮፕያ ሕብረ ኮከብ CASSIOPEIA

በንግሥና ዙፋን ላይ የተቀመጠችው የኢትዮጵያ ንግሥት በመባል የምትታወቀው ካሲዮፕያ ስትሆን በዐረብኛ መጠሪያ "አል ሴዶር" (AL SEDOR) ሲሆን ፍቺው "ነጻዩቱ" ማለት ነው።

በዴንዴራህ ዞዲያክ ደግሞ "ሴት" ስትባል "ለንግሥና የተዘጋጀች" ማለት ነው።

አልቡማዜር እንደዘገበው በጥንት ጊዜ "የድምቀት ልጅ" ትባል ነበር። ካሲዮፕያ ማለት "ዙፋኑን የያዘች፣ ቀንጆዪቱ" ማለት ነው። ሌላኛው ስሟ "ሩከባ" (RUCHBA) ሲሆን "ዙፋንን ያገኘች" ማለት ነው። የዚህች ንግሥት ሕብረ ኮከብን ስናይ በግራ ጡቷ ያለው ብሩህ ኮከብ "ሼዲር" (SCHEDIR) ሲባል ፍቺው "ነጻ የወጣች" ማለት ነው። በዙፋኗ ጫፍ ያለው ኮከብ "ካፕ" (CAPH) ሲባል ፍቺው "ቅርንጫፍ" ነው።

የካሲዮፕያ አቀማመጥ በሴፌውስና በአንድሮሜዳ መካከል ሲሆን በደስታ ሆና አቀባበል ለሚያደርግላት ሙሽራ ዝግጁ ለመሆን በቀኝ እጇ መጐናጸፊያዋን ታስተካክላለች፤ በግራ እጇ ጸጕሯን ታስጌጣለች፤ የተልባ እግር የክብር ልብሷን ለብሳ በሕብረ ኮከቧ ላይ ትታያለች።

ይህች ነጻ የሆነችና የተወደሰችው ውብ ሴት ምሳሌነቷ የክርስቶስ ሙሽራ የተባለችውን ምእመን ቤተ ክርስቲያንን ትወክላለች። ቤተ ክርስቲያን ከሰማያዊ ሙሽራ ከኢየሱስ ክርስቶስ ጋር የምትዋሐድበት ከእርሱ ጋር የምትሆንበት ጊዜ ከመቼውም ጊዜ በላይ ተቃርቧልና ያንን ለመወከል በዙፋኗ ላይ ተቀምጣ በሕብረ ኮከቧ ላይ በክብር አጊጣ ትታያለች።

አስቀድሞ ልዑል እግዚአብሔር እስራኤል ዘሥጋን ለክብር ዐጭቶ መርጦ ነበርና በኢሳይያስ ዐድሮ እንዲህ አለ፦

❖ "ፈጣሪሽ ባልሽ ነው፤ ስሙም የሠራዊት ጌታ እግዚአብሔር ነው፤ የእስራኤልም ቅዱስ ታዳጊሽ ነው፤ እርሱም የምድር

ሁሉ አምላክ ይባላል እግዚአብሔር እንደ ተተወችና እንደ ተበሳጨች በልጅነትዋም እንደ ተጣለች ሚስት ጠርቶሻል፥ ይላል አምላክሽ ጥቂት ጊዜ ተውሁሽ፥ በታላቅም ምሕረት እሰበስብሻለሁ በጥቂት ቍጣ ለቅጽበት ዓይን ፊቴን ከአንቺ ሰወርሁ፥ በዘላለምም ቸርነት እምርሻለሁ፥ ይላል ታዳጊሽ እግዚአብሔር" (ኢሳ 54፥5)፡፡

- "አክሊልን እንደ ለበሰ ሙሽራ፥ በጌጥ ሽልማትዋም እንዳጌጠች ሙሽራ፥ የማዳንን ልብስ አልብሶኛልና የጽድቅንም መጐናጸፊያ ደርቦልኛልና በእግዚአብሔር እጅግ ደስ ይለኛል" (ኢሳ 61፥10)
- "የበጉ ሰርግ ስለ ደረሰ ሚስቱም ራስዋን ስላዘጋጀች ደስ ይበለን ሐሤትም እናድርግ ክብርንም ለእርሱ እናቅርብ ያጌጠና የተጣራ ቀጭን የተልባ እግር ልብስ እንድትጐናጸፍ ተሰጥቶአታል፡፡ ቀጭኑ የተልባ እግር የቅዱሳን ጽድቅ ሥራ ነውና" (ራእ 19፥7-8)

በኋላም እስራኤል ዘነፍስ ምእመናንን ለክብር መርጧቸዋልና በሙሽራ የተመሰሉ ምእመን ያለው ርሱ ኢየሱስ ክርስቶስ ሰማያዊ ሙሽራ ተብሏልና ዮሐንስ መጥምቅ እንዲህ ሲል መስክሯል፡-

- "ሙሽራይቱ ያለችው እርሱ ሙሽራ ነው" (ዮሐ 3፥29)

ቅዱስ ጳውሎስም በክርስቶስና በቤተ ክርስቲያን መካከል ያለውን አንድነት በባልና በሚስት አንድነት እያነጻጸረ በዚህ መልኩ ይገልጠዋል፡-

- “ባሎች ሆይ፥ ክርስቶስ ደግሞ ቤተ ክርስቲያንን እንደ ወደዳት ሚስቶቻችሁን ውደዱ፤ በውኃ መታጠብና ከቃሉ ጋር አንጽቶ እንዲቀድሳት ስለ እርስዋ ራሱን አሳልፎ ሰጠ፤ እድፈት ወይም የፊት መጨማደድ ወይም እንዲህ ያለ ነገር ሳይሆንባት ቅድስትና ያለ ነውር ትሆን ዘንድ ክብርት የሆነችን ቤተ ክርስቲያን ለራሱ እንዲያቀርብ ፈለገ” (ኤፌ 5፡ 25-27)
- “ከሰባቱ መላእክት አንዱ መጥቶ፦ ወዲዚህ ና የበጉንም ሚስት ሙሽራይቱን አሳይሃለሁ ብሎ ተናገረኝ” (ራእ 21፥9)

አንባብያን የካሲዮፕያ ሕብረ ኮከብ ሲወጣ በሰማይ ላይ ምን ሊመስል እንደሚችል ከዚህ በታች ባለው ሥዕል የተገለጠ ሲሆን የመውጪያውን ጊዜ ጠብቃችሁ ቅርጹን በደንብ በሰማይ ላይ ፈልጋችሁ አግኙት።

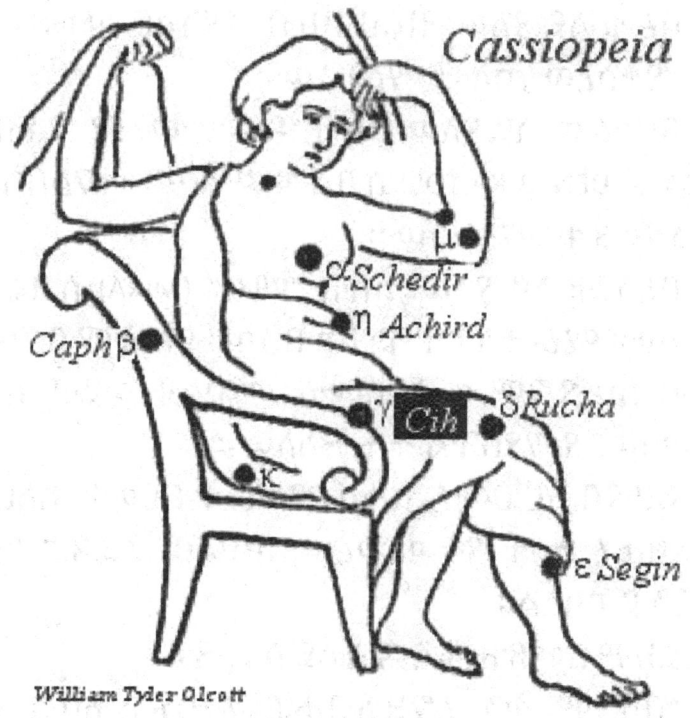

የካሲዮፒያ ሕብረ ኮከብ image credited: tcoe.org

8.2. ሴተስ ሕብረ ኮከብ CETUS

ይህ ሴተስ የባሕር አውሬ ሌዋታን ሲሆን ከላይ እንዳየነው ዓሣ ሳይሆን የዓሣዎቹ ጠላት ነው። በዕብራይስ “ሜንካር” (Menkar) ሲባል “የታሰረው ወይም በሰንሰለት የታሰረው ጠላት” ማለት ነው።

ይህ ትልቅ ሕብረ ኮከብ የሚያሳየው ሁለቱ የሑት ፓይሲስ ዓሣዎቹ በአንገቱ ጀርባ ላይ ተያይዘውበታል። የግብጻውያን ስሙ “ክኔም” (KNEM) ሲሆን “በቊጥጥር ሥር የዋለ” ማለት ነው።

በፊቱ ላይ ያለው ብሩህ ኮከብ “ሜንካር” (MENKAR) ሲባል ፍቺው “የታሰረው ጠላት” ማለት ነው።

በጭራው ላይ ያለው ኮከብ “ዲፍዳ” ወይም “ደነብ ካይቶስ” (DIPHDA or DENEB KAITOS) ሲባል “ከሥልጣን መገልበጥ” ወይም “በኀይል የወደቀ” ማለት ነው።

በአንገቱ ላይ ያለው ኮከብ “ሚራ” (MIRA) ሲባል “ዐማጺ” ማለት ነው። ሚራ ተለዋዋጭ ኮከብ ነው፤ ማለትም በጣም ደማቅ የመሆን፣ ከዛ ደግሞ ሙሉ በሙሉ መጥፋት ወይም ከሰው ልጅ እይታ መሰወር የሚያስችል ችሎታ አለው።

ይህ የባሕር ዐውሬ ሴተስ ምሳሌነቱ በዐመጹ ከአርያም ወደ ጥልቁ ባሕረ እሳት የተወረወረው በጥልቁ ጉድጓድ የታሰረውን ሰይጣንን ይወክላል።

ይህም በመጽሐፍ ቅዱስ ላይ ሲገለጽ፡-

- “በዚያም ቀን እግዚአብሔር ፈጣኑን እባብ ሌዋታንን ጠማማውንም እባብ ሌዋታንን በጠንካራ በታላቅም በብርቱም ሰይፍ ይቀጣል በባሕርም ውስጥ ያለውን ዘንዶ ይገድላል።” (ኢሳ 27፥1)
- “እግዚአብሔር ግን ከዓለም አስቀድሞ ንጉሥ ነው፤ በምድርም መካከል መድኃኒትን አደረገ አንተ ባሕርን በኃይልህ አጸናሃት፤ አንተ የእባቦችን ራስ በውሃ ውስጥ ሰበርህ አንተም የዘንዶውን ራሶች ቀጠቀጥህ” (መዝ 73 (74)፥12-14)
- “የጥልቁንም መክፈቻና ታላቁን ሰንሰለት በእጁ የያዘ መልአክ ከሰማይ ሲወርድ አየሁ። የቀደመውንም እባብ

ዘንዶውን እርሱም ዲያብሎስ እና ሰይጣን የተባለውን ያዘው፣ ሺሕ ዓመትም አሰረው፣ ወደ ጥልቅም ጣለው አሕዛብንም ወደ ፊት እንዳያስት ሺሕ ዓመት እስኪፈጸም ድረስ በእርሱ ላይ ዘግቶ ማኅተም አደረገበት፤ ከዚያም በኋላ ለጥቂት ጊዜ ይፈታ ዘንድ ይገባዋል።" (ራእ 20፥1-3)

አንባብያን የሴተስ ሕብረ ኮከብ ሲወጣ በሰማይ ላይ ምን ሊመስል እንደሚችል ከዚህ በታች ባለው ሥዕል የተገለጠ ሲሆን የመውጪያውን ጊዜ ጠብቃችሁ ቀርጹን በደንብ በሰማይ ላይ ፈልጋችሁ አግኙት።

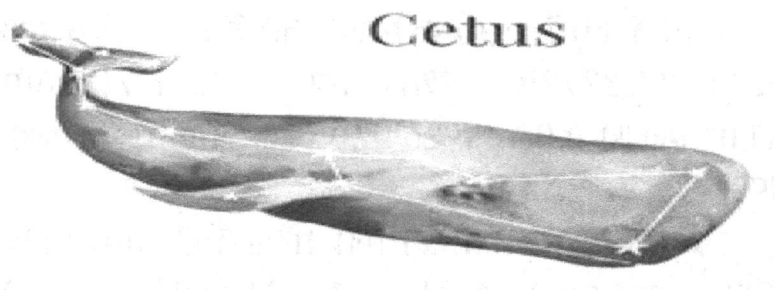

ሴተስ ሕብረ ኮከብ image credited: shutterstock.com

8.3. ፐርሰስ ሕብረ ኮከብ PERSEUS

ይህ ሕብረ ኮከብ በዕብራይስጥ "ፔሬትዝ" (Peretz) ሲባል ትርጉሙም "ሰባሪው" ማለት ነው። በሚክ 2፥12-13 "ያዕቆብ ሆይ ሁለንተናህን ፈጽሞ እሰበስባለሁ፥ የእስራኤልንም ቅሬታ ፈጽሞ አከማቻለሁ፤ እንደ ባሶራ በጎችና እንደ መንጋ በማሰማርያቸው ውስጥ በአንድነት አኖራቸዋለሁ፤ ከሰው ብዛት የተነሣ ድምፃቸውን ያሰማሉ ሰባሪው በፊታቸው ወጥቶአል" እንዲል ይህም ሕብረ ኮከብ የሰይጣንን ሥልጣን የሰበረው የኀያሉ የክርስቶስ ምሳሌ ነው።

የዐረብኛ ስሙ "አል ኦኔህ" (AL ONEH) ሲሆን ፍቺው "በቁጥጥር ስል መዋል" 'ማለት ነው። በወገቡ ላይ ያለው ብሩህ ኮከብ ደግሞ "ሚራክ" (MIRAK) ሲባል "የሚረዳው" ማለት ነው።

በቀኝ ትከሻው ያለው ኮከብ "አል ጄኒብ" (AL GENIB) ሲሆን ፍቺው "የሚያጓጉዘው" ማለት ነው። በግራ እግሩ ያለው ኮከብ "አቲክ" (Athik) ሲባል "የሚሰብረው"፤ "ሚርፋክ" (Mirfak) ፍቸው "የሚረዳው" የሚል ነው።

ይህ የፐርሰስ ሕብረ ኮከብ ከተፈጥሮ በላይ የሆነ፣ ኃያል፣ ተዋጊ ለአውሬው ሴተስ የተሰጡትን የታሰሩበትን ሰንሰለት ሰብሮ ከእስራቸው የሚፈታ መሆኑ ምሳሌነቱ ነፍሳትን ከአውሬው ከዲያብሎስ እስራት በፈታው በጌታችን በመድኀኒታችን በኢየሱስ ክርስቶስ ነው።

መጽሐፍ ቅዱስ እንዲህ ብሎ እንዳስተማረን፡-

- "ከጨለማና ከሞት ጥላ አወጣቸው፥ እስራታቸውንም ሰበረ፤ ለሰው ልጆች ስላደረገው ተአምራት ስለ ምሕረቱም እግዚአብሔርን ያመስግኑ፤ የናሱን ደጆች ሰብሮአልና

የብረቱንም መወርወሪያ ቈርጦአልና" (መዝ 106 (107)፥14-16)

- "በሥጋ ሞተ በመንፈስ ግን ሕያው ሆነ፤ በእርሱም ደግሞ ሄዶ በወኅኒ ለነበሩ ነፍሳት ሰበከላቸው" (1ኛ ጴጥ 3፥18-19)

ሊቁ አትናቴዎስም እንዲህ ሲል ይገልጠዋል፦

- ስለ ፍጥረት ኹሉ ሥጋውን በመስቀል ላይ እንደተሰቀለ ተወው፤ ነፍሱ ግን ወደ ሲኦል ወርዳ ከዚያ ተግዘው የነበሩ ነፍሳትን አዳነች፤ ሲኦልንም በዘበዘች፤ ፍጥረትንም ኹሉ ገንዘብ አደረገች፤ ሥጋውም በመቃብር ያሉ ሙታንን አስነሣ፤ ነፍሱም በሲኦል ተግዘው የነበሩ ነፍሳትን ፈታች፤ በዚያችም ሰዓት የጌታችን ሥጋው በመስቀል ላይ ተሰቅሎ ሳለ መቃብራት ተከፈቱ፤ ገሃነምን የሚጠብቁ አጋንንትንም ባዩት ጊዜ ሸሹ፤ የመዳብ ደጆች ተሰበሩ (ሊቃነ አጋንንት ሰራዊተ አጋንንት ድል ተነሡ)፤ የብረት ቍልፎቿም ተቀጠቀጡ (ፍዳ መርገም ጠፋ) ቅድስት ነፍሱ በሲኦል ተግዘው የነበሩ የጻድቃንን ነፍሳት ፈታች) (ቅዱስ አትናቴዎስ ሃይ.አበ. ምዕ. 26 ክፍ. 9፤ ቍ 17-21)

ይህ ኀያል ሰው ጎራዴ በእጁ ይዟል። የጠላቱን አንገት ደግሞ በግራ እጁ ይዞ ይታያል። ግሪኮች ይህንን የሜዱሳ አንገት ይላሉ፤ ነገር ግን በዕብራይስጥ "ሜዱሳ" (MEDUSA) ማለት "ከእግር በታች የምትረገጥ" ማለት ነው።

ግሪኮች የሜዱሳን ጭንቅላት የክፉነት መጠንን ወደሚያሳይ አፈ ታሪክ ቀይረውታል። ይህንን ያደረጉት ሜዱሳ በክፋቱ የተጠቃውንና ሊጠፋ ጥቂት ቀርቶት የነበረውን

የተረገጠውን እንደሚወክል ስላልተረዱ ነው። የሜዱሳ ሥርወ ቃሉ ዕብራይስጥ ነው።

ጭንቅላቱ ሁለት ኃይሎችን ይወክላል። አንደኛው በአባቡ ሰይጣን ተመተው መከራ የደረሰባቸውና ከጠላት ተፈልቅቀው የወጡ ነፍሳትን ይወክላል።

ሁለተኛው ኃይል የመጣው የዚሁ ሌላኛው ስም ከሆነው፣ ከኮከቦቹ አንዱ የሆነው "ሮሽ ሳታን" (ROSH SATAN) ከተባለው ነው፤ ትርጉሙም (የጠላት ጭንቅላት) ማለት ነው። በዐረብኛም "አል ጎል" (AL GHOUL) ሲሆን ፍቺው (ክፉ መንፈስ) ማለት ነው።

ይህም ማለት ጌታ ያዳናቸውን፣ ሊያጠፋ የሚሞክረውን የዛን የባላጋራ የሰይጣንን ጭንቅላት ቀጥቅጦ ድል ነሥቶ ነፍሳትን ማርኮ መውሰዱን ያመለክታል "እርሱ ራስህን ይቀጠቅጣል" እንደተባለ (ዘፍጥረት 3፥15)።

ዳግመኛም ዳዊት የጎልያድን ራስ በሰይፉ ቈርጦ በእጁ መያዙን ያመለክታል። ይኸውም ዳዊት የጌታ አምሳል፤ የተቈረጠው የጎልያድ ራስ ደግሞ ድል የተነሣው የሰይጣን አምሳል ነው (1ኛ ሳሙ 17፥51)።

ይህም "የሰይጣን ራስ" ተብሎ የተሰየመ ኮከብ ተለዋዋጭ ኮከብ ነው፤ በእያንዳንዱ 69 ሰዓታት፣ ይህ ኮከብ በጥቂቱ ከመታየት፣ ደማቅነቱ እስከ ሁለተኛ ደረጃ እስከሚደርስ ድረስ ይቀየራል። አሳሳችነቱ በአንድ ደቂቃ ደማቅ ኮከብ በመሆን ለመንገዱ ብርሃን ሲሆን፣ እራሱን በመቃረን ደግሞ ሰዎችን አሳውሮ በጨለማ እንቅፋት ይሆናል። ይህም ራሱን በተንኮል የሚለዋውጠው የሰይጣን ምሳሌ ነው።

ይኸውም ተለዋዋጭ የተንኮል ሥራው በዚህ መልኩ ተገልጧል፡-

- “እባብም እግዚአብሔር አምላክ ከፈጠረው ከምድር አውሬ ሁሉ ይልቅ ተንኰለኛ ነበረ” (ዘፍ 3፥1)
- “ይህም ድንቅ አይደለም፤ ሰይጣን ራሱ የብርሃንን መልአክ እንዲመስል ራሱን ይለውጣልና” (2ኛ ቆሮ 11፥14)
- “በመጠን ኑሩ ንቁም፥ ባላጋራችሁ ዲያብሎስ የሚውጠውን ፈልጎ እንደሚያገሣ አንበሳ ይዞራልና” (1ኛ ጴጥ 5፥8)

በመሆኑም ፐርሰስ ከተንኮለኛው ሰይጣን ከክፋው መንፈስ እስራት ሰዎችን ነጻ አውጥቶ የራሱ ገንዘብ የሚያደርገው ድል አድራጊው የጌታ ምሳሌ ሆኖ ይታያል።

በአጠቃላይ በሐመል ሕብረ ኮከብና ከርሱ ጋር ተያያዥነት ያላቸው ሦስቱ ሕብራተ ከዋክብት የሚወክሉት ጌታችን ለዓለም ቤዛ መሠዋቱንና በዚህም የታሰሩትን ነፍሳት ነጻ አውጥቶ የራሱ ማድረጉን ነው።

አንባብያን የፐርሰስ ሕብረ ኮከብ ሲወጣ በሰማይ ላይ ምን ሊመስል እንደሚችል ከዚህ በታች ባለው ሥዕል የተገለጠ ሲሆን የመውጫያውን ጊዜ ጠብቃችሁ ቁርጹን በደንብ በሰማይ ላይ ፈልጋችሁ አግኙት።

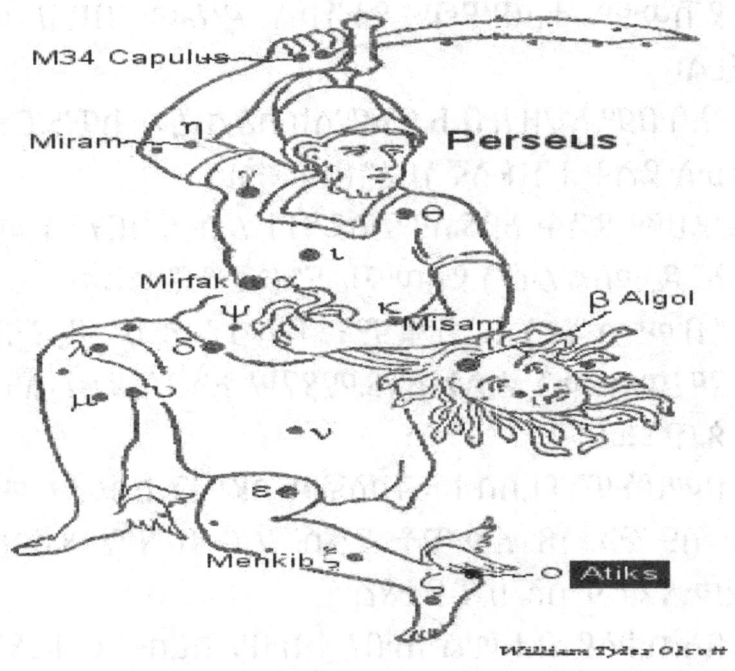

ፐርሰስ ሕብረ ኮከብ image credited: tcoe.org

፱ኛ. የሰውር ዞዲያክ ሕብረ ኮከብ (TAURUS)

ጌታቸን የመድኅኒት ቀንድ እንደሆነ የሚገልጠው ዘጠነኛው ሕብረ ኮከብ ሰውር ነው፡፡ "ሰውር" ቃሉ የግእዝ ሲሆን "ሶር" ማለት በሬ፤ አውራ ማለት ነው፤ በዐረብኛም "አል ታውር" (Al Thaur) ይባላል፤ መልኩ እንደ ሥያሜው ሶር (በሬ) ሆኖ ተሥሏል፡፡ የዚህ በሬ ስም በከለዳውያን ቋንቋ "ቶር" ሲሆን በዕብራይስጥ ደግሞ "ሹር" (SHUR) ነው፡፡ ትርጉሙም "ይመጣና ይገዛል" የሚል ነው፡፡ ይህም የጌታን ዳግመኛ ለፍርድ መምጣት በስያሜው ያመለክታል፡፡

ይህ በሬ ታውረስ የሚል ስያሜ የተሰጠው ቢሆንም በዕብራይስጥ የተሰጠው የክብር ስሙ ግን "ርዔም" የሚል ነው። ትርጉሙም "ታላቅነት፣ ሐሴት ማድረግ፣ ኀይል እና የበላይነት" ያለው እንደማለት ነዉ። በተጨማሪም "ታላቅ አባት" እና "ከፍታ ያለው ቦታም" ሊሆን ይችላል።

ርዔም ከለማዳው በሬ በእጅጉ ኀያል የነበረ እንደ ዝኆንም ግዙፍ ነበር። አንዳንድ ጊዜ ባለአንድ ቀንድ እንስሳ በመባል ይታወቃል ምክንያቱም አንዳንድ ጊዜ አንድ ቀንድ ብቻ ያለው ስለሆነ ነው። ትክክለኛ የዱር በሬ ማለት ነው። ግብጻውያን ለስፖርታዊ ጨዋታ በብዙ ወንዶች በኩል ሊያድኑት ሲሞክሩ በሚያደርስባቸውም ከባድ ጉዳት ሰዎቹ ይሞቱ ነበር።

ይህ ሰውር እንደ በረድ ነጭ ጸጕርም ነበረው። በሰማይ ላይ ታውረስን ስንመለከተው በበሬው ዐይን ውስጥ እንደ ነበልባል ያለው አንጸባራቂ ኮከብ ያለ ሲሆን ስሙም "አል ዴባራን" (AL DEBARAN) ይባላል ትርጉሙም "መሪ፣ ገዢ" ማለት ነው።

በአጠገቡም ፕሊየዲስ የተባሉ ሰባቱን ከዋክብት ይዟል። ይህም በሰማይ ላይ በዐይናችን ከነሙሉ ቅርጹ የምናየው ሕብረ ኮከብ ዐይኖቹ እንደ እሳት ነበልባል ሆኖ የተገለጠው መሪያችን ንጉሣችን ከኀሊው ኢየሱስ ክርስቶስን የሚያመለክት እንደሆነ በዮሐንስ ራእይ ላይ እንዲህ ተገልጧል፦

- "ራሱና የራሱ ጠጕርም እንደ ነጭ የበግ ጠጕር እንደ በረዶም ነጭ ነበሩ ዓይኖቹም እንደ እሳት ነበልባል ነበሩ፤ እግሮቹም በእቶን የነጠረ የጋለ ናስ ይመስሉ ነበር፣ ድምፁም

እንደ ብዙ ውኃዎች ድምፅ ነበረ፤ በቀኝ እጁም ሰባት ከዋክብት ነበሩት" (ራእ 1፥14-16)

አንድ ቀንድ ስላለው ስለ ርዌም መጽሐፍ ቅዱስ እንዲህ ይላል፡-

- "ለላሞቹ በኩር ግርማ ይሆናል ቀንዶቹ አንድ ቀንድ እንዳለው ናቸው በእነርሱ እስከ ምድር ዳርቻ ያሉትን አሕዛብ ሁሉ ይወጋል" (ዘዳ 33፥17)
- "ከአንበሳ አፍ አድነኝ ብቻነቴንም አንድ ቀንድ ካላቸው" (መዝ 21 (22) ፥ 21)
- "ቀንዴ አንድ ቀንድ እንዳለው ከፍ ከፍ ይላል ሽምግልናዬም በዘይት ይለመልማል" (መዝ 91 (92) ፥ 10)

በአንዳንድ ትርጉሞች ርዌም የዱር ጎሽ ተብሎ ይጠራል። ስለዚህ ነገር ኢዮብ እንዲህ ይላል፡-

- "ጎሽ ያገለግልህ ዘንድ ይታዘዛልን? ወይስ በግርግምህ አጠገብ ያድራልን? ጎሽ ይተልምልህ ዘንድ ትጠምደዋለህን? ወይስ ከአንተ በኋላ በእርሻ ላይ ይጎለጉላልን? ጉልበቱስ ብርቱ ስለሆነ ትታመነዋለህን? ተግባርህንስ ለእርሱ ትተዋለህን? ዘርህንስ ይመልስልህ ዘንድ በዐውድማውስ ያከማችልህ ዘንድ ትታመነዋለህን? (ኢዮብ 39፥9-12)

ይህ ባለ አንድ ቀንድ እንስሳ ቁጡ አውሬ ነበር። ተዋጊዉ በሬ በመንገዱ ያገኘውን ሁሉ ይዘረግፍ ነበር። ሌላው ቀርቶ ወደ ኋላ አፈግፍጎ ሲያበቃ ወደፊት በመሄድ ጠላቱን ወግቶ ይገድላል።

ይህም ምሳሌነቱ በጌታቸን ነው፤ ቀርነ መድኀኒት (የመድኀኒት ቀንድ) የተባለ ጌታም ጠላት ሰይጣንን ወግቶ ድል ነሥቶታልና።

ስለ ርዌም አስገራሚ የጌታ ምሳሌነት ጠቢቡ ፊሳሎጎስ እንዲኽ ይላል፡-

- “ኢይክል ነዓዊ ለኪፎቶ በእንተ ብዝኀ ጽንዑ፤ ወበእንተ ዋሕደ ቀርን ዘማእከለ ርእሱ ዘኢይትከሃል ለተሠግሮ ሶበ ይወግሩ ቅድሜሁ መሥገርተ እስመ ተመሰለ በአርአያ መድኃን። ዘከመ፡ እፎ፡ ይእኀዝዎ፡ ያሰረግዉ፡ ድንግለ ፡ ሠናይተ፡ በሰርጕ፡ ሠናይ፡ ወያነብሩ፡ አንጻረ፡ ገጹ፡ ሶቤሃ፡ ይቀርብ፡ ወይሰርር፡ ወይትሐቀፍ፡ ውስተ፡ ሐፅና፡ ወትነሥእ፡ ድንግል፡ አምኃ፡ ለንጉሥ፡ ወትረክብ፡ ቦቱ፡ ብዕለ፡ ዐቢየ። ዝንቱ፡ አምሳሊሁ፡ ለመድኀኒነ፡ ዘአንሥአ፡ ለነ፡ ቀርነ፡ መድኀኒትነ፡ እምቤተ፡ ዳዊት፡ ገብሩ። ኢክህሉ፡ ኀይላት፡ እለ፡ ውስተ፡ አርያም፡ ቀሪቦቶ፡ ወለኪፎቶ፤ አላ፡ አጽለለ፡ ውስተ፡ ሐፅነ፡ ድንግል፡ ማርያም። ቃል፡ ከዊኖ፡ ሥጋ፡ ኀደረ ፡ ምስሌነ”

(ወጥመድን በፊቱ በጣሉ (በወረወሩ) ጊዜ በራሱ መኻከል ስላለ ስለ ቀንዱ አንድነት እና ስለ ኀይሉ ብርታት አዳኝ መንካቱን አይቸልም፤ በመድኃን ክርስቶስ ተመስሏልና። እንደምን አድርገው ይይዙታል ቢባል፤ መልካም ድንግልን በመልካም ጌጥ አስጊጠው ከፊቱ ያኖራሉ፤ ያንጊዜ በመቅረብ ፈጥኖ ኼዶ በጭኗ ውስጥ ይታቀፋል።

ድንግልም ለንጉሥ እጅ መንሻ ትወስደዋለች። ታላቅ ገንዘብም ታገኛለች።

ይኸውም ምሳሌነቱ ከአገልጋዩ ከዳዊት ቤት የመድኀኒት ቀንድ ያነሣልን ለኾነ ለመድኀኒታችን ለኢየሱስ ክርስቶስ ምሳሌ ነው፡፡ በሰማያት ያሉ ኀይላት መቅረቡንም መንካቱንም አይችሉም። በድንግል ማርያም ጭን ዐደረ (ተሸፈነ) እንጂ። ቃል ሥጋ ኾኖ በእኛ ዐደረ)።

ርዔም ሥዕል (Image credited: pinterest)

በግራ ቀንዱ ያለው ሌላኛው አንጸባራቂ ኮከብ “ኤል ናዝ” (EL NATH) የሚባል ሲሆን ትርጕሙም “ቊስለኛ ወይም የተቀላ” ማለት ነው፡፡ ይህም ኮከብ ከአውሪጋ ሕብረ ኮከብ እግር ክፍልም ይመደባል ይህንን ወደ ፊት እናየዋለን።

መሪያችን ኢየሱስ ክርስቶስ የመድኀኒታችን ቀንድ ስለመኾኑ

በመጽሐፍ ቅዱስ ላይ በስፋት እንዲህ ተገልጧል፡-

❖ "አምላኬና ንጉሤ አንተ ነኽ ለያዕቆብ መድኀኒትን እዘዝ በአንተ ጠላቶቻችንን እንወጋቸዋለን በስምኽም በላያችን የቆሙትን እናዋርዳቸዋለን በቀስቴ የምታመን አይደለኹምና ሰይፌም አያድነኝምና አንተ ግን ከጠላቶቻችን አዳንኸን የሚጠሉንንም አሳፈርኻቸው" (መዝ 43፥5-6)

❖ "ከጥንት ጀምሮ በነበሩት በቅዱሳን ነቢያት አፍ እንደ ተናገረ በብላቴናው በዳዊት ቤት የመዳን ቀንድን አስነሥቶልናል" (ሉቃ 1፥69-70)

በማለት አስቀድሞ በነቢያት ትንቢት የተነገረለት ከዳዊት ባሕርይ የተወለደ መድኀኒ ዓለም ክርስቶስን በቀንድ መስሎ አስተምሯል፤ ምክንያቱም እንስሳት በቀንዳቸው አራዊትን ድል እንዲያደርጉ ምእመናንም በርሱ ስም በአራዊት የተመሰሉ አጋንንትን ድል ይነሡበታልና ነው።

ዳግመኛም አራቱን ሽቱ ዐምስተኛ በዘይት አጣፍጠው በቀንድ አድርገው ያኖራሉ፤ መንግሥት የሚገባቸው ከቤተ ይሁዳ የተወለዱ ቀኝ አካላቸውን ተቀብተው መንግሥትን፤ ክህነት የሚገባቸው ከቤተ ሌዊ የተወለዱ ቀኝ አካላቸውን ተቀብተው ክህነትን እጅ ያደርጋሉ፤ ርሱም እንደ አራት ሽቱ አራቱን ባሕርያተ ሥጋ እንደ ዐምስተኛ ዘይት ዐምስተኛ ዘይት ባሕርየ ነፍስን ነሥቶ ክህነትን መንግሥትን ለራሱ ገንዘብ አድርጎ ለምእመናን የሚያድል ኾኗልና።

ሊቁ አባ ጊዮርጊስ ዘጋሥጫም በሰዓታቱ ላይ የባሕርይ

አምላክ ኢየሱስ ክርስቶስን በቀንድ መስሎ እንዲህ ይገልጠዋል፦

- “ሞገስነ ወክብርነ ቀርነ መመድኅኒትነ ውእቱ ኢየሱስ ክርስቶስ”
  (ሞገሳችን ክብራችንና የድኅነታችን ቀንድ ኢየሱስ ክርስቶስ ነው)

አንባብያን የሰውር ሕብረ ኮከብ ሲወጣ በሰማይ ላይ ምን ሊመስል እንደሚችል ከዚህ በታች ባለው ሥዕል የተገለጠ ሲሆን የመውጪያውን ጊዜ ጠብቃችሁ ቅርጹን በደንብ በሰማይ ላይ ፈልጋችሁ አግኙት።

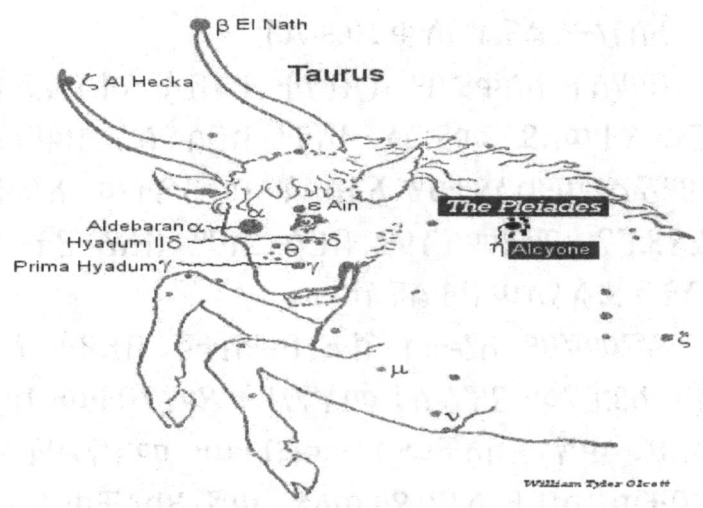

ሰውር ሕብረ ኮከብ image credited: tcoe.org

ሌላው በታውረስ ሕብረ ኮከብ ውስጥ ፕሊየድስ በመባል የሚታወቅ የከዋክብት ክምችት አለ። የዚህ ክምችት በግሪክ ሲተረጐም “ቺማ” (CHIMA) ይባላል ትርጕሙም “የዳኛው ማኅበር

ክምችት ወይም ጉባኤ" ማለት ነው። ፐሊየዲስ ሌላም ትርጉም አለው "የዐጭር ጊዜ ማረፊያ" ማለት ነው።

በተጨማሪም ፐሊየዲስ ወደ መሬት በጣም ቅርብ ከሆኑ የከዋክብት ስብስቦች አንዱ ሲሆኑ ለዐይን እጅግ በጣም ማራኪ ከሆኑ ስብስብ ውስጥ ናቸው።

ብዙ ሰዎች በጨለማ ሰማይ ላይ ያለምንም መሣርያ በዐይናቸው የሚያዩት ሰባት ሳይሆን ስድስት የፐሊየዲስ ኮከቦችን ነው። በዚህ ምክንያት በሀገራችን በተለይ በገጠር "ስድስቶ" በማለት ይጠሯቸዋል። ሁኔታዎች ጥሩ ከሆኑ፤ ከፍተኛ የዕይታ ብቃት ያላቸው ተመልካቾች ጥርት ባለ ጥቁር የምሽት ሰማይ ላይ በተለይ ሰባተኛዋን ኮከብ እና አንዳንዶች ከዛ በላይም የሚደርሱ በፐሊየዲስ ቡድን ውስጥ ያሉ ኮከቦችን መለየት ይችላሉ። በኢትዮጵያውያን ዘንድም ሰባተኛዋ ኮከብ የጠራ ዐይን መለኪያ ሆና እንደምትነገር ይታወቃል።

ኢዮብና ነቢዩ አሞጽ ፐሊየዲስ ስለሚባሉት ስለነዚህ 7ቱ ከዋክብት እንዲህ ጽፈውልናል፡-

- "ድብ የሚባለውን ኮከብና ኦሪዮን የሚባለውን ኮከብ፣ ሰባቱንም ከዋክብት" (ኢዮ 9፥9)
- "በውኑ የሰባቱን ከዋክብት ዘለላ ታስር ዘንድ
  ወይስ ኦሪዮን የሚባለውን ኮከብ ትፈታ ዘንድ ትችላለህን?" (ኢዮ 38፥31)
- "ሰባቱን ከዋክብትና ኦሪዮን የተባለውን ኮከብ የፈጠረውን" (አሞ 7፥8)

ከእነዚህ በፕሊየድስ ክላስተር ውስጥ ከሚገኙት ከዋክብት እጅግ በጣም ብሩህ የሆነችው ኮከብ "አልሲዮን" ስትባል ፍቺዋ "መካከለኛ" ነው።

እንደ በረድ ነጭ ጸጕርም ከነበረው በሰማይ ላይ ስንመለከተው በዐይን ውስጥ እንደ ነበልባል ያለ "አል ዴባራን" (AL DEBARAN) የሚባል አንጸባራቂ ኮከብ ያለው በሠውር ሕብረ ኮከብ ቀኝ በኩል ይህንን ሰውርን (ታውረስን) የሚከተሉ ሰባቱ ከዋክብት ተብለው የሚጠሩ ፕሊየዲየስን ስናይ በቀኝ እጁም ሰባት ከዋክብትን ይዞ ዐይኑ እንደ ነበልባል ሆኖ በኀይል የተገለጠውን ምእመናን የሚከተሉት ከኀሊውን ኢየሱስ ክርስቶስን እናስባለን።

እነዚህንም ዘወትር በሰማያት ከነሙሉ ቅርጻቸው ወጥተው ስንመለከት ምስጢሩን በከዋክብት ላይ የገለጸውን ንጉሣችን ኢየሱስ ክርስቶስን ዘወትር እናመሰግናለን።

ይህንን ዮሐንስ በራእዩ እንዲህ ይጽፍልናል፦

❖ "ራሱና የራሱ ጠጕርም እንደ ነጭ የበግ ጠጕር እንደ በረዶም ነጭ ነበሩ፤ ዓይኖቹም እንደ እሳት ነበልባል ነበሩ፤ እግሮቹም በእቶን የነጠረ የጋለ ናስ ይመስሉ ነበር፤ ድምፁም እንደ ብዙ ውኃዎች ድምፀ ነበረ፤ በቀኝ እጁም ሰባት ከዋክብት ነበሩት፤ ከአፉም በሁለት ወገን የተሳለ ስለታም ሰይፍ ወጣ፤ ፊቱም በኃይል እንደሚበራ እንደ ፀሐይ ነበረ" (ራእ 1፥13-16)።

ሰባት ከዋክብት ስንል ቊጥር 7 በዕብራይስጥ ፍጹም ቊጥር ነው "እስመ ኍልቊ ሳብዕ በኀበ ዕብራውያን ፍጹም ውእቱ" እንዲል ርስቱ የሆኑት እንደ ከዋክብት በበጎ ሥራቸው የደመቁ ምእመናንም ፍጹምነትን ገንዘብ በማድረግ መንጋዎቹ ናቸውና ዘወትር ይከተሉታል፡፡

በመጽሐፍ ቅዱስ እንዲህ ብሎ እንደተገለጠ፦

- "እግዚአብሔር ሕዝቡን አይጥልምና፥ ርስቱንም አይተውምና ፍርድ ወደ ጽድቅ እስኪመለስ ድረስ፥ ልበ ቅኖችም ሁሉ ይከተሉአታል" (መዝ 93 (94) ፥15)
- "ካወጣቸው በኋላ በፊታቸው ይሄዳል፥ በጎቹም ድምፁን ያውቃሉና ይከተሉታል ...በጎቼ ድምፄን ይሰማሉ እኔም አውቃቸዋለሁ ይከተሉኛማል" (ዮሐ 10፥4፤ 10፥27)

በበሬው ፊት ላይ የሌሎች ከዋክብት ክፍል ያለ ሲሆን ከፕሊየዲስ ጋር ያለውን ዝምድና ለማሳየት "ሀይደስ" ብለው ይጠሩታል፡፡ "ከማኅበሩ ጋር የተዋሐዱ" በመባል ይታወቃል፡፡

እኒህም በእምነታቸው የሚመሳሰሉ ምእመናንን ይወክላሉ፡፡ በዮሐንስ ራእይ ላይ ስለ ሰባቱ እንዲህ ተገልጧል፦

1ኛ) ሰባቱ አብያተ ክርስቲያናት (ራእ 1፥4-5)

2ኛ) በዙፋኑም ፊት ያሉት ከሰባቱ መናፍስት (ራእ 1፥4-5)

3ኛ) ሰባት የወርቅ መቅረዞች (ራእ 1፥12)

4ኛ) በሰባትም ማኅተም የተዘጋ መጽሐፍ (ራእ 5፥1)

5ኛ) ሰባትም ቀንዶችና ሰባት ዓይኖች ያሉት ጠቦት (ራእ 5፥6)

6ኛ) በእግዚአብሔርም ፊት የሚቆሙትን ሰባቱን መላእክትና የተሰጣቸው ሰባትም መለከት (ራእ 8፥2)

7ኛ) የእግዚአብሔር ቍጣ የሞላባቸውን ሰባት የወርቅ ጽዋዎች (ራእ 15፥7)

አንባብያን የፕሊየዲስ ከዋክብት ሲወጡ ከሰውር አጠገብ እንዴት ልታገኟቸው እንደምትችሉ ከዚህ በታች ባለው ሥዕል የተገለጠ ሲሆን የመውጪያቸውን ጊዜ ጠብቃችሁ ቀርጹን በደንብ በሰማይ ላይ ፈልጋችሁ አግኙት።

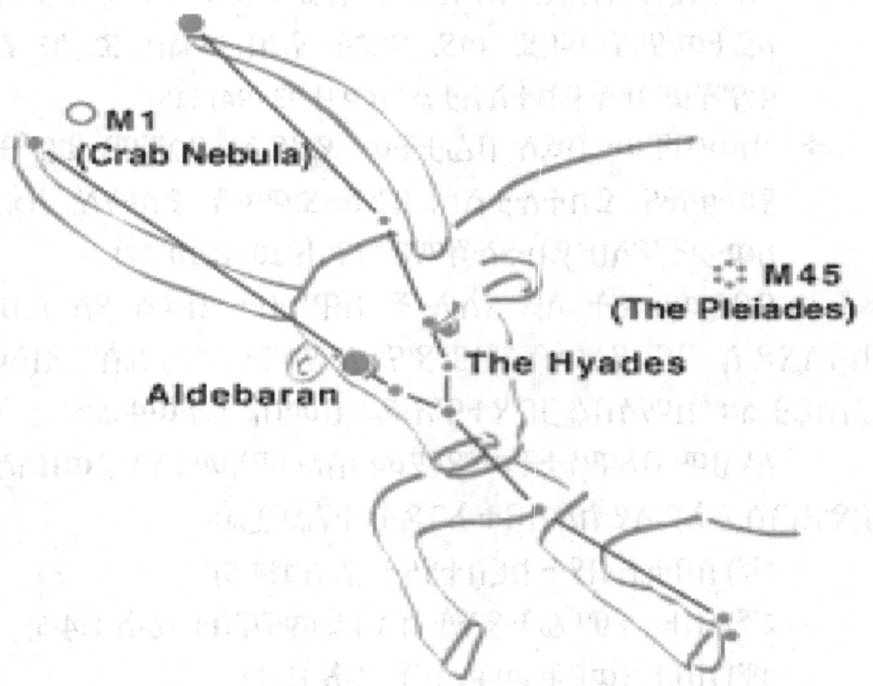

ፕሊየዲስ ሰባቱ ከዋክብት Image credited: tcoe.org

ስለ ታውረስ ሐብረ ኮከብ በዝርዝር ለመረዳት ከርሱ ጋር ትስስር ስላላቸው 3ቱ ሐብራተ ከዋክብት ከዚህ ቀጥለን እናያለን። እነርሱም፡-

9.1. ኦርዮን ORION

9.2. ኢሪዳኑስ ERIDANUS

9.3. አውሪጋ AURIGA ናቸው።

9.1. ኦርዮን ሐብረ ኮከብ ORION

ይህ አስደናቂ ሐብረ ኮከብ ኦሪዮን በግእዝ "አርዮብ"፤ በዕብራይስጥ "ኦአሪዮን" (OARION) ሲሆን ትርጉሙ "እንደ ብርሃን የሚወጣ" የሚል ነው፤ ሌላው ቃል ደግሞ "ቸሲል" (Chesil) ሲሆን ይህም "ጠንካራ፣ ጀግና እና ግዙፍ" የሚሉ ፍቾዎችን ይሰጣል።

በአካዲያን ቃሉ "ኡር-አና" (UR-ANA) ሲባል ትርጉሙም "የሰማይ ብርሃን" የሚል ነው። በጥንት ግብጻውያን መጠሪያው "ሀጋት" (HAGAT) ሲሆን "ድል አድራጊው" ማለት ነው።

ኢዮብና ነቢዩ አሞጽ ስለ ኦርዮን ጽፈውልናል፡-

- "ድብ የሚባለውን ኮከብና ኦሪዮን የሚባለውን ኮከብ፣ ሰባቱንም ከዋክብት" (ኢዮ 9፥9)
- "በውኑ የሰባቱን ከዋክብት ዘለላ ታስር ዘንድ
  ወይስ ኦሪዮን የሚባለውን ኮከብ ትፈታ ዘንድ ትችላለህን?" (ኢዮ 38፥31)
- "ሰባቱን ከዋክብትና ኦሪዮን የተባለውን ኮከብ የፈጠረውን" (አሞ 7፥8)

እንደ ልዑል ሆኖ በሰማይ የሚታየው እያንዳንዱ የኦሪዮን አካል በጠላት ላይ ድል መቀዳጀትን ይልቁኑ የእውነተኛው ብርሃን የኢየሱስ ክርስቶስን ከኀሊነት ድል አድራጊነት የሚወክል ነው።

የእርሱን አቋቋም በሰማይ ላይ ሲታይ እግሩ በጠላት ሌፐስ ጭንቅላት ላይ ተጭኗል፤ የእግዚአብሔር ቃል የሚባለው የጎራዴው እጀታ፣ የጠቦትን ራስ ቀርጽ ይዞ "ጠቦት ወልደ አምላክ መሠዋቱን"፣ ቀበቶው በጣም ብሩህ በሆኑት በሦስቱ ኮከቦች አጊጦ፣ በቀኝ እጁ ዱላ ይዞ፣ በግራ እጁ ደግሞ የአንበሳ ራስና ለምድ ይዞ፤ እራሱን የይሁዳ አንበሳ አድርጎ እያስተዋወቀ በሰማይ ይታያል።

ያለምንም ማሳያ መሣሪያ፤ በዐይናችን ብቻ ስንመለከተው የኦሪዮን ሕብረ ከዋክብት፤ ሪግል (Rigel)፣ ቤተልጁስ (Betelgeuse)፣ ቤላትሪክስ (Bellatrix)፣ ሚንታካ (Mintaka)፣ አልኒላም (Alnilam)፣ አልኒታክ (Alnitak) እና ሳይፍ (Saiph) የተባሉ ሰባት ብሩሃን ከዋክብትን ይዞ ይገኛል።

እነዚህ በጣም ብሩህ የሆኑት ኮከቦች ስሞች የእርሱን ማንነት ይገልጻሉ፦ የኦሪዮን ቀጣዩ ብሩህ ኮከብ ቤተልጂስ ሲሆን፣ ይህም ኮከብ የኦርዮን ከላይ ቀኝ ትከሻ ላይ የሚገኘው ሲሆን፤ ከደማቅ ከዋክብት በ10ኛ ደረጃ ላይ ይገኛል።

"ቤቴልጁዝ" (BETELGEUZ) ፍቺው "የቅርንጫፉ መምጣት" ማለት ነው (ሚልክ 3፥2)።

ከኦሪዮን ሕብረ ኮከብ ውስጥ እጅግ ብሩህ የሆነው ኮከብ ሪግል ሲሆን፣ ይህም ኮከብ የአዳኙን የግራ ጉልበት የሚወክልና፤ እጅግ ደማቅ ከሆኑት የሌሊት ከዋክብት ሰባተኛ ደረጃን ይይዛል

"ሪጎል" (RIGOL) ወይም "ሪጌል" (RIGEL) ፍቺው "የሚጨፈልቀው እግር" ማለት ነው። እግሩም በጠላቱ ላይ ተረግጦ እየጨፈለቀው ይታያል፡፡ የግራ ትከሻው ኮከብ

“ቤላትሪክስ” (BELLATRIX)- ፍቺው “በፍጥነት የሚመጣው፣ በፍጥነት የሚያጠፋው” ማለት ነው። ጌትነትን ከትሕትና ጋር ገንዘቡ ያደረገው የጌታን ነገር ይመሰክራልና ልክ እንደ ኦፊውከስ አንዱ ሰኰናው ተቀጥቅጦ አንዱ እግሩ ግን በጠላቱ ራስ ላይ ተረግጦ ይታያል። ይኸውም በቀኝ እግሩ በኩል ያለው ኮከብ “ሳይፍ” (Saiph) ሲሆን “መጐዳት” ማለት ነው፤ ይህም በዘፍ 3:15 ላይ ያለውን የሴቲቱ ዘር የጠላትን እራስ መቀጥቀጥ፤ ጠላት ደግሞ ሰኰናውን መቀጥቀጡን አመላካች ነው።

በአጠቃላይ ሰባቱ ብሩሃን ከዋክብትን የያዘው ኦሪዮን ስያሜውም ቅርጹም የሚያሳየው ስለእኛ ሲል መከራን የተቀበለው ልዑል ጌታ አራቱን ባሕርያተ ሥጋን ሦስቱ ባሕርያተ ነፍስን (በአጠቃላይ 7ቱን) ተዋሕዶ እንደሚገለጥና ጠላት ሰይጣንን በተዋሐደው ትስብእት ድል እንደሚነሣው ነው።

በቅዱስ መጽሐፍ እንዲህ ተብሎ እንደተገለጠ፡-

- “የእግዚአብሔርም ክብር ይገለጣል፥ ሥጋ ለባሹም ሁሉ በአንድነት ያየዋል፥ የእግዚአብሔር አፍ ይህን ተናግሮአልና” (ኢሳ 40:5)

የኦሪዮን ቀበቶ አስደናቂና በምሽት ሰማይ በቀላሉ መለየት የሚችል ነው። ይህም “ብርሃኑ ይመጣል” የሚለው ምሳሌ ሲሆን የጌታን “የዓለም ብርሃን” መሆን ይወክላል። በቀበቶው ላይ ያለው “አልኒታክ” የተባለው ኮከብ ፍቺው “የቆሰለው” ማለት ሲሆን የጌታን በሕማማት መቊሰል ያመለክታል።

በተጨማሪም የቅዱሳት መጻሕፍት አጥኚዎች የኦርዮንን ሦስት ቀበቶዎች አልኒላም (Alnilam)፤ አልኒታክ (Alnitak) እና

ሚንታካ (Mintaka) በክርስቶስ ልደት ወርቅ፣ ዕጣን፣ ከርቤ ይዘው በሄዱት በሦስቱ ነገሥታት ሲመስሉ፤ ከኦርዮን ቀበቶ ስሩት ስምንት ዕጥፍ ርቃ የምትገኘውን በጣም ደማቋን የሲሪየስን ኮከብ በቤተልሔም ኮከብ መስለው ይገልጻሉ።

አንባብያን የኦሪዮን ሕብረ ኮከብ ሲወጣ በሰማይ ላይ ምን ሊመስል እንደሚችል ከዚህ በታች ባለው ሥዕል የተገለጠ ሲሆን የመውጪያውን ጊዜ ጠብቃችሁ ቀርጹን በደንብ በሰማይ ላይ ፈልጋችሁ አግኙት።

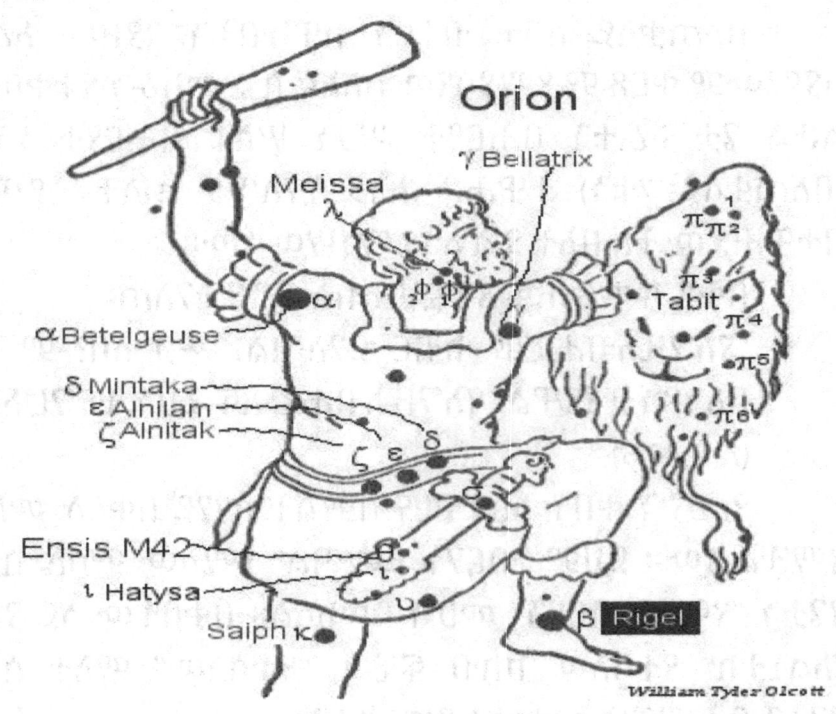

የኦርዮን ሕብረ ኮከብ Image credited: tcoe.org

9.2. ኤሪዳነስ ሕብረ ኮከብ ERIDANUS

የዚህ ሕብረ ኮከብ የዕብራይስጥ ስያሜው “ኤሪዳነስ” ነው:: ፍቺውም “የፈራጁ ወንዝ” ወይም “የሰማይ ወንዞች” ማለት ነው:: ከወንዙ መጨረሻ አጠገብ ያለው ኮከብ “አቼርናር” (ACHERNAR) ሲባል ፍቺው “የወንዝ ኋላ ክፍል” እንደማለት ነው::

ከወንዙ ምንጭ አጠገብ ያለው ኮከብ ኩርሳ “CURSA” ሲባል ፍቺው “ወደታች የተጠመዘዘ (የተጎነበሰ)” እንደማለት ነው:: በዴንዴራህ ዞዲያክ “ፔህታት” (Peh-ta-t) ሲባል “የወንዝ መግቢያ” ማለት ነው::

የሁለተኛው የውሃ ጥምዝዝ ላይ ያለው ኮከብ “ዞውራክ” ሲባል ፍቺው “መፍሰስ” ነው:: “ኦዝሃ” (OZHA) የሚባለው ኮከብ ፍቺው “የሚሄደው” ማለት ነው:: “ዞራክ” (Zourac) ፍቺው “የሚፈሰው” ማለት ነው::

በኦሪዮን እግር ስር የሚገኘው የኤሪደነስ ወንዝ ምሳሌነቱ ከፈራጁ ከኢየሱስ ክርስቶስ ፊት ለመጨረሻ ጊዜ ኃጥኣን ተሰናብተው የሚጣሉበት የእሳቱን ባሕር ይወክላል::

ወንዝ ወላዋይና አንዳንድ ጊዜ መንገዱን እየቀራረጠ ለራሱ ዐዲስ መስመር እየለወጠ እንደ እባብ አካሄድ ወዲያ ወዲህ እያለ አንዴ ወደ ግራ ቀጥሎ ደግሞ ወደ ቀኝ ይፈሳል:: ኃጥኣንም እንደ ወንዙ እነርሱም ከጌታ እግዚአብሔርና ከሰው ማንን ማገልገል እንዳለባቸው ሳይወስኑ ወዲያና ወዲህ ሲመላለሱ ይኖራሉ:: ፍጻሜያቸውም ምንም መውጫ በሌለው የእሳት ወንዝ ቀጣት

መቀበል እንደሆነ ይህ የፈሳሽ ወንዝ ሐብረ ኮከብ ያመለክታል። ስለዚህም መጽሐፍ ቅዱስ እንዲህ ይላል፦

- ❖ "እሳት በፊቱ ይሄዳል፣ ጠላቶቹንም በዙሪያው ያቃጥላል" (መዝ 96(97)፥3
- ❖ "የእሳትም ፈሳሽ ከፊቱ ይፈልቅና ይወጣ ነበር፤ ሺህ ጊዜ ሺህ ያገለግሉት ነበር፣ እልፍ አእላፋትም በፊቱ ቆመው ነበር፤ ፍርድም ሆነ፣ መጻሕፍትም ተገለጡ፤ የዚያን ጊዜም ቀንዱ ይናገረው ከነበረው ከታላቁ ቃል ድምፅ የተነሣ አየሁ፤ አውሬይቱም እስክትገደል፣ አካልዋም እስኪጠፋ ድረስ፣ በእሳትም ለመቃጠል እስክትሰጥ ድረስ አየሁ" (ዳን 7፥10-11)
- ❖ "አውሬውም ተያዘ በእርሱም ፊት ተአምራትን እያደረገ የአውሬውን ምልክት የተቀበሉትን ለምስሉም የሰገዱትን ያሳተ ሐሰተኛው ነቢይ ከእርሱ ጋር ተያዘ፤ ሁለቱም በሕይወት ሳሉ በዲን ወደሚቃጠል ወደ እሳት ባሕር ተጣሉ" (ራእ 19፥20)
- ❖ "ሞትና ሲኦልም በእሳት ባሕር ውስጥ ተጣሉ። ይህም የእሳት ባሕር ሁለተኛው ሞት ነው፤ በሕይወትም መጽሐፍ ተጽፎ ያልተገኘው ማንኛውም በእሳት ባሕር ውስጥ ተጣለ" (ራእ 20፡14-13)

አንባብያን የኢሪዳኑስ ሐብረ ኮከብ ሲወጣ በሰማይ ላይ ምን ሊመስል እንደሚችል ከዚህ በታች ባለው ሥዕል የተገለጠ ሲሆን የመውጪያውን ጊዜ ጠብቃችሁ ቅርጹን በደንብ በሰማይ ላይ ፈልጋችሁ አግኙት።

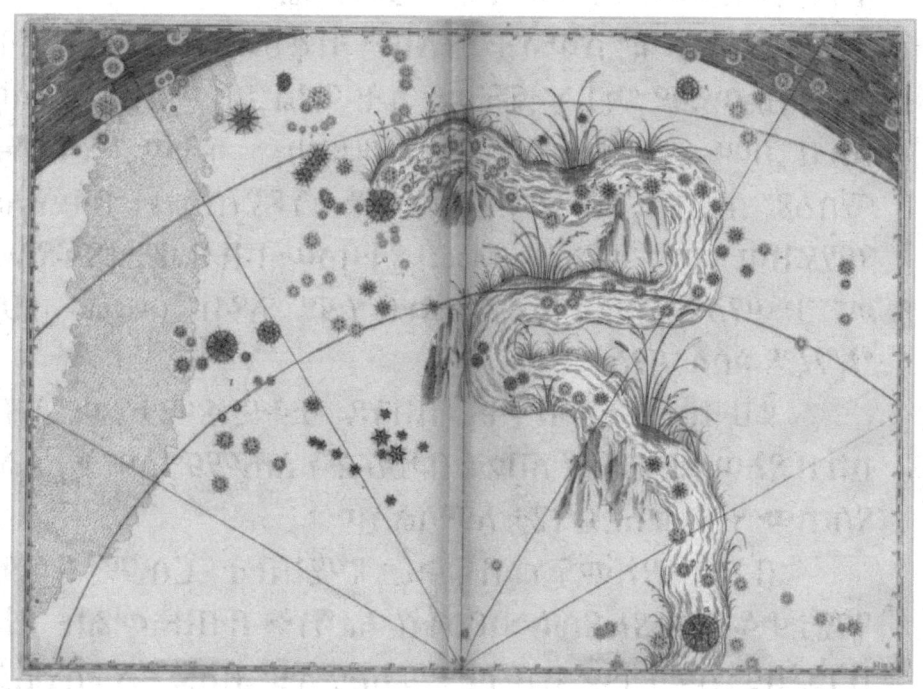

ወንዝ መሳዩ የኢሪዳኑስ ሕብረ ኮከብ image credited: peoplesguidetothecosmos.com

9.3. አውሪጋ ሕብረ ኮከብ AURIGA

እረኛው ተብሎ የሚታወቀው ይህ ሕብረ ኮከብ ከፐርሰስ አጠገብ ተቀምጦ አንዲት ሴት ፍየል በግራ ትከሻው፤ ሁለት ታናናሽ ልጆችን ደግሞ በግራው ይዞ ይታያል። ሠረገላ ነጂ ተብሎም ይጠራል። በላቲን "አውሪጋ" ማለት "ነጂ ሠረገላ" ማለት ነው። የዕብራይስጥ መነሻው ግን "እረኛ" ማለት ነው።

በቀኝ እግሩ ያለው ኮከብ "ኤል ኔዝ" (EL NATH) ሲባል ፍቺው "የቆሰለ" ወይም "የሞተ" ማለት ነው። ይኸውም ስለ መንጋዎቹ

ፍቅር የቆሰለውን የሞተውን ጌታን ይወክላል።

በፍየሎቹ ሰውነት ያለው ብሩህ ኮከብ "አሊዮት" (ALIOTH) ወይም "ካፔላ" ፍቺው "ሴት ፍየል"፤ በቀኝ ክንዱ ያለው ኮከብ ስሙ "ሜንኪሊዮን" (MENKILION) ፍቺው "የፍየሎቹ ማሰሪያ" ሲሆን ይኸውም እረኛ መጥቶ እንዳይጠፉበት በቀኝ እጁ የሚይዘው ነው። "ማአዝ" (Maaz) የተባለው ኮከብ ፍቺ "የፍየሎች መንጋ" ማለት ነው። የአንዱ ኮከብ ስም "አዩክ" (Aiyuk) ሲሆን "እግሩ የቆሰለ" ማለት ነው።

ይህ ጠቦቶቹን በፍቅር በክንዱ ታቅፎ የሚታየው ሕብረ ኮከብ የእውነተኛ እረኛ ለበጎቹ ቤዛ ራሱን ለሕማም ለሞት አሳልፎ የሰጠው የታላቁ እረኛ የጌታ አምሳል ነው።

በጎቹ ምእመናን በፍቅር የሚከቡት ርሱም በፍቅር የሚታቀፋቸው የኢየሱስ ክርስቶስ እረኝነት በብዙ መልኩ በእኛ ዘንድ ከምናውቃቸው ከነጣቂዎቹ እረኞችም በእጅጉ የተለየ እረኛ ነው መተርጒማን የጌታን እረኛነት በዚህ መልኩ ይገልጡታል፡-

1ኛ) እውነተኛው እረኛ ክርስቶስ ትንቢት ተነግሮለት ሱባኤ ተቈጥሮለት የመጣ እረኛ ሲሆን ከርሱ በፊት በእረኛ ስም የመጡ ሐሰተኞች ነጣቂዎቹ ግን ትንቢት ያልተነገረላቸው ናቸው።

2ኛ) ነጣቂዎቹ እረኞች ቀድሞም ቢሆን ለጥቅም የተጠጉ ምንደኞች (ቅጥረኞች) ናቸውና ችግር በመጣ ጊዜ በጎቻቸውን ጥለው ይሸሻሉ (ሥጋዊ ዓለማዊ በመሆናቸው መናፍቅ ጳጳስ፣ ዐላዊ ንጉሥ በተነሣ ጊዜ ይክዳሉ፤ ምእመናንን አሳልፈው ይሰጥዋቸዋል፣ ሐሰተኛ ናቸውና)፤ ጌታችን ግን ቸርና እውነተኛ ጠባቂያቸው ነውና (ለበጎቹ) ለምእመናን ሕይወትን ይሰጣቸው ዘንድ እስከ ሞት ድረስ

ወዷቸዋልና፡፡

3ኛ) ነጣቂዎቹም ይሁኑ በእኛ ዘንድ የምናውቃቸው እረኞች የራሳቸውን በጎች ይበላሉ፤ ቆዳቸውን ሸልተው ልብስ ያደርጋሉ፤ ቸር እረኛችን ጌታ ኢየሱስ ግን የገዛ በጎቹ ቅዱስ ሥጋውን የበሉት፤ ክቡር ደሙን የጠጡት ብቸኛው እረኛ ነው፡፡ ለገዛ በጎቹም የጸጋ ልብስን ያጎናጸፈ ቸር ጠባቂ ነው፡፡

4ኛ) ምንደኞች ስለ በጎቻቸው ስቃይን ቢቀበሉ ሳይወዱ በግዳቸው ወይንም ከበጎቹ ሥጋና ጸጉር የሚያገኙት ጥቅም ስላለ ነው፤ ጌታችን ግን መከራ የተቀበለላቸው የሞተላቸውም ወዶና ፈቅዶ ነው፤ ተጠቃሚዎቹም በጎቹ ናቸው፡፡

5ኛ) መልካሙ እረኛ መንገዱን እየጠረገ ከበጎቹ ፊት እንደሚሄድና በጎቹ እንደሚከተሉት ጌታችንም በመስቀል ዐልፎ የመንግሥተ ሰማያትን በር ለበጎቹ ከፈተ፡፡ በጎቹ ምእመናንም መከራ መስቀሉን በፍቅር እየተቀበሉ ወደ ክብር ይገባሉ፡፡

6ኛ) እረኛ ከጫፍ ላይ "ሀ" ቅርጽ መሰይ በትሩን ይዞ በጕድጓድ ውስጥ የወደቀችውን ጠቦት ያወጣል፡፡ ጌታም የወደቅነውን እኛን ለማዳን ሲል በርሳራኄው መስቀሉን ተሸክሟልና፡፡

7ኛ) እረኛ በቀትር ገዜ ከጥላ ዐርፎ በፍቅር ሆኖ ዋሽንቱን ሲጫወት በጎቹ በደስታ በዙርያው ይሰበሰባሉ፡፡ እውነተኛው እረኛ ጌታም ያደረጋቸው ትእምርት ተአምራት ለበጎቹ ለምእመናንን ፍጹም ደስታ ነውና፡፡

8ኛ) እውነተኛ እረኛ ካልጠፉት 99ኙ በጎች ይልቅ ከመንጋዎቹ ባዝና የጠፋችውን በግ ፈልጎ አግኝቶ በደስታ ሆኖ

በጫንቃው እንደሚሸከማት፤ እውነተኛው እረኛ ኢየሱስ ክርስቶስም በደልን ካልሠሩት ከ99ኙ ነገደ መላእክት ይልቅ የባዘነውን የሰውን ልጅ ለማዳን ሥጋን ተዋሕዶ የቀደመ ሰው አዳምን ወደ ቀደመ በታው ወደ ቀደመ ክብሩ መልሶታልና (ማቴ 18፥12-14፤ ሉቃ 15፥3-7)።

አውሪጋ መንጋዎቹን በክንዱ ታቅፎ የጌታን ነገር እየመሰከረ በሰማይ በተለይ ታኅሣሥ ወር መታየቱ ድንቅ ነው። መጽሐፍ ቅዱስም መንጋዎቹ ምእመናን ድምፁን የሚሰሙት የሚከተሉት እውነተኛ እረኛቸን ስለመሆኑ እንዲህ ይላል፡-

- "እነሆ፥ ጌታ እግዚአብሔር እንደ ኃያል ይመጣል ክንዱም ስለ እርሱ ይገዛል፤ እነሆ፥ ዋጋው ከእርሱ ጋር ደመወዙም በፊቱ ነው፤ መንጋውን እንደ እረኛ ያሰማራል፥ ጠቦቶቹን በክንዱ ሰብስቦ በብብቱ ይሸከማል፥ የሚያጠቡትንም በቀስታ ይመራል" (ኢሳ 40፥10-11)
- "መልካም እረኛ እኔ ነኝ፥ አብም እንደሚያውቀኝ እኔም አብን እንደማውቀው የራሴን በጎች አውቃለሁ የራሴም በጎች ያውቁኛል፤ ነፍሴንም ስለ በጎች አኖራለሁ፤ ከዚህም በረት ያልሆኑ ሌሎች በጎች አሉኝ፤ እነርሱን ደግሞ ላመጣ ይገባኛል ድምፄንም ይሰማሉ አንድም መንጋ ይሆናሉ እረኛውም አንድ" (ዮሐ 10፥14-16)
- "በዙፋኑ መካከል ያለው በግ እረኛቸው ይሆናልና፥ ወደ ሕይወትም ውኃ ምንጭ ይመራቸዋልና፤ እግዚአብሔርም እንባዎቻቸውን ሁሉ ከዓይናቸው ያብሳል" (ራእ 7፥17)

አንባብያን የአውሪጋ ሕብረ ኮከብ ሲወጣ በሰማይ ላይ ምን

ሊመስል እንደሚችል ከዚህ በታች ባለው ሥዕል የተገለጠ ሲሆን የመውጪያውን ጊዜ ጠብቃችሁ ቅርጹን በደንብ በሰማይ ላይ ፈልጋችሁ አግኙት።

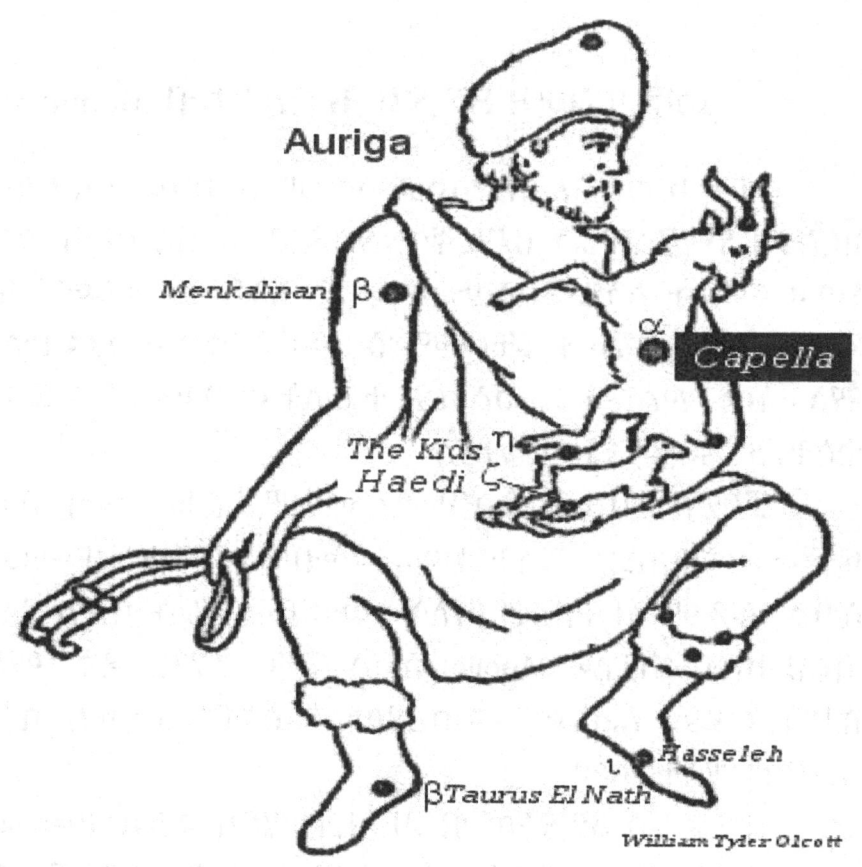

አውሪጋ ሕብረ ኮከብ image credited: BellMuseum

በአጠቃላይ የሰውር ሕብረ ኮከብና ከርሱ ጋር የምስጢር ትስስር ያላቸው 3ቱ ሕብራተ ከዋክብት የሚያስረዱን ምእመናን ጎያሉ ኢየሱስ ክርስቶስን ተከትለው ክብር እንደሚያገኙና

ያልተከተሉት ደግሞ እንደሚቀጡ ነው።

10ኛ. የገውዛ ዞዲያክ ሕብረ ኮከብ (Gemini)

አምላክ ወሰብእ (አምላክም ሰውም) ስለሆነው ስለ ኢየሱስ ክርስቶስ የሚገልጥልን ዐሥረኛው የዞዲያክ ሕብረ ኮከብ ገውዛ ነው። ውስጡ እንደሚበላው መንታነት እንዳለው የገውዝ ፍሬ የዚህ የገውዝ የግእዝ ፍቺውም "ዕጥፍ፣ ጥንድ፣ መንታ፣ ሁለት" ማለት ነው፤ መልኩን በሥዕል ሲያዩት ሁለት ወጣቶች አንዱ ደጋንና ቀስት፤ አንዱ ዱላ ይዘው ይታያሉ።

ጀሚናይ በዕብራይስጥ "ታኡሚም" (Thaumim) ሲባል ፍቺው "መዋሐድ" ማለት ነው። በቅብጥ "ፒማሂ" (Pi-Mahi) ሲባል "ፍጹም የተዋሐደ" ማለት ነው። በቀኝ ራሱ በኩል ያለው ብሩህ ኮከብ "አፓሎ" (Apollo) ሲባል ፍቺው "ገዢ፣ ዳኛ" ማለት ሲሆን ወይም ሌላኛው መጠሪያው "ካስቶር" (Castor) ሲሆን "ፈጣን" ማለት ነው።

በግራ ራሱ ላይ ያለው ብሩህ ኮከብ "ሄርኪውሊስ" (Hercules) ሲባል የግሪክ ፍቺው "ለማገልገል ወይም መከራ ለመቀበል የመጣ" ማለት ነው። "ፓሉክስ" (Pollux) ማለት ደግሞ "ገዢ ወይም ዳኛ" ማለት ነው።

በግራ በኩል ባለው (ዱላ በያዘው ኮከብ) ወይም መከራ ሊቀበል እንደመጣ በሚነገረው ሕብረ ኮከብ ግራ እግር ያለው

ኮከብ “አል ሄናህ” (AL HENAH) ሲባል ትርጉሙ “መጐዳት መቍሰል፣ መከራ መቀበል” ማለት ነው።

ይህም ጌታችን በመስቀል በተሰቀለ ጊዜ እግሮቹ በችንካር ተበስተው መቍሰላቸውን ያመለክታል።

ጌትነቱን በሚያውጀው በቀኝ በኩል ያለው እግሩ ላይ ያለው ኮከብ “ሜብሱታ” (Mebsuta) ሲባል ፍቺው “በእግር መርገጥ” ማለት ነው። ይህም የነገሥታት ንጉሥ ነውና ዳግመኛ ሲመጣ ጠላቶቹን በእግሩ እርግጥ እንደሚያደርጋቸው ያመለክታል።

በመካከል ያለው ኮከብ “ዋሳት” (WASAT) ሲባል ትርጉሙ “መቀመጥ በቦታው መቀመጥ” ማለት ነው። ከከዋክብቱ ውስጥ አንደኛው በዕብራይስጥ “ፕሮፑስ” (Propus) ሲባል ፍቺው “ቅርንጫፍ፣ መንሰራፋት” ነው። ሌላው በዐረብኛ “አል ገውዛ” (Al Giauza) ፍቺው “የዘንባባ ዝንጣፊ” ሲሆን “አል ዲራ” (Al Dira) “ዘር” ወይም “ቅርንጫፍ” ማለት ነው። ይኸውም “በዚያም ቀን የእግዚአብሔር ቍጥቋጥ ለጌጥና ለክብር ይሆናል” የሚለውን የመሲሐ የጌታን መምጣት ያመለክታሉ (ኢሳ 4፥2)።

እነዚህ ሁለቱ ጥንዶች ወካይነታቸው የሥግው ቃል የክርስቶስን ሁለቱን አመጣጥ ነው። የመጀመሪያው ድኅነተ ዓለምን ለመፈጸም መከራን ለመቀበል በትሕትና የመጣው ነበር። ሁለተኛው ግን ለፍርድ ሲመጣ በታላቅ ግርማ እንደሆነ ያመለክታል። ዳግመኛም የነገሥታት ንጉሥ ሲሆን ሥጋን ተዋሕዶ የተቀበለው መከራ ያመለክታል።

ዳግመኛም ጀሚናይ በዕብራይስጥ “ታኡሚም” (Thaumim) ሲባል ፍቺው “መዋሐድ” ማለት ነው። እነዚህ በአንድነት

የሚታዩት ጥንዶች ከ2 አካል 1 አካል፤ ከ2 ባሕርይ 1 ባሕርይ ሆኖ የመጣው ሥግው ቃል ክርስቶስ አምላክም ሰውም፤ አዳኝም መከራ ተቀባይም፣ ጌታም አገልጋይም፣ ንጉሥም ካህንም፤ መሥዋዕትም መሥዋዕት ተቀባይ ነውና ይህን ታላቅ የሥጋዌ ምስጢር ይገልጣል።

በተጨማሪም በአቀማመጣቸው የጌታችን የመድኀኒታችን የኢየሱስ ክርስቶስን በአብ ቀኝ መቀመጥ የሚወክል ነው። በመጽሐፍ ቅዱስ ውስጥም በአብ ቀኝ ስለመቀመጡ የተጠቀሱትን ብንመለከታቸው፡-

- "ጌታ ጌታዬን "ጠላቶችኽን ለእግርኽ መረገጫ እስካደርግልኽ ድረስ በቀኜ ተቀመጥ" አለው" (መዝ 109፥1)
- "ጌታ ኢየሱስም ካነጋገራቸው በኋላ ወደ ሰማይ ዐረገ፤ በአባቱ በእግዚአብሔር ቀኝም ተቀመጠ" (ማር 16፥16)
- "ወመልአ መንፈስ ቅዱስ ላዕለ እስጢፋኖስ ወነጸረ ሰማየ ርኅወ ወርእየ ስብሐተ እግዚአብሔር ወኢየሱስ ይነብር በየማነ እግዚአብሔር"

  (በእስጢፋኖስ መንፈስ ቅዱስ ዐደረበት፤ ሰማይ ተከፍቶ አየ፤ ኢየሱስ በእግዚአብሔር ቀኝ ተቀምጦ የእግዚአብሔርን ክብር አየ) (የሐዋ 7፥56)
- "በሰማያት በጌትነቱ ቀኝ ተቀመጠ" (ዕብ 1፥3)
- "እስመ ቀዳሚሁሰ ለዝንቱ ኵሉ ሊቀ ካህናቲነ ዘነበረ በየማነ መንበረ ኀይል በሰማያት"

  (የዚኽ ዅሉ መጀመሪያ በሰማያት ኀይል ባለው ዙፋን ቀኝ የተቀመጠው ሊቀ ካህናታችን ነው) (ዕብ 8፥1)

❖ "ወንትልዎ ለፍጹም መልአክነ ኢየሱስ ክርስቶስ ዘተዐገሠ ኀፍረተ መስቀል አናኅሲዮ በእንተ ፍሥሓሁ ዘጽኑሕ ሎቱ ወመነና ለኀፍረት ወነበረ በየማነ መንበረ እግዚአብሔር" (ስለሚጠብቀው ደስታውን ንቆ አቃሎ በመስቀል የደረሰበትን ውርደት የታገሠውን ኀፍረትን የናቃትን በአብ ዙፋን ቀኝ የተቀመጠውን አለቃችን ክርስቶስን እንምሰለው) ይላል (ዕብ 13፥2)

በዴንዴራህ ላይ ደግሞ ይህ ዘዲያክ በአንደኛው አቅጣጫ የተቀመጠችው ሴት ሆና ትታያለች፤ ይህም ከሚዋሐዳት ከሙሽሪቱ ከምእመን አጠገብ ሰማያዊ ሙሽራ ክርስቶስ በረድኤት መኖሩን ያመለክታል (ራእ 3፥21)።

እንባብያን የገውዛ ሕብረ ኮከብ ሲወጣ በሰማይ ላይ ምን ሊመስል እንደሚችል ከዚህ በታች ባለው ሥዕል የተገለጠ ሲሆን የመውጪያውን ጊዜ ጠብቃችሁ ቅርጹን በደንብ በሰማይ ላይ ፈልጋችሁ አግኙት።

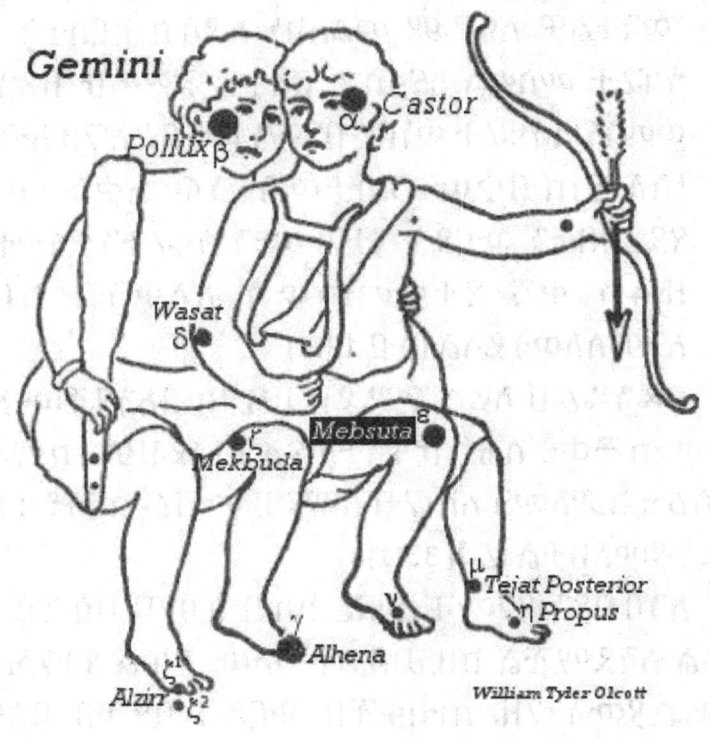

ገውዛ ሕብረ ኮከብ image credited: tcoe.org

ስለ ገውዛ ሕብረ ኮከብ ምሳሌነት የበለጠ ለመረዳት ከርሱ ጋር ተያያዥነት ያላቸው 3 ሕብራተ ከዋክብትን ስንመለከት እነርሱም፡-

1ኛ) ሌፐስ LEPUS

2ኛ) ካኒስ ሜጀር CANIS MAJOR

3ኛ) ካኒስ ማይነር CANIS MINOR ናቸው፡፡

10.1. ሌፐስ ሕብረ ኮከብ LEPUS

የጥንቸል ሕብረ ኮከብ የሚባለው ሌፐስ የዕብራይስጥ ቃሉ "አርኔቦ" (Arnebo) ሲሆን፣ ፍቺውም "የሚመጣው የእርሱ ጠላት፣ በእግር የተረገጠው ጠላት" ማለት ነው። በሕብረ ኮከቡ ላይ ይህ ጥንቸል በኦሪዮን እግር ስር ሊረገጥ ሲል ይታያል። በጥንት በዴንዴራህ ግን "እባብ" ተደርጎ ይሣላል።

በዚህ ሕብረ ኮከብ ውስጥ ያለው "አርኔቦ" (ARNEBO) ተብሎ የሚጠራው ብሩህ ኮከብ ፍቺው "የሚመጣው የእርሱ ጠላት" ማለት ነው።

በዐረብኛም "አርኔቤት" (ARNEBETH) ሲባል ፍቺው ተመሳሳይ ነው።

ሌላው ኮከብ "ኒባል" (NIBAL) ሲባል ትርጉሙ "እብድ"፤ "ራኪስ" (RAKIS) ደግሞ የታሰረ፤ "ሱጊያ" (SUGIA) ደግሞ "አሳሳቹ" ማለት ነው።

ይህም በኦሪዮን እግር ተረግጦ የሚታየው በብዙ ስም የሚታወቀው የሚታሰረው አሳሳቹ ሰይጣን በእግዚአብሔር ልጅ በክርስቶስ መረገጡን መቀጥቀጡን የሚያመልክት ነው።

ይህም በኢሳይያስ ትንቢት ላይ ሲገለጽ፦

❖ "መጥመቂያውን ብቻዬን ረግጫለሁ፣ ከአሕዛብም አንድ ሰው ከእኔ ጋር አልነበረም፤ በቍጣዬ ረገጥኋቸው በመዓቴም ቀጠቀጥኋቸው፤ ደማቸውም በልብሴ ላይ ተረጭቶአል ልብሴንም ሁሉ አሳድፌአለሁ፤ የምበቀልበት

ቀን በልቤ ነውና፣ የምቤዠበትም ዓመት ደርሶአልና" (ኢሳ 63፡3-4)

እንባብያን የሌፐስ ሕብረ ኮከብ ሲወጣ በሰማይ ላይ ምን ሊመስል እንደሚችል ከዚህ በታች ባለው ሥዕል የተገለጠ ሲሆን የመውጪያውን ጊዜ ጠብቃችሁ ቅርጹን በደንብ በሰማይ ላይ ፈልጋችሁ አግኙት።

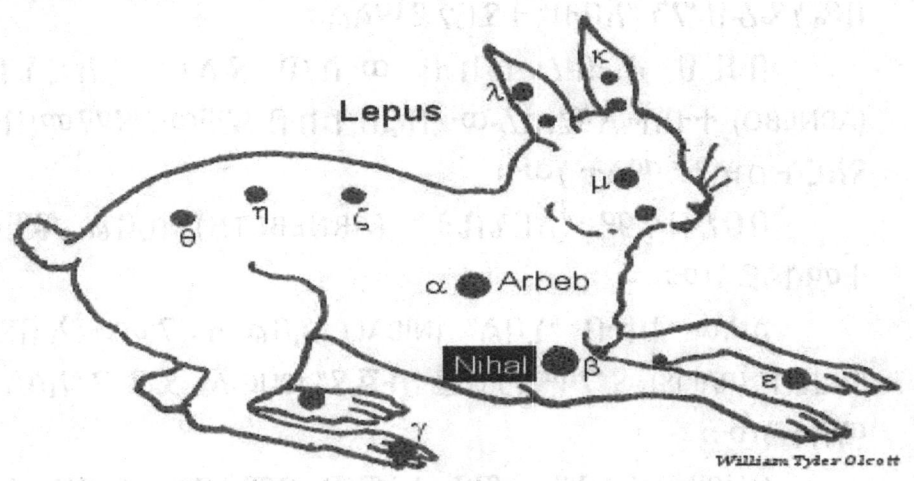

ሌፐስ ሕብረ ኮከብ image credited: tcoe.org

10.2. ካኒስ ሜጀር ሕብረ ኮከብ CANIS MAJOR

ይህ ሕብረ ኮከብ ታላቁ ውሻ በመባል ይታወቃል። በዴንዴራህ የዞዲያክ ቅርጽ ግን ካኒስ ሜጀር በውሻ ቅርጽ ሳይሆን በንስር ወይም በጭልፊት አምሳል ሲታይ፤ ካኒስ ማይነር ደግሞ በትርን በያዘ ሰው አምሳል ይታያል።

የዕብራይስጥ ቃሉ “ሲሪየስ” ሲሆን፣ ፍቹውም “ልዑሉ” የሚል ነው። “የልዑሎቹ ልዑል፤ ገዢው፤ መሪው፤ አለቃው፤ የሚያበራው፤ አርአያው፤ የከበረው፤ ኃያሉ” ይባላል።

ይኸውም የልዑላን ሁሉ ልዑል የነገሥታት ንጉሥ ጌታችን መምጣቱን የሚገልጽ ነው። ነቢዩ ኢሳይያስ የልዑሉን መምጣት እንዲህ ብሎ እንደተናገረ፡-

- “ሕፃን ተወልዶልናልና፣ ወንድ ልጅም ተሰጥቶናልና፤ አለቅነትም በጫንቃው ላይ ይሆናል፤ ስሙም ድንቅ መካር፣ ኃያል አምላክ፣ የዘላለም አባት፣ የሰላም አለቃ ተብሎ ይጠራል ከዛሬ ጀምሮ እስከ ዘላለም ድረስ በፍርድና በጽድቅ ያጸናውና ይደግፈው ዘንድ በዳዊት ዙፋንና በመንግሥቱ ላይ አለቅነቱ ይበዛል፣ ለሰላሙም ፍፃሜ የለውም። የእግዚአብሔር ቅንዓት ይህን ያደርጋል” (ኢሳ 9፥6-7)

በዴንዴራህ ዞዲያክ “አፔስ” (Apes) ሲባል ፍቺውም “ራስ” ማለት ነው። የአባብ ጠላት በሆነው በጭልፊት አምሳል ሲያደርጉት በራሱ ላይ ደግሞ ዘነዘና ያደርጉ ነበር፤ ይህም ጠላት እንደሚቀጠቀጥ ያሳይ ነበር።

በራሱ ላይ ያለው እጅግ በጣም ደማቅ ኮከብ “ሲሪየስ” ሲሆን ፍቺዋ፡- “ልዑል” ነው።

በጥንት አካድያን መጠሪያው “ካሲስታ” (KASISTA) ሲሆን “ገዢና ልዑል” ማለት ነው።

በጥንት ግብጻውያን “ናዚር” (Nazir) ሲሉት ፍቺው “የተላከው ልዑል” ማለት ነው (ማቴ 2፥23)።

በውስጡ ያሉትን ከዋክብት ስያሜ ማወቅ የበለጠ ሕብረ ኮከቡ የያዘውን ምስጢር እንድናውቀው ያደርገናልና ከዚህ በታች ከዋክቡትንና ስያሜዎቹን እንመለከት፡-

“ቲስትራያ” (TISTRYA) ወይም “ቲስታር” (TISTAR) ትርጕሙ፡- “የምሥራቅ ገዢ”።

የግራ እግሩ ኮከብ “ሚዝራም” (MIRZAM) “ልዑሉ ወይም ገዥው”

በሰውነቱ ያለው ኮከብ “ዌዘን” (WESEN) “ብሩሁ ወይም አንጸባራቂው ልዑል”።

የቀኙ የኋላ እግር ላይ ያለው ኮከብ “አድሃራ” (ADHARA) “ባለ ክብሩ”። “አስቸሬ” (ASCHERE) “የሚመጣው”

“አል ሺራ” (AL SHIRA) እና “አል ጀሚኒያ” (AL JEMENIYA) “የልዑሉ ወይም የአለቃው ቀኝ እጁ”።

“አቡር” (ABUR) ወይም “አል ሀቦር” (AL HABOR) “ኃያሉ”። “ሙልቲፌን” (MULTIPHEN) “ገዢው” ማለት ነው።

ይኸውም ሥጋን ተዋሕዶ የመጣው የእግዚአብሔር ልጅ ኢየሱስ ክርስቶስ ልዑል፣ የጌቶች ጌታ፣ የነገሥታት ንጉሥ እንደሆነ ያመለክታል፡-

- “እነሆ፣ ሰብአ ሰገል፦ የተወለደው የአይሁድ ንጉሥ ወዴት ነው? ኮከቡን በምሥራቅ አይተን ልንሰግድለት መጥተናልና እያሉ ከምሥራቅ ወደ ኢየሩሳሌም መጡ” (ማቴ 2፥1-2)
- “ለጽዮን ልጅ፦ እነሆ፣ ንጉሥሽ የዋህ ሆኖ በአህያ ላይና በአህያይቱ ግልገል በውርንጫይቱ ላይ ተቀምጦ ወደ አንቺ

ይመጣል በሉአት ተብሎ በነቢይ የተነገረው ይፈጸም ዘንድ ይህ ሆነ" (ማቴ 21፥4-5)

- "ኢየሱስም በገዢው ፊት ቆመ፤ ገዢውም፦ የአይሁድ ንጉሥ አንተ ነህን? ብሎ ጠየቀው፤ ኢየሱስም፦ አንተ አልህ አለው" (ማቴ 27፥11)
- "ይህ የአይሁድ ንጉሥ ነው ተብሎ በግሪክና በሮማይስጥ በዕብራይስጥም ፊደል የተጻፈ ጽሕፈት ደግሞ በእርሱ ላይ ነበረ" (ሉቃ 23፥38)
- "ናትናኤልም መልሶ፦ መምህር ሆይ፥ አንተ የእግዚአብሔር ልጅ ነህ፤ አንተ የእስራኤል ንጉሥ ነህ አለው" (ዮሐ 1፥50)
- "ያንም መገለጡን በራሱ ጊዜ ብፁዕና ብቻውን የሆነ ገዥ፥ የነገሥታት ንጉሥና የጌቶች ጌታ፥ ያሳያል" (1ኛ ጢሞ 6፥15)
- "በልብሱና በጭኑም የተጻፈበት፦ የነገሥታት ንጉሥና የጌታዎች ጌታ የሚል ስም አለው" (ራእ 19፥16)

አንባብያን የካኒስ ሜጀር ሕብረ ኮከብ ሲወጣ በሰማይ ላይ ምን ሊመስል እንደሚችል ከዚህ በታች ባለው ሥዕል የተገለጠ ሲሆን የመውጫያውን ጊዜ ጠብቃችሁ ቅርጹን በደንብ በሰማይ ላይ ፈልጋችሁ አግኙት።

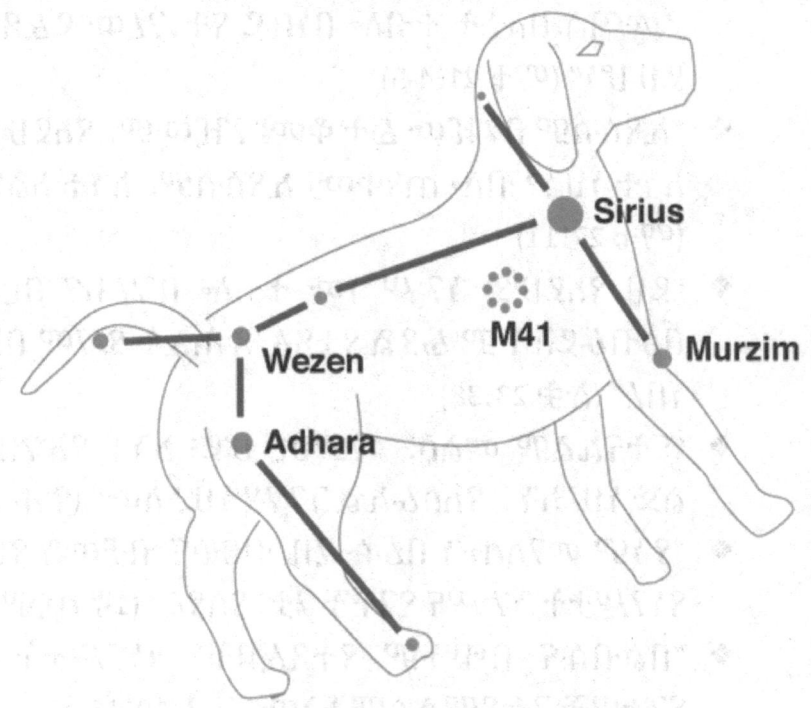

ካኒስ ሜጀር ሕብረ ኮከብ image credited: tcoe.org

10.3. ካኒስ ማይነር ሕብረ ኮከብ (Canis Minor)

ካኒስ ማይነር በጥንት የዴንዴራህ ዞዲያክ መጠሪያው “ሴባክ” (Sebak) ሲሆን ፍቺው “መቆጣጠር፤ ድል መንሣት” ማለት ነው። በዚህ ሕብረ ኮከብ ውስጥ ያለው ብሩህ ኮከብ “ፕሮሲዮን” (Procyon) ሲባል ትርጕሙ “ታዳጊ፤ ቤዛ” ማለት ነው። በነቢዩ የኢሳይያስ ትንቢት ላይ እንዲህ እንደተነገረ፦

❖ “እርሱ የእግዚአብሔር ነፋስ እንደሚነዳው እንደ ጐርፍ ፈሳሽ ይመጣልና በምዕራብ ያሉት የእግዚአብሔርን ስም፥

በፀሐይ መውጫም ያሉት ክብሩን ይፈራሉ ለጽዮን ታዳጊ ይመጣል" (ኢሳ 59፥19-20)

በአንገቱ ላይ ያለው ኮከብ "አልጎሜኢሳ" (ALGOMEISA) ሲባል ፍቺው "የሌሎችን ጽኑ ሸክም የተሸከመ" ማለት ነው።

ሌሎቹ "አል ሺራ" (AL SHIRA) እና "አል ሼሜሊያ" (AL SHEMELIYA) ፍቺው "የልዑሉ ወይም የአለቃ ግራ እጅ" ማለት ነው። "አል ጎሜኢራ" (AL GOMEYRA) ማለት "ፈጻሚው" ማለት ነው። በአጠቃላይ ካኒስ ማይነር የኢየሱስ ክርስቶስን ቤዛነት መድኀኒትነት ያመለክታል።

ከላይ ያየነው የገውዛ ሕብረ ኮከብና 3ቱም ሕብራተ ከዋክብት አመልካቾነታቸው የነገሥታት ንጉሥ የጌታችንን ሁለቱን አመጣጥ፣ የጠላትን መቀጥቀጥና መሻር ነው።

አንባብያን የካኒስ ማይነር ሕብረ ኮከብ ሲወጣ በሰማይ ላይ ምን ሊመስል እንደሚችል ከዚህ በታች ባለው ሥዕል የተገለጠ ሲሆን ለመለየት በአጠገቡም ኦሪዮንና ካኒስ ሜጀር አሉና የመውጪያውን ጊዜ ጠብቃችሁ ቅርጹን በደቡብ በሰማይ ላይ ፈልጋችሁ አግኙት።

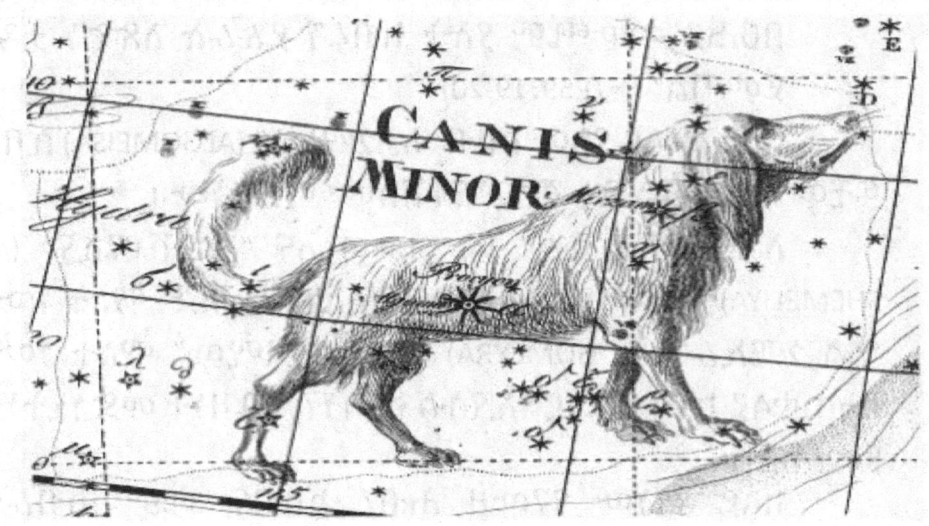

ካኒስ ማይነር ሕብረ ኮከብ image credited: google.com

11ኛ. የሰርጣን ዞዲያክ ሕብረ ኮከብ (CANCER)

መንጋዎቹ ምእመናንን ማንም ከጌታ እጅ ሊነጥቃቸው እንደማይችል የሚገልጽልን ዐሥራ አንደኛው ሕብረ ኮከብ በግእዝ “ሰርጣን” ሲባል በዐረብኛ ሰረጣን፤ በዕብራይስጥ ሳርጣን ሲባል፤ ሰርጣን ማለት ጕርምጥ ወይም የጕርምጥ ዓይነት ብዙ እጅ እግር ያለው የባሕር ተንቀሳቃሽ ፍጥረት ነው።

በዴንዴራህ ግን “ክላሪያ” (Klaria) ሲባል “ከብቶችን የሚይዝ” እንደማለት ነው። የዐረብኛ መጠሪያው “አል ሳርታን” (AL SARTAN) በሲሪያክ “ሳርታኖ” (Sartano) ፍቺው “የሚይዝ የሚያስተሳስር” ማለት ነው።

በላቲን ካንሰር መጠሪያው ከግሪኩ “ካርኪኖስ” (KARKINOS) ከሚለው ሲሆን ፍቺውም “የሚይዝ ወይም የሚከብ” ማለት ነው።

ግብጻውያን "ክላሪያ" (Klaria) ሲባል "መንጋ፣ ማረፊያ ቦታ" ማለት ነው። በአካድያን "ሱኩልና" (Su-kul-na) ሲባል "ለቀም አድርጎ የሚይዘው ወይም የዘር ባለቤት" ማለት ነው።

የጥንት "ፕራኤሴፔ" (PRAESEPE) የሚለው ስሙ ፍቺው "የትውልዶች መብዛት" የሚል ነው። በራሱ ላይ ያለው ብሩህ ኮከብ "ቴጅሚኔ" (TEGMINE) ፍቺው "መያዝ" ነው።

ከትልቅ ጥፍሩ በታች ያለው ኮከብ "አኩቤኔ" (ACUBENE) ሲባል በዕብራይስጥም በዐረብኛም "መጠለያ ወይም መደበቂያ" ማለት ነው። ማአልፋ "MA'AlAPH የሚባለው ኮከብ ፍቺው "የሺሕ ጉባኤ" ማለት ነው።

ሌላው ኮከብ "አል ሂማሬኢን" (AL HIMAREIN) ሲባል ፍቺው "ሕፃናቱ ወይም ጠቦቶቹ" ነው።

ይህም እረኛ በጎቹ እንዳይጠፉበት አውሬ እንዳይበላቸው በበረት ውስጥ እንዲያኖር እንዲይዝ አማናዊ እረኛ ጌታችን ኢየሱስ ክርስቶስም ምእመናንን በረድኤት መጠበቁን የሚያመልክት ነው።

ሌላው በሸርጣን ሕብረ ኮከብ ውስጥ ያለው "አሴለስ ቦሪያሊስ" (Asellus Borealis) ትርጕሙ "የሰሜን አህያ" ነው። ሌላው ደግሞ "አሴለስ አውስትራሊየስ" (Asellus Australis) "የደቡብ አህያ" በመባል ይታወቃል። በመሆኑም የደቡብና የሰሜን አህዮች በመባል የሚታወቁ ሁለት በውስጡ አሉ ማለት ነው። በሕብረ ኮከቡ ውስጥ አህዮቹ ዙሪያ የበጎች ጉረኖ አለ። ይህም በመጽሐፍ ቅዱስ ውስጥ በያዕቆብ ምርቃት እንዲህ ተገልጧል፦

- “ይሳኮር አጥንተ ብርቱ አህያ ነው፥ በበጎች ጕረኖም መካከል ያርፋል፤ ዕረፍትም መልካም መሆንዋን አየ፥ ምድሪቱም የለማች መሆንዋን፤ ትከሻውን ለመሸከም ዝቅ አደረገ፥ በሥራም ገበሬ ሆነ” (ዘፍ 49፥14-15)

ዳግመኛም ሰርጣን ብዙ እጅ እግር ያለው የባሕር ተንቀሳቃሽ ፍጥረት ሲሆን አንዴ ከያዛችሁ፣ ከፍተኛ ጉልበት ተጠቅማችሁ ካላላቀቃችሁት በስተቀር፣ አይለቃችሁም። እግሮቹን በመጠቀም ያድናል፤ ታዳኙን በአፉና በእግሮቹ መካከል በመቆለፍ እንዳያመልጥና ሌሎችም አዳኞች እንዳይወስዱበት ያደርጋል። ሸርጣኑ የያዘውን ወይም ያደነውን ነገር ሊሰርቁት የሚፈልጉትን፣ ማንኛውንም ያክል ርቀት ተጉዞ ይታገላቸዋል።

ይህም ምሳሌነቱ ክርስቶስም እኛ መንጋዎቹን እንደሚጠብቅና ከእጁም ማንም ማን እንደማይነጥቀን ነው።

- “እኔም የዘላለም ሕይወትን እሰጣቸዋለሁ፥ ለዘላለምም አይጠፉም፥ ከእጄም ማንም አይነጥቃቸውም” (ዮሐ 10፥28)

አንባብያን የካንሰር ሕብረ ኮከብ ሲወጣ በሰማይ ላይ ምን ሊመስል እንደሚችል ከዚህ በታች ባለው ሥዕል የተገለጠ ሲሆን የመውጪያውን ጊዜ ጠብቃችሁ ቅርጹን በደንብ በሰማይ ላይ ፈልጋችሁ አግኙት።

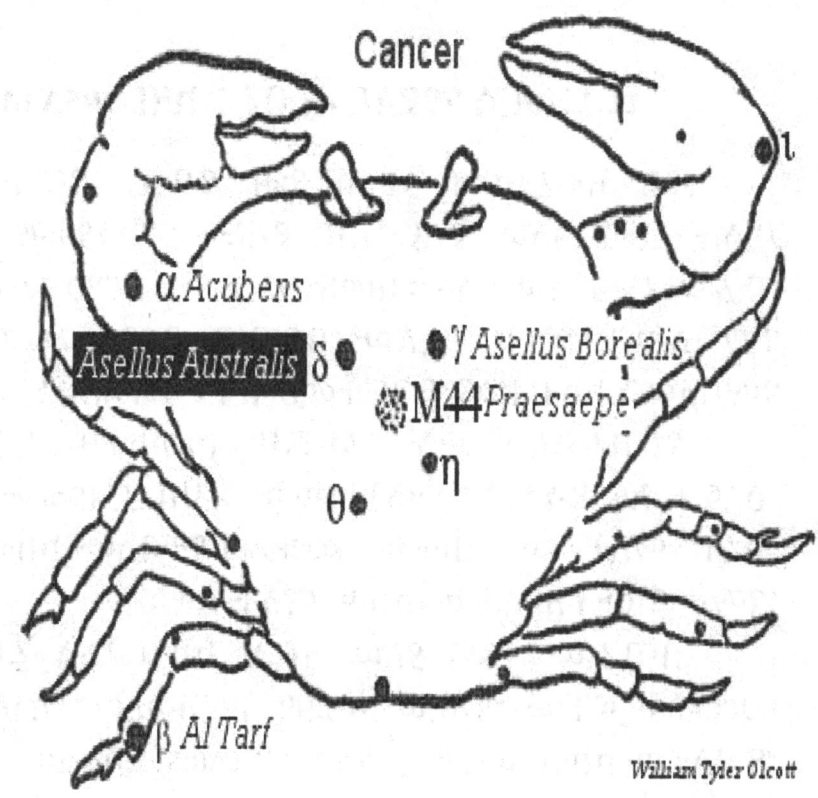

ካንሰር ሐብረ ኮከብ image credited: tcoe.org

ይህንን በጁንብ ለመረዳት ከርሱ ጋር ትስስር ያላቸውን 3 ሐብራተ ከዋክብትን ስንመለከት፡- እነዚህን፡-

11.1. ኡርሳ ማይነር URSA MINOR

11.2. ኡርሳ ሜጀር URSA MAJOR

11.3. አርጎ ARGO

11.1. ኡርሳ ማይነር ሕብረ ኮከብ URSA MINOR

ይህ ሕብረ ኮከብ "ትንሹ ድብ" ይባላል። የጥንት ስሙና ሥዕሉ አሁን ካለው ይለይ ነበር ይላሉ። ምክንያቱም ይህኛው ጭራው ረጅም ነው ይላሉ። በመጽሐፈ ኢዮብ በምዕ 9፥9 ላይ "ድብ የሚባለውን ኮከብ" ሲለው በድጋሚ በምዕ 38፥32 "ድብ የሚባለውን ኮከብ ከልጆቹ ጋር ትመራ ዘንድ ትችላለህን?" ይላል።

የዕብራይስጥ ቃሉ "ዶህቬህ" (DOHVEH) ትርጕሙም "ዕረፍት እና ደኅንነት" ማለት ነው። "ዶህቬር" (Dohver) ማለት "በረት" ማለት ነው። "ኮቻብ" (KOCHAB) የተባለው ኮከብ ፍቺው "የሚመጣውን እርሱን መጠበቅ" ማለት ነው።

በጭራው ጫፍ ያለው ብሩህ ኮከብ "አል ሩካባ" (AL RUCCABA) ፍቺው "የዞረው ወይም የሚዘወረው" ሲሆን አሁን "የዋልታው ኮከብ" ወይም "ፓላሪስ" (POLARIS) ይባላል።

ብሩሁ ኮከቡ "ዱቤህ" (DUBHEH) ሲባል ፍቺው "የእንስሳት መንጋ" ማለት ነው። በዐረብኛ "ዱባህ" (DUBAH) ሲባል "ከብት" ማለት ነው።

ሌሎች ከዋክብት በዚህ ምልክት ያሉ "ኮቻብ" (KOCHAB) ሲባሉ "የሚመጣውን ጠብቁት" ማለት ነው።

"አል ፔርካዲን" (AL PHERKADAIN) ፍቺው "ወሬዛ ከብቶች"

"አል ጀዲ" (AL GEDI) "ወሬዛ ፍየል"፤

"አል ካይድ" (AL KAID) "የተሰበሰቡ"፤

"አርካስ" (ARCAS) ወይም "አርክቶስ" (ARCTOS) "ዐብረው የሚሄዱ" ወይም "የዳኑት ምሽግ" ማለት ነው።

ይህ ሁሉ የሚያስረዳው መድኀኒታችን መንጋዎቹ ምእመናንን ባማረ በአስተማማኝ ቦታ ማኖሩን፤ ምእመናንንም መምጣቱን የሚጠብቁት መሆኑን ነው። በመጽሐፍ ቅዱስ ላይ እንዲህ እንደተጻፈ፡-

- "ስለዚህ በእግዚአብሔር ዙፋን ፊት አሉ፥ ሌሊትና ቀንም በመቅደሱ ያመልኩታል፥ በዙፋኑም ላይ የተቀመጠው በእነርሱ ላይ ያድርባቸዋል፤ ከእንግዲህ ወዲህ አይራቡም፥ ከእንግዲህም ወዲህ አይጠሙም፥ ፀሐይም ትኩሳትም ሁሉ ከቶ አይወርድባቸውም፤ በዙፋኑ መካከል ያለው በጎ እረኛቸው ይሆናልና ወደ ሕይወትም ውኃ ምንጭ ይመራቸዋልና፤ እግዚአብሔርም እንባዎችን ሁሉ ከዐይናቸው ያብሳል" (ራእ 7፥15-17)

አንባብያን የኡርሳ ማይነር (ትንሹ ድብ) ሕብረ ኮከብ ሲወጣ በሰማይ ላይ ምን ሊመስል እንደሚችል ከዚህ በታች ባለው ሥዕል የተገለጠ ሲሆን የመውጫያውን ጊዜ ጠብቃችሁ ቅርጹን በደንብ በሰማይ ላይ ፈልጋችሁ አግኙት።

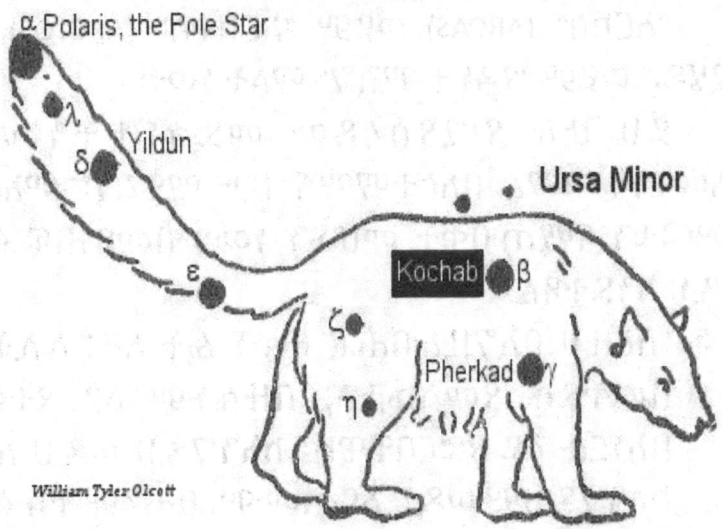

ኡርሳ ማይነር (ትንሹ ድብ) ሕብረ ኮከብ image credited: tcoe.org

11.2. ኡርሳ ሜጀር ሕብረ ኮከብ URSA MAJOR

ታላቁ ድብ ይሉታል። በኡርሳ ማይነር እንዳየነው ይህም የጥንት ስሙና ሥዕሉ አሁን ካለው ይለይ ነበር ይላሉ። በአጠቃላይ ከስሞቹ አንዱ ስሙ “በረት” ወይም “ጉረኖ” (የእንስሳት ማኖሪያ) ነው።

የዚህ ኮከብ ሌላኛው ስሙ “ሳይኖሱር” ወይም “አናሱራ” ሲሆን፣ ፍቾውም “በከፍታ የሚነሣ” ወይም “ሰማያዊ ደረጃ” የሚል ነው።

በዐረብኛ “አል ናይሽ” (AL NAISH) ወይም “አኒያሽ” (ANNAISH) ሲባል “እንደ በግ መንጋ በሕብረት የተሰበሰቡ” ማለት ነው።

ብሩሁ ኮከብ “ዱቢ” (DUBHE) “የእንስሳት ወይም የመንጋ ስብስብ” ማለት ነው፡፡

በሰውነቱ መካከል ያለው ኮከብ “ሜራክ” (MERACH) “መንጋ” ማለት ነው፡፡ በዐረብኛ “የተዋጀ” ማለት ነው፡፡

ከጭራው አጠገብ ያለው “ፓኤዳ” (PHAEDA) ወይም “ፓክዳ” (PHACDA) ማለት “ኀበኘ፣ ጠበቀ፣ ቆጠረ” ማለት ነው፡፡

በጭራው ያለው ኮከብ “አሊኦት” (ALIOTH) ማለት “ሴት ፍየል” ማለት ነው፡፡ በጭራው መካከል ያለው “ሚዛር” ሲባል ትርጉሙ “የተለየ፣ ትንሽ” ማለት ነው፡፡

ከመጨረሻው አጠገብ “አል ኮር” (AL COR) ማለት “ጠቦት” ነው፡፡

ከጭራው መጨረሻ ያለው ኮከብ “ቤኔት ናይሽ” (BENET NAISH) ፍቺው “የጉባኤው ሴት ልጆች” ማለት ነው፡፡

“ኤል አልኮላ” (EL ALCOLA) ፍቺው “የበጎች ጉረኖ” ማለት ነው፡፡

“ካብክ አል አሳድ” (CAB’D AL ASAD) “የበዙ ጉባኤ”

“ማግሬዝ” (MAGREZ) የተለዩ፤

“ኤል ካፍራን” ‘የዳኑና ካሳ የተከፈለላቸው” ማለት ነው፡፡

ይሄ ሁሉ የሚያመለክተው የእግዚአብሔር ልጅ ኢየሱስ ክርስቶስ እውነተኛ እረኛ ነውና በጎቹ ምእመናንን የሚጠብቅ በመንግሥተ ሰማያት በምቹ ቦታ የሚያኖራቸው እንደሆነ የሚገልጽ ነው፤ እነዚህን ስሞች የሚያብራሩ በርካታ የቅዱሳት መጻሕፍት ንባባት አሉ፤ ከነዚህ መካከል፡-

- "እኔ ራሴ በጎቼን አሰማራለሁ አስመስጋቸውማለሁ፣ ይላል ጌታ እግዚአብሔር። የጠፋውንም እፈልጋለሁ የባዘነውንም እመልሳለሁ የተሰበረውንም እጠግናለሁ የደከመውንም አጸናለሁ።" (ሕዝቅኤል 34፥15-16)
- "አሕዛብ ሆይ፥ የእግዚአብሔርን ቃል ስሙ፥ በሩቅም ላሉ ደሴቶች አውሩና፦ እስራኤልን የበተነ እርሱ ይሰበስበዋል፥ እረኛም መንጋውን እንደሚጠብቅ ይጠብቀዋል በሉ" (ኤር 31፥10)

ሰርጣን ስለሚባለው ሕብረ ኮከብ እንዳየነው የቅዱሳን ጉባኤ ይደረጋል፤ በ30፤ በ60፤ በ100 ፍሬ አምሳል በምእመናን ዘንድ በማእረግ መለያየት አለና እዚህ ላይ ትንሹ ቡድን አነስ ባለው በረት ወይም ትንሹ ዲፐር (በረት) ውስጥ ይሆናል። በገድል በትሩፋት የከበሩት ትልቁ ቡድን ደግሞ በታላቁ በረት ወይም በትልቁ ዲፐር (በረት) ይሰበሰባሉ።

"ለእሑቲ አሐቲ ምስለ ዘይዛወጋ" እንዲል የገድል ወገን ወገናቸውን ይዘው በምድራዊት ኢየሩሳሌም ሳይሆን ነጻ በምታወጣው በኢየሩሳሌም ሰማያዊት የሚሆን ጉባኤ ቅዱሳንን የሚያመለክት ነው።

በመጽሐፍ ቅዱስ ላይ እንዲህ እንደተጻፈ፦

- “እግዚአብሔር እረኛዬ ነው፥ የሚያሳጣኝም የለም፤ በለመለመ መስክ ያሳድረኛል፤ በዕረፍት ውኃ ዘንድ ይመራኛል” (መዝ 22(23) ፥1-2
- “ላይኛይቱ ኢየሩሳሌም ግን በነጻነት የምትኖር ናት እርስዋም እናታችን ናት” (ገላ 4፡26)
- “ነገር ግን ወደ ጽዮን ተራራና ወደ ሕያው እግዚአብሔር ከተማ ደርሳችኋል፥ ወደ ሰማያዊቱም ኢየሩሳሌም፥ በደስታም ወደ ተሰበሰቡት ወደ አእላፋት መላእክት በሰማያትም ወደ ተጻፉ ወደ በኵራት ማኅበር፥ የሁሉም ዳኛ ወደሚሆን ወደ እግዚአብሔር፥ ፍጹማንም ወደ ሆኑት ወደ ጻድቃን መንፈሶች” (ዕብ 12፡22-23)
- “ቅድስቲቱም ከተማ አዲሲቱ ኢየሩሳሌም፥ ለባልዋ እንደ ተሸለመች ሙሽራ ተዘጋጅታ፥ ከሰማይ ከእግዚአብሔር ዘንድ ስትወርድ አየሁ፤ ታላቅም ድምፅ ከሰማይ፦ እነሆ፥ የእግዚአብሔር ድንኳን በሰዎች መካከል ነው ከእነርሱም ጋር ያድራል፥ እነርሱም ሕዝቡ ይሆናሉ እግዚአብሔርም እርሱ ራሱ ከእነርሱ ጋር ሆኖ አምላካቸው ይሆናል” (ራእ 21፡ 2-3)

አንባብያን የኡርሳ ሜጀር (ትልቁ ድብ) ሕብረ ኮከብ ሲወጣ በሰማይ ላይ ምን ሊመስል እንደሚችል ከዚህ በታች ባለው ሥዕል የተገለጠ ሲሆን የመውጪያውን ጊዜ ጠብቃችሁ ቀርጹን በደንብ በሰማይ ላይ ፈልጋችሁ አግኙት።

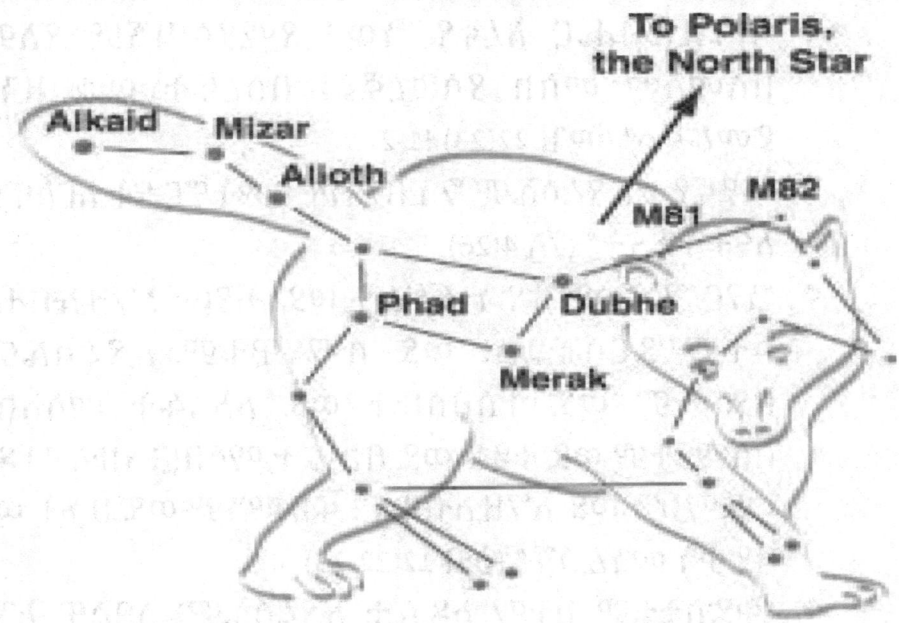

ኡርሳ ሜጀር (ትልቁ ድብ) ሕብረ ኮከብ image credited: studiousguy

11.3. አርጎ ሕብረ ኮከብ ARGO

አርጎ ማለት "መርከቡ"፤ የተጓዦች አንድነት፤ የሚመጣው የእርሱ መሆን" ማለት ነው። በዚህ ሕብረ ኮከብ ያለው ብሩሁ ኮከብ "ካኖፒስ" (CANOPIS) ሲባል "የሚመጣው የርሱ ግዛት" ማለት ነው።

ሌሎቹን የከዋክብት ስያሜ ከነሙሉ ፍቺያቸው ስንመለከት

"ሳፒና" (SEPHINA)፡- "መብዛትና መትረፍረፍ"

"ቱሬይስ" (TUREIS) "ግዛት (ባለቤትነት)"

"አስሚዲስካ" (ASMIDISKA) "ይጓዝ የነበረው የተለቀቀ"

"ሶሄይል" (SOHEIL) "የሚሻ"

"ሱቢሎን" (SUBILON) "ቅርንጫፍ" ማለት ነው።

ከሥያሜው እንደምንረዳው አርጎ ሕብረ ኮከብ የጌታን እጅግ ውድ የሆኑ ልጆቹን ወይም ንብረቶቹን ተሸክሞ ወደ ሰማያዊ ቤታቸው የሚወስድ መርከብ ነው። "የተጓዦች ጉባኤ" የተባሉት ይህንን ጉዞ ከጥንት ጀምሮ ጌታ እስከሚመጣበት ጊዜ ድረስ ሲጠብቁ የነበሩት የተዋጁት ምእመናን ናቸው።

ሌሎች ደግሞ በግሪክ ታሪክ ውስጥ ካለው ሊቀ ሐመር ጄሰን እና አርጎናውትስ ወርቃማውን የበግ ጸጉር (ይህ የጠፋው የዓለም ሀብት ተደርጎ የሚቆጠር ነው) ለመፈለግና ለማግኘት እንደሄዱበት ታሪክ አድርገው ያዩታል።

ውድ ሃብት የተባሉት አሁን ወደ ሰማያዊ ቤታቸው በመጓዝ ላይ ያሉት የእግዚአብሔር ቅዱሳኖች ናቸው፤ ሊቀ ሐመሩም ኢየሱስ ክርስቶስ ነው፡-

- ❖ "ብርሃንሽ መጥቶአልና የእግዚአብሔርም ክብር ወጥቶልሻልና ተነሺ አብሪ፤ እነሆ፥ ጨለማ ምድርን ድቅድቅ ጨለማም አሕዛብን ይሸፍናል፤ ነገር ግን በአንቺ ላይ እግዚአብሔር ይወጣል ክብሩም በአንቺ ላይ ይታያል፤ አሕዛብም ወደ ብርሃንሽ ነገሥታትም ወደ መውጫሽ ጸዳል ይመጣሉ፤ ዐይኖችሽን አንሥተሽ በዙሪያሽ ተመልከቺ፤ እነዚህ ሁሉ ተሰብስበው ወደ አንቺ ይመጣሉ፤ ወንዶች ልጆችሽ ከሩቅ ይመጣሉ፥ ሴቶች ልጆችሽንም በጫንቃ ላይ ይሸከሙአቸዋል፤ በዚያን ጊዜ የባሕሩ በረከት ወደ አንቺ ስለሚመለስ፥ የአሕዛብም ብልጥግና ወደ አንቺ

ስለሚመጣ፥ አይተሽ ደስ ይልሻል፥ ልብሽም ይደነቃል ይሰፋማል፤ የግመሎች ብዛት፥ የምድያምና የጌፌር ግመሎች፥ ይሸፍኑሻል፤ ሁሉ ከሳባ ይመጣሉ፥ ወርቅንና ዕጣንን ያመጣሉ የእግዚአብሔርንም ምስጋና ያወራሉ፤ የቄዳር መንጎች ሁሉ ወደ አንቺ ይሰበሰባሉ የነባዮትም አውራ በጎች ያገለግሉሻል፤ እኔን ደስ ሊያሰኙ በመሠዊያዬ ላይ ይወጣሉ፥ የክብሬንም ቤት አከብራለሁ፤ ርግቦች ወደ ቤታቸው እንደሚበርሩ፥ እነዚህ እንደ ደመና የሚበርሩ እነማን ናቸው? እርሱ አክብሮሻልና ለአምላክሽ ለእግዚአብሔር ስምና ለእስራኤል ቅዱስ ልጆችሽን ከሩቅ ከእነርሱ ጋርም ብራቸውንና ወርቃቸውን ያመጡ ዘንድ ደሴቶች የተርሴስ መርከቦችም አስቀድመው ይጠባበቁኛል" (ኢሳ 60፥1-9)

በተጨማሪም ይህ የአርጎ መርከብ ኖኅና ቤተሰቦቹ ከጥፋት ውሃ የተሸሸጉበት መርከብን ይወክላል። ይህም ሊታወቅ ኖኅ የላካት ርግብ "ኮልሙባ" (Columba) ሕብረ ኮከብ በአፏ የወይራ ዝንጣፊ ይዛ በአርጎ መርከብ አጠገብ በሰማይ ትታያለች። ይህንንም ከነሙሉ ምሳሌው በዝርዝር እንመልከት።

ይኸውም በኖኅ ዘመን ጌታ ለኖኅ "የጥፋትን ውሃ የማመጣ ነኝና አንተና ቤተሰቦችኽ የምትድኑበትን መርከብ ሥራ" ብሎት አሠራሩን ነግሮታል፤ ኖኅም በታዘዘው መሠረት ሦስት ክፍል አድርጎ ሠርቷታል፤ ከዚያም የጥፋት ውሃ ሳያቋርጥ አርባ ቀንና አርባ ሌሊት ዘንቧል፤ መቶ ዐሥር ቀን ሳይመለም ሳይጎልም ሰንብቷል በድምሩ መቶ አምሳ ቀን ይኾናል፤ ኖኅና በመርከቡ

ውስጥ ያሉት ብቻ ሲተርፉ ከመርከቧ ያልገቡት ግን በጥፋት ውሃ ተደምስሰው አልቀዋል (ዘፍ 6፥1-22፤ ዘፍ 7፥1-29)።

ይኸውም ምሳሌ ነው መርከብ የጌታ መስቀል፤ መርከቡ ሦስት ክፍል እንደኾነ፤ የጌታችን ግራና ቀኝ ክንዱ፤ መኻከሉ ጉንዱ እንደ ሦስት ተቈጥሯልና። በመርከቡ ውስጥ ያሉ በጌታ መስቀሉ ያመኑ፤ በውጪ ያለቁት በጌታችን መስቀል ኀይል ያላመኑ ምሳሌ ናቸው።

አንድም መርከብ የጌታ ትንሣኤ ምሳሌ ነው፤ በውስጥ ያሉ በጌታችን ትንሣኤ ያመኑ፤ በውጪ ያለቁ በጌታችን ትንሣኤ ያላመኑ ምሳሌ ናቸው፤ መርከብ ሦስት ክፍል መኾኑ "ወአሕጸረ ዕድሜ ለርዕሱ" እንዲለው ጌታም ሦስት መዓልት ሦስት ሌሊት በከርሠ መቃብር ዐድሮ ለመነሣቱ ምሳሌ ነውና።

አንድም መርከብ የትንሣኤ ሙታን በውስጥ ያሉ ትንሣኤ ዘለክብር የሚነሡ በጌታችን "ንዑ ኀቤየ" (ወደ እኔ ኑ) የሚባሉ፤ በውጪ ያለቁ ትንሣኤ ዘለኀሣር የሚነሡ በጌታችን "ሑሩ እምኔየ" (ከእኔ ኺዱ) የሚባሉ፤ መርከብ ሦስት ክፍል እንደኾነ ቅዱሳን ባለ 30 ባለ 60 ባለ 100 ኾነው ነውና የሚነሡ ናቸው።

አንድም መርከብ የድንግል ማርያም ምሳሌ ስትኾን፤ ውስጥ ያሉ እመ አምላክ ወላዲተ አምላክ ናት በማለት በቃል ኪዳኗ ያመኑ የምእመናን ምሳሌ። በውጭ ያለቁት ግን እመ አምላክ ወላዲተ አምላክ ብለው ያላመኑ ምሳሌ። ያቺ ሦስት ክፍል መኾኗ እመቤታችን የሥላሴ ማደሪያ የመኾኑዋ ምሳሌ (ሉቃ 1፥35)።

አንድም ቀድሞ ጌታ ከእመቤታችን ሳይወለድ የሥላሴ አንድነታቸው ሦስትነታቸው ተለይቶ አልታወቀም ነበር፤ አንድነት

ሦስትነት መታወቁ ጌታ ከእመቤታችን ከተወለደ ወዲኽ ነውና።

አንድም የሥላሴ ማደሪያ የኾነችው ቅድስት ድንግል በሦስት ወገን ማለት በንጽሐ ሥጋ፣ በንጽሐ ነፍስ፣ በንጽሐ ልቡና ንጽሕት የመኾኗ ምሳሌ ነው።

አንድም እመቤታችን በዚኽ ዓለም፣ በገነት፣ በመንግሥተ ሰማያት ትመሰገናለችና። አንድም በመላእክት፣ በደቂቀ አዳም፣ በካልእ ፍጥረት ትመሰገናቸና። አንድም በነገደ ሴም፣ በነገደ ካም፣ በነገደ ያፌት ትመሰገናለችና።

ይኸው ሊቀ ቅዱስ ያሬድ በድጓው ላይ እንዲህ ይላታል፡-

❖ “ይእቲ ተዐቢ እምአንስት መድኀኒት ለነገሥት፤ ሀይከል ዘኖ፤ ምሥራቅ ዘሕዝቅኤል ማደረ መለኮት ሰመያ” (የሕዝቅኤል ምሥራቃዊት በር፤ የኖ መርከብ፤ የነገሥታት መድኀኒት ርሷ ከሴቶች ትልቃለች የመለኮት ማደሪያን ብሎ ጠራት)

ሊቁ አባ ጊዮርጊስም ምስጢሩን በመጠቅለል በእንዚራ ስብሐት መጽሐፉ ላይ በታላቁ መርከብ እንዲህ ይመስላታል፡-

“መስቀር አንቲ ምክባተ ነፍሳተ ሰማኒ
ከመ ንህየት ምድር እምግፍዐ መላእክት ማሕዘኒ

(ምድር ከሚያሳዝን የመላክእት ግፍ (መቅሠፍት) እንደዳነች የስምንቱ ነፍሳት መሸሸጊያ መርከብ አንቺ ነሽ)

“ኦ እግዝእትየ ማርያም ለተረፈ ዓለም ነፍቁ
ዘኮንኪዮ ምክባተ ሎቱ ወለደቂቁ”

(የሰው ዘር ቅሬታ የሚኾን የኖኅ መርከብ እመቤቴ ማርያም ሆይ ለራሱና ለልጆቹ መሸሸጊያን የኾንሽው ነሽ)።

“ኦ እግዝእትየ ማርያም ለተረፈ ዓለም ኖኅ ማሕየዊት ዕፀ

አዕፁቀ ፍጥረት ሐዳስ እንተ እምኔሃ ሠረጹ”

(የሐዲስ ፍጥረት ቅርንጫፎች ከርሷ የበቀሉ ከሰው የተረፈ የኖኅ አዳኝ ዕፀ (መርከቡ) አንቺ ነሽ)።

አንባብያን አርጎ ሕብረ ኮከብ ሲወጣ በሰማይ ላይ ምን ሊመስል እንደሚችል ከዚህ በታች ባለው ሥዕል የተገለጠ ሲሆን የመውጪያውን ጊዜ ጠብቃችሁ ቅርጹን በደንብ በሰማይ ላይ ፈልጋችሁ አግኙት።

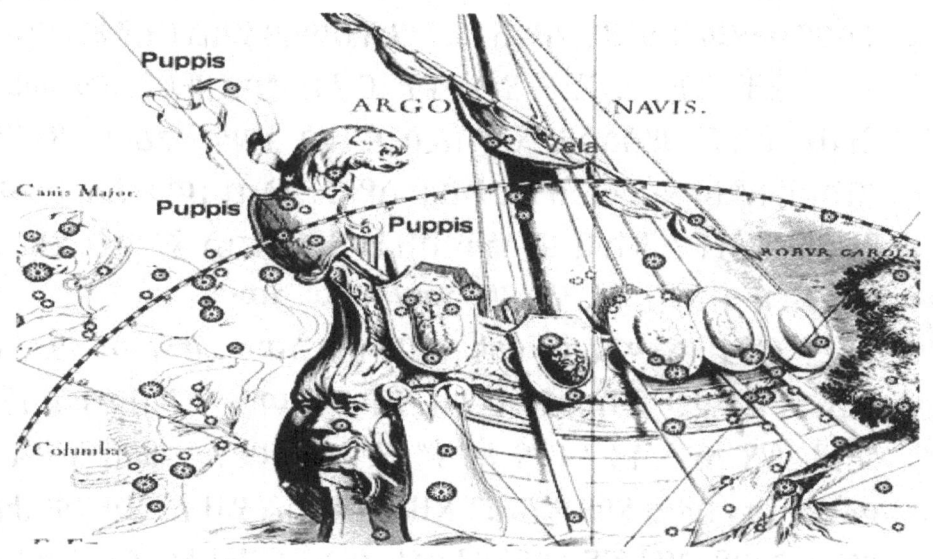

አርጎ የመርከብ ሕብረ ኮከብ image credited: medium.com

የአርጎ የመርከብ ሕብረ ኮከብን የሚያነሣ ከአርጎ መርከብ አጠገብ በአፍ የወይራ ቅጠል ይዛ የምትበረውን የርግብ ሕብረ ኮከብ ማንሣቱ አይቀርም። ይቺውም “ኮሉምባ” (Columba) ሕብረ ኮከብ ተብላ ትጠራለች። “ኮሉምባ” ማለት በላቲን “ርግብ” ማለት ነው፤ ይኸውም ከጥፋት ውሃ በመርከቡ ውስጥ ኹኖ የተረፈው ኖኅ

የጥፋት ውሃ መጕደሉና አለመጕደሉን ለማየት የመርከቢቷን መስኮት ከፍቶ ቁራን ላከው፤ ቁራው ግን የኖኅን ፈቃድ ሳይፈጽም በዚያው ቀርቷል።

ሰባት ቀንም ቆይቶ ምድርን ታይ ዘንድ ዳግመኛ ርግብን ላካት "ወገብአት ኀቤሁ ርግብ ፍና ሠርክ ወባቲ ውስተ አፉሃ ቈጽለ ዘይት ወአእመረ ኖኅ ከመ ነትገ ማየ አይኅ እምነ ምድር" (ርግብም በማታ ጊዜ ወደ ርሱ ተመለሰች፤ በአፏም የዘይት ቅጠል ይዛ ነበር፤ ኖኅም ውሃው ከምድር ላይ እንደጐደለ ዐወቀ) ይላል (ዘፍ 8፥11)።

ይቺ የምሥራቹን ያመጣች ርግብ "ኮሉምባ" (Columba) ሕብረ ኮከብ ምሳሌነቷ የመንፈስ ቅዱስ ነው። ቁራው ደግሞ "በኮርቩስ" (**Corvus**) ሕብረ ኮከብ ላይ የተገለጠ ነው። ስለ ቁራው የኮርቩስ ሕብረ ኮከብ ምንነት ከዚህ በመቀጠል ያለውን የአሰድ ዞዲያክ ሕብረ ኮከብ ስናይ የምንመለከተው ነው።

ርግብ የመንፈስ ቅዱስ ምሳሌ ነው። ቍራው ደግሞ የሰይጣን ነው። ይኸውም ርግብ የጥፋት ውሃ የማብቃቱን ነገር "ሐጸ ማየ አይኅ ነትገ ማየ አይኅ" (የጥፋት ውሃ ጐደለ፤ የጥፋት ውሃ ተገታ) ስትል የምሥራቹን የዘይት ቅጠል ይዛ እንደታየች ሁሉ መንፈስ ቅዱስም ፍዳ መርገም ጠፋ ሲል በርግብ አምሳል ሲወርድ ታይቷልና በወንጌል እንዲህ ተብሎ እንደተጻፈ፦

- "እነሆም ሰማያት ተከፈቱ የእግዚአብሔርም መንፈስ እንደ ርግብ ሲወርድ በእርሱ ላይም ሲመጣ አየ" (ማቴ 3፥16)
- "ወዲያውም ከውኃው በወጣ ጊዜ ሰማያት ሲቀደዱ መንፈስም እንደ ርግብ ሲወርድበት አየ" (ማር 1፥10)
- "መንፈስ ቅዱስም በአካል መልክ እንደ ርግብ በእርሱ ላይ

ወረደ" (ሉቃ 3፥22)

ቁራ የሰይጣን ምሳሌ ነው። ቁራ በዋለበት እንደቀረ የኖኅንም ፈቃድ እንዳልፈጸመ ሰይጣንም የጌታን ፈቃድ አይፈጽምና።

ዳግመኛም ርግብ የቅድስት ድንግል ማርያም ምሳሌ ናት። ምክንያቱም ያቺ ርግብ የወይራ ዘይት ቅርንጫፍ ይዛ እንደተገኘች ቅድስት ድንግል ማርያምም "ሐጸ ማየ ኀጢአት ነትገ ማየ መርገም" (የኀጢአት ውሃ ጐደለ፤ የመርገም ውሃ ተገታ) ስትል ዓመተ ፍዳ ዓመተ ኩነኔን አሳልፎ ዓመተ ምሕረትን የተካ፤ ለዓለሙ ኹሉ ታላቅ የምሥራች የኾነ፤ የዓለም መድኀኒት ክርስቶስን ፀንሳ ወልዳልናለች።

አባ ጽጌ ድንግልም በማሕሌተ ጽጌ መጽሐፋ ላይ እንዲህ ይመስላታል፦

"እመ አተውኪ ውስተ ታቦት ምስለ ቈጽለ ዘይት ሐመልሚል
ከመ አብሠርኪዮ ለኖኅ ትእምርተ ጊዜሁ ለሣህል
አብሥርኒ ጽድቀ በጸዊረ ጽጌ ጽዱል
ማርያም ርግበ ቁስቋም ዘአክናፍኪ መስቀል"

(ከለመለመ የወይን ቅጠል ጋር ወደ መርከብ በገባሽ ጊዜ ለኖኅ የይቅርታ ጊዜው ምልክትን እንደነገርሽው፤ ክንፎችሽ መስቀል የኾኑ የቁስቋም ርግብ ማርያም ንጹሕ አበባን በመያዝ ጽድቅን አብሥሪኝ)።

ሊቁ አባ ጊዮርጊስ ዘጋሥጫም በእንዚራ ስብሐት መጽሐፉ ላይ "ተሰመይኪ ርግበ እንተ አምጽአት ለዜና ቈጽለ ተአምር ርጡበ" (ርጥብ የተአምር ዘንባባን ለምሥራች ያመጣች ርግብን ተባልሽ)

በማለት ሲገልጸው በእንዚራ ስብሐት መጽሐፉ ላይ፡-

"ርግበ ትንቢት አንቲ ብእሴ ሰላም ዘለአካ
እንተ አተወት እምንግደታ በሠርካ"

(በምሽት ከመንገዷ የገባች የሰላም ሰው ኖኅ የላካት የትንቢት ርግብ አንቺ ነሽ) ይላታል።

የኮሉምባ ሕብረ ኮከብ image credited: underthenightsky.com

12ኛ. የአሰድ ዞዲያክ ሕብረ ኮከብ (Leo)

የጌታችንን ድል ነሺነት የይሁዳ አንበሳነቱን የሚገልጽልን የመጨረሻው የ12ቱ መገብተ አውራኅ ኮከብ አሰድ ነው። አለቃ ኪዳነ ወልድ ክፍሌ በግእዝ መዝገበ ቃላታቸው ላይ "አሰድ" ማለት "አንበሳዊ፣ አንበስ፣ አንበሶ" ማለት እንደሆነ ገልጠዋል። በዕብራይስጥ "አሪያ" (ARIEH) ይባላል፤ ትርጕሙም "ታዳኞቹን የሚያድነው አንበሳ" ማለት ነው። በዐረብኛ "አል አሳድ" (AL ASAD) ትርጕሙም "አንበሳው እንደ ነበልባል በኀይል በመዝለል ይመጣል"

የሚል ነው። በውስጡ ያሉት ከዋክብቶች ስማቸው በእጅጉ ያስደንቃል፡- ይኸውም በአሰድ ያሉትን ከዋክብት ከነፍቺያቸው ስናየው፡-

የንጉሥ ኮከብ የሚሉት ብሩህ ኮከብ "ሬጉለስ" (REGULUS) ፡- "ከእግሩ በታች የሚረገግጥ" ሲባል

በጭራው ጫፍ ያለው "ዴንቦላ" (DENEBOLA)፡- "ፈራጁ ወይም "ጌታ ይመጣል"

በጋማው ያለው "አልጂባ" (ALGIEBHA) ፡- "የተሞገሰ"

በጀርባው ያለው "ዞስማ" (ZOSMA) ፡- "የሚያበራ"

"አል ዳፌራ" (AL DAFERA)፡- "የጠላት መደምሰስ"

"ደነብ አሌሴድ" (Deneb Aleced) "የሚቆጣጠረው የመጣው ፈራጅ" ማለት ነው።

ይህም አሰድ ፍቺው በሙሉ የሚስረዱት ጠላት ሰይጣንን የደመሰሰው የይሁዳ አንበሳ የተባለው የጌታችን የመድኀኒታችን የኢየሱስ ክርስቶስ አምሳል ነው።

አስቀድሞ ያዕቆብ ተገልጾለት ልጁ ይሁዳን ሲመርቀው እንዲህ እንዳለ፡-

❖ "ይሁዳ ወንድሞቸህ አንተን ያመሰግኑሃል፤ እጅህ በጠላቶቸህ ደንደስ ላይ ነው፤ የአባትህ ልጆች በፊትህ ይሰግዳሉ፤ ይሁዳ የአንበሳ ደቦል ነው፤ ልጄ ሆይ፥ ከአደንህ ወጣህ፤ እንደ አንበሳ አሸመቀ፥ እንደ ሴት አንበሳም አደባ፤ ያስነሣውስ ዘንድ ማን ይቸላል? በትረ መንግሥት ከይሁዳ አይጠፋም፥ የገዥም ዘንግ ከእግሮቹ መካከል፥ ገዥ የሆነው

እስኪመጣ ድረስ፤ የአሕዛብ መታዘዝም ለእርሱ ይሆናል" (ዘፍ 49፥8-10)

❖ "ጠላቶቹን አሕዛብን ይበላል፤ አጥንቶቻቸውንም ይሰባብራል፤ በፍላጾቹም ይወጋቸዋል፤ እንደ አንበሳ ዐርፎ ተኝቶአል፤ እንደ እንስቲቱም አንበሳ ተጋድሞአል፤ ማን ያስነሣዋል?" (ዘኁ 24፥8-9)

የጌታም በአንበሳ መመሰል እንዴት ነው? ቢሉ ጠቢብ ፊሳሎጎስ እንደገለጠው የአንበሳ የመጀመሪያ ጥበቡ የአዳኙ ሽታ በመጣበት ጊዜ አዳኞች ዋሻውን እንዳያገኙትና እንዳይዙት ዱካውን በጅራቱ ይደመስሳል። የጌታም ባሕርዩ አይመረመርምና።

አንበሳ በዋሻው ውስጥ በተኛ ጊዜ ዐይኖቹን እና ቅንድቦቹን ገልጦ ያልተኛን ይመስላል። የጌታችን ሥጋውም በመቃብር ውስጥ የሞተ ኾኖ ሳለ ከዚኽ ሥጋ ያልተለየ በኾነ በመለኮቱ ሕያው ነውና።

ሴቲቱ አንበሳ የሞተ ልጅን በምትወልድ ጊዜ አባቱ እስኪመጣ ድረስ ርሷ ትጠብቀዋለች፤ አባቱ በሦስተኛው ዕለት ከመጣ በኋላ በፊቱ ውስጥ ሦስት ጊዜ እፍ ብሎ (ጮኽ ብሎ) ያነሣዋል። እንደዚሁ አቡሁ አንሥኦ ይለዋልና።

ማኅተሙን የፈታው ከነገደ ይሁዳ የተወለደው ኀያሉ ንጉሥ አንበሳው ኢየሱስ ክርስቶስ ነውና በዮሐንስ ራእይ ላይ ሊቃናቱ እንዲህ አሉ፦

❖ "ከሽማግሌዎቹም አንዱ። አታልቅስ፤ እነሆ፣ ከይሁዳ ነገድ የሆነው አንበሳ እርሱም የዳዊት ሥር መጽሐፉን ይዘረጋ ዘንድ ሰባቱንም ማኅተም ይፈታ ዘንድ ድል ነሥቶአል አለኝ" (ራዕይ 5፥5፤ 9)

አንበሳ ክርስቶስ በገዳም ከተመሰለች ከቅድስት ድንግል መወለዱ ዕዝራ ሱቱኤል ተገልጾለት እንዲህ አለ፡-

- “ተንሥአ አንበሳ ወወጽአ እምገዳም እንዘ ይጥህር ወሰማዕክዎ ይነብብ በቃል እጓለ እሐያው”

  (አንበሳ እያገሣ ከበረሓ ወጣ፤ በሰው አንደበትም ሲናገር ሰማኍ) (ዕዝ.ሱቱ. 10፥36)፡፡

በ505 ዓ.ም. የተወለደው ታላቁ ሊቁ ቅዱስ ያሬድም አንበሳ የክርስቶስ ምሳሌ ነውና ይህን በድጓው እንዲህ ይለዋል፡፡

- “ለዘተወልደ እምድንግል ምንተ ንብሎ ናስተማስሎ አርዌ ገዳምኑ አንበሳ ወሚመ ከራድዮን ዖፍ ፀዐዳ”

  (ከድንግል የተወለደውን ምን እንለዋለን? በምንስ እንመስለዋለን? የምድረ በዳ አውሬ አንበሳ ነውን? ወይም ነጩ ዎፍ ከራድዮን?)

ሊቁ አባ ጊዮርጊስ ዘጋሥጫ ስለ ኀያሉ የይሁዳ አንበሳ ጌታችን በመጽሐፈ ሰዓታቱ ላይ በምሳሌነት ሲገልጽ፡-

- “ከመ አንበሳ ተንሣእከ እምከቡድ ንዋምከ
  ከመ ገብር ተትሕትከ
  ይትኀፈሩ ወይሳሠሩ ኵሎሙ ጸላዕትከ”

  (ሞተ ሥጋ ከሚኾን ከባድ እንቅልፍኽ እንደ አንበሳ ተነሣኽ፤ ጠላቶቸኽ ኹሉ ያፍሩ ይዋረዱ ዘንድ እንደ አገልጋይ ተዋረድኽ) ይላል፡፡

አንባብያን አሰድ ሕብረ ኮከብ ሲወጣ በሰማይ ላይ ምን ሊመስል እንደሚቸል ከዚህ በታቸ ባለው ሥዕል የተገለጠ ሲሆን የመውጪያውን ጊዜ ጠብቃቸሁ ቅርጹን በደንብ በሰማይ ላይ

ፈልጋቹሁ አግኙት።

አሰድ ሕብረ ኮከብ image credited: pinterest.com, tcoe.org

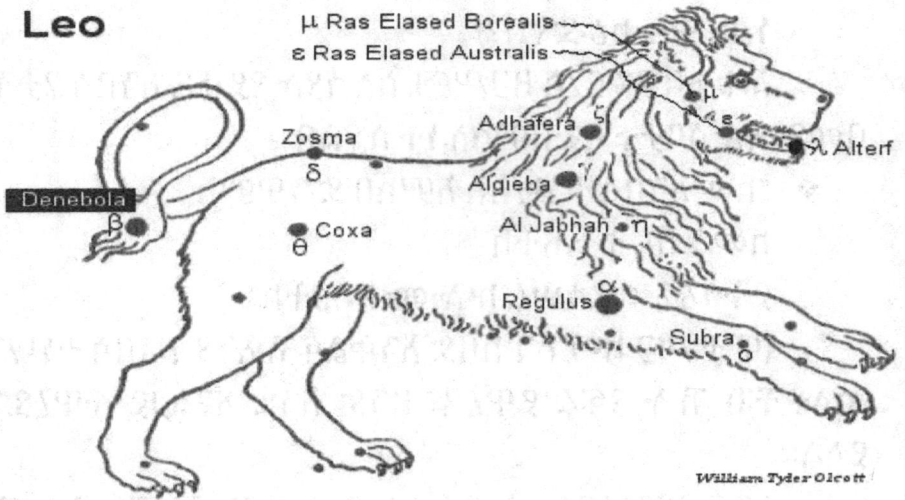

የአሰድን ሐብረ ኮከብ የበለጠ ቀጥለን ከዚህ ጋር ተያያዥነት ያላቸውን 3ት ሐብራተ ከዋክብት ስንመለከት እነርሱም፡-

12.1. ሀይድራ HYDRA

12.2. ክራቴር CRATER

12.3. ኮርቨስ CORVUS ናቸው።

12.1. ሀይድራ ሐብረ ኮከብ HYDRA

ይህ ከሰንቡላ፣ ከአሰድ፣ ከሸርጣን በታች የተዘረጋ የእባብ ቅርጽ የያዘ ሐብረ ኮከብ ሲሆን "ሀይድራ" ማለት የዕብራይስጥ ስም ሆኖ "እርሱ የተጠላ ነው፤ የክፉ ነገር ሁሉ ምንጭ" የሚሉ ትርጒሞችን ይሰጣል።

ሃይድራ "የውሸት አባት፣ የሚሸሸው እባብ" ይባላል። ይህንንም ለመረዳት በላዩ ላይ ያሉትን የከዋክብቱን ፍቺዎች ከዚህ በታች እንመለከታለን፡-

በሀይድራ ላይ ያለው ብሩህ ኮከብ "አል ፓርድ" (AL PHARD)፡- "የተለያየ፣ የተጣለ"።

"አል ድሪን" (AL DRIAN)፡- "ጽዩፍ የተጠላ"።

"ሚንካር አል ሱጊያ" (MINCHAR AL SUGIA)፡- "የአሳቹ መበሳት" ማለት ነው።

በመሆኑም ሀይድራ የሚወክለው በይሁዳ አንበሳ በመሲሑ በዐማኑኤል የተጣለውና የተቀጠቀጠው የወደቀውን እባብ ዲያብሎስን ነው። ይህንንም በመጽሐፍ ቅዱስ ላይ እንዲህ ተገልጧል፡-

- “በአንተና በሴቲቱ መካከል፥ በዘርህና በዘርዋም መካከል ጠላትነትን አደርጋለሁ፤ እርሱ ራስህን ይቀጠቅጣል፥ አንተም ሰኰናውን ትቀጠቅጣለህ” (ዘፍ 3፥15)
- “እግዚአብሔር ግን ከዓለም አስቀድሞ ንጉሥ ነው፥ በምድርም መካከል መድኃኒትን አደረገ፤ አንተ ባሕርን በኃይልህ አጸናሃት፤ አንተ የአባቦችን ራስ በውኃ ውስጥ ሰበርህ፤ አንተም የዘንዶውን ራሶች ቀጠቀጥህ” (መዝ 73 (74)፥12-14)
- “ዓለሙንም ሁሉ የሚያስተው፥ ዲያብሎስና ሰይጣን የሚባለው ታላቁ ዘንዶ እርሱም የቀደመው አባብ ተጣለ፤ ወደ ምድር ተጣለ መላእክቱም ከእርሱ ጋር ተጣሉ” (ራእ 12፥9)
- “የቀደመውንም አባብ ዘንዶውን እርሱም ዲያብሎስና ሰይጣን የተባለውን ያዘው” (ራእ 20፥2)

አንባብያን ሀይድራ ሕብረ ኮከብ ሲወጣ በሰማይ ላይ ምን ሊመስል እንደሚችል ከዚህ በታች ባለው ሥዕል የተገለጠ ሲሆን የመውጪያውን ጊዜ ጠብቃችሁ ቀርጹን በደንብ በሰማይ ላይ ፈልጋችሁ አግኙት።

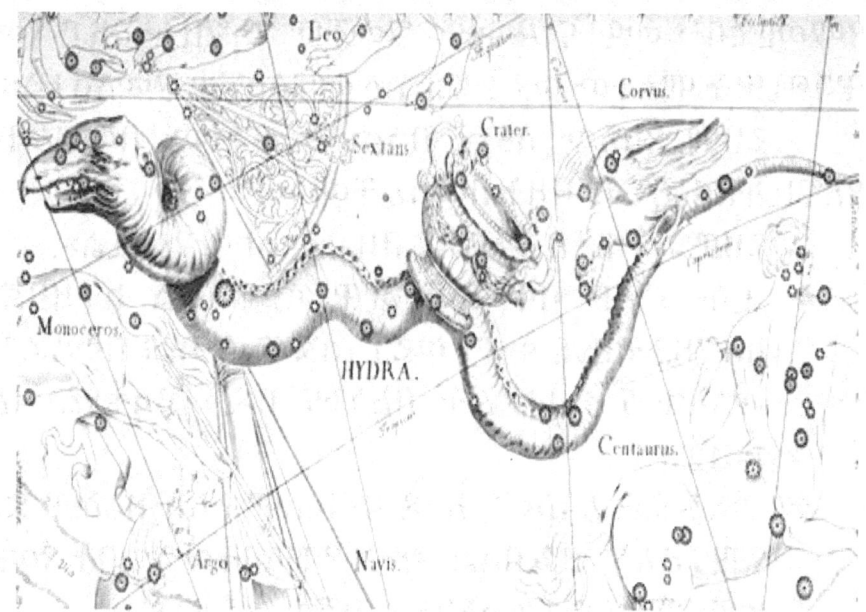

ሀይድራ ሕብረ ኮከብ image credited: chandra.si.edu

12.2. ክራቴር ሕብረ ኮከብ CRATER

የዚህ ሕብረ ኮከብ የዕብራይስጥና የዐረብኛው ስሙ "አል ቼስ" (Al Ches) ሲሆን ትርጉሙም "ጽዋ" ማለት ነው። ይህ ሕብረ ኮከብ የተወሰነ የሀይድራን ክፍል ይሠራል። ሲታይም ትልቅ ጽዋ ተይዞ ይታያል።

ይህም የእግዚአብሔር የመዓቱ ጽዋን ይወክላል። ይህም የቁጣው ጽዋ አባቡ ሰይጣን ላይ በሰው ልጅ ላይ ስለ ሠራው ግፍ

የሚወርድበት መዓትና ሥቃይ ዳግመኛም የእግዚአብሔር የቁጣ ዋንጫዎች ሞልተው ወደ ምድር ስለ መፍሰሳቸው ያመለክታል።

ይህም የሆነው ሰዎች በኃጢአት ጸንተው በመኖራቸው የእግዚአብሔርን ትእዛዛት በመሻራቸው ነው።

ይህም በዮሐንስ ራእይ ላይ በዚህ መልኩ ተገልጧል፦

- “ርሱ ደግሞ በቍጣው ጽዋ ሳይቀላቅል ከተዘጋጀው ከእግዚአብሔር ቍጣ ወይን ጠጅ ይጠጣል፤ በቅዱሳንም መላእክትና በበጉ ፊት በእሳትና በዲን ይሳቀያል” (ራእ 14፥10)
- “ከአራቱም እንስሶች አንዱ ከዘላለም እስከ ዘላለም ድረስ የሚኖር የእግዚአብሔር ቍጣ የሞላባቸውን ሰባት የወርቅ ጽዋዎች ለሰባቱ መላእክት ሰጣቸው” (ራእ 15፥7)
- “ለሰባቱም መላእክት፦ ሄዳችሁ የእግዚአብሔርን ቁጣ ጽዋዎች በምድር ውስጥ አፍስሱ የሚል ታላቅ ድምፅ ከመቅደሱ ሰማሁ” (ራእ 16፥1)
- “ታላቂቱም ባቢሎን የብርቱ ቍጣው ወይን ጠጅ የሞላበትን ጽዋ እንዲሰጣት በእግዚአብሔር ፊት ታሰበች” (ራእ 16፥19)

አንባብያን ክራቴር ሕብረ ኮከብ ሲወጣ በሰማይ ላይ ምን ሊመስል እንደሚችል ከዚህ በታች ባለው ሥዕል የተገለጠ ሲሆን የመውጪያውን ጊዜ ጠብቃችሁ ቅርጹን በደንብ በሰማይ ላይ ፈልጋችሁ አግኙት።

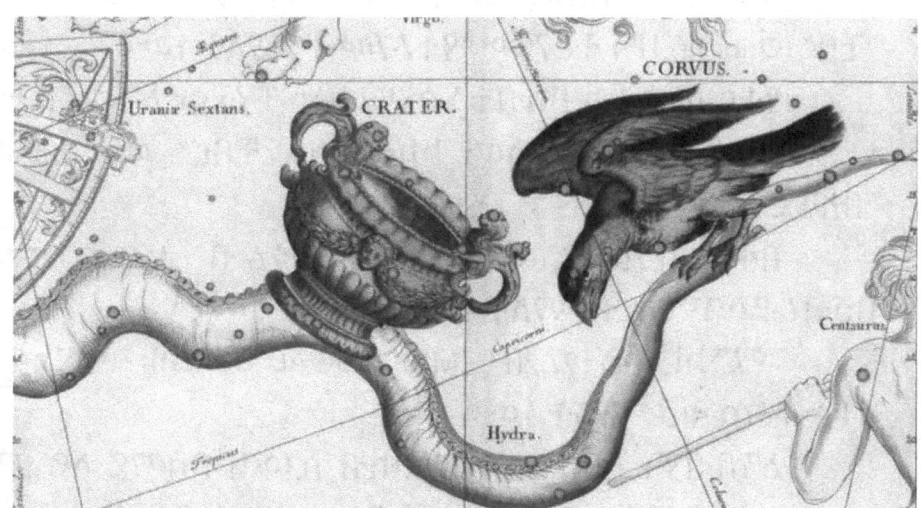

ክራቴር ሕብረ ኮከብ image credited: astronomytrek.com

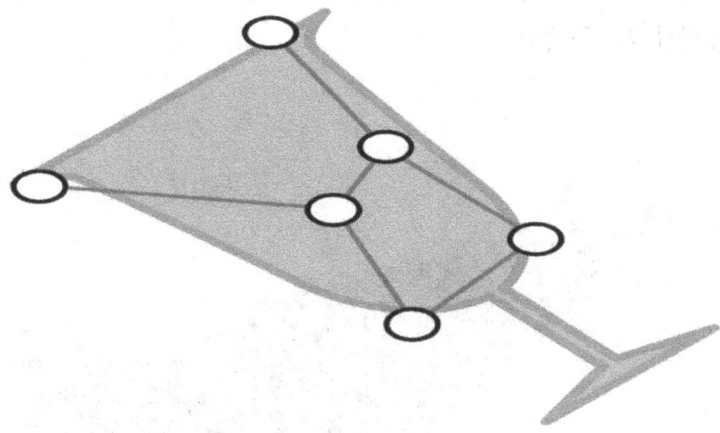

ክራቴር ሕብረ ኮከብ image credited: mediastorehouse.com

12.3. ኮርቨስ ሕብረ ኮከብ CORVUS

ቁራ የሚመስለው ይህ ሐብረ ኮከብ የዕብራይስጥ ቃሉ "ቺባ" (Chiba) ሲሆን ትርጉሙ "የተረገሙት" ማለት ነው።

የተወሰኑትን ከዋክብቱን ስያሜ ከነፍቺያቸው እንመልከት፡-

በቁራው ዐይን ያለው ኮከብ "አል ቺባር" AL CHIBAR፡- "በአንድ ላይ መጐዳኘት"።

በቀኝ ክንፉ ያለው ኮከብ "አል ጎራብ" (AL GOREB)፡- በዕብራይስጥ "ኦሬብ" ማለት ቊራ ነው።

"ሜንካር አል ጎሬብ" (MINCHAR AL GOREB)፡- "በየክፍሉ የተቆራረጠ ቁራ" ማለት ነው።

አንባብያን ኮርቩስ ሐብረ ኮከብ ሲወጣ በሰማይ ላይ ምን ሊመስል እንደሚችል ከዚህ በታች ባለው ሥዕል የተገለጠ ሲሆን የመውጪያውን ጊዜ ጠብቃችሁ ቅርጹን በደንብ በሰማይ ላይ ፈልጋችሁ አግኙት።

ኮርቡስ ሐብረ ኮከብ image credited: astrologyking

የኮርቡስም የሃይድራም ሐብራተ ከዋክብት የሚያመለክቱት በመጨረሻም የተረገመው ሰይጣን ተይዞ ፍጻሜ በሌለው ሥቃይ ውስጥ እንደሚጣልና በላዩም ላይ የሥቃይ ጽዋ እንደሚፈስበት የሚያሳይ ነው።

በአጠቃላይ የአሰድ የዞዲያክ ሐብረ ኮከብና ሦስቱ ሐብራተ ከዋክብት የሚያመለክቱት አሳቹ እባብ ዲያብሎስ በኀያሉ የይሁዳ አንበሳ በተባለው በመድኀኒታችን በኢየሱስ ክርስቶስ ድል መነሣቱንና በመጨረሻም የሚፈረድበት ጽኑ ፍርድ ነው።

በመሆኑም ከላይ በዝርዝር ያየናቸውን እግዚአብሔር ምስጢርን የጻፈባቸው ፈጣሪ ማዛሮት ብሎ የጠራቸው 12ቱን ሐብራተ ከዋክብትን ጠቅለል አድርገን ስንመለከታቸው፡-

1ኛ. ሰንቡላ (ቪርጎ)፡- የሴቲቱ ዘር እንደሚመጣ ከድንግል እንደሚወለድ ያመለክታል።

2ኛ. ሚዛን (ሊብራ)፡- ጌታ የበደልነው እኛን የራሱ ገንዘቦች ለማድረግና ለመዋጀት ስለሚከፍለው ዋጋ ይገልጻል።

3ኛ. ዐቅራብ (ስኮርፒዮ)፡- ጌታ ሰው በሆነ ጊዜ የእባቡ ሰይጣን የጠላትነቱን ትንቅንቅ በተለይ የጌታን ስኰና ተአምራቱን፣ ስኰና ትምህርቱን እንደሚቃወም በግልጽ ያብራራል።

4ኛ. ቀውስ (ሳጁታሪየስ)፡- አምላክ ወሰብእ የሆነ የመድኀኒታችን የኢየሱስ ክርስቶስን ድል ነሺነት ይገልጻል።

5ኛ. ጀደይ (ካፕሪኮርነስ)፡- ጌታ ለቤዛ ዓለም የሰውን ሐመም ተሸክሞ እንደሚሠዋ ያመለክታል።

6ኛ. ደለዊ (አኳርየስ)፡- ጌታ በወገኖቹ ምእመናን ላይ ጸጋውን እንደሚያፈስ በግልጽ ያረጋግጣል።

7ኛ. ሑት (ፓይሲስ)፡- የጌታ ወገኖቹ ምእመናን እንደሚበዙና እያንዳንዳቸው እንደሚዋሐዱ ያሳያል።

8ኛ. ሐመል (ኤሪስ)፡- የሰው ልጆችን ለማዳን የእግዚአብሔር በግ ጌታ መከራ እንደሚቀበል ይገልጻል።

9ኛ. ሰውር (ታውረስ)፡- ጌታ ኀያል፣ ድል አድራጊ እንደሆነ ያብራራል ።

10ኛ. ገውዘ (ጀሚናይ)፡- የእግዚአብሔር ልጅ የሰው ልጅ እንደሆነ፤ ገዢም አገልጋይም እንደሆነ ይገልጣል።

11ኛ. ሸርጣን (ካንሰር)፡- ጌታችን ገንዘቦቹ ምእመናንን እንደሚሰበስብ እንደሚጠብቃቸው ያሳያል።

12ኛ. አሰድ (ሊዮ)፡- ጌታችን ጠላቶቹን ሁሉ ድል እንደነሣ፣ ለጻድቃን እንደሚፈርድላቸው በኃጥኣን ላይ እንደሚፈርድባቸው ያመለክታል።

ከዋክብትና መላእክት

መጽሐፍ ቅዱስ መላእክትን በከዋክብት መስሎ የሚገልጻቸው ሲሆን ይኸውም ቅዱሳን መላእክትን በአጥቢያ ኮከቦች እንዲህ ብሎ ይገልጻቸዋል፡-

- “አጥቢያ ኮከቦች በአንድነት ሲዘምሩ የእግዚአብሔርም ልጆች ሁሉ እልል ሲሉ መሠረቶቿዋ በምን ላይ ተተከለው ነበር? የማዕዘንዋንስ ድንጋይ ያቆመ ማን ነው?” (ኢዮ 38፥7)

ዳግመኛም የወደቀውን መልአክ ደግሞ በዚሁ ኮከብ መስሎ እንዲህ ይመስለዋል፡-

- “አንተ የንጋት ልጅ አጥቢያ ኮከብ ሆይ፣ እንዴት ከሰማይ ወደቅህ! አንተን በልብህ፦ ወደ ሰማይ ዐርጋለሁ፤ ዙፋኔንም ከእግዚአብሔር ከዋክብት በላይ ከፍ ከፍ አደርጋለሁ፤ በሰሜንም ዳርቻ በመሰብሰቢያ ተራራ ላይ እቀመጣለሁ፤ ከደመናዎች ከፍታ በላይ ዐርጋለሁ፤ በልዑልም እመስላለሁ አልህ። ነገር ግን ወደ ሲኦል ወደ ጕድጓዱም ጥልቅ ትወርዳለህ” (ኢሳ 14፥12)።

በዚህ ላይ አንባብያን ነቢዩ ኢሳይያስ የወደቀውን መልአክ እንዴት በንጋት ኮከብ ሊመስለው ይችላል? የሚል ጥያቄ በአእምሯችሁ ሊመላለስ ይችላል። ምክንያቱም ከላይ እንዳየነው ጌታችን ራሱን በራእ 22፡16 ላይ በንጋት ኮከብ መስሎ ተናግሯልና ታዲያ ይህ ለምን ሆነ? ቢባል እንደ ጊዜ ግብሩ እንደ መጽሐፍ ቅዱስ አገላለጥ አንድን ነገር ለሁለት ተቃራኒ ነገሮች በምሳሌነት ሊጠቀም ይችላል። ለምሳሌ፡-

በራእ 5፡5 ላይ አንበሳን በይሁዳ አንበሳ በጌታ ይመስላል። ምክንያቱም ጌታ ኀያል፣ ገናና፣ ልዑል ነውና።

በ1ኛ ጴጥ 5፡8 ላይ አንበሳ በሰይጣን ተመስሎ እናነባለን። ምክንያቱም ሰይጣን ነፍሳትን ለመዋጥ ይፈልጋልና።

በመሆኑም ጌታችን የዓለምን ጨለማን የሚያርቅ ሁሌ በልባችን በርቶ የሚኖር ጨለማ ፈጽሞ የማይቀርበው፣ በብርሃኑ ማለፍ መለወጥ የሌለበት ብርሃን የባሕርይ ገንዘቡ ነውና አማናዊ የንጋት ኮከብ ነው።

ሰይጣን ግን በዚህ መመሰሉ ነቢዩ ኢሳይያስ አወዳደቁን እንደተናገረ ጥንት ልክ እንደ ሁሉም መላእክት ብርሃን የተጐናጸፈ ብሩህ መልአክ ሲሆን በኋላ ግን ያልተሰጠውን አምላክነትን በመሻትና በትዕቢቱ ከብሩሃን መላእክት በላይ ለመሆን በመጓጓቱ ከእግዚአብሔር የተሰጠው ብርሃን ተገፎ መውደቁን ሲገልጽ ነው።

አሁንም ምንም ብርሃኑ ቢገፈፍም ራሱን በሐሰት ለውጦ በብርሃን የደመቀ መስሎ ለመታየት ይሞክራል፤ ስለ አስመሳይነቱ ቅዱስ ጳውሎስ እንዲህ ብሎ እንደገለጸው፡-

- “ይህም ድንቅ አይደለም፤ ሰይጣን ራሱ የብርሃንን መልአክ እንዲመስል ራሱን ይለውጣልና” (2ኛ ቆሮ 11፥14)

ሰባቱ ከዋክብት

በመጽሐፍ ቅዱስ ላይ ስለ 7 በብዙ ቦታ በብዙ ምሳሌ ተጠቅሷል። ከነዚህ መካከል ዋናው በ7ቱ ዕለታት ልክ 7ት በሰማይ ላይ በርተው ደምቀው የሚታዩትን አካላት መጽሐፍ ቅዱስ “7ቱ ከዋክብት” ይላቸዋል። በኢትዮጵያ የሥነ ፈለክ ሊቃውንት ደግሞ “ሰባቱ መገብተ ዕለታት” (ሰባቱ የዕለታት መጋቢዎች) በመባል ይታወቃሉ።

በዚህ ምክንያት የኢትዮጵያ ፊደላት ሞኤያት ከ “ፊደል ሀ” እስከ “ፊደል ሆ” ድረስ 7 በማድረግ እያንዳንዱ ፊደል እነዚህን ሰማያዊ አካላትን እንዲወክል በቀደምት ሊቃውንት ተደርጓል።

ዮሐንስም በራእዩ ላይ ጌታቸን በቀኝ እጁ እነዚህን ሰባቱን ከዋክብት ይዞ እንዴት እንደተገለጠለት እንዲህ ጽፎታል፡-

- ❖ "በቀኝ እጁም <u>ሰባት ከዋክብት</u> ነበሩት፤ ከአፉም በሁለት ወገን የተሳለ ስለታም ሰይፍ ወጣ፤ ፊቱም በኃይል እንደሚበራ እንደ ፀሐይ ነበረ" (ራእ 1፥16)

በተጨማሪም እነዚህ 7ቱ ከዋክብት ምሳሌነታቸው በኤፌሶን፣ በሰምርኔስ፣ በጴርጋሞን፣ በትያጥሮን፣ በሰርዴስ፣ በፊልድልፍያ፣ በሎዶቅያ፣ በእስያ ያሉ የአብያተ ክርስቲያናት አገልጋዮች ጭምር እንደሆነ እንዲህ ይገልጻቸዋል፡-

- ❖ "በኤፌሶን ወዳለው ወደ ቤተ ክርስቲያን መልአክ እንዲህ ብለህ ጻፍ። በቀኝ እጁ <u>ሰባቱን ከዋክብት</u> የያዘው በሰባቱም የወርቅ መቅረዞች መካከል የሚሄደው እንዲህ ይላል" (ራእ 2፥1)

በዚህ ምክንያት "ሰባቱ መገብተ ዕለታት ከዋክብት" በሰባቱ አብያተ ክርስቲያናት የሚመሰሉ ናቸውና በነዚህ ከዋክብት ልክ ልዑካን ካህናት ሰባት ሆነው ቅዳሴ እንዲቀድሱ በሥርዐተ ቅዳሴ ላይ ተደንግጓል።

ምክንያቱም እነዚህ ሰባቱ ከዋክብት በጠፈር ላይ አብርተው ሥጋዊ ምግብና ይመግባሉ። በ7ቱ ከዋክብት አምሳል የሚቀድሱት 7ቱ መንፈሳውያን ከዋክብት ካህናት መንፈሳዊ ምግብና ይመግባሉና በማለት በትርጓሜ ቅዳሴ መቅድም ላይ ገልጸዋል።

መጽሐፍ ቅዱስ 7ቱ ከዋክብት የሚላቸው 7ቱ መገብተ ዕለታት ተብለው ከሚጠሩት 7ቱ ብሩሃን አካላት ውስጥ 5ቱ ፕላኔቶች ናቸው።

በጥንት ዘመን የሥነ ከዋክብት ተመራማሪዎች ከዋክብት ተንቀሳቃሾች ሲሆኑ በአንጻራዊነት ሲታዩ ግን የማይንቀሳቀሱ ከሚመስሉ ከዋክብት ተለይተው አንዳንድ ብርሃኖች በሰማይ ላይ እንደሚንቀሳቀሱ አስተውለዋል፤ እነዚህን ብርሃናት πλάνητες ἀστέρες (*planētes asteres*, "ፕላኔቴስ አስቴሬስ" (ተንከራታች (ተጓዥ ተንቀሳቃሽ) ብርሃናት" ይሏቸው ነበር። ከዚህ ሥርወ ቃል "ፕላኔት" የሚለው ቃል ተገኝቷል።

ቀሪዎቹ ሁለቱ ደግሞ ፀሓይና ጨረቃ ናቸው። በአጠቃላይ 7ቱ በዝርዝር ሲገለጡ፡-

ሸምሽ፣ ቀመር፣ መሪህ፣ ዐጣርድ፣ መሽተሪ፣ ዝሁራ፣ ዙሐል ይባላሉ። እነዚህም "7ቱ መገብተ ዕለታት" ናቸውና የኢትዮጵያ የሥነ ፈለክ ሊቃውንት 7ቱንም ለ7ቱ ዕለታት እንደሚገባቸው እንደምሳሌያቸው ምግብናቸውን ይሰጣሉ።

ይኸውም "፯ ከዋክብት ይሜግቡ ፯ቱ ዕለታት ሸምሽ በዕለተ እሑድ ይከውን፤ ቀመር በሰኑይ ይከውን፤ መሪህ በሠሉስ ይከውን፤ ዐጣርድ በረቡዕ ይከውን፤ መሽተሪ በኀሙስ ይከውን፤ ዝሁራ በዐርብ ይከውን፤ ዙሐል በቀዳም ይከውን" (7ቱ ከዋክብት 7ቱን ዕለታት ይመግባሉ፤ ሸምሽ በእሑድ፣ ቀመር በሰኞ፣ መሪህ በማግሰኞ፣ ዐጣርድ በረቡዕ፤ መሽተሪ በኀሙስ፣ ዝሁራ በዐርብ፣ ዙሀል በቅዳሜ ይመግባል) ይላሉ።

በሠንጠረዥ ከወካይ ፊደላቸው ጋር እንዲህ ይገለጣል፡-

መገብተ ዕለታት	ወካይ ቀናቸው	ወካይ ፊደላቸው
ሸምሽ	እሑድ	ሀ - ግእዝ

ቀመር	ሰኞ	ሁ - ካዕብ
መሪህ	ማግሰኞ	ሂ - ሣልስ
ዐጣርድ	ረቡዕ	ሃ - ራብዕ
መሸተሪ	ኀሙስ	ሄ - ኀምስ
ዝሁራ	ዐርብ	ህ - ሳድስ
ዞሀል	ቅዳሜ	ሆ - ሳብዕ

ከላይ 12ቱ የማዛሮት ዞዲያክ ከዋክብት ምን ያህል ታላቅ የተቀደሰ ምሳሌ እንዳላቸው ተመልክተናል። በመጽሐፍ ቅዱስ ላይ ጌታቸን በቀኝ እጁ ይዟቸው የተገለጠውን እነዚህን 7ቱን መገብተ ዕለታት የተባሉትን ሰማያውያን አካላት በአቡሻህር መምህራን ብቻ የሚታወቁ ከፍተኛ የሆነ መንፈሳዊ ምሳሌንና ምስጢርን ይዘዋል። ሆኖም ግን በዞዲያክ ላይ እንደሆነው በተለይ ሁሉን ወደ ራሳቸው አፈ ታሪክ ማስጠጋት የሚወዱት ግሪካውያን እግዚአብሔር በፈጠራቸው በነዚህ ሰማያውያን አካላት ላይ የራሳቸውን የአማልክት አፈ ታሪክ ትርክት አደበላልቀዋል።

በመሆኑም አጥርቶ ምስጢርን ላልመረመረ፣ በተለይ በጥንታዊ ስያሜዎቻቸው አመጣጥ ላይ ጥልቅ ጥናት ያላጠናና በፊሎሎጂ (በጥንታውያት መጻሕፍት) ጥናት ዘርፍ ላልዋለና በሥነ ፈለክ ጥናት ውስጥ ላልቆየ ሰው፤ በፍሬው ውስጥ የተቀላቀለውን ገለባ መለየት ስለማይችል በመበርገግ ከምርምር እንዲርቅ አማናዊ ምሳሌውን አውቆ አምላኩ ክርስቶስን እንዳያመሰግን ከፉው የተንኰል ሥራውን በዚህ ላይም አድርጓል።

በመሆኑም በተወሰነ መልኩ ምሳሌነታቸውን በማብራራት ምን ያህል ታላቅ ምስጢር እግዚአብሔር እንደጻፈባቸው ለምን እነዚህ 7ቱ ሰማያውያን አካላት 7ቱ ዕለታትን እንዲወክሉ ተደረጉ የሚለውን የሊቃውንትን ድንቅ ትምህርት ከዚህ ቀጥለን እናያለን።

የ7ቱ ከዋክብት ምሳሌነታቸው

1ኛ) ሸምሽ

ሸምሽ የተባለው ፀሐይ ነው፡- በዕብራይስጥም በተመሳሳይ መልኩ "ሼሜሽ" (Shemish) ሲባል ፍቺው "በከፍታ ያለ መጋቢ ማለት ነው። የፀሐይን ምሳሌነት በምዕራፍ 1 ላይ በዝርዝር ስለተገለጸ በዚያ ላይ ይመልከቱ።

ሆኖም ሸምሽ እሑድን እንዲወክል መደረጉ በዕለተ እሑድ ተፈጥሮ ሳይሆን በዕለተ እሑድ "እግዚአብሔርም፦ ብርሃን ይሁን አለ፤ ብርሃንም ሆነ" (ዘፍ 1፥3) እንዲል "ለይኩን" ብሎ ከፈጠረው ከዷገኛው ብርሃን ተከፍሎ ለፀሐይ ተሰጥቶት በከፍታ እያበራ ምግብናውን የሚያደርግ ስለሆነ ነው። ስለዚህም ዝርዝር ጉዳይ በምዕራፍ 1 ላይ ይመልከቱ።

2ኛ) ቀመር (ጨረቃ)

በዐረብኛ "አል ከመር" ፍቺው "ቀይ ጨረቃ" (የደም ጨረቃ) "ሌባና" (Lebana) ወይም (Levana) ደግሞ "ነጭ" እንደማለት ነው። የሰኞ ዕለት ምግብና ለቀመር (ለጨረቃ) የተሰጠበት ምክንያት

በዚህ ዕለት "እግዚአብሔርም፦ በውሆች መካከል ጠፈር ይሁን በውሃና በውሃ መካከልም ይክፈል አለ፤ እግዚአብሔርም ጠፈርን አደረገ ከጠፈር በታችና ከጠፈር በላይ ያሉትንም ውሆች ለየ፤ እንዲሁም ሆነ" (ዘፍ 1፥6-7) እንዲል ውሃዎች ሁሉ የተለዩበት ዕለት ነው።

ጨረቃም በውሃ ላይ ማዕበል በማስነሣትና በተፈጥሮ ከዊኗ ከውሃ ጋር የተያያዘ ታላቅ ግብር አላት ይህም በምዕራፍ 3 ላይ በዝርዝር ስለተገለጠ በዚያ ላይ ያንብቡ።

3ኛ) ቀይዋ መሪህ (ፕላኔት ማርስ)

ከ7ቱ መገብተ ዕለታት አንዱ የሆነው ቀዩ ፕላኔት መሪህ ምግብናው ለዕለተ ሠሉስ (ማግሰኞ) ነው።

ይኸውም በዚህ ዕለት "ምድር ዘርን የሚሰጥ ሣርንና ቡቃያን በምድርም ላይ እንደ ወገኑ ዘሩ ያለበትን ፍሬን የሚያፈራ ዛፍን ታብቅል አለ፤ እንዲሁም ሆነ" (ዘፍ 1፥11) እንዲል ከውሃ የተለየ ደረቅ ምድር ለአዝርዕት መገኛ ሆኗል። መልክአ ማርስም ሲታይ ከውሃ የተለየ እንደሆነ እንደ ደረቅ ምድር ነውና ምግብናው ለማግሰኞ ተሰጥቷታል።

ከዚህ በተጨማሪ በአንድሮሜዳ ቍ 1 ላይ እንደተገለጸው በማርስ ውጫዊ አካሉ ላይ ሁለት እጅግ የሚደነቁ ገጽታዎች ይታዩበታል፤አንደኛው "ኦሊሞፐስ ሞንስ" (Olympus Mons) ተብሎ የተሰየመው 25 ኪ.ሜ ከፍታ ያለው ተራራ ነው።

ይህም መሬት ላይ ካለው ትልቁ የኤቨረስት ተራራን ሦስት እጥፍ ሲሆን በሥርዐተ ፀሐይ ውስጥ ትልቁ ተራራ እንዲሆን አድርጎታል። ኦሊምፐስ ሞንስ ዲያሜትሩ 700 ኪ.ሜ ሲሆን እሳተ ገሞራው የከፈተው ቀዳዳ እራሱ 80 ኪ.ሜ ክፍተት ፈጥሯል። ሌላው የማርስ ውጫዊ አካል ላይ የሚታየውና ቀልብን የሚስበው ገጽታዋ "ቫሌስ ማሪነሪስ" (Valles Marineris) የሚባለው ሸለቆዎች የሚበዙበት ተራራማ ሰንሰለት ነው።

ይህ ማሪነር በተባለቸውና ፎቶውን ስታነሣ በነበረቸው መንኰራኩር የተሠየመው ሰንሰለታማ ቦታ 4,000 ኪ.ሜ ርዝመት፣ 100 ኪ.ሜ ስፋት እና 7 ኪ.ሜ ጥልቀት ያለው ሲሆን በማርስ መቀነት (equator) ላይ ተንጣሎ ይገኛል። እነዚህ መንኰራኩሮች ወደ ማርስ ሳይላኩና መልክአ ማርስን ፎቶ ሳያነሡ በፊት ቀደምት ሊቃውንት መልክአ ማርስን የሚገልጽ የማግሰኞ ዕለት ለመሪህ ምግብና መስጠታቸው ይደንቃል።

ወደ ዋናው የምሁራን ምሳሌ ስንመጣ "መሪህ" በዕብራይስጥ "አዶም" (Adom) ሲባል ፍቺው "ደም መፍሰስ፣ ቀይ" ማለት ነው፤ "ማዲም" (Madim) ማለት "እንደ ደም ማድረግ" ማለት ነው። ማርስ በዐይናችንም ቀይ ሆኖ እንደ ስያሜው ቀላቱን ማየት ስለምንችል ይህን የሚወጣበትን ወቅት ጠብቀን በዐይናችን በማየት ለራሳችን ቀላቱን ማረጋገጥ እንችላለን።

ሌላው ስያሜ ደግሞ "አክራብ" (Akrab) ነው፤ "መቍሰል" ማለት ሲሆን "አዛር" (Azar) ሲባል ፍቺው "የሚፈስ ደም" ነው።

በቅብጥ “ሞለክ” “መሰበር፣ መጐዳት” ማለት ነው፡፡ በግብጻውያን “ክሆኖስ” (Khonos) ፍቺው “መቍሰል፣ በኀያል መምጣት” ማለት ነው፡፡

ይህንንም ከጥንት ጀምሮ የስሙን ፍቺ ስንመለከት ጌታችን ዓለምን ለማዳን መከራ መቀበሉን ቀይ ከለሜዳ መልበሱን መቍሰሉን ሲሆን በችንካር ያቆሰሉትን ቀይ ግምጃ ያለበሱትን አይሁድን በ70 ዓ.ም. ላይ በጥጦስ የሰቀሉትን ደማቸውን እንዲፈስስ ማድረጉን ነው፡፡ ከላይ መሪህ በዕብራይስጥ “ኤዶም” (Adom) ሲባል ፍቺው “ደም መፍሰስ፣ ቀይ” ማለት ነው ብለናል፡

ነቢዩ ኢሳይያስ ከኤዶም ስለሚወጣው ቀይ ልብስን ስለለበሰው ጌታ ምሳሌነቱን እንዲህ ሲል መስክሮ ነበር፡-

❖ “መኑ ውእቱ ዝንቱ ዘወጽአ እምኤዶም ቀይሐ አልባስ እምባሦር መካሕ ብእሲ ወኀያል ወግሩም በልብሰቱ፤ አንሰ ዘእትዋቀሥ በእንተ ጽድቅ ወእፈትሕ ለአድኅኖ ለምንት ቈሐ አልባሲከ ወከዳንከኒ ዘከመ ወጽአ እምከያድ፤ ወይቤለኒ ሶበ ርኢከ ከመ አልቦ ዘይረድእ ወአልቦ ዘያድኅን ቀጥቀጥክዎሙ ለአሕዛብ በመዓትየ ወኬድክዎሙ ከመ ጽንጕነ መርኅብ በእንተ ዝንቱ ተነዝኀ ደሞሙ ውስተ አልባስየ ወኵሉ ከዳንየ ተሴረየ በደም እስመ በጽሐት ዕለተ ፍዳሆሙ ወመጽአት ዕለተ ቤዛ”

(<u>ቀይ ልብስን ለብሶ</u> ከባሶር ከኤዶም ያለ የወጣ የሚመካ ኀይለኛ ሰው በአለባበሱም ግሩም የኾነ ይህ ማነው? ስለ ጽድቅ የምከራከር ስለ ድኅነትም የምፈርድ እኔ ነኝ፤ ልብስህ ለምን ቀላ? መጐናጸፊያህስ ከወይን ዐውድማ እንደ ወጣ

ማዛሮት በመጋቤ ሐዲስ ዶክተር ሮዳስ ታደሰ

ለምን በደም ታለለ? እኔም የሚረዳ የሚያድን እንደ ሌለ ባየሁ ጊዜ አሕዛብን ተቈጥቼ አጠፋኋቸው፤ ስለዚህ ደማቸው በልብሴ ላይ ተረጨ፤ መጐናጸፊያዬም ኹሉ በደም ታለለ (ተነከረ)፤ ብድራታቸውን የሚመልሱባት ቀን ደርሳለችና፤ እኔም ርሳቸውን የምቤዥባት ቀን መጥታለችና) ይላል (ኢሳ 63፥1-6)፡፡

መተርጕማነ ብሉይ በዝርዝር እንዳስቀመጡት ቀይ ልብስ ለብሶ ከኤዶም የወጣው ትርጓሜ እንደሚከተለው ነው፡-

→ "ቀይ ልብስን ለብሶ ከባሶር ከኤዶም ያለ የወጣ የሚመካ ኀይለኛ ሰው በአለባበሱም ግሩም የሆነ ይህ ማነው?" ማለቱ እስመ ብሂለ ባሶር ይተረጐም በሥጋ (ባሶር ማለት በሥጋ ይተረጐማልና) ሥጋን ደምን ተዋሕዶ ከድንግል የሚወለድ ይህ ማነው? ሥጋን በመልበሱ ኀያል፣ ግሩም የሚመካ የሚኾን ይኽ ማነው? ሲል ከነቢዩ የተገኘ ጥያቄ ይህ ነው፡፡

ዳግመኛም "ቀይ ግምጃን (ከለሜዳን) ለብሶ የወጣ ይህ ማነው? ቀይ ከለሜዳ በመልበሱ ኀያል ግሩም የሚኾን ይህ ማነው?" ሲል ነቢዩ ለጠየቀው ጥያቄ "ስለ ጽድቅ የምከራከር ስለ ድኅነትም የምፈርድ እኔ ነኝ" ብሎ ጌታ መልሶለታልና፡፡

→ ከዚያም "ልብስኽ ለምን ቀላ? መጐናጸፊያኽስ ከወይን ዐውድማ እንደ ወጣ ለምን በደም ታለለ?" ማለቱ ለምን ሥጋን ለበስህ? ቀሚስህ ከወይን ዐውድማ እንደወጣ ሰው ልብስ ለምን ኾነ? ሲል ነቢዩ የጠየቀው ጥያቄ ነው፡፡

ዳግመኛም "ለምን ቀይ ከለሜዳን ለበስኽ? ቀሚስህ ከወይን ዐውድማ እንደወጣ ሰው ልብስ ለምን ኾነ?" ሲል ከነቢዩ የተገኘ ጥያቄ ይኸ ነው።

እንዲዚህ ብሎ ለጠየቀው ነቢይ ጌታችን ሲመልስ፡-

→ "እኔም የሚረዳ የሚያድን እንደ ሌለ ባየኊ ጊዜ አሕዛብን ተቈጥቼ አጠፋኋቸው፤ ስለዚኽ ደማቸው በልብሴ ላይ ተረጨ መጐናጸፊያዬም ኹሉ በደም ታለለ" ብሎ ይመልሳል። ይህም 5 ሺሕ 500 ዘመን የሚያድን የሚራዳ እንደሌለ ባየኊ ጊዜ አጋንንትን ተቈጥቼ ፈርጄ አጠፋኋቸው ማለቱ ነው።

ዳግመኛም "አይሁድን ፈርጄ ተቆጥቼ አጠፋኋቸው ስለዚኽ ደማቸው በልብሴ ፈሰሰ፤ ቀሚሴም በደም ታለለ" ሲለው ነው። ይህም ሊታወቅ አይሁድ በዕለተ ዐርብ ጌታችንን ቀይ ግምጃ (ከለሜዳ) ማልበሳቸው ለጊዜው ደምህን እናፈስሳለን ሲሉ ነው ፍጻሜው ግን በ40 ዘመን በጥጦስ ጊዜ ደማቸን እንዲፈስስ ታደርገዋለህ ሲሉ ነውና (ማቴ 27፥28) የመሪህ ቅላት በዚህ ይመሰላል።

ዳግመኛም እንደ ሊቃውንት ገለጻ በቅላቱ የሚታወቀው መሪህ ከፍተኛ ውጊያን ይወክላልና፤ ይህም በሴቲቱ ዘርና በአባቡ ዘር መካከል ያለው የጠላትነት ውጊያንና የሴቲቱ ዘር ድል ነሺ መሆኑን ይገልጣል (ዘፍ 3፥15)።

የፀሐየ ጽድቅ የክርስቶስ መልእክተኛ ቅዱስ ገብርኤል በዐጣርድ እንደተመሰለ፤ ለመጀመሪያ ጊዜ ከዘንዶው ሰይጣን ጋር የተዋጋው ቅዱስ ሚካኤል ረቂቅ ውጊያን በምትወክለው በመሪህ

ይመስላል። ምክንያቱም የመጀመሪያውን ውጊያ ከዲያብሎስ ጋር በአርያም ያደረገው ቅዱስ ሚካኤል ነበረ።

በአርያም የነበረውን ውጊያ በተለይ የቅዱስ ሚካኤል ተዋጊነት ዮሐንስ በራእዩ እንዲህ ይገልጸዋል፦

❖ "በሰማይም ሰልፍ ሆነ፤ ሚካኤልና መላእክቱ ዘንዶውን ተዋጉ። ዘንዶውም ከመላእክቱ ጋር ተዋጋ፤ አልቻላቸውምም ከዚያም ወዲያ በሰማይ ስፍራ አልተገኘላቸውም ዓለሙንም ሁሉ የሚያስተው፤ ዲያብሎስና ሰይጣን የሚባለው ታላቁ ዘንዶ እርሱም የቀደመው እባብ ተጣለ፤ ወደ ምድር ተጣለ መላእክቱም ከእርሱ ጋር ተጣሉ ታላቅም ድምፅ በሰማይ ሰማሁ እንዲህ ሲል፦ አሁን የአምላካችን ማዳንና ኃይል መንግሥትም የክርስቶስም ሥልጣን ሆነ፥ ቀንና ሌሊትም በአምላካችን ፊት የሚከሳቸው የወንድሞቻችን ከሳሽ ተጥሎአልና እነርሱም ከበጉ ደም የተነሣ ከምስክራቸውም ቃል የተነሣ ድል ነሡት" (ራእ 12፥7-11)

ቅዱስ ሚካኤል በአርያም ስላደረገው ውጊያ በዝርዝር የጻፈው ቅዱስ ኤጲፋንዮስ ሲሆን የቅዱስ ሚካኤልን ተዋጊነት በሚገርም መልኩ በአክሲማሮስ ዘረቡዕ ላይ እንዲህ ይገልጸዋል፦

❖ "ወከልሐ ዲያብሎስ በልዑል ቃል ወይቤ መኑ ውእቱ ሚካኤል ወመኑ ውእቱ ገብርኤል መኑ ውእቱ ሩፋኤል ወመኑ ውእቱ ሱርያል መኑ ውእቱ ሰዳክያል ወመኑ ውእቱ ሰላትያል መኑ ውእቱ አናንያል ይምጽኡ ከመ ንትፋተን ምስለ

ሰራዊቶሙ እለ ጸረፉኒ እመ ይክሉ ቀዊመ ምስሌየ እስመ አምላኮሙ ጐየ ምስለ አርያሙ"

(ዲያብሎስ በታላቅ ቃል ሚካኤል ማን ነው? ገብርኤልስ ማን ነው? ሩፋኤል ማን ነው? ሱርያልስ ማን ነው? ሰዳከያል ማን ነው? አናንያልስ ማን ነው? ከእኔ ጋር መገዳደር ከቻሉ የነቀፉኝ መላእክት ከሰራዊታቸው ጋር እንዋጋ ዘንድ ይምጡ፤ አምላካቸው ስንኳ ከአርያሙ ጋር ሸሸ በማለት ጮኸ)።

❖ "ወሰበ ሰምዑ ቅዱሳን መላእክት ዘውእቶሙ ኀይላት ሰራዊተ ሚካኤል መልሑ አስይፍቲሆሙ ወዐሠርቱ ጾታ ኪሩቤል ዐሠርቱ ጾታ ሱራፌል አንሥኡ ጐጠታቲሆሙ ዘእሳት ከመ ይትቃተሉ ምስለ ዲያብሎስ"

(ከዚህም በኋላ ዛሬ መልካም ጐልማሳ ጌታው ሲናቅ ሲዋረድ ባየ ጊዜ የማንን ጌታ? ብሎ ጠብ ክርክር እንዲጀምር ጌታን ከነአርያሙ ጠቅልሎ ሸሸ ሲል ቢሰማው ቅዱስ ሚካኤል ከሰራዊቱ ከኀይላት ጋር የእሳት ሰይፋቸውን አስመዝዞ ጸብ ክርክር ውጊያ ተጀመረ። ከዚህ በኋላ ዐሥሩ የኪሩቤል ነገድ ዐሥሩ የሱራፌል ነገድ ከዲያብሎስ ጋር ለመፋለም የእሳት ጐጠታቸውን አነሡ)።

❖ "ወዐርገ ገብርኤል ምስለ ሰራዊቱ አርባብ ጸዊሮሙ ጐድበ እሳት ከመ ይርድእዎሙ ለኀይላት"

(ከዚህ በኋላ ቅዱስ ገብርኤል ከሰራዊቱ ከአርባብ ጋር የእሳት ገዝሞ ይዘው ኀይላትን ለመርዳት ወደ ኢዮር ወጥተው ሄዱ)።

❖ "ወለእመ ተሰምአ ድምፅ በራማ ቀነጸ ሩፋኤል ምስለ ሰራዊቱ መናብርት እትዛነ ወላትወ መብረቅ ወኵያንወ እሳት ወአገትዎ ለዲያብሎስ"

(ዛሬ ጐልማሳ ከጐልማሳ ሲጣላ ግርግርታ ሁካታ እንዲሰማ ዲያብሎስ በኢዮር ካሉ መላእከት ጋር ሲዋጋ በራማ ድምፅ ቢሰማ ሩፋኤል ከሰራዊቱ መናብርት ጋር የመብረቅ ጋሻ የእሳት ጦራቸውን ይዘው አፋ ታጥቀው ለኀይላት ለመርዳት ዘለው ዘለው ወጥተው በመሄድ ዲያብሎስን ከበቡት)።

❖ "ወዐርገ እሙንቱ ዕርገተ አርያም ሱርያል ምስለ ሰራዊቱ ሥልጣናት እለ ይጸውሩ አብዋቀ ሰዳከያል ምስለ ሰራዊቱ መኳንንት እለ ያጸንዑ ቀስተ እሳት ወመንገኒቀ እሳት ሰላትያል ምስለ ሰራዊቱ ሊቃናት እለ ይጼዓኑ በአፍራሰ እሳት ወድሩኣን በነድ አናንያል ምስለ ሰራዊቱ መላእክት እለ ይዌጽፉ በመጸፍተ ነጐድጓድ ወመባርቅት በአዕባነ እሳት ዘሐጺን ወዐገትዎ ለዲያብሎስ"

(ከዚህ በኋላ ሱራኤል ከሰራዊቱ ሥልጣናት ጋር የእሳት ነጋሪታቸውን ጭነው፤ ሰዳከያል ከሰራዊቱ ከመኳንንት ጋር የእሳት ነፍጣቸውን አልበው ለጉመው የነፋስ ቀስታቸውን ቀፍረው፤ ሰላትያል ከሰራዊቱ ከሊቃናት ጋር የእሳት ልብድ ተለድበው በእሳት ፈረስ ተቀምጠው በከዋክብት አምሳል የብርሃን ሰለጢናቸውን ይዘው፤ አናንያል ከሰራዊቱ ከመላእክት ጋር እንደ ብረት የጸና የእሳት ድንጊያ ያለበት የመብረቅ የነጐድጓድ ምድር ነጐዳቸውን ይዘው ዲያብሎስን ከበው ቀጠቀጡት። ነገር ግን ዛሬ ድል

የሚሆን ጦር በመጀመሪያ ድል ይነሣልና ዲያብሎስ ሰይፉን አጽንቶ መላእክትን ድል ነሣቸው። ከዚህ በኋላ መላእክት “ፈቃድህ ባይሆን ነውን?” ብለው ወደ ጌታ አመለከቱ፤ ጌታም “ፈቃዴ ነው ድል የሚነሣበትን ግብር እንድታውቁ ብዬ ነው” ብሎ የብርሃን ትእምርተ መስቀል ሰጣቸው ርሱን ባየ ጊዜ ሳጥናኤል ድል ተነሣ)።

❖ “ዝኩሰ ሚካኤል መልአከ ኀይል ልዑል ውእቱ ልዑለ መንበር እምኵሎሙ መላእክት ይትሌዓል መንበሩ ሥዩም በኀበ እግዚኡ ምእመን ወተሠይመ ሊቀ መላእክት ሚካኤል ወኮነ ይትለአክ ውስተ መልእክቱ ለዲያብሎስ ወመላእክትኒ አተዉ ውስተ አብያቲሆሙ”

(በጌታው ዘንድ የታመነ የኀይል መልአክ ቅዱስ ሚካኤል ግን የ99ኙ ነገደ መላእክት አለቃ ሆነ፤ የዲያብሎስን ዙፋን ደረበ (ልዑለ መንበር) ተሰኘ፤ መላእክትም በየነገዳቸው ወደየቦታቸው ተመለሱ)።

ከዲያብሎስ ጋር የተዋጋው ቅዱስ ሚካኤል በኋላም 185,000 የሰናክሬምን ወታደሮች አጥፍቷል (2ኛ ነገ 19፥35) ታላቅ መከራ በሚመጣበት የመጨረሻው ጊዜ ምእመናንን ለመራዳት በድጋሚ የሚቆም ተፋላሚ ስለመሆኑ ዳንኤል፡-

❖ “በዚያም ዘመን ስለ ሕዝብህ ልጆች የሚቆመው ታላቁ አለቃ ሚካኤል ይነሣል፤ ሕዝብም ከሆነ ጀምሮ እስከዚያ ዘመን ድረስ እንደ እርሱ ያለ ያልሆነ የመከራ ዘመን ይሆናል፤ በዚያም ዘመን በመጽሐፉ ተጽፎ የተገኘው ሕዝብህ ሁሉ እያንዳንዱ ይድናል” (ዳን 12፥1-2)።

4ኛ) ዐጣርድ (ፕላኔት ሜርኩሪ)

በግእዙ "ዐጣርድ" በዐረብኛው "ዖጣርድ" (Othared) ፍቺው "የሚመጣ" ማለት ነው። በዕብራይስጥ "ካታብ" (Catab) ሲባል ፍቺው "ኀያል፣ ጠንካራ፣ የሚመጣው" ማለት ነው። "ኮካብ" (Cochab) ማለት በክበብ (በዑደት) የሚመጣ ማለት ነው። በቅብጥም "ቶት" (Thoth) ወይም "ፒራሚስ" (Pi-ermes) ሲባል ፍቺው "የመጣው፣ የሚመጣው" ማለት ነው። በላቲን "መርኩሪየስ" (Mercurius) ፍቺው "ዳግመኛ መምጣት፣ ዑደት ማድረግ" ማለት ነው። ይህም ስያሜው ኀያል ከኀሊ የሆነው ዳግመኛ ስለሚመጣው ስለ ኢየሱስ ክርስቶስ ጠቋሚ ነው።

የዐጣርድ ምግብና በአራተኛው ዕለት በረቡዕ እንዲሆን ሊቃውንት አድርገዋል። በዚህ ዕለት "እግዚአብሔርም ሁለት ታላላቆች ብርሃናትን አደረገ ትልቁ ብርሃን በቀን እንዲሠለጥን ትንሹም ብርሃን በሌሊት እንዲሠለጥን ከዋክብትንም ደግሞ አደረገ" (ዘፍ 1፥16) ይላልና ምልክት የሚሆኑ መልእክተኞች ከዋክብት ተፈጥረዋል። ዐጣርድም ፈጣን መልእክተኛ ነውና።

በመላው ዓለም ያሉ የጥንት የሥነ ፈለክ ምሳሌዎችን ጠንቅቆ ያጠናው ዋደስዎርዝ ዘርዘር አድርጎ እንደገለጸው "ዐጣርድ" ካሉት ፕላኔቶች ሁሉ ከፀሐይ ካለመራቁ ጋር ተያይዞ ፀሐይ እንደገባች በምዕራብ ሲታይ ጠዋት ላይ ደግሞ ፀሐይ ከመውጣቷ በፊት በስተምሥራቅ ቀድሞ ይታያል በሰማይ ላይ በፍጥነት ተጉዞ ይሰወራልና እንደ ፈጣን መልእክተኛ ይታያል።

ይህም ብሩህ ሰማያዊ አካል ምሳሌነቱ የእውነት ፀሐይ የጌታን የብሥራት መልእክት ቀድሞ ይዞ ወደ ምድር ተልኮ በመጣው በብራሃናዊው መልአክ በቅዱስ ገብርኤል ነው።

መጽሐፍ ቅዱስ ቅዱስ ገብርኤል የጌታ መልእክተኛ መልአክ መሆኑን እንዲህ ሲል እንደመሰከረ፡-

- “ገናም በጸሎት ስናገር አስቀድሜ በራእይ አይቼው የነበረው ሰው ገብርኤል እነሆ እየበረረ መጣ፤ በማታም መሥዋዕት ጊዜ ዳሰሰኝ አስተማረኝም፣ ተናገረኝም እንዲህም አለ፦ ዳንኤል ሆይ ጥበብንና ማስተዋልን እሰጥህ ዘንድ አሁን መጥቻለሁ” (ዳን 9፥21-22)
- “እነሆ መልእክተኛዬን እልካለሁ መንገድንም በፊቴ ያስተካክላል እናንተም የምትፈልጉት ጌታ በድንገት ወደ መቅደሱ ይወጣል” (ሚልክ 3፥1)
- “መልአኩም መልሶ፦ እኔ በእግዚአብሔር ፊት የምቆመው ገብርኤል ነኝ፣ እንድናገርህም ይህችንም የምሥራች እንድሰብክልህ ተልኬ ነበር” (ሉቃ 1፥19)
- “በስድስተኛውም ወር መልአኩ ገብርኤል ናዝሬት ወደምትባል ወደ ገሊላ ከተማ ከዳዊት ወገን ለሆነው ዮሴፍ ለሚባል ሰው ወደ ታጨች ወደ አንዲት ድንግል ከእግዚአብሔር ዘንድ ተላከ፣ የድንግሊቱም ስም ማርያም ነበረ” (ሉቃ 1፥26-27)

ሊቁ ቅዱስ ያዕቆብ ዘሥሩግ ቅዱስ ገብርኤል ፈጣን መልእክተኛ መሆኑን እጅግ በረቀቀ መልኩ እንዲህ ይገልጠዋል፡-

❖ "ዐዋጁ ከንጉሡ መኖሪያ ወጣ መልአኩም ተሸከመው፤ ከሰማያውያን ፍጡራን በላይ ከፍ ብሎ በፍጥነት በረረ፤ ከጉባኤዎቸም ባሻገር ዐልፎ ኼደ ሰራዊተ መላእክትንም ከማለፍ አልተገታም (አልተከለከለም) ነበር፤ በሰራዊቶቸ መካከል በረረ አልዘገየም፤ ርሱ የእሳት ነበልባሉን ከፈለው ነፋሱንም ሠነጠቀ፤ የሚነድዱውንም ፍም ከእግሩ በታቸ አድርጎ ተረማመደው፤ በፈጣን ነፋስ ላይ ተሳፈረና በነበልባል መንገድ ተጓዘ፤ ርሱ (ቅዱስ ገብርኤል) መላእክትን በነገዳቸው ውስጥ ወደ ኋላ ተዋቸውና ከነርሱ ባሻገር ዐልፎ ኼደ፤ ርሱ መላእክትን በነገዳቸው እንዳሉ ትቷቸው በረረ እና ወደ ታቸ ወረደ።

ርሱ ከሰማያዊቷ ከተማ (ከራማ ሰማይ) በላይ ዐለፈና ወደኛ ስፍራ ብቅ አለ፤ ርሱ ከከፍታው በረረ፤ ወደ እመቤታቸን ማርያምም ደረሰና በርሷ ፊት አጐነበሰ፤ አገልጋዩ የንጉሡን እናት አያት እናም ራሱን ወደታቸ ዝቅ አደረገ፤ እናም ደብዳቤውን ዘርግቶ በጨዋ ወግ በዝምታ ጠበቀ፤ መልእክተኛው ቀረበና ሰላም የመላበትን በመንፈሳዊ ጥበብ በምስጢር የተጻፈውን ደብዳቤ ሰጠ፤ በርሷ ፊት ከፈተውና በጥበባዊ አገላለጽ ያነብብላት (ይገልጽላት) ጀመር" (ቅዱስ ያዕቆብ ዘሥሩግ በእንተ ልደት)

ሊቁ አባ ሕርያቆስም የቅዱስ ገብርኤልን መልእክተኛነት በቅዳሴ ማርያም መጽሐፉ ላይ እንዲህ ገልጦታል፡-

❖ "ወሶበ ርእየ ንጽሕናኪ ለሊሁ እግዚአብሔር አብ ፈነወ ኀቤኪ መልአኮ ብርሃናዌ ዘስሙ ገብርኤል"

(ርሱ ቅሉ እግዚአብሔር አብ ንጽሕናሽን ባየ ጊዜ ስሙ ገብርኤል የሚባል ብርሃናዊ መልአኩን ወደ አንቺ ላከ) ይላል።

5ኛ) መሽተሪ (ፕላኔት ጁፒተር)

የመሽተሪ ምግብናው ለዐምስተኛዋ ዕለት ለኀሙስ ነው። ይህ ዕለት ለመሽተሪ የተሰጠበት ምክንያት በዚህ ዕለት "እግዚአብሔርም ታላላቆቹ አንበሪዎችን ውሃይቱ እንደ ወገኑ ያስገኘቻቸውንም ተንቀሳቃሾቹን ሕያዋን ፍጥረታት ሁሉ እንደ ወገኑ የሚበሩትንም ወፎች ሁሉ ፈጠረ" (ዘፍ 1፥21) እንዲል እጅግ የብዙ ብዙ በደመ ነፍስ ሕይወት ሕያዋን የሆኑ በልብ የሚሳቡ፣ በእግር የሚሽከረከሩ፣ በክንፍ የሚበሩ የባሕር ፍጥረታት ተፈጥረዋል።

ይህም መሽተሪ ከፕላኔቶች ሁሉ በጣም ትልቁና ግዙፉ ነውና ከየብሱ ይልቅ በሚበዛው በትልቁ የባሕር ዓለም ውስጥ የሚኖሩ እጅግ የበዙ ፍጥረታትን ለመወከል አስችሎታል። መሽተሪ (ጁፒተር) ከሁሉም ፕላኔቶች በመጠን ትልቁ ነው። ከሌሎች ፕላኔቶች አንጻር መጠነ ቁሱ ሲወዳደር ሁሉም ተደምረው በ2.5 ያህል ይበልጣቸዋል።

ይዘቱን (volume) ለማወዳደር ያክል 1,400 መሬቶች አንድ ላይ ቢሆኑ ነው የጁፒተርን ይዘት መስተካከል የሚችሉት። አክዘንጉ (ራዲየሱ) ደግሞ የመሬትን 11.2 እጥፍ ነው።

ወደ ዋናው ምሳሌነቱ ስንመጣ በዐረብኛም "አል ሙሽታሪ" (Al Moshtari) ሲባል ፍቺው፡- "ግዛት ያለው" ማለት ነው።

የዕብራይስጥ መጠሪያው “ጼዴቅ” (Zedek) ሲሆን ፍቺው እንደ ግእዙ “እውነተኛ” ማለት ነው፤ ይህም ታላቅ የሆነው የእግዚአብሔርን ጻድቅነትን በስያሜው ያመለክታል።

የእግዚአብሔር ጻድቅነት መጽሐፍ ቅዱስ እንዲህ ይገልጠዋል፦

- ❖ “እንደ እግዚአብሔር ቅዱስ የለምና፥ እንደ አምላካችንም ጻድቅ የለምና፤ ከአንተ በቀር ቅዱስ የለም” (2ኛ ሳሙ 2፥2)
- ❖ “አቤቱ የእስራኤል አምላክ ሆይ፥ አንተ ጻድቅ ነህ” (ዕዝ 9፥15)
- ❖ “እግዚአብሔር ጻድቅ ነውና” (መዝ 10 (11) ፥7)
- ❖ “አንቺ የጽዮን ልጅ ሆይ እጅግ ደስ ይበልሽ፤ አንቺ የኢየሩሳሌም ልጅ ሆይ እልል በዪ፤ እነሆ፥ ንጉሥሽ ጻድቅና አዳኝ ነው፤ ትሑትም ሆኖ በአህያም፥ በአህያይቱ ግልገል በውርጫይቱ ላይ ተቀምጦ ወደ አንቺ ይመጣል” (ዘካ 9፥9)
- ❖ “ይህንም ጻድቅ ፈራጅ የሆነው ጌታ ያን ቀን ለእኔ ያስረክባል” (2ኛ ጢሞ 4፥8)

መሸተሪ በቅብጥ ቋንቋ “ፓኪየስ” (Picheus) ሲባል “ያሸበረቀ” ማለት ነው።

በግብጻውያን “አማን” (Ammon) ይባላል እንደ ግእዙ ፍቺው “እውነት” የሚል ነው።

በስካንዲኔቪያን “ተር” ማለት “ሰባሪው” ሲሆን በግሪክ “ፔታን” (phaeton) ማለት “የሚመጣው” ማለት ነው። ይህም ገናናው የእግዚአብሔር ልጅ፣ ብርሃን ኢየሱስ ክርስቶስ በእውነት መምጣቱን ጠላቶቹን መረጋገጡን መሰባበሩን ያመለክታል።

የሥነ ፈለክ ተመራማሪዎች እንዳረጋገጡት ታላላቅ ሰማያዊ ክንውኖች በሚከናወኑ ጊዜ መሸተሪ ለየት ባለ ሁኔታ ይታያል።

ለምሳሌ አውግስጦስ ቄሳር የሕዝብ ቆጠራ ባዘዘ ጊዜ የእግዚአብሔር ታላቅነት ጻድቅነት የሚመሰክረው ታላቁና ብሩሁ የፕላኔት ንጉሥ የሚባለው መሸተሪ ጥንታውያኑ ንጉሣዊ ኮከብ ከሚሉት በአሰድ የአንበሳው ሕብረ ኮከብ ላይ ከሚገኘው ታናሹ ንጉሥ ሬጉለስ ጋር ሦስት ጊዜ ጥምረት አድርጎ የአንበሳው የክርስቶስን መወለድ በግጥጥሞሹ ገልጦታል።

ሰማያዊ ፍጥረታት ሁሉ ጌትነትህን የሚገልጡልህ ጻድቅና አማናዊ ብርሃን ኢየሱስ ክርስቶስ ሆይ ምስጋና ይድረስህ።

6ኛ) ዝሁራ (ፕላኔት ቬኑስ)

ዝሁራ ወይም ፕላኔት ቬኑስ ምግብናዋ ለዕለተ ዐርብ ተሰጥቷል። ምክንያቱም በስድስተኛዋ ዕለተ በዕለተ ዐርብ "እግዚአብሔርም ሰውን በመልኩ ፈጠረ፤ በእግዚአብሔር መልክ ፈጠረው፤ ወንድና ሴት አድርጎ ፈጠራቸው" እንዲል (ዘፍ 1፥26-27) ብርሃን የለበሱ ብርሃን የተጐናጸፉ በብርሃን የደመቁ አድርጎ አዳምና ሔዋንን ፈጥሯል። ከፕላኔቶች ሁሉ ደምቃ የምትታየው ዝሁራ ናትና በዕለቱ ምግብናዋ ተሰጥቷታል።

በግእዝ ቋንቋም "ዝሁራ" መባሏ "ዘሀረ" ማለት በራ፤ አበራ፣ ብሩህ ሆነ፤ የክብር ብርሃን ማለት ነውና ይህቺ ፕላኔት ደመቅ ያለ ብርሃን ያላት መሆኑ ያመለክታል።

በዐረብኛም በተመሳሳይ “አል ዘሃራ” ስትባል ፍቺው “ብርሀት” ማለት ነው።

በዕብራይስጥ “ኖጋ” (Nogah) ስትባል ብሩህ ማለት ሲሆን ሌላው የዕብራይስጥ መጠሪያዋ “ሂሌል” (Hillel) ነው፤ ፍቺውም “በጣም ብሩህ” ማለት ነው።

በቅብጥ “ሱራት” (Surath) ስትባል ፍቺዋ “ጎሐ ጽባሕ” (የንጋት ጎሕ) ማለት ነው። ወይም “አቶር” (Athor) ደግሞ “የሚመጣው” ወይም “ብርሃን አምጪ” ማለት ነው። ይህም የንጋት ኮከብነቷን ያመለክታል።

የአጥቢያ ኮከብ ታላቁ ምሳሌነቷ በብርሃናችን በኢየሱስ ክርስቶስ ነው፤ ዝሁራ (ቬነስ) ሰፊ ምሳሌዋ በዚሁ ምዕራፍ 2 ገጽ 87 ላይ ስለተብራራ በዚያ ላይ ይመልከቱ።

7ኛ) ዙሀል (ፕላኔት ሳተርን)

ሰባተኛዋ ዕለት ምግብናዋ ለዙሀል ወይም ለፕላኔት ሳተርን ተሰጥቷል። ይኸውም በዚህቸ ዕለት “እግዚአብሔርም የሠራውን ሥራ በሰባተኛው ቀን ፈጸመ፤ በሰባተኛውም ቀን ከሠራው ሥራ ሁሉ ዐረፈ” ይላል (ዘፍ 2፥1) ይላል። የዙሃል ቀጥተኛ ፍቺም “ሰባት፣ ዕረፍት” ማለት ነው።

ይኸውም በዕብራይስጥ "ሳባቲ" (Sabbatei) ሲባል ፍቺው "ሰንበት ወይም ዕረፍት፣ ማደር፣ መመለስ" ማለት ነው።

በዐረብኛ "ዞሃል" (Zohal) ፍቺው "መሰወር፣ ማረፍ፣ መጠለል" ሲሆን "ሬፋን" (Refan) ማለት "ዕረፍት" ነው።

በስካንዴኔቪያን "ሳቱር" (Satur) ማለት "መሰወር" ሲሆን፤ በግሪክ "ፓሂኖን" (Phainon) "መሸፈን፣ መሰወር"፤ "ክሮኖስ" (Kronos) "ጸጥታ"፤ በላቲን "ሳተርን" (Saturn) ሲባል ፍቺው "መሰወር" ነው።

በጥንት ባቢሎናውያን ፕላኔቶችን የሚወክሉ ድንጋዮች ነበሯቸው፤ የሳተርን ወካይ የሚያደርጉት ድንጋይ ጀርባውን ጥቁር ይቀቡት ነበረ፤ ዕብራውያንም ወደ ባቢሎን ወርደው ይህንን በሚገባ አይተዋልና ሳተርንን እንደ ጸሊም ኮከብ ያስቡ ነበር።

ሰንበት 7ተኛ ቀን እንደሆነ ሳተርንን ሰባተኛን ወካይ ያደርጋሉ። በኢትዮጵያም ሊቃውንት ከፊደል ሀ - ፊደል ሆ ባሉት 7ቱ ኆኄያት 7ተኛዋ (ፊደል ሆ) እና 7ተኛዋ ዕለት ወካይነቷ ለሳተርን እንደሆነ ብራናዎቻቸው ያሳያል።

ቢሆንም ግን በሴቲቱ ዘርና በአባቡ ዘር ባለው ውጊያ ሳተርን ምሳሌነቷ ከፉውን (ሰይጣንን) እንደሚወክል ይገለጻል።

ከዕለታት ምግብናቸው በተጨማሪ እኒህም 7ቱ ብሩሃን ሰማያውያን አካላት የ7ቱ መዓርጋተ ቤተ ክርስቲያን ምሳሌ እንደሆኑ የሥነ ፍጥረት ሊቃውንት ይጽፋሉ። እነዚህም፡-

1ኛ) ሊቀ ጳጳስ

2ኛ) ጳጳስ

3ኛ) ኤጲስ ቆጶስ

4ኛ) ቄስ

5ኛ) ዲያቆን

6ኛ) ንፍቅ ዲያቆን

7ኛ) አናጉንስጢስ ናቸው።

ጠቢቡ ሰሎሞንን "ጥበብ ሐነጸት ላቲ ቤተ ወአቀመት ሰብዐተ አእማደ" (ጥበብ ቤትዋን ሠራች፥ ሰባቱንም ምሰሶቹዋን አቆመች) በማለት ጥበብ ወልድ ቤተ ክርስቲያንንና ሰባቱን መአርጋተ ቤተ ክርስቲያንን እንደሠራ ገልጾታል (ምሳ 9፥1)።

ከላይ የተዘረዘሩት 7ቱ ብሩሃን አካላት 7ቱን ዕለታት እንዲወክሉ አድርጎ እግዚአብሔር በጥበቡ የፈጠራቸው ሲሆኑ ጥበብ ወልድ ቤት የተባለ ዓለምን መፍጠሩን በ7ቱ ምሰሶዎች የተመሰሉ ሰባቱን ዕለታት ማዘጋጀቱን የሚበላውን የሚጠጣውን መፍጠሩን፤ በሰማይ በከፍታ ስፍራ ላይ ያሉትን ፀሓይን ጨረቃን ከዋክብትን ፈጥሮ እነዚህን ሰማያዊ ፍጥረታትን በመምህርነት መላኩን ሰነፎችን አላዋቂዎችን ሁሉ በነዚህ ሰማያዊ አካላት እየተመራመሩ ወደ ርሱ እንዲመጡ ማዘዙን ጠቢቡ ሰሎሞን በምጽሐፈ ምሳሌ ላይ በዝርዝር እንዲህ ገልጦታል፦

❖ "ጥበብ ቤትዋን ሠራች ሰባቱንም ምሰሶቹዋን አቆመች፤ ፍሪዳዋን ዐረደች የወይን ጠጅዋን ደባለቀች፥ ማዕድዋን አዘጋጀች፤ ባሪያዎችዋን ልካ በከተማይቱ ከፍተኛ ስፍራ ላይ ጠራች፤ አላዋቂ የሆነ ወደዚህ ፈቀቅ ይበል፤ አእምሮ የጎደላቸውንም እንዲህ አለች፤ ኑ እንጀራዬን ብሉ፥ የደባለቅሁትንም የወይን ጠጅ ጠጡ፤ አላዋቂነትን

ትታቸሁ በሕይወት ኑሩ በማስተዋልም መንገድ ሂዱ" (ምሳ 9፥1-6)

ከዋክብትና ቅዱሳን

ድል ነሥተው ክብር ያገኙት ቅዱሳን ከአምላክ ያገኙትን ታላቅ ክብርና የሚቀበሉትን ፍጹም ጸጋ በከዋክብት መስሎ መጽሐፍ ቅዱስ እንዲህ ይገልጸዋል፡-

- "ድል ለነሣውና እስከ መጨረሻም ሥራዬን ለጠበቀው እኔ ደግሞ ከአባቴ እንደ ተቀበልሁ በአሕዛብ ላይ ሥልጣንን እሰጠዋለሁ፥ በብረትም በትር ይገዛቸዋል፣ እንደ ሸክላ ዕቃም ይቀጠቀጣሉ የንጋትንም ኮከብ እሰጠዋለሁ" (ራእ 2፥26-28)
- "ጥበበኞቹም እንደ ሰማይ ፀዳል ብዙ ሰዎችንም ወደ ጽድቅ የሚመልሱ እንደ ከዋክብት ለዘላለም ይደምቃሉ" (ዳን 12፥3) ይላል።

ቅዱሳን በዚህ መልኩ በደማቅ ከዋክብት ሲመሰሉ የስሕተት መምህራን ደግሞ በሚንከራተቱ ከዋክብት መስሎ ሲገልጻቸው፡-

- "የገዛ ነውራቸውን አረፋ እየደፈቁ ጨካኝ የባሕር ማዕበል፥ ድቅድቅ ጨለማ ለዘላለም የተጠበቀላቸው የሚንከራተቱ ከዋክብት ናቸው" (ይሁዳ 1፥13)

ስለነዚህ ሁለት ግብራት ስላላቸው ከዋክብት መተርጉመ መጻሕፍት ማላቲ ምሳሌነቱን አጉልተው አመስጥረው አራቅቀው እንዲህ ገልጸውታል፡-

- “ልዑል እግዚአብሔር እነዚህን ፈጥሮ “በምድር ላይ ያበሩ ዘንድ በሰማይ ጠፈር አኖራቸው” ይላል (ዘፍ 1፥17) ይህም ማንኛውም መንፈሳዊ ኮከብ ሥራው በኮከብነት ባሕርዪ ጸንቶ በሥራው ለምድር ብርሃንን መስጠት ነው። “በሰማይ ጠፈር አኖራቸው” ማለቱ ሰማያዊ ባሕርይን እንዲያዙ እንዲቆዩ ነው፡፡ ወደ ምድር ቢወድቁ ግን ኮከብ መሆናቸውን ያጣሉ ይልቁኑ ብርሃን በመስጠት ፈንታ በምድር ላይ ጉዳትን ያደርሳሉ።

  እንደዚሁ ሁሉ ማንኛውም ነፍስ ለውዳሴ ከንቱ ሲል በዓለማዊ ውሸት ቢወድቅ፣ በምድራዊ አእምሮ ቢኖርና ሰማያዊ ባሕርዩን ቢያጣ የእግዚአብሔር ብርሃን በርሱ ቢጨልም እርሱን ጨምሮ ከእርሱ ጋር ብዙዎችን ያጠፋል፤ ስለዚህ በምድር እየኖርን በሰማይ ጠፈር የእውነት ፀሓይ የክርስቶስን ብርሃን በሌሎች ላይ በፍቅር እያንጸባረቅን እንደ ኮከብ እንኑር እንጂ በግብዝነትና በኩራት አንኑር። ሁሉን ማወቅ በእኛ ሳይሆን በሁሉ ላይ በነጻ በሚያበራው በእውነት ፀሐይ መሆኑን እንገንዘብ።

  ምድር ሰውነትን ከወከለ ሰማያዊ ባሕርይን ገንዘብ ያደረገች ነፍስ ልክ እንደ ኮከብ በሰማይ ጠፈር በልዕልና ከፍ ብላ የጌታን ብርሃን በሰውነት ላይ በማንጸባረቅ ታብራው። እናም ምድራችን (ሰውነታችን) ለመዳናችን መንገድ ምንም

እንቅፋት አይሆንም፤ ይልቁኑ የመድኀኒታችንን ብርሃን በውስጡ ይይዛል እንጂ። በዚህ መልኩ ሥጋና ነፍስ በስምምነት ከተጓዙ ጌታ "እግዚአብሔርም በምድር ላይ ያበሩ ዘንድ በሰማይ ጠፈር አኖራቸው" የሚለው በእኛ ይፈጸማል።"

በተመሳሳይ መልኩ በ2ኛው ክፍለ ዘመን የአንጾኪያ ሊቀ ጳጳስ የነበሩት አባ ቴዎፍሎስም በአራተኛው ቀን ስለ ተፈጠሩት ታላላቅ ብርሃናት ይልቁኑ ስለ አብሪዎቹ እና ተንከራታቾቹ ከዋክብት ምሳሌነት በዚህ መልኩ አስቀምጠውታል፦

❖ "እግዚአብሔር በአራተኛው ቀን ታላላቅ ብርሃናት ፈጠረ። የመጀመሪያዎቹ ሦስቱ ዕለታት ጌታን፣ ቃሉን፣ ጥበቡን (አንድነቱን ሦስትነቱን) ይወክላሉ። አራተኛው ቀን ሰው አምላካዊ ትእዛዙን አክብሮ እንደ ኮከብ እንዲያበራ በእግዚአብሔር መፈጠሩን ይጠቁማል። እነዚህ ከዋክብት ሁለት ዓይነት ናቸው ጽኑዓንና ብሩሃን ከዋክብት በቅድስና ጐዳና ላይ የሚሄዱና እንደ ነቢያት በሚያበሩ ይመስላሉ። መንገዳቸውን የሚቀያይሩ ተንከራታች ከዋክብት ወደ እግዚአብሔር የሚወስዳቸውን መንገድ ያጡና ሕጉን የተዉ ሰዎችን ይመስላሉ።"

ከዋክብትና ፍርድ

ከዋክብት የፍርድን ነገር የሚያመለክቱ እንደሆኑና በእግዚአብሔር ትእዛዝ በማለፍ ብርሃናቸውን የሚነሡበት ጊዜ እንደሚመጣ በመጽሐፍ ቅዱስ ላይ እንዲህ ተጽፏል፡-

- "የሰማይም ከዋክብትና ሰራዊቱ ብርሃናቸውን አይሰጡም" (ኢሳ 13፥10)
- "ባጠፋሁህም ጊዜ ሰማዮችን እሸፍናለሁ፥ ከዋክብቶችንም አጨልማለሁ ፀሐዩንም በደመና እሸፍናለሁ ጨረቃም ብርሃኑን አይሰጥም" (ሕዝ 32፥7)
- "ምድሪቱም ከፊታቸው ትናወጣለች፤ ሰማያትም ይንቀጠቀጣሉ ፀሐይና ጨረቃም ይጨልማሉ፥ ከዋክብትም ብርሃናቸውን ይሰውራሉ" (ኢዩ 2፥10)
- "የእግዚአብሔር ቀን በፍርድ ሸለቆ ቀርቦአልና የብዙ ብዙ ሕዝብ ውካታ በፍርድ ሸለቆ አለ ፀሐይና ጨረቃ ጨልመዋል፥ ከዋክብትም ብርሃናቸውን ሰውረዋል" (ኢዩ 3፥14-15)
- "አራተኛውም መልአክ ነፋ፤ የፀሐይ ሲሶና የጨረቃ ሲሶ የከዋክብትም ሲሶ ተመታ" (ራእ 8፥12) በማለት ይገልጻል።

በተጨማሪም በማርስ እና ጁፒተር ምሕዋሮች መሓከል ያለ ቦታ እና በሥርዓት ፀሐይ ውስጥ በብዛት የአስቴሮይድ ክምችት የሚገኝበት ቦታ የአስቴሮይድ ቀበቶ (asteroid belt) ሲባል፤ ሌሎች አስቴሮይዶች ካሉባቸው ቦታዎች ለመለየትም እንዳንዴ "ዋናው አስቴሮይድ ቀበቶ" (Main asteroid belt) ይባላል። የሥነ ፈለክ ተመራማሪዎች በዚህ ክልል ውስጥ ያሉት ዓለቶችና ድንጋዮች

ራሱን የቻለ ፕላኔት መሥራት ያልቻሉ ስብርባሪዎች ናቸው ብለው ያምናሉ።

በአስቴሮይድ ቀበቶ ውስጥ በሚሊዮን የሚቆጠሩ አስቴሮይዶች ያሉ ሲሆን አብዛኞቹ ከዓለትና ድንጋይ የተሠሩ ናቸው። ጥቂት የብረትና ኒኬል ድብልቅ እንዳለባቸውም ጥናቶች አረጋግጠዋል። በዚህ ክልል ውስጥ የአቧራና አሸዋ መጠን ካላቸው ጀምሮ እስከ ትላልቅ አካላት ይገኙበታል።

በመጽሐፍ ቅዱስ ላይ ላይ ከፍተኛ መጠን ያላቸው ተራራ መጠን ያላቸው አስትሮይዶች በምድር ላይ ለቅጣት እንደሚወድቁ በተለይ ዕሬቶ በባሕር ላይ ወድቆ የባሕር ፍጥረታትን ሲሶ እንደሚያጠፋና መርከቦችን እንደሚያወድም ውሃዎችን እንደሚበክል በዚህ መልኩ ተገልጧል፡-

❖ “ሁለተኛውም መልአክ ነፋ፤ በእሳት የሚቃጠል ታላቅ ተራራን የሚመስል ነገር በባሕር ተጣለ፤ የባሕርም ሲሶው ደም ሆነ፤ በባሕርም ከሚኖሩ ሕይወት ካላቸው ፍጥረቶች ሲሶው ሞተ የመርከቦችም ሲሶው ጠፋ፤ ሦስተኛውም መልአክ ነፋ፤ እንደ ችቦም የሚቃጠል ታላቅ ኮከብ ከሰማይ ወደቀ፥ በወንዞችና በውኃም ምንጮች ሲሶ ላይ ወደቀ። የኮከቡም ስም እሬቶ ይባላል፤ የውሃውም ሲሶ መራራ ሆነ መራራም ስለተደረገ በውኃው ጠንቅ ብዙ ሰዎች ሞቱ” (ራእ 8፥8-11)

ከዋክብትን ማምለክ ኀጢአት እንደኾነ

በመጽሐፍ ቅዱስ ላይ እነዚህ ሰማያዊ አካላት የተፈጠሩበት ዋና ዓላማ ዘመንን ለመቍጠር፣ የሚያመለክቱት ምልክት አለና ምልክቶቹን፣ ምሳሌዎቹን በአግባቡ መርምሮ በሥነ ፍጥረቱ የሥነ ፍጥረቱ ጌታን ለማወቅ ካልሆነ በስተቀር እነዚህን ፍጡራንን ጨምሮ ማንኛውንም ፍጥረት ማምለክ ፈጽሞ የተከለከለ ነው።

ለምሳሌ መጽሐፍ ቅዱስ የእግዚአብሔርን ቃል ይዟል፤ እኛም አንብበነው የእግዚአብሔርን ቃል እንማርበታለን። በቃሉ እንባረክበታለን እንጂ እኛ የምናመልከው የቃሉን ባለቤት እግዚአብሔርን እንጂ ቃሉን የያዘውን መጽሐፍ አይደለም።

በተመሳሳይ መልኩ ፀሐይ፣ ጨረቃ፣ ከዋክብት ሁሉ የእግዚአብሔርን ገናንነት ክብሩን ሁሉ ይገልጣሉ፤ እኛም ስለ ጌታ ገናንነት የያዙትን ታላቅ ምስጢር በእነርሱ ላይ አይተን እንደነሔኖክ እንደነ አብርሃም እንደነ ሙሴ ጸሊም እነዚህን የፈጠረ ገናናውን አምላክ እግዚአብሔርን እናመልካለን እንጂ ለእነዚህ መንበርከክና ማምለክ ከፍተኛ ኃጢአት ነው።

ይህንንም ከዚህ ቀጥለን በምናያቸው በነዚህ ጥቅሶች እንረዳለን።

- “ዐይኖቹህን ወደ ሰማይ አንሥተህ አምላክህ እግዚአብሔር ከሰማይ ሁሉ በታች ላሉት አሕዛብ ሁሉ የሰጣቸውን ፀሐይንና ጨረቃን ከዋክብትንና የሰማይን ሠራዊት ሁሉ ባየህ ጊዜ ሰግደህላቸው አምልከሃቸውም እንዳትስት ተጠንቀቅ” (ዘዳ 4፥19)

- “በአምላክህ በእግዚአብሔር ፊት ክፉት የሠራ ቢገኝ ሄዶም ሌሎች አማልክትን ያመለከ እኔ ላላዘዝኋቸው ለፀሐይና ለጨረቃ ለሰማይም ሠራዊት ሁሉ የሰገደ ቢገኝ” (ዘዳ 17፥2-3)
- “በወደዱአቸውና በመለኩአቸው በተከተሉአቸውና በፈለጉአቸው በሰገዱላቸውም በፀሐይና በጨረቃ በሰማይም ሠራዊት ሁሉ ፊት ይዘረጉአቸዋል” (ኤር 8፥2)
- “ለራሳችሁም የሠራችኋቸውን ምስሎች፥ የሞሎክን ድንኳንና የአምላካችሁን የሬፋን ኮከብ አነሣችሁ ስለዚህ ከደማስቆ ወደዚያ አስማርካችኋለሁ፥ ይላል ስሙ የሠራዊት አምላክ የተባለ እግዚአብሔር” (አሞ 5፥26-27)
- “ትሰግዱላቸውም ዘንድ የሠራችኋቸውን ምስሎች እነርሱንም የሞሎክን ድንኳንና ሬምፋም የሚሉትን የአምላካችሁን ኮከብ አነሣችሁ፤ እኔም ከባቢሎን ወዲያ እሰዳችኋለሁ ተብሎ እንዲህ ተጽፎአል” (የሐዋ 7፥43)
- “በምክርሽ ብዛት ደክመሻል አሁንም የሰማይን ከዋክብት የሚቈጥሩ፥ ከዋክብትንም የሚመለከቱ፥ በየመባቻውም የሚመጣውን ነገር የሚናገሩ ተነሥተው ከሚመጣብሽ ነገር ያድኑሽ” (ኢሳ 47፥13)

የቤተልሔም ኮከብ

ጌታቸን መድኀኒታቸን ኢየሱስ ክርስቶስ ሲወለድ የታየው ታላቅ ሰማያዊ ምልክት የሥነ ከዋክብት ተመራማሪዎች እየመራ ወደ ቤተልሔም ያደረሳቸው አስደናቂው ኮከብ ነበር።

በተወለደ ጊዜ የሥነ ከዋክብት ተመራማሪዎች ኮከብ እየመራቸው ወደ ቤተልሔም እንደደረሱ መጽሐፍ ቅዱስ እንዲህ ይላል፡-

- "ኢየሱስም በይሁዳ ቤተ ልሔም በንጉሡ በሄሮድስ ዘመን በተወለደ ጊዜ እነሆ ሰብአ ሰገል የተወለደው የአይሁድ ንጉሥ ወዴት ነው? ኮከቡን በምሥራቅ አይተን ልንሰግድለት መጥተናልና እያሉ ከምሥራቅ ወደ ኢየሩሳሌም መጡ … እነርሱም ንጉሡን ሰምተው ሄዱ፤ እነሆም፥ በምሥራቅ ያዩት ኮከብ ሕፃኑ ባለበት ላይ መጥቶ እስኪቆም ድረስ ይመራቸው ነበር፤ ኮከቡንም ባዩ ጊዜ በታላቅ ደስታ እጅግ ደስ አላቸው፤ ወደ ቤትም ገብተው ሕፃኑን ከእናቱ ከማርያም ጋር አዩት፥ ወድቀውም ሰገዱለት፥ ሣጥኖቻቸውንም ከፍተው እጅ መንሻ ወርቅና ዕጣን ከርቤም አቀረቡለት" (ማቴ 2፡1-11)።

የጥበብ ሰዎች መርቶ ያመጣው ኮከብ "ኮከበ ቤተልሔም" (ስታር ኦፍ ቤተልሔም) ወይም "የገና ኮከብ" (ክሪስማስ ስታር) በመባል ይታወቃል።

ስለዚህ ኮከብ ምንነት እጅግ ብዙ ጥናት የተደረገ ሲሆን የሃይማኖት ሊቃውንት የሳይንስ ተመራማሪዎች የራሳቸውን ምልከታ አስቀምጠዋል።

እስቲ አስቀድመን ለሰብአ ሰገል የታየው ኮከብ ምን እንደሆነ ወደ ኢትዮጵያውያን ጸሐፍያን ስንመጣ ክርስቶስ ሲወለድ ስለታየው ኮከብ ቅርጽ ከጻፉት ውስጥ መሪራስ አማን ሠረገላ ታቦር ኢዮር መጽሐፍ ገጽ 335 ላይ እንዲህ ጽፈዋል፡-

"አጼ ሎዛ ቤዛ በኢትዮጵያ ንጉሠ ነገሥት በሆነ ከ6-8 ዘመነ መንግሥቱ በምሥራቁ በኩል ታይቶ የማይታወቅ ታላቅ ኮከብ ወጥቶ በሰማይና በምድር ብርሃኑ ጎልቶ ታየ የኮከቡ ቅርጽ እጆቹንና እግሮቹን ዘርግቶ የቆመና ራስ ያለው ይመስል ነበር። አንዳንድ ጊዜም መስቀለኛ ተላብሶ የቆመ ሰው ይመስላል። የእግሮቹ ብርሃን ወደ ሰሜን ምዕራብ ወደ ኢየሩሳሌም ያመለክት ነበር፤ ይህ ኮከብ በምሥራቅ በኩል ከመውጣቱና የብርሃኑ ጨረር ወደ ኢየሩሳሌም ከማመልከቱ የተነሣ የዓለም መድኅኒት እንደተወለደ ኢትዮጵያውያኑ አወቁ" ይላሉ።

የኢትዮጵያ መተርጉማን ሊቃውንት ደግሞ ይህን ኮከብ በሁለት መልኩ አይተውታል። አንደኛው በኮከብ አምሳል የመራቸው መልአክ ወይም በቁሙ ኮከብ ሊሆን ይችላል ይላሉ። መልአክ ለማለት ምክንያታቸውን እንዲህ ያቀርባሉ።

- ኮከብ በሌሊት እንጂ በመዓልት አይታይም ይህኛው በቀን በመታየቱ።
- ኮከብ ወደ ምዕራብ ይሄዳል እንጂ ወደ መስዕ አይሄድም ይህ ወደ መስዕ በመሄዱ።
- ኮከብ መጥቆ ይሄዳል እንጂ በቆመ ብእሲ (በሰው ቁመት) ዘቅዝቆ አይሄድም በሰው ቁመት ዘቅዝቶ በመሄዱ ይላሉ።

ሊቁ ቅዱስ ዮሐንስ አፈ ወርቅም በትርጓሜው ላይ ይህ ኮከብ፡- "እንደሌሎቹ ከዋክብት አይደለም፡፡ ይልቁኑ ከእግዚአብሔር የተላከ መልአክ ሲሆን ለከዋክብት ተመራማሪዎችን በኮከብ ተመስሎ የታየ ነው" ይላል ይህንንም ሲያብራራ፡-

1ኛ) የኮከቡ መንገድ እንደ ሌሎች ከዋክብት አይነት አካሄድ አለመሄዱ፡፡

2ኛ) ፀሐይ በምታበራበት የቀን ጊዜያት ጭምር በጣም ብሩህ ሆኖ ይታይ ነበርና፡፡ ከዋክብት ግን በቀን አብርተው ስለማይታዩ፡፡

3ኛ) አንዳንድ ጊዜ መታየቱ አንዳንድ ጊዜ አለመታየቱ ከሰው ሲደርሱ መሰወሩ፡፡

4ኛ) በረቱ ወዳለበት አቅልቁሎ ያሳይ ስለነበር ኮከብ አይደለም ይላል፡፡

ከጥንት መተርጒም ኦሪገን ደግሞ "ትክክለኛ ኮከብ ነው ነገር ግን ተፈጥሮው የተለየ ነው፡፡ በግሪኮች እንደሚነገረው ተወርዋሪ ኮከብ ወይም ዥራታማ ኮከብ ሳይሆን በምሥራቅ የተገለጠ የተለየ ኮከብ ነው" ይላል፡፡

ታላቁ ጎርጎርዮስ ደግሞ፡- "እግዚአብሔር ሁሉንም ስለሚወድ ለሁሉም ለሚያውቁት በሚረዱት መልኩ ጌትነቱን ይገለጻል፡፡ ለአይሁድ በሚያውቁት በነቢያትና በሕግ ገለጠላቸው፡፡ ለእረኞች በመልአኩ በኩል ገለጠላቸው፤ ለሥነ ፈለክ ተመራማሪዎች ደግሞ የጌትነቱን ነገር በሚያውቁት በኮከብ በኩል ገለጠላቸው" ይላል፡፡

አውግስታይን የተባለ መተርጕም ደግሞ “የሰማይ መላእክት ለእረኞች ክርስቶስን አሳይዋቸው። ኮከቡ ደግሞ ለሥነ ከዋክብት ተመራማሪዎቹ ስለ ክርስቶስ ገለጠላቸው። ሁሉም ከሰማይ ሆነው ጌትነቱን አወጁ” ይላል።

የኢትዮጵያ ሊቃውንት ደግሞ በሌሊት የሚታየውን በቀን መታየት እንዲችል፤ ወደ ምዕራብ የሚሄደውን ወደ መስዕ እንዲሄድ፤ መጥቆ የሚሄደውን ዘቅዝቆ እንዲሄድ ማድረግ የሚችል ርሱ እግዚአብሔር ስለሆነ በቁሙ ኮከብ ነው ይላሉ።

በሥነ ፈለክ ተመራማሪዎች እይታ የሚባለውን እኔና ዶክተር ጌትነት ፈለቀ ለገና በዓል በአንድሮሜዳ የቴሌቭዥን መርሐ ግብር ላይ ያቀረብነውን እንዳለ ከዚህ በታች ለአንባብያን አስቀምጬዋለሁ፡-

ሳይንስ ሰብአ ሰገልን የመራው ኮከብ ከሚከተሉት ውስጥ አንዱ ሊሆን ይችላል የሚል ሐሳብ ይሰነዝራል፡-

1. ጅራታም ኮከብ (ኮሜት)
2. ፕላኔት (ጁፒተር / ሳተርን / ማርስ)
3. ሜቲዮር
4. ሱፐርኖቫ (የፈነዳ ኮከብ-ብርሃኑ ከሩቅ የሚታይ)
5. በተፈጥሮ ያልነበረ ተአምራዊ ኮከብ የሚል ነው።

ይህም በዝርዝር ሲታይ፡-

1. ጅራታም ኮከብ (ኮሜት)

ኮሜቶችን ለሳምንታት በዐይን ማየት ስለሚቻል ደማቅ የሆነ ኮሜት ሰብአ ሰገልን ወደ ቤተልሔም መርቶ ወስዷቸዋል የሚለው አንዱ ሐሳብ ሆኖ በሥነ ፈለክ ሳይንስ ይነሣል።

በ1986 ላይ ታይታ የነበረቸው ሐሌ ኮሜት ከጌታ ልደት በፊት በ11ኛው ክፍለ ዘመን የመጣች ቢሆንም ቀደም ብላ ስለመጣች ይህች ጅራታም ኮከብ በወቅቱ አልነበረችም ተብሏል። ሌላ ጅራታም ኮከብ ግን ሊሆን ይችላል የሚል ሐሳብ የተነሣ ቢሆንም የተመዘገበ ነገር ስለሌለ ጅራታማ ኮከብ የሚለውንም ሐሳብ እርግጠኛ ሆኖ ማውራት አይቻልም።

ሌላው ደግሞ ጅራታም ኮከቦች ከሞት ጋር፣ ከድርቅ ጋር እና ከኀርፍ መጥለቅለቅ ጋር በተያያዘ ከመጥፎ ጉዳዮች ጋር እንጂ ከልደት ጋር በተለይ ከንጉሥ መወለድ ጋር ስለማይያያዝ የጅራታም ኮከብ ነገር ብዙም የሚያስኬድ አልሆነም።

2. ፕላኔት (ጁፒተር / ሳተርን / ማርስ)

ሳይንስ ወደኋላ ሄዶ በወቅቱ የነበሩትን ሰማያዊ አካላት ሲያጠና ልክ አሁን ታኅሣሥ ላይ እንደምናየው ሁሉ ሦስቱ ፕላኔቶች (ጁፒተር / ሳተርን / ማርስ) ተጠጋግተው ጌታ በተወለደበት ቤተልሔም ላይ ይታዩ እንደነበር ደርሶበታል። የጁፒተር እና ሳተርን ታላቁ ግጥጥሞሽ የሚመስል ነገርም ሊሆን ይችላል የሚል ሐሳብ በሳይንሱ ይነሣል።

ከክርስቶስ ልደት በፊት ከ7ኛው እስከ 6ኛው ዓመት ቀደም ብሎ ጁፒተር እና ሳተርን ለስምንት ወራት ያክል በሦስት ዲግሪ ቅርርበሽ መገናኘታቸውን ሳይንስ ይናገራል። ሳይንስ እንዳረጋገጠው በወቅቱ የተለያዩ ዓይነት የፕላኔት ግጥጥሞሾች ተከስተዋል። ነገር ግን የጥበብ ሰዎችን ወደ ቤተልሔም መርቷል ብሎ ለመናገር የሚያስችል ሙሉ መረጃ የለም።

3. ሜቲዮር

ሦስተኛው “ሜቲዮር” የሚለው ምልከታ ሲሆን ሜትዮር በሰማይ ላይ የሚታየው ጥቂት ሴኮንዶችን ስለሆነ ይህ ሐሳቡ ብዙም የሚያስኬድ አልሆነም።

4. ሱፐር ኖቫ

አራተኛው የፈነዳ ኮከብ ብርሃኑ ከሩቅ የሚታይ ኖቫ/ሱፐር ኖቫ የሚለው ሐሳብ ነው። ሁልጊዜ ባይከሰቱም ሱፐርኖቫዎች ሲከሰቱ ቀን ላይ ሁሉ ሊታዩ ስለሚችሉ የንጉሥን መወለድ ሊገልጹ ይችላሉ የሚል ሐሳብም ይነሣል። ባለፉት ሺሕ ዓመታት ውስጥ እኛ በምንኖርበት ሚልኪዌይ ጋላክሲ ውስጥ አራት የሚሆኑ ደማቅ የሱፐርኖቫ ክስተቶች ታይተዋል።

በተጨማሪም ብዙ ደማቅ ኖቫዎች ሳይታሰቡ በድንገት የሚከሰቱ ሲሆን ከተወሰኑ ቀናት ወይም ሳምንታት በኋላ ግን ይጠፋሉ። ኖቫና ሱፐርኖቫ ለቤተልሔሙ ኮከብ ጥሩ ምሳሌዎች ቢሆኑም በወቅቱ ግን ተመዝግቦ ያለ የኖቫ ወይም የሱፐርኖቫ ክስተት ስለሌለ ይህ ሐሳብም ብዙ የሚያራምድ አልሆነም።

5. ተአምራዊ ኮከብ

በመጨረሻ ሳይንስ ያለው በተፈጥሮ ያልነበረ ተአምራዊ ኮከብ የሚለው ምልከታ ነው። ከላይ ከጠቀስናቸው ውስጥ ታይቶ የማይታወቅ ተአምራዊ ኮከብ ሊሆን ይችላል የሚለው ሐሳብ በሳይንሱ ተቀባይነት ያለው ነው። ምክንያቱ ደግሞ በሰማይ ላይ የነበረው እንቅስቃሴ እና ቤተልሔም ላይ ሲደርስ መቆሙ ያልተለመደ ሰማያዊ እንቅስቃሴ ስለሆነ ሌላ ተአምራዊ ኮከብ ሊሆን ይችላል ብሎ ሳይንስ ያምናል።

ሰብአ ሰገልና የኦሪዮን ቀበቶ

ሰብአ ሰገልና የቤተልሔም ኮከብን ስንዳስስ የኦርዮን ሕብረ ኮከብንና ሳይረስን ማንሣት ግድ ይላል። ኦሪዮን በዓለም እጅግ ጥንታዊ ታሪክ ያለው እና በጣም ታዋቂ ከሆኑ ሕብራተ ከዋክብት መካከል አንዱ ነው። እንዲሁም በጣም ደማቅ እና የሚያምር ሕብረ ኮከብም ነው። ማንኛውም ሰው ይህንን ሕብረ ኮከብ በዐይን ብቻ (ያለምንም የማሳያ መሣሪያ) በሰማይ ላይ ሊያየው ይችላል። በቀደምት ኢትዮጵያውያን የሥነ ፈለክ ጽሑፍና ዕሳቤ "አርዮብ" ወይም "ሦስቶ" በመባል ይታወቃል።

ምክንያቱም የኦሪዮንን ቀበቶ የሚሠሩት ሦስቱ ከዋክብት "አልኒላም" (Alnilam)፤ "አልኒታክ" (Alnitak) እና "ሚንታካ" (Mintaka) መስመር ሠርተው ስለሚያደዋቸው ነው።

እነዚህን በታኅሣሥ ወር በሰማይ በፀሐይ መውጫ በምሥራቅ ጀምበር በምሽት ሰዓት ጐልተው የሚታዩትን ሦስቱን

ከዋክብት ከጥንት ጀምሮ “ሦስቱ ነገሥታት” በማለት በሦስቱ ነገሥታት ይመስሏቸዋል።

በሰማይ ላይ ካሉ ከዋክብት አብሪ ኮከብ የሆነቸውን የኦሪዮንን ሕብረ ኮከብ የሚያቅ ማንም ሰው በኦሪዮን ቀበቶ ላይ መስመር ቢያሰምር በቀላሉ ሊያገኛት የሚችለውን የኦርዮንን ቀበቶ ስፋት ስምንት እጥፍ ያህል ርቃ ያለቸውን ሲሪየስ የተባለቸው በጣም ብሩህ ኮከብ ሰብአ ሰገልን በመራቻቸው በቤተልሔም ኮከብ ትመሰላለች። ሦስቱም የኦሪዮን ኮከቦች ሳይረስም ጠቋሚነታቸውን በፀሐይ መውጫ በምሥራቅ አድርገው የእውነተኛው ፀሐይ የኢየሱስ ክርስቶስን ከአማናዊት ምሥራቅ ከቅድስት ድንግል መወለዱን በሰማይ ሆነው ይመሰክራሉ። ሰብአ ሰገል ወደ ኢየሩሳሌም ሲመጡ ስላለው ነገር ማቴዎስ ወንጌላዊ እንዲህ ብሎ እንደጻፈልን፦

- “እነሆ፣ ሰብአ ሰገል፦ የተወለደው የአይሁድ ንጉሥ ወዴት ነው? ኮከቡን በምሥራቅ አይተን ልንሰግድለት መጥተናልና እያሉ ከምሥራቅ ወደ ኢየሩሳሌም መጡ” (ማቴ 2፡1-2)

በ90 ዲግሪ ሰሜን አቅጣጫ ኬንትሮስ (latitude) መስመርና በኔጌቲቭ 65 ዲግሪ ደቡብ አቅጣጫ ኬንትሮስ መስመሮች ታኅሣሥ ምሽት ላይ በጥራት የሚታየውን በበሬ የሚመሰለው የሰውር (የታውረስ) ሕብረ ኮከብን በከብቶች በረት ውስጥ እስትንፋስ ያቀረበለትን የላሙ ምሳሌ ያደርጋሉ።

በታኅሣሥ ከፀሓይ ቀድማ በምሥራቅ አድማስ የምትወጣው ቅርንጫፍ ይዛ የምትተታየው የቪርጎ (የሰንቡላ) ሕብረ ኮከብ ናት። ከላይ እንዳየነው ይህቺ ሕብረ ኮከብ

በዕብራይስጥ “ቤቱላህ” ትባላላች፤ ፍቺውም “ድንግል” ማለት ነው፤ በግሪክም ሴሬስና ፓርቴኖስ ስትባል ፍቺውም “ንጽሕት ብላቴና ድንግል” ማለት ነው። በዐረቢክም “አዳራህ” ሲሏት ፍቺዋም “ንጽሕት ድንግል” ማለት ነው።

ይህቺውም ሕብረ ኮከብ ምልክትነቷ ኅብስተ ሕይወት ዐማኑኤልን በድንግልና ፀንሳ በድንግልና ለወለደቻው ለቅድስት ድንግል ማርያምና ዳግመኛም እሸትን በእጇ ይዛለችና የስንዴ ቤት (የሕብስት ቤት) ተብላ በምትጠራው በቤተልሔም ነው።

ነቢዩ ኢሳይያስ እንዲህ ብሎ በትንቢቱ እንደተናገረ፡-

❖ “ስለዚህ ጌታ ራሱ ምልክት ይሰጣችኋል፤ እነሆ ድንግል ትፀንሳለች ወንድ ልጅም ትወልዳለች፤ ስሙንም ዐማኑኤል ብላ ትጠራዋለች” (ኢሳ 7፥14)

ሰብአ ሰገል ኮከብ ሲመራቸው image credted: servantspen.com

(“እኔ ኢየሱስ በአብያተ ክርስቲያናት ዘንድ ይህን እንዲመሰክርላችሁ መልአኬን ላክሁ። እኔ የዳዊት ሥርና ዘር ነኝ የሚያበራም የንጋት ኮከብ ነኝ” ብለህ ያስተማርከን ከዋክብት ክብርህን ገናንነትህን የሚመሰክሩልህ፤ ሦስቱ ነገሥታትን በኮከብ መርተህ ወደ ቤተልሔም አድርሰህ እጅ መንሻን እንዲያቀርቡልህ ያደረግህ እውነተኛው ብርሃን ኢየሱስ ክርስቶስ ሆይ እወድሃለሁ)

ምዕራፍ 3

ጨረቃና ሥያሜዋ

ጨረቃ በግእዝ ቋንቋ "ወርኅ" ስትባል፤ ብዙ ጨረቃዎች ደግሞ "አውራኅ፣ አውራኀት" ይባላሉ። ቀደምት ኢትዮጵያውያን የተናጠልም የብዙም ሥያሜ ለጨረቃ መስጠታቸው ነጠላም ብዙም ጨረቃዎች እንዳሉ የሚያስረዳ ጠቋሚ አድርጎ መያዝም ይቻላል።

ብዙዎች የጨረቃ ስሞች እንዳሉ የጠቀመው የአዳም ሰባተኛ ትውልድ የሆነው ሔኖክ ሲሆን እንዲህ ያስቀምጠዋል፡-

- "ወለወርኅ አርባዕቱ አስማት ቦቱ አሐዱ ስሙ አሶንያ ወካልዑ እብላ ወሣልሱ ብናሴ ወራብዑ ኤራዕ"

  (ለጨረቃም አራት ስሞች አሉት፤ አንዱ ስሙ አሶንያ ይባላል፤ ሁለተኛም ዕብላ ይባላል፤ ሦስተኛው ብናሴ ይባላል፤ አራተኛው ኤራዕ ይባላል) (ሔኖ 26፥2)

ቀደምት የኢትዮጵያ ሊቃውንት የሔኖክን መጽሐፍ በጥልቀት በተረጎሙበት በትርጓሜ ሚጠተ ብርሃናት ላይ እንዲህ ይተረጉሙታል፡-

- "ከመ ንበሎሙ ለእሉ አስማተ ፀሓይ ወወርኅ ዘዘልሳናተ በሐውርት ኢይሄኒ እስመ በመዋዕሊሁ ለሔኖክ ኢተዘርዉ

ልሳናተ ሰብእ አላ ፩ ውእቱ ቃል ዘኰሉ ዓለም ወእሉ አስማተ ብርሃናት ዘ፩ ልሳን እሙንቱ”

(ሔኖክ የጠቀሳቸውን እነዚህን የፀሓይን እና የጨረቃን ስሞች በተለያዩ የሀገሮች ቋንቋ ተጠርተዋል እንላቸው (እንጠራቸው) ዘንድ አይመችም፤ በሔኖክ ዘመንም የሰው ቋንቋዎች አልተበተኑም (አልተለያዩም) ነበርና የሁሉም ዓለም ቃል አንድ ነበርና፤ እኒህ የብርሃናት (የጨረቃዎች) ስሞችም የአንድ ቋንቋ ነበርና) በማለት በአንድ ቋንቋ ብዙዎች ጨረቃዎች መጠራታቸውን ገልጸዋል።

ስለ ጨረቃ ስሞች የሚያስረዳው ትርጓሜ ሚጠተ ብርሃናት

ጨረቃ ቃሉ የዐማርኛ ቢሆንም መነሻው ግን “ሠርቀ” የሚለው የግእዝ ቃል ነው፤ ትርጕሙም “መውጣት” ማለት ሲሆን ከፀሓይ ብርሃንን አግኝታ የምትወጣ እንደሆነ ለማመልከት የኢትዮጵያ ሊቃውንት በዐማርኛ ጨረቃ ተብላ እንድትጠራ አድርገዋል።

መጽሐፍ ቅዱስም ስለዚህ ነገር እንዲህ ይላል፡-

❖ "ሐጸጽ እያደረገች የምታልቅ ብርሃን ርሷ ናት፤ ጨረቃስ እንደ ስሟ ናት። ዕድገትዋም ድንቅ ነው። በሰማይ ሰራዊት ሥርዐትም ሐጸጽንና ምላትን ማፈራረቅዋ ድንቅ ነው። በሰማይ ሰራዊት መካከልም ታበራለች" (ሲራ 43፥7-8)

በተጨማሪም ቀደምት የኢትዮጵያ ሊቃውንት ጨረቃን ቀመር ብለው የሚጠሩ ሲሆን ይህም በብራና የሥነ ፈለክ መጻሕፍቶቻቸው ላይ ይገኛል።

በአጠቃላይ ጨረቃ በኢትዮጵያውያን የሚታወቁት ስሞቿ ውስጥ፦

1. ወርኅ
2. ጨረቃ
3. ቀመር
4. አሶንያ
5. ዕብላ
6. ብናሴ
7. ኤራዕ ይገኛሉ።

ጨረቃ ልክ እንደ ፀሐይ ሁሉ ዘመንን የምንለካባትና መጠነ ቁሷም ከፀሐይ ያነሰ ሲሆን ይህም በመጽሐፍ ቅዱስ ላይ እንዲህ ተገልጧል፦

❖ "ጨረቃን ለጊዜዎች አደረገ" (መዝ 103 (104) ፥19)

- “ጨረቃም ለሁሉ የዘመን መለኪያ ናት ለዓለምም ሁሉ ምልክት ናት፤ በርሷም ቀን ይለያል፤ በጨረቃም የበዓላት ምልክት ይታወቃል” (ሲራ 43፥6-7)
- “ወድኅሬሁ ለዝ ትእዛዝ ርኢኩ ካልአ ትእዛዘ ለብርሃን ንዑስ ዘስሙ ወርኅ ወክበቡ ከመ ክበበ ፀሓይ ወሠረገላ ዚኣሁ በኀበ ይጼዓን ነፋስ ይነፍሕ”

  (ከዚህ ሥርዓትም በኋላ ስሙ ጨረቃ የሚባል የታናሹን ብርሃን ሌላ ሥርዓት አየኊ ክበቡም እንደ ሰማይ ክበብ ነው፤ የሚሄድበትንም ሠረገላ ነፋስ ይነዳዋል) (ሔኖ 22)

  በጨረቃ ዙሪያ በስፋት “አንድሮሜዳ ቊጥር 1” መጽሐፍ ላይ ስለተጻፈ በዚያ ላይ ተመልከቱ።

የጨረቃ ምሳሌነቷ

በመጽሐፍ ቅዱስ ላይ ጨረቃ በሰው ተመስላ የምናያት ሲሆን ይህም ምሳሌነቷን ከዚህ በመቀጠል አቀርበዋለሁ፡-

የጨረቃ ስሌዳና ሰው

ጨረቃ ላይ የምናየው አስደናቂ ክስተት በወሩ ውስጥ የምታሳየው የገጾቿ ወይም ስሌዳዎቹ (phases) መቀያየር ነው። ስሌዳዎቿ ማጭድ ቅርጽ፣ ግማሽ፣ በከፊል የሞላ፣ ሙሉ፣ ከዛም እንዲሁ እየቀነሰ የምትሄድበት ሂደት ነው።

ይህ የጨረቃ ዑደት ከልደት እስከ ሞት ያንን ተሻግሮ እስከ ትንሣኤ ሙታን የሚከናወን የሰው ልጆችን ሕይወታዊ ዑደትን የሚወክል ነው።

የጠፍ ጨረቃ ምሳሌ

እንደ ሳይንስ ጥናት ጨረቃ በፀሐይና በመሬት መሓከል ስትሆን ብርሃን የሚያገኘው ክፍሏ ወደ ፀሐይ ስለሚሆንና ብርሃን የማያገኘው ክፍል ወደ እኛ ስለሆነ ጨረቃን ማየት አንችልም። በዚህ ወቅት ጨረቃ ያለችበት ሁኔታ “ጠፍ ጨረቃ” (new moon) ይባላል።

በዚህ ወቅት ጨረቃና ፀሐይ ተቀራርበው የሚገኙበት ወቅት ነው። ስለዚህም በጠፍ ጨረቃ ወቅት ተቀራርበው ስላሉ ፀሐይ ስትወጣ ጨረቃም ትወጣለች፣ ፀሐይ ስትጠልቅ ጨረቃም ትጠልቃለች። የጨለመው አካሏ ወደ እኛ ስለሆነና ብርሃን ስለማያገኝ ጨረቃን ማየት አንችልም።

ይህም ተፀንሰን 9 ወር ከ5 ቀን በእናታችን ማሕፀን ውስጥ ተሸፍነን ሳንታይ የምንኖርበት ሕይወትን ይወክላል።

ዳግመኛም የጠፍ ጨረቃ ምሳሌነት በጨለመው ሞት ከዚህ ዓለም የምንሰናበትበትን ሞታችንን ያመለክታል።

ልደተ ወርኅ (የጨረቃ ልደት) ምሳሌ

ከአንድ አራት ቀን በኋላ ግን የተወሰነ ብርሀን ያረፈበት አካሏን በማጭድ ቅርጽ መልክ እናየዋለን። እኛም “ልደተ ወርኅ”

(ጨረቃ ተወለደች) እንላለን። ይህ ያለችበት የሰሌዳ ሁኔታ በሳይንሱ “ዋክሲንግ ክሬሰንት ሙን” (waxing crescent moon) የሚባል ሲሆን ዋክሲንግ ማለትም መጠኑ የጨመረ ማለት ነው።

ይህም ከጠባቡ ወደ ሰፊው ከጨለማው ወደ ብርሃኑ ዓለም ከማሕፀን የምንወጣበት የምንታይበት የመወለዳችን ምሳሌ ነው። ዳግመኛም ሞተን እንደማንቀር በጨለመው ምድር በስብሰን እንደማንቀር ከሞት እንደምንነሣም ሰሌዳዋ ያመለክታል።

መንፈቀ ወርኅ (የጨረቃ ግማሽ) ምሳሌ

ከሰባት ቀን ወይም ከአንድ ሳምንት በኋላ ደግሞ የፀሐይ ብርሃን ያገኘው ክፍሏ ይጨምርና ግማሽ አካሏ ብርሀን ያርፍበታል።

ስለዚህ ግማሽ ጨረቃ ሆና ትታያናለች ማለት ነው። ይህ የደረሰችበት የቅርጽ ደረጃ ደግሞ እንደ ሳይንሱ የመጀመሪያ ሩብ (first quarter) ይባላል።

ይህ ከ7 ቀን በኋላ የጨረቃ ዕድገት ምሳሌነቱ እኛም ፍጹም ልደት ከተወለድን በኋላ ወደ አቅመ አዳም አቅመ ሔዋን ለመድረስ በየጥቂቱ ማደጋችንን ያመለክታል።

ምልአተ ወርኅ (ሙሉ ጨረቃ) ምሳሌ

እንደ ኢትዮጵያውያኑ ምርምር በሥነ ፈለክ መጽሐፋቸው ላይ ሥለውት እንደምናየው ጨረቃ ብርሃኗ እየመላ

እየተጨመረላት በመሄድ በ14ኛው ወይም በ15ኛው ቀን ሙሉ በመሆን በምሥራቅ ወጥታ ሌሊቱን ሁሉ ደምቃ ታበራለች። ከፀሐይ በተቃራኒ በኩል ትሆንና የፀሐይ ብርሃን ሙሉ ለሙሉ ያርፍባታል። ይህም ደረጃ "ሙሉ ጨረቃ" (full moon) ይባላል። በዚህ የሙሉ ሰሌዳ ወቅት መሬት መሓከል ስትሆን ጨረቃና ፀሐይ በተቃራኒ ስለሚሆኑ ልክ ፀሐይ እንደጠለቀች ጨረቃ ሙሉ ሆና በምሥራቅ ትወጣለች።

ይህም የሙሉ ጨረቃ ምሳሌነት በዚህ ዓለም ትዳር ይዘን ልጆችን ወልደን በልብስ አጊጠን የምንደምቅበትን በእውቀት የምንራቀቅበትን ዕድሜያችንን ትወክላለች። ጠቢቡ ሲራክ "ዳግመኛም ዐስቤ እናገራለሁ እንደ ሙሉ ጨረቃ ሙሉ ነኝና" (ሲራ 39፥12) እንዳለ።

የሥነ ፍጥረት ሊቃውንት ጨረቃ ሠርቅ ካደረገች ጀምሮ እስከ ምልአቷ 15 ቀን ድረስ መጋቤ ወርኅ መልአክ ብርሃን ከፀሐይ እያመጣ ይሥልባታል። ይህም ጨረቃ የምእመናን ምሳሌ ናትና ምእመናን ከመምህራን 10ሩን ቃላት እና 5ቱን አዕማደ ምስጢር (10 ቃላት + 5 አዕማድ = 15ቱን) ሲማሩ የእውቀት ብርሃን በልቡናቸው ሲሣልባቸው ለመኖራቸው ምሳሌ ነው።

በተጨማሪም ሙሉ ስትሆን በምሥራቅ እንደምትወጣ፤ ዳግመኛም ሠርቅ ስታደርግ (ስትወለድ) ማጭድነቷን ወደ ምሥራቅ ሆና መውጣቷ ምእመናን ሲጸልዩ ሲሰግዱ ፊታቸውን ወደ ምሥራቅ አቅጣጫ የማድረጋቸው ምሳሌ ነው። ዲያቆኑ በሥርዐተ ቅዳሴው ላይ "ውስተ ጽባሕ ነጽሩ" (ወደ ምሥራቅ ተመልከቱ) እንደሚል።

ሕጸጸ ወርኅ (የጨረቃ ጕድለት) ምሳሌ

ሙሉ ጨረቃ ከሆነች ከ15ት ቀናት በኋላ ቀጣዮቹን ሁለት ሳምንታት ደግሞ ከፀሐይ የምታገኘው ብርሀን እየቀነሰ ይመጣል። መጠኑ እየቀነሰ ባለበት ወቅት ሁሉ ደግሞ ብርሃን የሚያርፍበት ክፍሏ በስተምሥራቅ በኩል ያለው ይሆናል። በመጨረሻም ከአንድ ወር በኋላ መልሳ ትጠፋና ጠፍ ጨረቃ ትሆናለች።

ይህም ምሳሌነቷ መምህራን ለምእመናን 10ሩን ቃላት እና 5ቱን አዕማደ ምስጢር (10 ቃላት + 5 አዕማድ = 15ቱን) ሲያስተምሩ ኖረው ለመሞታቸውና ሥልጣናቸው በእደ እግዚአብሔር ለመያዙ ምሳሌ ነው።

ጨረቃ ብርሃኗን ጨርሳ ስትጠፋ ከፀሓይ ጋር ተራክቦ ማድረጓና ብርሃን በላይዋ መሣሉ ሰው ምንም ቢማር ምንም ቢያውቅ ምንም ቢበቃ ከበላዩ ካለ ቢሾም እንጂ ነቃሁ በቃሁ ብሎ በገዛ ራሱ መሾም እንዳይገባው ምሳሌ ነው።

ከዚህ ጋር ተያይዞ ሔኖክ የተመለከታቸው ፀሐይና ጨረቃ ሲመላለሱባቸው የሚኖሩትን 6ቱን የምሥራቅና 6ቱን የምዕራብ መስኮቶች አሏቸው (ሔኖ 21፥6-7) እነዚህም የ6ቱ ቃላተ ወንጌል አምሳል ናቸው። እነዚህ ብሩሃን አካላት በዚያ ሲመላለሱ እንዲኖሩ ምእመናንም በ6ቱ ቃላተ ወንጌል ጸንተው ለመሞታቸውና ለመነሣታቸው አምሳል ነው።

ትንሣኤ ሙታንን ካነሣን ዘንድ ፀሐይ የባለ መቶ፤ ጨረቃ የባለ ስድሳ፣ ከዋክብት የባለ ሠላሳ ምሳሌ እንደሆኑ መተርጕማን ያትታሉ። ቅዱስ ጳውሎስ እንዲህ ብሎ እንደመሰለልን፦

❖ “የፀሐይ ክብር አንድ ነው የጨረቃም ክብር ሌላ ነው የከዋክብትም ክብር ሌላ ነው፤ በክብር አንዱ ኮከብ ከሌላው ኮከብ ይለያልና የሙታን ትንሣኤ ደግሞ እንዲሁ ነው” (1ኛ ቆሮ 15፥41)

ሌላኛው ምሳሌነቷ ጨረቃ ሕጸጽ እንድታደርግ ጻድቃንም ኃጢአት አንድ ጊዜ ድል ስትነሣቸው አንድ ጊዜ እነርሱ ድል ሲነሡዋት ይኖራሉና ጠቢቡ ሰሎሞን “ጻድቅ ሰባት ጊዜ ይወድቃልና፥ ይነሣማል” በማለት እንዳገለጸው (ምሳ 24፥16)።

አንድም ፀሐይ የጻድቃን ምሳሌ ነው፤ ፀሐይ በብርሃኑ ጸንቶ እንዲኖር ጻድቃንም በሙሉ ሃይማኖት በሙሉ ምግባር በትሩፋት ጸንተው ይኖራሉና።

ጨረቃ የኃጥኣን ምሳሌ ናት። በሙሉ ብርሃን ተፈጥራ ከዛሬ ነገ ሣልስት ተፈጥራ ከዛሬ ነገ ሣልስት ስትጕል ስትጕል ከፍጹም ጥፋት ትደርሳለች። እንደዚህም ሁሉ ኃጥኣን ከሕግ ሕግ ሲያፈርሱ በኀጢአት ላይ ኀጢአት ሲጨምሩ ከፍጹም ጥፋት ከኀጕለ ነፍስ ከገሃነመ እሳት ይደርሳሉና ጠቢቡ ሲራክ “ልቡ ለአብድ የኀጽጽ ከመ እንተ ወርኅ” (የሰነፍ ልቡ እንደ ጨረቃ ሲጕድል ይኖራል) እንዲል።

ሊቁ ቅዱስ ባስልዮስም በአክሲማሮስ መጽሐፉ ላይ የጨረቃን ልደት፣ ከዚያም ዕድገት፣ በብርሃን መልቶ መድመቅ፣ ዳግመኛም ከሙሉነት ወደ ጕድለት መሄዷን የሰነፍን ሰው ጕድለት የምታመለክት እንደሆነች እንደዚህ ተንትኖታል፦

❖ “ጨረቃ ከጊዜ ወደ ጊዜ የምትገለጥበት የተለያየ ሰሌዳ የሁለንታ ፈጣሪ መለኮታዊ ምስጢራት የተነሣ አይደለም።

ይልቁኑ አስደናቂ የተፈጥሮ ምሳሌን የሚያሳይ ነው እንጂ። በሰው ውስጥ የተረጋጋ ነገር የለም፤ ከከንቱነት (ከባዶነት) ራሱን ወደ ፍጹምነት ያነሣል፤ ከዚ በኋላ እንደ ጨረቃ ሙሉ ታላቅነቱን ለማግኘት ጥንካሬውን ለማውጣት ከተጣደፈ በኋላ እንደ ጨረቃ ጕድለት በድንገት ቀስ በቀስ ወደ ጕድለት የሚሄድ እናም በመቀነስ ውስጥ የሚከስም ይሆናል። ስለዚህ ጨረቃን ማየት ፈጣን የሆኑ ለውጦች በሰው ላይ እንደሚመጡ እንድናስብ የሚያደርገን ሲሆን በዚህ ሕይወት ሳለን በበጎ ሥራችን እና በኃይላችን እንዳንመካ ሊያስተምረን ይገባል፤ እርግጠኛ ባልሆንባቸው የማይታወቁ ሀብቶች እንዳንወሰድ፣ ለለውጥ ተገዢ የሆነውን ሥጋችንን እንድንገራ እና ነፍሳችንንም እንድንከባከብ ያደርገናል። ጨረቃ ባልገመትከው ሁናቴ ቀስ በቀስ በሂደት እየቀነሰች ግርማዋን ስታጣ እያየህ የምታዝን ከሆነ በነፍስ ጕድለት የተነሣ ምን ያህል የሚበልጥ ጭንቀት የሚያጋጥምህ ይመስልሃል፤ (ነፍስህም) በጎዎች ሥራዎችን ስትሠራ ከኖረች በኋላ በቸልተኝነት ውበቷን አጥታለች፤ እናም በመልካም ሐሳቧ ላይ ጸንታ አልቆየችም፣ ነገር ግን ዓላማዋ ያልተረጋጋ (ያልጸና) በመሆኑ እየጐደለች እና ያለማቋረጥ እየተለወጠች ትመጣለች። መጽሐፍ ቅዱስ “ሰነፍ ግን እንደ ጨረቃ ይጐድላል” የሚለው በጣም እውነት ነው።”

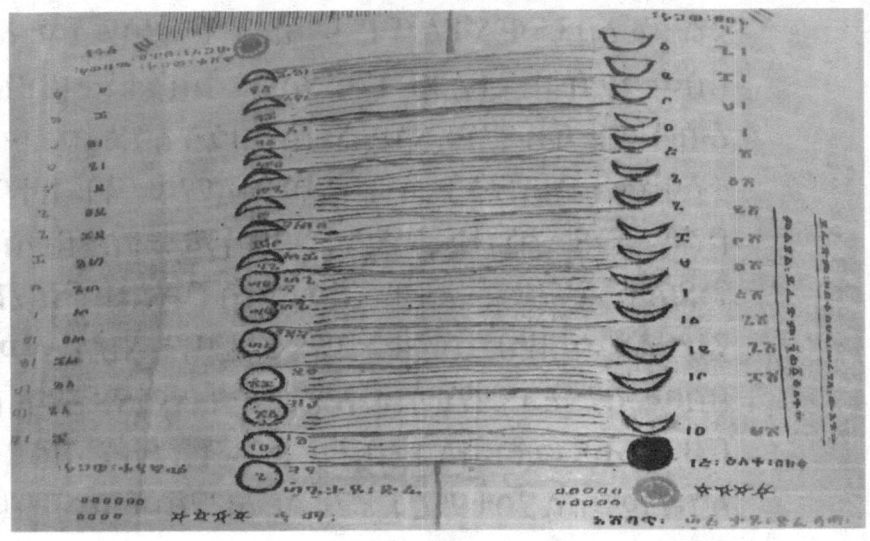

ስለ ጨረቃ ሰሌዳዎች የሚያሳይ የብራና ሥዕል

ጨረቃና ማዕበል

በመጽሐፍ ቅዱስ ላይ እነዚህ ሰማያዊ አካላት ይልቁኑ ጨረቃ የባሕር ሞገዶችን ከፍ እንደምታደርግ ማዕበል የማስነሣት ዐቅም እግዚአብሔር በተፈጥሮ እንደሰጣት ይጽፋል። ከነዚህ ውስጥ የተወሰኑትን ለአብነት ከዚህ በታች አስፍሬያቸዋለኍ፡-

- ❖ "ስሙ የሠራዊት ጌታ የሚባል፥ ፀሐይን በቀን ያጨረቃንና የከዋክብትን ሥርዓት በሌሊት ብርሃን አድርጎ የሚሰጥ፥ እንዲተምሙም የባሕርን ሞገዶች የማያናውጥ እግዚአብሔር እንዲህ ይላል" (ኤር 31፥35)

- "በፀሐይና በጨረቃም በከዋክብትም <u>ምልክት</u> ይሆናል፤ በምድር ላይም አሕዛብ <u>ከባሕሩና ከሞገዱም</u> ድምፅ የተነሣ እያመነቱ ይጨነቃሉ" (ሉቃ 21፥25)

የቤተ ክርስቲያን ሊቃውንትም ከዚህ ተነሥተው ስለምታስነሣው ሞገድ የጻፉ ሲሆን በተለይ ሊቁ ቅዱስ ባስልዮስ በአክሲማሮስ መጽሐፉ ላይ እንዲህ ሲል ይገልጸዋል፦

- "ከጨረቃ በግልጽ እንደሚታየውና ቅዱሳት መጻሕፍት እንደሚሉት ጨረቃ ባላት ከፍተኛ መጠንና ኀይል ምክንያት ተፈጥሮን ሁሉ የለውጧ ተካፋይ ታደርጋቸዋለች። በጸጥታ መካከልና ነፋሳትም ጸጥ ባሉበት ሰዓት ደመናትን በማናወጽ (በማነሣሣት) ርስ በርሳቸው በኀይል በተቃራኒ እንዲወረወሩና በከባድ ሁኔታ ከመጠን ባለፈ መልኩ እንዲፈሱ ታደርጋለች፤ ይህም ዋዝቂ ማዕበልና የውቅያኖስ ፍሰት የሚያረጋግጠው ነው።

  ይህንንም በባሕር ዳርቻ ላይ የሚኖሩ ሰዎች የጨረቃን የሰሌዳ ለውጦች በመከተል አዘውትረው የተመለከቱት እና ያረጋገጡት ነገር ነው። በተለያዩ የጨረቃ የቅርጽ ሰሌዳዎች ውስጥ ውሃዎች ከአንዱ የባሕር ዳርቻ ወደ ሌላኛው ዳርቻ ይቀርባሉ እናም ያፈገፍጋሉ። ነገር ግን ጠፍ ጨረቃ ስትሆን ትንሽም ዕረፍት የላቸውም፣ ጨረቃም እንደገና እስክትወጣ፣ ፍሰታቸውን እስክትቆጣጠር ድረስ፣ ወዲያና ወዲህ እየተወዛወዙ ይንቀሳቀሳሉ።" (ቅዱስ ባስልዮስ ዘቂሣርያ)

ጨረቃ በመሬትና መሬት ላይ በሚኖሩ ፍጡራን ላይ ያላት ተጽዕኖ ማዕበል ማስነሣቷ ሲሆን ብዙ ሰዎች ይህን አይገምቱም ነበር። ነገር ግን እንደ አይዛክ ኒውተን የስበት ሕግ ከሆነ በሁለንታ (Universe) ውስጥ ያሉ ቁስ አካላት ሁሉ ይሳሳባሉ። ይህ ማለት ደግሞ መሬትና ጨረቃም ይሳሳባሉ ማለት ነው።

የመሬት ብዙው ውጫዊ አካሏ ደግሞ ውሃ ስለሆነ በጨረቃ በሚሳብበት ወቅት እንደ ሁኔታው ከ2 እስከ 10 ሜትር ርዝመት ያለው የውሃ ከፍታ ሙላት ወይም ማዕበል (tide) ያመጣል። ይህንን ክስተት በተለይ በውቅያኖስ ዳርቻ አካባቢ የሚኖሩ ማኅበረሰቦች ስለሚያውቁት ጥንቃቄ ያደርጋሉ።

ይህ የውሃ ሙላት ጨረቃ በተለይ ጠፍ ጨረቃ (new moon) እና ሙሉ ጨረቃ (full moon) በምትሆንበት ገዜ ያይላል። ለምሳሌ ጠፍ ጨረቃ በምትሆንበት ገዜ ጨረቃ፣ መሬትና ፀሐይ አንድ መስመር ላይ ይሆናሉ፤ በዚያን ገዜ የፀሐይ ስበትም መሬት ላይ የጨረቃን አንድ ሦስተኛ የሚያክል ሞገድ ስለሚያስነሣ በዚህ ወቅት የውሃ ከፍታ ሙላቱ የጨመረ ይሆናል፤ ጨረቃ አንደኛ ሩብ (first quarter) እና ሦስተኛ ሩብ (third quarter) ቅርጽ ላይ በምትሆንበት ወቅት ግን የውሃው ሙላት ወይም ማዕበሉ የቀነሰ ይሆናል።

ይህ የመሳሳብ ክስተት በመሬትና ጨረቃ የዛቢያ ላይ መሽከርከርና የምሕዋር ጉዞ ፍጥነት ላይ ተጽዕኖ የሚያመጣ ሲሆን በሳይንሱ “ታይዳል ብሬኪንግ” (tidal breaking) በመባል ይታወቃል።

በትልቅ የስበት ማዕበል (ታይድ/tide) ለሚነሣው ጎርፍ መፈጠር ምክንያት ሊሆን የሚችለው ጨረቃ በመሬት ዙርያ በምታደርገው ምህዋራዊ ጉዞዋ ወቅት በሚፈጠረው የጨረቃ የተፈጥሮ የመንገዳገድ/መወዛወዝ (ውብሊንግ/wobbling) እንቅስቃሴ ምክንያት ነው፡

የጨረቃ የሽክርክሪት ዘንግ በየ18.6 ዓመቱ ዑደት አቅጣጫውን የሚቀይር ሲሆን ይህ እንቅስቃሴ ደግሞ በስበት ምክንያት የሚነሣን የመሬት ውሃ ሙላትንና እንዲሁም ከመሬት አካል ወደ ውሃ አካል እየቀነሰ በሚሄደው የውሃ እንቅስቃሴ ላይም ተጽእኖ ያሳድራል።

በዚህ ምክንያት በ2030ዎቹ አጋማሽ ላይም የጨረቃ ዑደት በመሬት አካል ላይ የሚፈጠረውን የስበት ማዕበል እጅጉን እንዲጎላ ያደርገዋል። ይህ ደግሞ በአየር ለውጥ ምክንያት ከሚፈጠረው የባሕር ከፍታ መጨመር ጋር ሲደመር ውጤቱ በባለትልቅ ስበታዊ ማዕበል የሚነሣ የጎርፍ መጥለቅለቅ እንደሆነ ተመራማሪዎቹ አበክረው አስገንዝበዋል።

የጨረቃ የመንገዳገድ እንቅስቃሴ በጨረቃ የምሕዋር ጉዞ ውስጥ የራሱ የሆነ የጊዜ ዑደት ያለው ሲሆን ይህ እውነታ በ1728 ለመጀመሪያ ጊዜ የተገለጸ ቢሆንም በየ18.6 ዓመቱ የሚከሰት ነው።

ስለመጪው የዑደት ክስተት ሪፖርት የቀረበው በሃዋይ ዩኒቨርሲቲ የናሳ የባህር ወለል ለውጥ ሳይንስ ቡድን/ NASA's Sea Level Change Science Team ባካሄደው ጥናት ውስጥ ሲሆን የክስተቱ ዋናው ምክንያት በ15 ዓመታት ገደማ ውስጥ በባሕር

ወለል ለውጥ ላይ “በጨረቃ ምሕዋር ውስጥ የሚከሰት መደበኛ መወዛወዝ” የሚያሳድረው ተጽዕኖ ነው” ብሏል፡፡

የናሳ ኀላፊ ቢል ኔልሰን ስለጉዳዩ ሲያስረዱ “የጨረቃ የስበት ኃይል፣ የባሕር ወለል መጨመር እና የአየር ንብረት ለውጥ በአንድነት መጣመር በባሕር ዳርቻዎቻችን እና በመላው ዓለም የባሕር ዳርቻ አካባቢ የሚከሰት ጎርፍን ማባባሱን ይቀጥላል፤ በባሕር ወለል አቅራቢያ ያሉ ዝቅተኛ ሥፍራዎች በብርቱው ጎርፍ መጥለቅለቅ ሳቢያ ለከፋ አደጋ እና ለስቃይ እየተዳረጉ ሲሆን፤ ሁኔታውም እየባሰ ይሄዳል” ይላሉ፡፡

በዚህ ምክንያት በ2021 ላይ በጀርመን እና በቤልጅየም ሞትን ካስከተለው ከባድ ዝናብ ጋር የተገጣጠመው ጥናት የጎርፉ ደረጃ በሚያስገርም ሁኔታ እንደሚጨምር እንዲሁም በአውሮፓውያን አቆጣጠር በ2030ዎቹ አጋማሽ ላይ በፍጥነት እየጨመረ የሚሄድ ከባድ ጎርፍ እንደሚከሰት ይተነብያል፡፡

በአውስትራሊያ ብሔራዊ ዩኒቨርሲቲ የአየር ንብረት ባለሙያ የሆኑት ማርክ ሆውደን ሲገልጹ ለጨረቃዋ ክስተት ምክንያት የነበረው የጨረቃ ከፀሐይ በተለያየ ርቀት የምታደርገው ዑደት ሲሆን የጨረቃ ምሕዋር ከምድር እይታ ሲታይ እንደሚቀያየር ግልጽ ነው፤ አንዳንድ ጊዜ በአንድ በኩል የሚያጋድል ሲሆን አንዳንዴ ደግሞ በሌላኛው መንገድ ያዘነብላል፡፡

ፕሮፌሰር ሆውደን እንደገለጹት ዑደቱ ከፍተኛ ደረጃ ሲደርስ የባሕር ወለል መጠን እንዲጨምር ከሚያደርግ ጥምር ተጽእኖ ጋር “ጨረቃ በስበት ኃይል ከፀሐይ ጋር ትሰለፋለች” ይላሉ፡፡ አክለውም "በአሁን ጊዜ ችግሩ የባሕር ወለልን በጣም በፍጥነት

እየለወጥን መገኘታችን ነው፤ በዚህ ወቅት ክስተቱ በከፍተኛ ፍጥነት እየሄደ ነው፣ በአንጻራዊነት ከዚህ በፊት ጥሩ የነበረው የዑደት ውጤት በአሁን ጊዜ እያየለ መምጣቱ ነው፤በፍሎሪዳ ውስጥ ፀሐያማ ቀን የጎርፍ ክስተቶች የሚሏቸው ክስተቶች ያሉ ሲሆን በዚህም ጊዜ ማዕበሉን ወደ ዳርቻው የሚገፋ ዐውሎ ነፋስ ሳይኖር፣ የባሕር ወለሉ ከፍታ ይጨምራል" ይላሉ።

የአስትሮፊዚክስ እና የሳይንስ ተግባቦት ምሁሯ ኪርስተን ባንክስ ጨረቃ በአሁኑ ጊዜ የባህር ወለል ከፍታን በሚጨምረው የዑደቷ ደረጃ ላይ እንደምትገኝ ተናግረዋል ነገር ግን አካባቢያዊ ተጽእኖቹ በቀጣይ ጊዜ እንደሚታዩት የጎሉ አይደሉም ይላሉ።

ወይዘሮ ባንክስ ጨምረው የአየር ንብረት ለውጥ ላይ ማተኮር እንጂ በጠፈር ላይ ወደ ሚሆኑት እንቅስቃሴዎች ጣታችንን ለመቀሰር መንደርደር የለብንም፤ ጨረቃን መውቀስ ቀላል እንደሆነ ሁሉ፣ ለዚህኛው ደግሞ እኛ ራሳችን መውቀስ ይኖርብናል ብለዋል።

ጨረቃና የሰዎች ውስጣዊ ማዕበል

በቅዱስ ወንጌል ላይ ከተጻፉት አስገራሚ ተአምራት ውስጥ ጌታችን በጨረቃ ሕመማቸው ለሚቀሰቀስባቸው ሰዎች የሰጣቸው ፈውስ ይገኝበታል፦ ይህንንም ስናይ

- "በጨረቃም የሚነሣባቸውን ሸባዎችንም ወደ እርሱ አመጡ፥ ፈወሳቸውም" (ማቴ 4፥24)

- “ወደ ሕዝቡም ሲደርሱ አንድ ሰው ወደ እርሱ ቀረበና ተንበርክኮ፦ ጌታ ሆይ፥ ልጄን ማርልኝ፥ በጨረቃ እየተነሣበት ክፉኛ ይሣቀያልና” (ማቴ 17፥14)

የኢትዮጵያ ሊቃውንት በትርጓሜ ወንጌል ላይ 2ት ዓይነት በሽታዎችን ማለትም የሥጋ ሕመምና የርኩስ መንፈስ ሕመም እንዳለ በመግለጽ በጨረቃ ሙላት ጊዜ ሁለቱም የመቀስቀሳቸውን ነገር ይጽፋሉ።

ለምሳሌ ርኩስ መንፈስ በሐሰት ጨረቃን ለማስመለክ ብሎ በዚ ጊዜ ይበረታል ይላሉ።

የሥጋ ደዌ ሲሆን ግን ምልአተ ወርኅ (ጨረቃ ሙሉ) ስትሆን ደም ይመላል፣ ብርድ ብርድ ይላል፣ ደዌ ይቀሰቀሳል። በማለት የውቅያኖስን ውሃ ብቻ ሳይሆን ስባ የምትመላው የእኛንም የውሃ ባሕርይ ጭምር ከፍ እንደምታደርገው ገልጸዋል።

ታላቁ የግሪክ ፈላስፋ አሪስቶትል (Aristotle) ጨረቃ ሙሉ ስትሆን በአንጎላችን ውሃማ ክፍል ላይ ተጽዕኖ ስለምታደርግ፣ በሙሉ ጨረቃ ወቅት ሰዎች ከወትሮ የተለየ የተቅበጠበጠ ባሕርይ ያሳያሉ ይላል።

ሊቁ ቅዱስ ባስልዮስም የሥነ ፍጥረትን ነገር በተናገረበት አክሲማሮስ ላይ የጨረቃ ስሌዳዎች በሰው ልጆች ላይና በሌሎችም ፍጡራን ላይ ስለምታደርገው ተጽዕኖ እንዲህ ሲል በዝርዝር ይገልጸዋል፦

- “የጨረቃ ስሌዳ መለዋወጥ በእንስሳት እና በሕያዋን ፍጥረታት ሁሉ ላይ ከፍተኛ ተጽዕኖ ሳታደርግ አትቀርም ብዬ አምናለሁ። ይህ የሆነበት ምክንያት በመጨመሯና

በመቀነሷ ጊዜ አካላት በተለያየ ሁናቴ ስለሚነቁ (ስለሚሠሩ) ነው። ጨረቃ ስትቀንስ እፍጋታቸውን ዐጥተው ባዶ የሚሆኑ ይሆናል። ጨረቃ ስትጨምር እና ወደ ሙሏቷ ስትቃረብ በተመሳሳይ ጊዜ ከእርሷ ጋር ለመሙላት ይቀርባሉ።

ይህም ከሙቀት ጋር ተቀላቅሎ የምትለቀቀው ወደ ሁሉም ቦታ ዘልቆ የሚገባ፣ የማይገመት ርጥበት ምስጋና ይግባው፤ ለማረጋገጫ እንዲሆን ከጨረቃ በታች የሚተኙ ጭንቅላታቸው በተትረፈረፈ እርጥበት እንዴት እንደሚሞላ ተመልከቱ። ትኩስ ሥጋም በጨረቃ እንቅስቃሴ ሥር እንዴት በፍጥነት እንደሚለወጥ ይመልከቱ።

የእንስሳትን አእምሮ፣ የባሕር ውስጥ ፍጥረታት፣ የዛፎችን ግንድ ማእከላዊ ቦታንም ይመልከቱ። ከጨረቃ በግልጽ እንደሚታየው ቅዱሳት መጻሕፍት እንደሚሉት ጨረቃ ያላት ከፍተኛ መጠንና ኀይል ተፈጥሮን ሁሉ በለውጧ ተካፋይ ታደርጋቸዋለች።" (ቅዱስ ባስልዮስ)

በባዮሎጂካል ኬምስትሪ ጆርናል ላይ እንደተጻፈው የሰዎች አካል የያዘው አብዛኛው የውሃ መጠን እንደሆነ ያረጋገጠ ሲሆን አማካይ መጠኑን ከዚህ በታች ተገልጧል፦

- አንጎላችንና ልባችን የያዘው ውሃ መጠን → 73%
- ሳምባችን የያዘው ውሃ መጠን → 83%
- ቆዳችን የያዘው ውሃ መጠን → 64%
- ጡንቻችንና ኩላሊታችን የያዘው ውሃ መጠን → 79%
- ዐጥንታችን የያዘው ውሃ መጠን → 31%

በመሆኑም አንድ ጐልማሳ ወደ 60% የሚጠጋ የሰውነት ክፍሉ ውሃ ነው ማለት ይቻላል። ስለሆነም ሰው በሕይወት ለመኖር የተወሰነ መጠን ያለው ውሃ በየዕለቱ እንጠቀማለን፤ ለተሻለ ጤንነት አንድ ጎልማሳ ወንድ በቀን 3 ሊትር (3.2 quarts) ሲያስፈልገው፤ ኮረዳ ሴት በቀን 2.2 ሊትር (2.3 quarts) ያስፈልጋታል።

ስለዚህ ሊቁ ቅዱስ ባስልዮስ እንደገለጸው ውሃን የመሳብ ከፍተኛ ዐቅም ያላት ጨረቃ በእኛ ውስጥ ያለውንም ከፍተኛ የውሃ መጠን በመሳብ የውስጣችን ውሃ ማዕበልነት ታስነሣለች። በተለይ በጠፍ ጨረቃ (new moon) እና ሙሉ ጨረቃ (full moon) በምትሆንበት ጊዜ አእምሯቸው የታወከ ሰዎች በሚታከሙበት ሆስፒታል የሚሠሩ ሐኪሞች ሕመምተኞቹ እንደሚረበሹ፣ እንደሚቅበጠበጡ በስፋት ይገልጣሉ።

በዚህ ምክንያት የአእምሮ ሕመምተኛ "ሉናቲክ" ይባላል። "ሉና" ማለት በላቲን ጨረቃ ማለት ሲሆን ሕመማቸው የበለጠ በሙሉ ጨረቃ ጊዜ የሚጐላ መሆኑን ለማሳየት ከጥንት ጀምሮ የተሰጠ ሥያሜ ነው። ለዚህ ነው የኢትዮጵያ መተርጐማን ሊቃውንት ምልአተ ወርኅ (ጨረቃ ሙሉ) ስትሆን ደም ይመላል፣ ብርድ ብርድ ይላል፣ ደዌ ይቀሰቀሳል በማለት የጻፉት።

በ2011 "ዎርልድ ጆርናል ኦፍ ሰርጀሪ" ላይ የቀረበ ጥናት 40 ፐርሰንት የሕክምና ኀላፊዎች "የሙሉ ጨረቃ ዕብደት" (ፉል ሙን ማድነስ) በሕመምተኞች ላይ እንደሚከሰት እንደሚያምኑ ሲገልጽ የአደጋ ጊዜ ስልክ ጥሪዎችም በሙሉ ጨረቃ ጊዜ 3 ፐርሰንት ሲጨምሩ በጠፍ ጨረቃ ጊዜ ደግሞ 6 ፐርሰንት ይቀንሳል ይላል።

በ2008 ላይ የብሪቲሽ አጥኚዎች የጨረቃ ዑደትና ዶክተሮች እንዴት ሕመምተኞችን እንደሚያዩ በዘረዘሩበት ጥናታዊ ጽሑፍ ላይ “ሜዲካሊ አንኤክስፕሌንድ ስትሮክ ሲምተምስ” በማለት በህክምና ሊገለጽ የማይችል ሕመምተኞች በሙሉ ጨረቃ ጊዜ የራስ ሕመም፣ የድንዛዜ ስሜት፣ ያመናል ይላሉ፤ ሲመረመሩ ግን በነርሱ ሰውነት ላይ ግን ምንም ችግር የለም። ይህ በሕክምናው ይህ ነው ተብሎ የማይገለጥ መልስ የለሽ ነው የሚል አስተያየት ተገልጧል።

ከልብ ጋር በተያያዘ ከላይ እንደተገለጸው በአንጎላችንና ልባችን የያዘው ውሃ መጠን → 73% ነውና “Indian Journal of basic and applied research” ላይ የወጣው ጽሑፍ በጠፍ ጨረቃና በሙሉ ጨረቃ ጊዜ ልብህ የመጨረሻ የአፈጻጸም ብቃት ላይ ስለሚሆን ስለዚህ ወደ ስፓርት መሥሪያ (ወደ ጂም) ከመሄድህ በፊት ጨረቃ ያለችበትን ሰሌዳ አረጋግጥ ይላል። ምክንያቱም ሰውነታችን ውስጥ ያለውን ውሃ በመሳብ የውስጣችንን ማዕበል የምታስነሣ በመሆኗ።

ጡንቻችንና ኩላሊታችን የያዘው ውሃ መጠን → 79% ከመሆኑ ጋር ተያይዞ እንደ በ2011 ላይ የወጣው “ጆርናል ኦፍ ዩሮሎጂ” የኩላሊት ጠጠር ሕመም በሙሉ ጨረቃ ጊዜ ይጨምራል ይላል። በእንግሊዝ የተጠና ጥናት በዚህ ጊዜ “ዩሮሎጂካል ኢመርጀንሲስ” (Urological emergencies) ይበዛሉ። በተቃራኒው ደግሞ በጠፍ ጨረቃ ጊዜ የረጋ ይሆናል ይላሉ። በርግጥ በዚህ ሁሉም አጥኚዎች ባይስማሙበትም።

የእንቅልፋችን ዑደትን በተመለከተ በ2013 ከረንት ባዮሎጂ ላይ የወጣው ጥናት ፈቃደኞች በሆኑ ሰዎች ላይ በተደረገው ጥናት በብሩህ ጨረቃ ጊዜ የእንቅልፍ ዕጦት መከሰቱን ያረጋግጣል። የእንቅልፍና የመንቃት ዐደትን የሚቆጣጠረው የሜላቶኒን ሆርሞን መቀነስ ታይቷል። ብዙዎቹም ዕንቅልፍ ይቸገራሉ ይላል።

አንዳንድ አጥኚዎች ደግሞ ይህንን በራሳችንም ባሕርይ ማጥናት የተሻለ ነው ይላሉ። ይኸውም በሙሉ ጨረቃ ጊዜ ደስተኞች የበለጠ ደስተኞች፣ ተጨቃጫቂዎችም የበለጠ የሚጨቃጨቁ፣ ወንጀለኞችም የበለጠ ለወንጀል የሚገፋፉ፣ አፍቃሪዎችም የበለጠ አፍቃሪዎች የሚሆኑ፣ በተፈጥሮ የሚደመሙ የበለጠ የሚደመሙ፣ አብዶችም የበለጠ የሚያብዱ፣ የሚመሰጡም በበለጠ የሚመሰጡ ይሆናሉና ይላሉ።

አሁን እንዲህ ማለት ጨረቃ በራሷ ኀይል ሰዎችን የበለጠ የምታሳብድ ወይም የምታስደስት ሳትሆን ያለንን የውሃነት ኀይል ስለምትጨምር ሰውም የበለጠ ክፍሉ ውሃ በመሆኑ ልክ እንደ ውቅያኖሱ ማንነታችንን የበለጠ ታነሣሣዋችና የውስጡ ኀይል ስለሚጨምር ነው ይላሉ።

ጨረቃና እንስሳት

ቅዱስ ባስልዮስ በዝርዝር ከላይ እንደጠቀሰው ጨረቃ በሰዎች ብቻ ሳይሆን በእንስሳት፣ በአራዊትና በአዕዋፍ ላይ የራሷ ከፍተኛ ተጽዕኖ አላት። ለምሳሌ ያህል ብሩህ ፀሐይ ተብሎ የሚጠራው ሕልመልመሌክ ኮከብ በሚያበራበት የምግብናው ጊዜ ስላለው የዓየር ሁኔታ፣ በጊዜው ስለሚጨምረው ምርት ሲናገር በተለይ በዚህ ኮከብ መታያ ጊዜ በጎቾም ተራክቦ የሚያደርጉበት የሚፀንሱበት እንደሆነ በዚህ መልኩ ይገልጸዋል፡-

❖ "<u>በጎቹም ይንጠላጠላሉ</u> ይፀንሱማል ሰዎችም የምድርን ፍሬን ሁሉ በእርሻውም ያለውን ፍሬ ሁሉ ይሰበስባሉ፤ በምግብናውም ወራት ይህ ሁሉ ይደረጋል" (ሔኖ 28፥31-32)

ጥናቶችም እንዳጋገጡት አብዛኞች እንስሳትና አራዊት አጣማጃቸውን ለማግኘት የ29.5 የጨረቃ ዑደትን ይጠቀማሉ። ለምሳሌ በሙሉ ጨረቃ ጊዜ "ኢምፓላስ" የሚባለው የዱር እንስሳ ሲጮህ እንስቶቹ እንዲፀንሱ ስሜታቸውን ይቀሰቅሳቸዋል። ይህንን ዝርያዎቹ ሁሉ በመተግበር ተራክቦ ያደርጋሉ።

የጨረቃ ዑደት በባሕር ላሉ ፍጡራንም አስፈላጊ ነው። ለምሳሌ በባሕር ውስጥ ባሉ ድንጋዮች ውስጥ የሚኖሩ ትል መሰል አብረው የሚጓዙ የሚሽከረከሩ የባሕር ፍጥረታት አሉ። በተለይ ጨረቃ ብዙ በማታበራበት በምትወለድበት ጊዜ ከአዳኞቻቸው

አይታዩም፤ ጨረቃ ማእበልን ስታስነሣ እንቁላሎቻና ዕጮችን እንዲዳብሩና እንዲኖሩ ስለምታደርገ ይፈለፈላሉ።

ሳይንቲስቶች የባሕር ትሎችን በሰው ሠራሽ ቋሚ ብርሃን ወይም በጨለማ ለማሳደግ ቢሞክሩም ማራባት አልቻሉም። ከዚያ በጨረቃ ዑደት ልክ የሚሠራ ሰው ሠራሽ መብራትን ሲያበሩላቸው ትሎቹ የመራባት እንቅስቃሴያቸውን ጀመሩ።

ከጨረቃ ዑደት ጋር የተያያዘ ለብርሃን ምላሽ የሚሰጥ በነዚህ ትሎች ውስጥ ለየት ያለ የነርቭ ሴል አገኙ። ይህም የሚያሳየው የጨረቃ ዑደት ለመራባታቸው እንደ ምልክትና መራባትን የሚጨምሩና ፍላጎታቸው የሚነሳሳ እንደሆነ ነው።

ግራኒየን ተብሉ የሚጠራው የዓሣ ዝርያዎች በከፍተኛ ማዕበል ጊዜ እንቁላሎቻቸውን በባሕር ዳር ባሉ አሸዋዎች ላይ ያደርጋሉ። አሸዋው የሚያድጉ እንቁላሎችን ይጠብቃል። ቀጣዩ በጨረቃ የሚነሣው ማዕበል ሲመጣ ዐጥቦ ወደ ባሕር ይመልሳቸዋል እዛው ይፈለፈላሉ።

ይህ ብቻ ሳይሆን ጨረቃ ሙሉ ስትሆን በሌሊት የሚጓዙ አራዊት በተሻለ ጥራት እንዲያዩ እንዲጓዙ ታደርጋለች። አንዳንዶችን ይህ ብርሃን በቀላሉ ለአደጋ ያጋልጣቸዋል። በመሆኑም አንዳንድ የእንቁራሪት ዝርያዎች በሙሉ ጨረቃ ጊዜ ከመጮህ እንደሚጠበቁ ጥናቶች ያሳያሉ።

በአደን ዙሪያም “ዘ ጋርድያን” ላይ ስለ “አራዊት ጠባይ” በሚል ርዕስ ጁላይ 20, 2011 ላይ በተጻፈው ጽሑፍ ላይ ከ1988-2009 ድረስ በታንዛንያ መንደሮች በሚኖሩ ነዋሪዎች ላይ

500 የአንበሳ ጥቃቶች ሲደርሱ 2/3ተኛው የሚሆኑ አብዛኞቹ በጥቃቱ ተበልተዋል፣ ተገድለዋል።

አናብስቱ ይህን ማጥቃት ያደረሱት ጨረቃ ሙሉ ከሆነች በኋላ እየጐደለች በምትሄድበት ጊዜ እንደሆነ የዜናው ዘገባ ይጽፋል። ይህም ዜና ቀበሮም ጨረቃ መቀነስ በጀመረች ጊዜ በጣም አደገኛ እንደሚሆን ጨምሮ ይገልጻል።

የወርኀ አበባ (የጨረቃ አበባ) እና ጨረቃ

የጥንት ሥልጣኔና ፍልስፍና ኢትዮጵያን ጨምሮ የሴቶች የወርኀዊ ደምና ጨረቃ ግንኙነት እንዳላቸው ይገልጹ ነበር።

ፈላስፋው አሪስቶተል የወር አበባ ከጨረቃ ሰሌዳዎች ጋር ግንኙነት እንዳለው ተናግሯል። "ሜኑስትሬሽን (menstruation) እና "ሜንስስ" (menses) የሚለው ቃል ጥንቱ የመጣው "ሙን፣ ሜኔ" (moon (mene)) ከሚለው የላቲንና የግሪክ ቃል ሲሆን ፍቺውም "የጨረቃ ወር" ማለት ነው።

በእኛም አጠራር "የወር አበባ" ማለት "የጨረቃ አበባ" ማለት ነው። "ወር" የሚለው የዐማርኛ ቃል "ወርኅ" ከሚለው የግእዝ ቃል የተገኘ ሲሆን ፍቺውም ጨረቃ ማለት ነው። ምክንያቱም አንድ ወር ማለት ጨረቃ ምድርን የምትዞርበትና የጨረቃ ሰሌዳዎች (phases) የሚቀያየሩበት የ29.5 ቀናት ዑደት

ስለሆነ ነው። አበባ ማለት ደግሞ አንድ ተክል ካበበ ፍሬ ለመያዝ መድረሱን አመላካች እንደሆነ ፍሬ ጽንስ የሚቋጥሩበት ጊዜ መቃረቡን አመልካች ነው።

የሴቶች የወርሳ አበባና የጨረቃ ዑደት በቢሊየን በሚቆጠሩ ሴቶች ያለውን ዑደት መጀመሪያና መጨረሻው በትክክል ይከተላል ማለት አይደለም። አንዳንዶች በሜን ስትሪም ሳይንስ ውስጥ ያሉት የሳይንሱ ማሕበረሰብ አመክንዮውን ባለመረዳት በሚሊየን የሚቆጠሩ ሴቶችን መርምረን ብዙ ሚሊየን የወር አበባ ዑደታትን አይተን ከጨረቃ ሰሌዳ ጋር አይያያዝም ይላሉ።

ሆኖም ተመራማሪዎቹ ያልተረዱት ጨረቃና የጨረቃ አበባ የሚለው ዑደት የተሳሰረው የቀናቱ የርዝመት አማካይ ቅርርቦች፣ የጨረቃ በየደረጃው ያሉ ሰሌዳዎቿ፣ የዑደታቱ የድርጊት ግጥጥሞሽ መመሳሰል ነው እንጂ ሴቶች ሁሉ ከጨረቃ ሰሌዳዎች ጋር ዑደታቸው ዐብሮ እኩል ይሄዳል ማለት አይደለም።

የጥንት ሕዝቦችን ከዚህ ዘመን በተሻለ ከተፈጥሮ ጋር በጣም የተቀራረቡና ረቂቅ ተፈጥሯዊ ዕይታ የነበራቸው በመሆኑ ትክክለኛውን አመክንዮ ሳይረዱ ሳይንስ በሚል ሽፋን ለመተቸት መጣር ከንቱነት ነው። በእርግጥ በሳይንስ ዓለም ቋሚ ነገር የለም፤ ዛሬ ያለውን ነገ ይጥለዋል። አንዱ ፅንሰ ሐሳብ በሌላኛው ፅንሰ ሐሳብ ይሻራልና ስለዚህ ወደ ጥንቱ ረቂቅ ዕሳቤ እንኳዝ።

የወር አበባ ስንል ወርሳ ማለት ጨረቃ ማለት ነውና የሴቷ ዑደት የጀመረው በመጀመሪያው ቀን እንደሆነ ብናስብ በአማካይ አብዛኛው የሴቶች ዑደቱ 28-29 ቀናት ነው። ነገር ግን ዐልፎ ዐልፎ ከ21-35 ዕለት ሊረዝም ይችላል።

በተመሳሳይ መልኩ ጨረቃ መሬት ለመዞር የሚፈጅባት 27.3 ቀናት (27 ቀናት፣ ከ7 ሰዓት፣ ከ43 ደቂቃ) ሲሆን ወይም ከጠፍ ጨረቃ ወደ ጠፍ ጨረቃ ለመሆን የሚፈጅባት ዑደት 29.5 ቀናት ነው። ይህንን ስናይ በአማካይ ምን ያህል የተቀራረቡ እንደሆነ እንረዳለን።

ሌላው የወር አበባ (የጨረቃ አበባ) ዑደት አራት ዋና ዋና የዑደት ደረጃዎች አሉት። እነዚህም፡-

1. ሜንስትሩአል ፌዝ
2. የፎሊኪውላር ገጽ
3. ኦቪውሌሽን (ኦቪውላቶሪ ፌዝ)
4. ሉቴዬል ፌዝ ይባላሉ።

ወደ ጨረቃ ስንመጣም አራት ታላላቅ ዋና ገጾች (4 major phases) አሏት። እነዚህም፡-

1. ጠፍ (በከ) ጨረቃ (new moon)
2. መንፈቀ ወርኅ (first quarter)
3. ምልአተ ወርኅ (full moon)
4. ሐፀፀ ወርኅ (last quarter)

እነዚህም ርስ በርሳቸው ዑደታቱ እንዴት እንደሚነጻጸሩ ከዚህ ቀጥለን እንመለከታለን።

1ኛ) ሜንስትሩአል ዑደትና የጨረቃ ልደት

በመጀመሪያው "ሜንስትሩአል ፌዝ" ጊዜ በአማካይ ከ3-7 ቀናት የሴቶች ወርኀዊ ደም ፍሳሽ መታየት (መውጣት) ይጀምራል።

ወደ ጨረቃ ስንመጣም ጠፍ ጨረቃ (new moon) ከሆነች ከአንድ አራት ቀን በኋላ ግን የተወሰነ ብርሀን ያረፈበት አካሏን በማጭድ ቅርጽ መልክ እናየዋለን። እኛም ጨረቃ ተወለደች፣ ወጣች እንላለን። ይህንን የሁለቱንም የመታየት ቀንን ማነጻጸር የበለጠ እንድንረዳው ያስችላል።

ፎሊኪውላር ዑደትና ግማሽ ጨረቃ

ከአንድ ሳምንት በኋላ ባለው በዚህ የወር አበባ ዑደት ጊዜ በተለይ በሴቶች የመራቢያ ሕዋስ በአንዱ እንቁላል ማደግ የሚጀምርበት እድገቱን የሚያፋጥን ሆርሞን የሚመረትበት ጊዜ ነው።

ወደ ጨረቃ ስንመጣም በተመሳሳይ መልኩ ከሰባት ቀን ወይም ከአንድ ሳምንት በኋላ ደግሞ የፀሐይ ብርሃን ያገኘው ክፍሏ ይጨምርና ግማሽ አካሏ ብርሀን ያርፍበታል።

ስለዚህ ግማሽ ጨረቃ ሆና አድጋ ትታያናለች ማለት ነው። ይህ የደረሰችበት የቅርጽ ደረጃ ደግሞ እንደ ሳይንሱ የመጀመሪያ ሩብ (first quarter) ይባላል።

ይህም ምን ያህል በወር አበባና በጨረቃ ሰሌዳዎች ያለውን የዕድገት ጭማሪ ደረጃ መመሳሰል በግልጽ የሚያሳይ ነው።

ኦቪውሌሽንና ሙሉ ጨረቃ (14ኛ ቀን)

ይህ በሴቶች የወር አበባ ዑደት 14ኛው ቀን ሴት በተለይ ፅንስ መቋጠር የምትችልበት ሲሆን በዚህ ጊዜ ከመራቢያ ሕዋሳቷ

በአንዱ ያደገው እንቁላል (ፅንስ ሊሆን የሚችለው ደም) ወደ ማሕፀን ይወርዳል። ከወንድ ዘር ጋር ሲገናኝ ሕይወት ይጀምራል፤ ፍሬ ጽንስ በማሕፀኗ ይቋጠራል። አበባነቱ ወደ ፍሬ ይደርሳል።

ወደ ጨረቃ ስንመጣ ደግሞ በሚገርም መልኩ በተመሳሳይ ደረጃ ከ2 ሳምንት በኋላ ወይም በ14 ቀን ጨረቃ ከፀሐይ በተቃራኒ በኩል ትሆንና የፀሐይ ብርሃን ሙሉ ለሙሉ ሲያርፍባት ደምቃ ታበራለች፤ ይህም ደረጃ ሙሉ ጨረቃ "ምልአተ ወርኅ" (full moon) ይባላል።

ሉቴዬልና የጨረቃ ጕድለት (ከ17-28)

ከ17-28 ቀናት ባለው በዚህ የሉቴዬል የወር አበባ ዑደት ጊዜ በማሕፀን ውስጥ የሚመረተውን የሆርሞን መጠን እየቀነሰ የሚሄድበት ነው።

ወደ ጨረቃ ዑደት ስንመጣ በ14ኛው ወይም በ15ኛው ቀን ሙሉ በመሆን በምሥራቅ ወጥታ ሌሊቱን ሁሉ ደምቃ ታበራለች፤ ከዚያም በተከታታይ እስከ 14 ቀን ድረስ አንድ አንድ እጅ ብርሃን እየተነሣት (እያጣች) እየጐደለች በሌሊት የመውጫዋ ጊዜ እየዘገየ ጠፍ ወደ መሆን ታዘግማለች። ይህም ሕጸጸ ወርኅ (የጨረቃ ጉድለት) ይባላል።

"ተፈጸመ ምሳሌ ወርኅ"
(የጨረቃ ምሳሌ ተፈጸመ)

ምዕራፍ 4

ሥነ አየር እና መጽሐፍ ቅዱስ

ነፋሳትና መጽሐፍ ቅዱስ

ነፋሳት በመጽሐፍ ቅዱስ ላይ ግልጽ በሆነ መልኩም በምሳሌያዊም አገላለጽ ተጠቅሰው በብዛት እናነባለን። በተለይ የአዳም ሰባተኛ ትውልድ የሆነው ሔኖክ በጻፈው መጽሐፉ ላይ በአራቱ የምድር መአዝን ዐሥራ ሁለት መስኮቶች ያሏቸውን ዐሥራ ሁለቱ ነፋሳት በምድር አየር ላይ የሚያደርጉትን አሉታዊና አዎንታዊ ጕኖችን በስፋት ጽፏል (ሔኖ 25፥1-18)።

ሔኖክ በምድር ላይ በጎ ነገራትን ስለሚያመጡ ስለ አራቱ የምሕረት ነፋሳት፤ ጥፋትን ስለሚያመጡ ስምንቱ የቁጣ ነፋሳት የሚወጡበትን መስኮት በዝርዝር የገለጠውን ቀደምት ኢትዮጵያውያን በስፋት በመረዳታቸው "በመጽሐፈ ሚጠተ ብርሃናት የግእዝ በግእዝ ትርጓሜ" ላይ በስፋት ተርጕመውታል፤ ይህንንም ለተመራማሪዎቾ እንዲሆን በማሰብ ጥቂቱን ብቻ ሔኖክ ያለውን ገጸ ንባቡን ከላይ ትርጓሜውን አስቀምጬዋለሁ፦

የሔኖክ ንባብ፦ "ነፋሳት ከእነርሱ የሚወጡባቸውና በምድር ላይ የሚነፍሱባቸው ለነፋሳት ሁሉ የተከፈቱ ዐሥራ ሁለት መስኮቶችን በምድር ዳርቻ አየኊ"

ፍካሬ፦ "ወበአጽናፈ ምድር ርኢኩ ዐሠርተ ወክልኤተ ኀዋኅወ ዘይቤ ኢኮነ በሰማይ መዝገበ ነፋሳት አላ በምድር ወባሕቱ የዐርግ መንገለ ዐየራት ከመ የዐርጕ ደመናት እምአጽናፈ ምድር ወበእንተዝ ይሰመዩ ነፋሳተ ሰማይ"

(የነፋሳት መዝገብ በሰማይ ሳይሆን በምድር ነውና ሔኖክ በምድር ዳርቻ 12ት መስኮቶችን አየኍ አለ፤ ነገር ግን ደመናት ከምድር ዳርቻ እንዲወጡ ነፋስም ወደ አየራት ይወጣል እንጂ። ስለዚህ ነገር የሰማይ ነፋሳት ተብለው ይጠራሉ)።

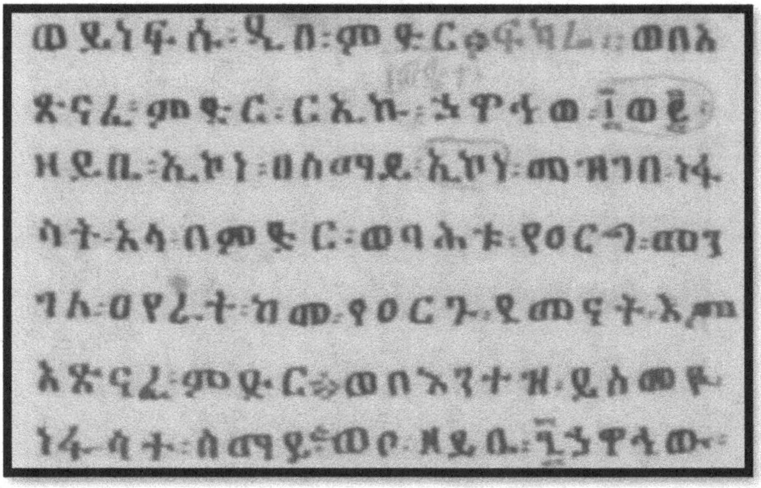

ወይነፍሱ፡ ዲበ፡ ምድር [illegible] ወበአ
ጽንፈ፡ ምድር፡ ርኢኩ፡ ኆኆተ ፲ወ፪፡
ዘይቤ፡ ኢኮነ፡ በሰማይ፡ ኢኮነ፡ መዝገበ ነፋ
ሳት፡ አላ፡ በምድር፡ ወባሕቱ፡ የዐርጉ፡ መና
ግሉ፡ ወየረት፡ ከመ፡ የዐርጉ፡ ደመናት፡ እም
አጽናፈ፡ ምድር፡ ወበእንተዝ፡ ይሰመዩ
ነፋሳት፡ ሰማይ፡ ወሶ፡ ዘይቤ፡ ፲ኆኆተው፡

በምድር ላይ ስላለው መዝገበ ነፋሳት የሚያስረዳው ትርጓሜ ሚጠተ ብርሃናት የብራና ላይ ጽሑፍ

የነፋሳት አቅጣጫ

ሔኖክ በመጽሐፉ ላይ የ12ቱን ነፋሳት አቅጣጫ በዝርዝር በመቀጠል እንዲህ ይገልጠዋል።

- “ከእነርሱም ሦስቱ በምሥራቅ፤ ሦስቱም በምዕራብ፤ ሦስቱም በሰሜን፤ ሦስቱም በደቡብ የተከፈቱ ናቸው፤ መጀመሪያዎቹ ሦስቱ በምሥራቅ፤ ሦስቱም በመስዕ (ሰሜን

ምሥራቅ)፤ በኋላ በግራ በኩል ያየኋቸው ሦስቱ በአዜብ (ደቡብ ምዕራብ)፤ ሦስቱም በምዕራብ ናቸው”

ይህንን የሔኖክን የነፋሳትን አቅጣጫዎች ሊትዮጵያውያኑ በሥዕል እንዲህ አስቀምጠዋቸዋል፦

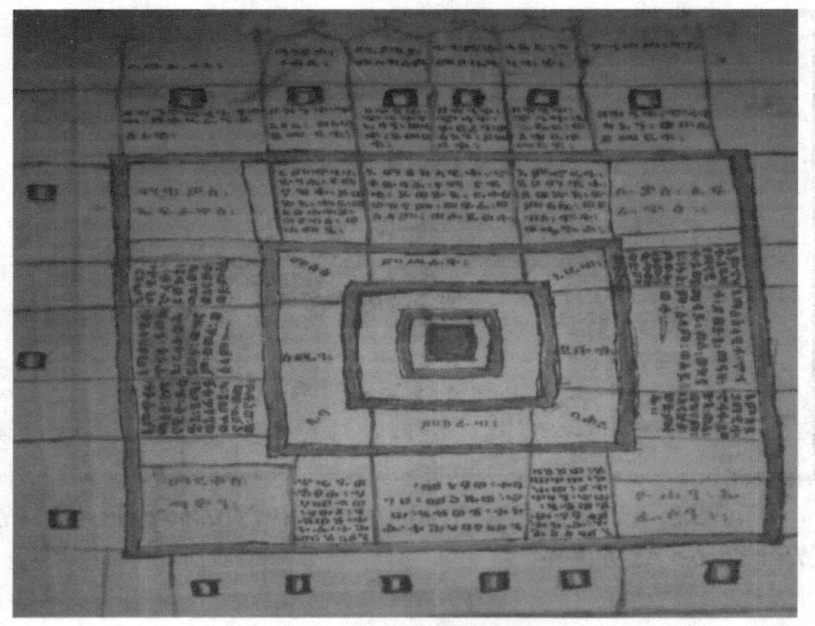

ስለ ነፋሳት መውጫ የሚያስረዳው የብራና ላይ ሥዕል

ስለ አራቱ የምሕረት ነፋሳትና ስለ ስምንቱ የቁጣ ነፋሳት

ሔኖክ አራቱ ነፋሳት የበረከት መሆናቸውን የገለጸ ሲሆን ይህንንም ሲያብራራ፦

የሔኖክ ንባብ፡- "ከእነርሱም በአራቱ የበረከትና የሰላም ነፋሶች ይወጣሉ" ይላል።

ፍካሬ፡- "ነፋሳተ በረከት ዘይቤ በእንተ ዘአልቦሙ ድምሳሴ ዘያማስን አዝርዕተ ወኵሎ ዘይበቍል ውስተ ምድር፤ ወሰላምኒ በእንተ ፍሥሐ ዘይከውን እምዘመደ ኵሉ ፍሬያት ሶበ ይጸግቡ ሰብእ"

(የበረከት ነፋስ ያለው አዝርዕትንና በምድር ውስጥ የሚበቅሉትን ሁሉ የሚደመስስ ነፋስ ስላልሆነ ነው፤ የሰላምም ነፋሶች ማለቱ ከፍሬያቱ ሁሉ ወገን ተመግበው ሰዎች በሚጠግቡ ጊዜ ስለሚሆነው ደስታ ነው) ይላሉ።

ዳግመኛም ሔኖክ ስምንቱ ነፋሳት ደግሞ የመዐትና የቁጣ መሆናቸውን በስፋት የገለጸ ሲሆን ይህንንም ሲያብራራ፡-

የሔኖክ ንባብ፡- "ከእነዚያም ከስምንቱ የመቅሠፍት ነፋሶች ይወጣሉ፤ እነዚህም በተላኩ ጊዜ ምድርን ሁላ ያጠፏታል፤ በእርሷም ላይ የሚኖሩትን ሁሉ በውሃና በየብስ ላይ ያለውንም ሁሉ ይደመስሳሉ"

ፍካሬ፡- "ደዌ እንስሳ ወደዌ ሰብእ ወድምሳሴ አትክልት ወፍሬያተ ምድር፤ ወማየ ባሕርኒ ይትሀወክ በሙ በእሉ ነፋሳት ከመ ያሥጥም አሕማራተ"

ትርጓሜ፡- (የሰው ሕመም የእንስሳት ሕመም የአትክልትና የምድር ፍሬዎች ጥፋትን ያመጣሉ። የባሕር ውሃም መርከቦችን ያሰጥም ዘንድ በእኒህ ነፋሳት ይታወካል።)

የሔኖክ ንባብ፡- "ከእነዚህም መስኮቶች ለአዜብ በምትቀርብ በምሥራቅ ባለች በመዠመሪያዋ መስኮት ስሙ

ጽባሓይ የሚባል መጀመሪያው ነፋስ ይወጣል፤ ከርሷም የምድር ድምሳሴ፤ ድርቅና ጥፋት ይወጣል። በመካከል ባለቾ በሁለተኛዪቱ መስኮትም ቅንነት ይወጣል፤ ከርሷም ዝናም፤ ፍሬም፤ ሰላምና ጠልም ይወጣል። በመስዕ በኩል ባለቾ በሦስተኛዪቱ መስኮትም ውርጭ፤ ድርቅም ይወጣል። ከእነዚህም ነፋሳት በኋላ በደቡብ በኩል ያሉ ነፋሳት በመጀመሪያዎቹ በሦስቱ መስኮቶቾ ይወጣሉ፤ ከእነርሱም ለምሥራቅ በምትቀርብ በመጀመሪያዪቱ መስኮት የድርቅ ነፋስ ይወጣል። በርሷ አጠገብ ባለቾ በመካከለኛዪቱ መስኮትም ከእርሷ መልካም ሽቱ፤ ጠልና ዝናም፤ ሰላምና ሕይወት ይወጣል"

ፍካሬ፡- ይወጽዕ መዐዛ ሠናይ ዘይቤ ሶበ ይነፍሕ ይጸግዩ አትክልት ወኵሉ ዕፀዋት እስመ ውእቱ ማእከላይ ኆኅት

ትርጓሜ፡- (መልካም ሽቱ ይወጣል ያለው፤ በሚነፍስበት ጊዜ አትክልትና ዕፀዋት ሁሉ ስለሚያብቡ ነው። መካከለኛ መስኮት ነውና።)

የሔኖክ ንባብ፡- "በምዕራብ በኩል ባለቾ በሦስተኛዪቱ መስኮትም ከርሷ ጠልና ዝናም፤ ኩብኩባና ድምሳሴም ይወጣል"።

ፍካሬ፡- "እናኵዕኒ ዕጼ ውእቱ ዘያማስን ፍሬያተ ወይደመስስ አኮ ዘያመጽኦ ነፋስ እምአጽናፈ ምድር ለውእቱ ዕጼ አላ ሶበ ይነፍሕ ነፋስ ይትፈጠር መቅሠፍት"

ትርጓሜ፡- (ኵብኵባ (ፌንጣ አንበጣ) ፍሬን የሚያጠፋና የሚደመስስ ትል ነው፤ ይህነን ትል ነፋስ ከምድር ዳርቻ

የሚያመጣው አይደለም ነፋስ በሚነፍስ ጊዜ መቅሠፍት ይፈጠራል እንጂ)።

የሔኖክ ንባብ፦ "ስሙ ባሕር በሚባል በመስዕ በኩል ካሉ ነፋሶች በኋላ ከሦስቱ መስኮቶች ለአዜብ በምትቀርብ በምሥራቅ በኩል ባለች በሰባተኛዪቱ መስኮት ከርሷ ጠልና ዝናም፤ ኩብኩባና ድምሳሴም ይወጣል። በቀጥተኛዪቱ በመኻከለኛዋ መስኮትም ከርሷ ዝናምና ጠል፤ ሕይወትና ሰላም ይወጣል።"

ፍካሬ፦ "እኮ ውእቱ ዘያወጽኦ ለሕይወት ወለሰላም ዳዕሙ በጊዜ ይነፍሕ ሶበ ይከውን ጥዒና ይሰምዮ ሰላመ ወሕይወተ ይወፅእ እምኔሃ"

ትርጓሜ፦ (ርሱ ሕይወትና ሰላምን በራሱ የሚያወጣ ሳይሆን በሚነፍስ ጊዜ ጤንነት ይሆናልና ሰላምና ሕይወት ከርስዋ ይወጣል እንጂ)

የሔኖክ ንባብ፦ "ለመስዕ በምትቀርብ በምዕራብ በኩል ባለች በሦስተኛዪቱ መስኮትም ከርሷ ጉምና ውርጭ፤ ዋግና ጠል፤ ዝናምና ኩብኩባም ይወጣል።"

ፍካሬ፦ "እሉ ኩሎሙ ለመቅሠፍት ለእመ ዘንመ ዝናም እንበለ ጊዜሁ ይሰመይ መቅሠፍተ ወአስሐትያ ዘይቤ ይረግዐ ቊር በገጸ ማይ፤ ወሐመዳኒ ዘይቤ ትልጅ ውእቱ ወቦ ዘይቤ ዋግ"

ትርጓሜ፦ (እኒህ ሁላቸውም ለመቅሠፍት ናቸው፤ ዝናም ያለጊዜው ከዘነበ መቅሠፍት ይባላል፤ ውርጭ ያለው ቅዝቃዜው በውሃ ላይ ስለሚረጋ ነው፤ ዐመዳይ ያለው ትልጅ ነው፤ ዋግም የሚል አለ (ብትን ውርጭ ከውሃ ላይ ሲያርፍ የሚረጋ ዋግ እየኾነ እህል

የሚያበላሽ የእህል በሽታ ነው፤ ዝናብ ሲበዛ ከውርጭና ካመዳይ የተነሣ የሚመጣ እህልን ፍሬ አልባ የሚያደርግ) ነው)

ኖፋት፡ይወጽኡ፡ሕዩወት፡ዘይቤ፡እስመ፡
እኮ፡ውእቱ፡ዘያወጽኦ፡ለሕዩወት፡ወለሰ
ላም፡ዲኦሙ፡በጊዜ፡ዩኑፍሖ፡ሶበ፡ዩከ
ውን፡ኖዲና፡ይሰምዮ፡ሰላመ፡ወሕዩ
ወተ፡ዪወጽእ፡እምኔሃ፡ጊሜ፡ወእስሐ
ትያ፡ወሐመዲ፡ወዝናም፡ዘዩቤ፡እሎ፡
ኾሎሙ፡ሰመት፡ሠፍት፡ለእመ፡ዘንመ፡
ዝናም፡እንበለ፡ጊዜሁ፡ዩሰመዩ፡መቅ
ሠፍተ፡ወእስሐትያ፡ዘዩቤ፡ዩረግዕ፡ተ
ር፡በገጸ፡ማዩ፡ወሐመዲኒ፡ዘዩቤ፡ትሌቍ፡
ውእቱ፡ወቦ፡ዘዩቤ፡ዋግቃ፡ቴሊ፡ወእምዩ

ስለ ነፋሳት የሚያስረዳው የብራና ላይ ጽሑፍ

የነፋሳት ስሞች በመጽሐፈ ሔኖክ

እንደ ሔኖክ ገለጻ ሦስት ዓይነት የነፋስ ስሞች አሉ፡-

1ኛ) ጽባሓዊ

2ኛ) አዜብ

3ኛ) መስዕ ይባላል፡-

እንደገና መስዕ ለሦስት የሚከፍለው ሲሆን "አንዱ ለሰው ማደሪያ ነው፤ ሁለተኛውም በውሃ ባሕሮችና በጥልቆች በዛፍና በወንዞችም በጨለማና በጉምም የተሾመ ነው። ሦስተኛውም ክፍል በጽድቅ ገነት የተሾመ ነው" ይላል

ሊቃውንት "በመጽሐፈ ሚጠተ ብርሃናት ትርጓሜ" ላይ ሲተረጉሙ፡- "ተከፍሎቱሰ ኀበ ሠለስቱ ጾታ አሐዱ እምኔሆሙ ማኅደር ለሰብእ ዘይቤ ኀበ የኀድሩ አጓለ እመሕያው ይነፍሕ ለጥዒና" (ወደ ሦስት ክፍል የመከፈላቸው ግን አንደኛው ለሰው ማደሪያ ነው ማለት የሰው ልጆች በሚያድሩበት ለጤንነት ይነፍሳልና)

"ወካልዕ በአብሕርተ ማይ ወበቀላያት ወበአፍላግ ዘይቤ እስመ በውስቴቶን የሐውራ አሕማር እንዘ ይትነድኡ በኀይለ ነፋስ ወበኦም ዘይቤ እስመ ይነፍሑ ነፋሳት ውስተ አዕዋም ወውስተ ኩሉ ዕፀዋት እስከ ይሁቡ ፍሬሆሙ"

(ሁለተኛውም በውሃ ባሕሮችና በጥልቆች የተሾመ ማለቱ በነፋስ ኀይል እየተነዱ በውስጣቸው መርከቦች ይሄዳሉና፤ በዛፍ የተሾመ ማለቱ ፍሬዎች እስኪሰጡ በዛፎችና በዕፀዋት ሁሉ ላይ ይነፍሳሉና)

"ወጽልመት ወጊሜ ዘይቤ እስመ ይነፍሕ ነፋስ በማዕከለ ጽልመት ወጊሜ ወአልቦ ዘይከልኦ"

(በጨለማና በጉምም የተሾመ ማለቱ በጨለማና በጉም መካከል ነፋስ በጨለማና በጉም ውስጥ ይነፍሳልና፤ የሚከለክለው ምንም የለም።)

"ወካልዕ ክፍል በገነተ ጽድቅ ዘይቤ ነፋሰ ዝንቱ ዓለም ወነፋሰ ገነት አሐዱ ውእቱ ወነፋሰ ገነትሰ ነፋሰ በረከት ውእቱ ወነፋሰ ዚኣነ ቱሱሕ በመቅሠፍት"

(በሌላኛው ክፍል በጽድቅ ገነት የተሾመ ነው ያለው የዚህ ዓለም ነፋስ ነው፤ የገነት ነፋስ አንድና የበረከት ነፋስ ነው፤ የእኛ ነፋስ ግን በመቅሠፍት የተቀላቀለ ነው) ብለው ቀደምት ኢትዮጵያውያን ተርጕመውታል።

የአራቱ ነፋሳት ጥቅም

የኢትዮጵያ ሊቃውንት መተርጕማንም ከዚህ በመነሣት ስለ አራቱ ነፋሳት ጥቅም ሲገልጹ፡-

1ኛ) ሕይወት ይሆናሉ ምክንያቱም እኛ እንተነፍሳለን፣ ቁመታችንንም ያሳድጋሉ፤ ፍሬዎችም እንዲያፈሩ ያደርጋሉ ሔኖክ "እስመ ነፋሳት ነፍሳቲሆሙ ለማያት" (ለውሃዎች አካላት ሕይወታቸው ነፋሳት ናቸውና) (ሔኖ 20፥12) እንዳለ ለውሃዎች ጭምር በማንቀሳቀስ ሕይወት ይሆናሉ ይላሉ።

2ኛ) ብርታት ይሆናሉ ይኸውም ምሰሶ ቤትን እንደሚያበረታ ሰማዩን ያጸኑ ያበረቱ ነፋሳት ናቸው ይላሉ።

3ኛ) በነፈሱ ጊዜ ለሰው ዐምስት ነገር ያመጣሉ። እነዚህም፡

- ጠል
- ዝናብ
- ሕይወት
- በረከት
- ፈውስ ናቸው።

አራቱ ነፋሳተ ምሕረትና ምሳሌዎቻቸው

እነዚህ አራቱ የምሕረት ነፋሳት የአራቱ ወንጌላውያን (የማቴዎስ፣ የማርቆስ፣ የሉቃስ፣ የዮሐንስ) ምሳሌዎች ናቸው። እነዚህ አራቱ ወንጌላውያን ባስተማሩ ጊዜ ለሰው ዐምስት ነገር ይመጣል፡- እነዚህም፡-

- እንደ ጠል → ትምህርት
- እንደ ዝናብ → ሥጋው ደሙ
- እንደ ሕይወት → ሕይወት መንፈሳዊ
- እንደ በረከት → በረከት መንፈሳዊ
- እንደ ፈውስ → ፈውስ ንስሐ ይሰጣልና።

የስምንቱ የመዐት ነፋሳት ምሳሌዎች

እንደ መተርጕማን አተናተን አራቱ የምሕረት ነፋሳት ያለሙትን የሚያጠፉ፤ ያለመለሙትን የሚያደርቁ ስምንት መዐተ ነፋሳት አሉ፤ እኒህም በነፈሱ ጊዜ ለሰው ዐምስት ነገር ይመጣል እነርሱም፡-

- ይብሰት
- ሐሩር
- ድምሳሴ
- አንበጣ
- አናኩዕ (ኲብኲባ) ናቸው ብለዋል።

የስምንቱ ነፋሳተ መዐት ምሳሌነታቸው ለ8ቱ ቤተ አይሁድ ነው። ከላይ እንዳየነው እነዚህ 8ቱ ነፋሳተ መዐት 4ቱ የምሕረት ነፋሳት ያለሙትን እንደሚያጠፉ ያለመለሙትን እንደሚያደርቁ በተመሳሳይ መልኩ 4ቱ ወንጌላውያን ያስተማሩትን የሚያስከዱ 8ቱ ቤተ አይሁድ ሲኖሩ፤ እነዚህም፦

1. ኃጥኣን መጸብሐን
2. ጸሐፍት
3. ፈሪሳውያን
4. ሰዱቃውያን
5. ረበናት
6. መገብተ ምኲራብ
7. መላሕቅተ ሕዝብ ናቸው።

እኒህም በ8ቱ መዓተ ነፋሳት የተመሰሉ 8ቱ ቤተ አይሁድ ባስተማሩ ጊዜ ለሰው 5 ነገር ይታዘዝበታል። እኒህም፦

- እንደ ይብሰት (ድርቀት) → ይብሰተ አእምሮ (የአእምሮ ድርቀት)
- እንደ ሐሩር → መከራ
- እንደ ድምሳሴ → ደጋግ ሰዎች በሥጋቸው ክፉ ሰዎች በነፍሳቸው ይጎዳሉ።
- እንደ አንበጣ → ዐላዊ ንጉሥ፣ መናፍቅ ጳጳስ
- እንደ አናኩዕ → ብዝኃ ሰራዊት ናቸው።

የአደራደራቸው ምሳሌ

በመጽሐፈ ሔኖክ ላይ እንደምናነበው ከእነዚህ 12ቱ አለቃ ነፋሳት ውስጥ ስምንቱ ነፋሳተ መዓትና አራቱ የምሕረት ነፋሳት ናቸው፤ በዕጥፍ የመዐት ነፋሳት ከምሕረት ነፋሳት ይበልጣሉ። ሆኖም ግን በነዚህ ምክንያት ጥፋታቸው በርትቶ ዓለም እንዳይወድም በሁለት በሁለቱ የመዐት ነፋሳት መካከል አንድ አንድ የምሕረት ነፋሳት አሉ ይላሉ።

ይህም ምሳሌነቱ "በጥቃ መዐቱ ሀሎ ምሕረቱ" እንዲል በእግዚአብሔር ቁጣ አጠገብ ደግሞ መሐሪነቱ እንዳለ የሚያመለክት ነው።

አራቱ ነፋሳትና ሥራዎቻቸው በመጽሐፍ ቅዱስ

ከላይ እንዳየነው ነፋሳት በሁሉም አቅጣጫዎች የሚነፍሱ ሲሆን መጽሐፍ ቅዱስ በተለየ መልኩ በዋናዎቹ አቅጣጫዎች ማለትም በምሥራቅ፣ በምዕራብ፣ በሰሜን፣ በደቡብ አቅጣጫ የሚነፍሱ ዐበይት ነፋሳት እንዳሉ በተደጋጋሚ ይጽፋል።

ይልቁኑ እግዚአብሔር በነዚህ ነፋሳት የሚሠራውን ሥራ በተለይ በክብር በሚመጣ ጊዜ ለርሱ የተመረጡን እንዴት

እንደሚሰበስብባቸው፣ መላእክትም እነዚህን ነፋሳት የሚይዙበት ጊዜ እንዳለ ጭምር ዘርዘር አድርጎ ይናገራል፤ ከነዚህ ውስጥ፦

- ❖ "ዳንኤልም ተናገረ እንዲህም አለ፦ በሌሊት በራእይ አየሁ፤ እነሆም፣ አራቱ የሰማይ ነፋሳት በታላቁ ባሕር ላይ ይጋጩ ነበር" (ዳን 7፥2)
- ❖ "ወደ አራቱም የሰማይ ነፋሳት የሚመለከቱ" (ዳን 8፥8)
- ❖ "እንደ አራቱ የሰማይ ነፍሳት በትኛችኋለሁና፣ ይላል እግዚአብሔር" (ዘካ 2፥6)
- ❖ "ከአራቱም ከሰማይ ማዕዘናት አራቱን ነፋሳት በኤላም ላይ አመጣለሁ፣ ወደ እነዚያም ነፋሳት ሁሉ እበትናቸዋለሁ" (ዘካ 49፥36)
- ❖ "ለነፋስ ትንቢት ተናገር፣ ለነፋስም፦ ጌታ እግዚአብሔር እንዲህ ይላል፦ ነፋስ ሆይ፣ ከአራቱ ነፋሳት ዘንድ ና" (ሕዝ 37፥9)
- ❖ "ከሰማያትም ዳርቻ እስከ ዳርቻው ከአራቱ ነፋሳት ለእርሱ የተመረጡትን ይሰበስባሉ" (ማቴ 24፥31)
- ❖ "በዚያን ጊዜም መላእክትን ይልካል ከአራቱ ነፋሳትም ከምድር ዳርቻ እስከ ሰማይ ዳርቻ የተመረጡትን ይሰበስባቸዋል" (ማር 13፥27)
- ❖ "ከዚህም በኋላ በአራቱ በምድር ማዕዘን ቆመው አራት መላእክት አየሁ፣ እነርሱም ነፋስ በምድር ቢሆን ወይም በባሕር ወይም በማንም ዛፍ እንዳይነፍስ አራቱን የምድር ነፋሳት ያዙ" (ራእ 7፥1)

የምሥራቅ ነፋስ

በመጽሐፍ ቅዱስ ላይ ተደጋግሞ የተጠቀሰው ከባድ፣ ደረቅ ነፋስ የምሥራቅ ነፋስ ሲሆን ይህም በጣም ጎጂና አጥፊ እንደሆነ ተገልጧል፤ በተለይ የአትክልትን ፍሬ ሁሉ የሚያደርቅ፣ ረሐብን የሚያመጣ እንደሆነ በዚህ መልኩ ገልጦታል፦

- “እነሆም ከእነርሱ በኋላ የሰለቱና በምሥራቅ ነፋስ የተመቱ ሰባት እሸቶች ወጡ” (ዘፍ 41፥6, 23)
- “ከእነርሱም በኋላ የወጡት የከሱትና መልከ ክፋዎቹ ሰባት ላሞች ሰባት ዓመታት ናቸው፥ የሰለቱትና የምሥራቅ ነፋስ የመታቸው ሰባቱም እሸቶች እነርሱ ራብ የሚሆንባቸው ሰባት ዓመታት ናቸው” (ዘፍ 41፥27)
- “ተተክሎስ እነሆ ይከናወንለት ይሆንን? የምሥራቅ ነፋስ ባገኘው ገዜ ፈጽሞ አይደርቅምን? በተተከለበት መደብ ላይ ይደርቃል” (ሕዝ 17፥10)
- “ነገር ግን በመዓት ተነቀለች ወደ መሬትም ተጣለች የምሥራቅም ነፋስ ፍሬዋን አደረቀ፤ ብርቱዎች በትሮቹዋም ተሰበሩና ደረቁ፥ እሳትም በላቻቸው” (ሕዝ 19፥12)

ይህ የምሥራቅ ነፋስ አትክልን በማድረቅ ሳያበቃ ከፍተኛ ዐውሎን በማስነሣት መርከቦችን ጭምር የሚሰባብር ሐሩር የሚያመጣ የሚበታትን የሚጠራርግ፣ ምንጭ ጭምር የሚያደርቅ ፈሳሽን የሚያጠፋ አደገኛ እንደሆነ በዚህ መልኩ ይገልጠዋል፦

❖ "ነዳቸው ሰደዳቸው ቀሠፋቸው፤ የምሥራቅ ነፋስ እንደሚነፍስበት ቀን በጠንካራ ዐውሎ አስወገዳቸው" (ኢሳ 27፥8)

❖ "የምሥራቅስ ነፋስ በምድር ላይ እንዴት ይበተናል?" (ኢዮ 38፥24)

❖ "በኃይለኛ ነፋስ የተርሴስን መርከቦች ትሰብራለህ" (መዝ 47 (48) ፥7)

❖ "የተርሴስ መርከቦች ሸቀጥሽን የሚሸከሙ ነበሩ፤ አንቺም ተሞልተሽ ነበር በባሕርም ውስጥ እጅግ ከበርሽ፤ ቀዛፊዎችሽ ወደ ትልቁ ወኃ አመጡሽ፤ የምሥራቅ ነፋስ በባሕር ውስጥ ሰበረሽ" (ሕዝ 27፥25-26)

❖ "በውኑ ጠቢብ ሰው እንደ ነፋስ በሆነ እውቀት ይመልሳልን? በሆዱስ የምሥራቅን ነፋስ ይሞላልን?" (ኢዮ 15፥2)

❖ "በሌሊትም ዐውሎ ነፋስ ትነጥቀዋለች፤ የምሥራቅ ነፋስ ያነሣዋል፡ እርሱም ይሄዳል፤ ከቦታውም ይጠርገዋል" (ኢዮ 27፥20-21)

❖ "ፀሐይም በወጣች ጊዜ እግዚአብሔር ትኩስ የምሥራቅ ነፋስ አዘጋጀ፤ ዮናስ እስኪዝል ድረስም ፀሐይ ራሱን መታው" (ዮና 4፥8)

❖ "በጠላት ፊት እንደ ምሥራቅ ነፋስ እበትናቸዋለሁ፡ በጥፋታቸውም ቀን ጀርባዬን እንጂ ፊቴን አላሳያቸውም" (ኤር 18፥17)

- “ሙሴም በባሕሩ ላይ እጁን ዘረጋ፤ እግዚአብሔርም ሌሊቱን ሁሉ ጽኑ የምሥራቅ ነፋስ አምጥቶ ባሕሩን አስወገደው፥ ባሕሩንም አደረቀው፥ ውኃውም ተከፈለ” (ዘፀ 14፥21)
- “በወንድሞቹ መካከል ፍሬያማ ቢሆን የምሥራቅ ነፋስ ይመጣል፥ የእግዚአብሔር ነፋስ ከምድረ በዳ ይመጣል፤ ምንጩንም ያደርቃል፥ ፈሳሹንም ያጠፋል፥ የተከበሩ ዕቃዎች ሁሉ ያሉበትን መዝገብ ይበዘብዛል” (ሆሴ 13፥15)

የምዕራብ ነፋስ

ከላይ እንዳየነው የምሥራቅ ነፋስ አደገኛ፥ አጥፊና ቊጣ የሚያመጣ እንደሆነ አይተናል።

በመጽሐፍ ቅዱስ ላይ የምዕራብ ነፋስ ደግሞ የምሥራቅ ነፋስ ያመጣውን የሚመልስ ሆኖ በዚህ መልኩ ተጠቅሷል፤ ለንጽጽር የምሥራቁ ነፋስ በግብጽ ላይ ያመጣውን አንበጣና የምዕራቡ ነፋስ የመለሳቸው የአንበጣ መንጋ ሁለቱንም ከዚህ በታች ጽፌዋለሁ።

- “ሙሴም በግብፅ አገር ላይ በትሩን ዘረጋ፥ እግዚአብሔርም የምሥራቅን ነፋስ ያን ቀን ሁሉ ሌሊቱን ሁሉ አመጣ፤ ማለዳም በሆነ ጊዜ የምሥራቁ ነፋስ አንበጣዎቹን አመጣ” (ዘፀ 10፥13)

❖ "እግዚአብሔርም ከምዕራብ ዐውሎ ነፋሱን አስወገደ፥ አንበጣዎቹንም ወስዶ በኤርትራ ባሕር ውስጥ ጣላቸው፤ አንድ አንበጣም በግብፅ ዳርቻ ሁሉ አልቀረም" (ዘፀ 10፥19)

የሰሜን ነፋስ

የሰሜን ነፋስ ወይም በሰሜን አቅጣጫ የሚነፍሰው ነፋስ ከባድ ዝናብ፣ ወጀብ፣ በመባርቅት ብልጭታ የታጀበ ዐውሎ ነፋስ የሚያመጣ ነው፡፡ ይህም በዚህ መልኩ ተገልጧል፡-

❖ "የሰሜን ነፋስ ወጀብ ያመጣል" (ምሳ 25፥23)

❖ "እኔም አየሁ፥ እነሆም፥ ከሰሜን በኩል ዐውሎ ነፋስና ታላቅ ደመና የሚበርቅም እሳት መጣ፥" (ሕዝ 1፥4)

የደቡብ ነፋስ

የደቡብ ነፋስ ደግሞ የተመጠነ፣ ለአዝርዕት፣ ለአትክልት፣ ለዕፀዋት ተስማሚ የሆነ ዕፀዋትን ከልምላሜ፣ ከአበባ፣ ከፍሬ እንዲደርሱ የሚያረግ እንደሆነ፣ ማዕበልና ሞገድ የማያስነሣ ልከኛ የተመጠነ እንደሆነ በዚህ መልኩ ተገልጧል፡-

❖ "ነፋስ ወደ ደቡብ ይሄዳል፥ ወደ ሰሜንም ይዞራል፤ ዘወትር በዙረቱ ይዞራል፥ ነፋስም በዙረቱ ደግሞ ይመለሳል" (መክ 1፥6)

❖ "በደቡብ ነፋስ ምድር ጸጥ ባለች ጊዜ" (ኢዮ 37፥17)

❖ "ልከኛም የደቡብ ነፋስ በነፈሰ ጊዜ፥ እንዳሰቡት የሆነላቸው መስሎአቸው ተነሡ" (የሐዋ 27፥13)

❖ "የሰሜን ነፋስ ሆይ፥ ተነሥ፥ የደቡብም ነፋስ ና፤ በገነቴ ላይ ንፈስ፤ ሽቱውም ይፍሰስ፤ ውዴ ወደ ገነቱ ይግባ፥ መልካሙንም ፍሬ ይብላ" (መሓ 4፥16)

ሊቁ ጎርጎርዮስ ዘኑሲስ ይህንን የሰሎሞን መሓልይ ሲተረጉም፡-

❖ "ቀዝቃዛው የሰሜን ነፋስ ሳይሆን ሞቃታማው የደቡብ ነፋስ በጸጋው የሚያሞቀው የመንፈስ ቅዱስ ምሳሌ ነው፤ ገበሬዎች ከቊረቱ የተነሣ እህላቸውን ስለሚያበላሽ የሰሜን ነፋስን ይፈራሉ፤ ስለዚህ የደቡብ ነፋስን ይሹታል። በሰሎሞን መሓልይ ላይ ሙሽራዪቱም የደቡብ ነፋስን ና ብላ ጠርታ በአትክልት ስፍራዋ ላይ እንዲነፍስ ትጠይቃለች፤ ነፋሱ መንፈስ ቅዱስ ነው፤ ሙሽራዪቷ ቤተ ክርስቲያን ናት፤ የአትክልት ስፍራው ጽርሐ ጽዮን፤ አትክልቶቹ ሐዋርያት ናቸው። ሽቱው ይፍሰስ እንዳለ ሐዋርያትንም ጣፋጭ የሆነ የወንጌል መዐዛ ምንጭ አደረጋቸው።" ይላል።

የነፋስ ሚዛንና ዑደት በመጽሐፍ ቅዱስ

ነፋሳት የራሳቸው ክብደት እንዳላቸውና ዑደታት (መዟዟር) እንደሚያደርጉ፤ የአነፋፈስ ሂደት እንዳላቸው ጭምር መጽሐፍ ቅዱስ በዝርዝር ያስቀመጠ ሲሆን ይህም ከዚህ በታች ባለው የመጽሐፍ ቅዱስ ክፍል እናየዋለን፡-

❖ "ለነፋስ ሚዛንን ባደረገለት ጊዜ" (ኢዮ 28፥25)

- “ከተሰወረ ማደሪያውም ዐውሎ ነፋስ ከሰሜንም ብርድ ይወጣል” (ኢዮ 37፥9-10)
- “ነፋስ ወደ ደቡብ ይሄዳል፤ ወደ ሰሜንም ይዞራል፤ ዘወትር በዙረቱ ይዞራል፤ ነፋስም በዙረቱ ደግሞ ይመለሳል” (መክ 1፥6)

ከሺዎች ዓመታት በፊት በመጽሐፈ ኢዮብ ላይ ያለው “ሚዛን” የሚለው ቃል “ሚሽጋል” የሚል ሲሆን ይህም “በአኀዝ የሚሰላ ክብደት” ማለት ነው።

የነፋስ ሚዛንና ዑደት በሳይንስ

ወደ ሳይንሱ ዓለም ጥናት ስንመጣ በ1643 ኢቫንጄሊስታ ቶሪሴሊ ባሮ ሜትርን በመፈልሰፉ አየር (ነፋስ) ግፊት ያለውና በባሕር ወለል 14.7 ፓውንድ በስኩዌር ኢንች 101,352 ፓስካል እንደሚለካ ዕውቀት ለማስጨበጥ ችሏል። በ1820 አካባቢ የጀርመን ፊዚዚስትና እና የሥነ ከዋክብት ተመራማሪ የሆነው ሄነሪክ ብራንድስ የመጀመሪያውን የአየር ንብረት ካርታ መረጃ በማሰባሰብ አዘጋጅቷል።

በ1940 በአየር ላይ በከፍተኛ ደረጃ በሚበሩ ጄቶች እና ልዩ ባሉኖች በላዕላይ ከባቢ አየር ላይ በተደረገ ጥናት የአየር ዑደት ሥርዓት እንዳለ ታወቀ። ፀሐይ መሬት ታሞቃለች፤ ከዚያም ሙቀቱ አየሩን ያሞቃል። ይህም ሙቀቱ ከፍ እንዲል ምክንያት ይሆናል።

የፀሐይ ጨረሮች በማሰየፍ በዋልታዎች ላይ ይወርዳሉ። ይህም አየሩ እንዲሞቅ ያደርገዋል። ሞቃት አየር ወደ ምድር ሰቅ ሲወጣ ከፍተኛ የአየር ግፊት እንዲኖር ያደርጋል።

በመሬት ላይ ያለው የአየር ግፊት በዋልታዎች ካለው የበለጠ ነው ምክንያቱም ቀዝቃዛና ዕፍጋት ያለው ነውና፤ በምድር ሠቅ ላይ በታቀርኖ ነፋሳት (ዐየራት) ግፊት በከፍታ ወደ ዋልታ ሄዶ እስኪቀዘቅና ዝቅ እስኪል ድረስ ወደ ሰሜን ይሄዳል። በዚህ ጊዜ ወደ ደቡብ በመንፈስ በወጣው አየር ምክንያት ባዶ የሆነውን የምድር ሠቅ ቦታን ይሞላል።

የአሜሪካ የአየር ንብረት ቢሮ በሰሜን ዋልታ የተጠራቀመውን የአየር (ነፋስ) ክብደትን በመረዳት ይህን የዋልታ ዐውሎዎች ለመከላከል የአየር ንብረት ሁኔታ ለመተንበይ እንዲቻል ጣቢያ ከፍተዋል። ሆኖም ግን ስለነዚህ የነፋሳት አነፋፈስ እንዲህ ሲሉ ኢዮብና ሰሎሞን ተናግረዋል፡-

- “ከተሰወረ ማደሪያውም ዐውሎ ነፋስ ከሰሜንም ብርድ ይወጣል” (ኢዮ 37፡9-10)
- “ነፋስ ወደ ደቡብ ይሄዳል፤ ወደ ሰሜንም ይዞራል፤ ዘወትር በዙረቱ ይዞራል፤ ነፋስም በዙረቱ ደግሞ ይመለሳል” (መክ 1፡6)

መንፈስ ቅዱስና ነፋስ

እግዚአብሔር ራሱን በተለያየ መልኩ የገለጠ ሲሆን ከነዚህ ውስጥ ነፋስ አንዱ ነው። በተለይ 120ው በአንድነት ሆነው

በሚጸልዩበት ጊዜ በነፋስ አምሳል መንፈስ ቅዱስ ወርዶ ጸጋውን ሰጥቷዋል፤ ይህንንም መጽሐፍ ቅዱስ እንዲህ ይገልጠዋል፡-

- ❖ "በዓለ ኀምሳ የተባለውም ቀን በደረሰ ጊዜ፣ ሁሉም በአንድ ልብ ሆነው አብረው ሳሉ ድንገት እንደሚነጥቅ ዓውሎ ነፋስ ከሰማይ ድምፅ መጣ፣ ተቀምጠው የነበሩበትንም ቤት ሁሉ ሞላው" (የሐዋ 2፥1-2)

ለምን መንፈስ ቅዱስ በነፋስ አምሳል ተገለጠ ለሚለው የክርስቲያን መተርጕማን ሊቃውንት ነፋስንና መንፈስ ቅዱስን በመመሰል በዚህ መልኩ ይገልጡታል፡-

- ➢ ነፋስ ረቂቅ ነው መንፈስ ቅዱስም ረቂቅ ነውና፤
- ➢ ነፋስ ኀያል ነው መንፈስ ቅዱስም ኀያል ነውና፤
- ➢ ነፋስ ፍሬውን ከገለባው ይለያል መንፈስ ቅዱስም ጻድቃንን ከኃጥኣን ይለያልና፤
- ➢ ነፋስ በምላት ሳለ አይታወቅም ባሕር ሲገሥፅ ዛፍ ሲያናውፅ ነው እንጂ መንፈስ ቅዱስም በምላት ሳለ አይታወቅም ቋንቋ ሲያናግር ምስጢር ሲያስተረጕም ነውና፤
- ➢ ነፋስ መንቅሂ ነው መንፈስ ቅዱስም መንቅሂ ነውና፤
- ➢ ነፋስ መዐዛ ያመጣል መንፈስ ቅዱስም መዐዛ ጸጋን ያመጣልና በማለት ምሳሌነቱን ሊቃውንት ገልጸዋል።

የነፋሳት ግብር በሥነ ፍጥረት ሊቃውንት

እንደ ሥነ ፍጥረት ትምህርት ምድርም ከውሃ ከተለየች በኋላ ነፋስ ስላልነፈሰባት ፀሐይ ስላልወጣባት "ጸብር" ትባል ነበር

ይላሉ፤ ጸብር ማለት ጭቃ የሆነ፣ የላቈጠ፣ የጨቀየ እንደማለት ነው። ይህን ጭቃነቷን ለማራቅ 12ቱ አለቃ ነፋሳትን በ12 መስኮት፤ 12 አለቃ እሳትን በ12 መስኮት ወጥተው የምሥራቁ ወደ ምዕራቡ፤ የምዕራቡ ወደ ምሥራቁ፤ የሰሜኑ ወደ ደቡቡ፤ የደቡቡ ወደ ሰሜኑ በመሬት ላይ ቢመላለሱባት በምድር ላይ ከሚነፍሱት ከነዚህ የነፋሳት ኀይልና በላይዋ ላይ ከነደደው የእሳት ግለት የተነሣ ተራራው ኮረብታው ድንጋዩ በብረት የማይወቀር እስኪሆን ድረስ እንደጸኑ ይገልጣሉ።

መሬትን የማጽናት የማርጋት የማጠንከር ሥራን 12ቱ የነፋሳት አለቆችና 12ቱ የእሳት አለቆች ካከናወኑ በኋላ በየመስኮታቸው እንዲገቡ ባሉበት እንዲጸኑ መደረጋቸውን ጠቅሰው፤ በዚህ ዓለም ያሉ ጥቂት እሳትና ጥቂት ነፋስ ግን የተገኙት በታች ያሉት ፍጥረታት ሲዘጋጁ ጥቂት እሳት ጥቂት ነፋስ የተከፈለ ነበርና እነርሱ እንደሆኑ ይጽፋሉ።

ምክንያቱም ነፋሱ አዝርዕቱን ለመቀስቀስ፣ ውሃውን ለመቀደስ፣ በነፍስ በሥጋ የተፈጠሩትን ፍጥረታትን ለማናፈስ ከፍሎ ሲያስቀረው፤ እሳቱንም የበረደውን ለማሞቅ፣ የረጠበውን ለማድረቅ፣ ምግብ ለማብሰል በዚህ ዓለም የተወሰኑት ቀርተዋል።

በተጨማሪም የኢትዮጵያ ቀደምት ሊቃውንት ከጠፈር በላይ ያለውን ሐኖስ የሚባለውን ውሃ የተሸከመ ባቢል የሚባል ነፋስ እንዳለ እና ሌላው ደግሞ በመሠረተ ምድር ያለ ነፋስ እንዳለ በዓለመ ነፋሳት ትምህርት ላይ በተጨማሪ ይገልጹ ነበር።

እንደ ሳይንስ ጥናት ከባቢ አየር አራት ደረጃዎች ያሉት ሲሆን እስከ 12 ኪ.ሜ ርቀት ያለው “ትሮፓስፌር” (troposphere)

ይባላል። የተለያዩ ደመናዎች እና ዝናብም የሚፈጠረው በዚህ ክልል ውስጥ ነው።

ሁለተኛው ደግሞ "ስትራቶስፎር" (stratosphere) የሚባል ሲሆን ከ40-50 ኪሎ ሜትር ባለው ርቀት ላይ ይገኛል። ሦስተኛው "ሜሶስፌር" (mesosphere) ሲባል ከ50-80 ኪሎ ሜትር ባለው እርቀት ላይ አለ። አራተኛው "አዮኖስፌር" (ionosphere) ተብሎ የሚጠራ ሲሆን ከ80 ኪሎ ሜትር በላይ ባለው ርቀት ላይ ይገኛል።

አየርን ወደ ጐን የሚያደርገው እንቅስቃሴ ነፋስ ይባላል። በአየር እንቅስቃሴ እና ሙቀት መሓከል ቀጥተኛ የሆነ ግንኙነት አለ። አየር ሲሞቅ ስለሚስፋፋ እፍጋቱ ይቀንሳል። ስለዚህ የሞቀ አየር ወደ ላይ የሚነሣ ወይም የሚንቀሳቀስ ሲሆን የቀዘቀዘ አየር ደግሞ ከላይ ወደ ታች ይንቀሳቀሳል።

ደመና

ስለ ደመና የሥነ ፍጥረት መጻሕፍት ሲገልጹ እግዚአብሔር በሰኞ ዕለት እስከ ብሩህ ሰማይ መልቶ የነበረውን ውሃ ከሦስት በከፈለው ጊዜ፤ መሬት ነፋስ አልነፈሰባትም፤ ፀሓይ አልወጣባትም

ጭቃ ኹና ነበር፤ ያን ጊዜ ዐሥራ ኹለቱ ነፋሳትን አውጥቶ መሬትን አስመትቷታል ይላሉ (ሔኖ 5፥21፤ 25፥1-18)።

ሊቁ ኤጲፋንዮስ በአክሲማሮስ ላይ የምሥራቁ ነፋስ ወደ ምዕራቡ፤ የምዕራቡ ወደ ምሥራቁ፤ የሰሜኑ ወደ ደቡቡ፤ የደቡቡ ነፋስ ወደ ሰሜኑ ቢመላለሱባት ተራራው ኮረብታማ ደንጊያው በብረት የማይወቀር እስኪኾን ድረስ ጸና ረጋ ያን ጊዜ ከደረቅ መሬት ደረቅ ጢስ ከርጡብ ባሕር ርጡብ ጢስ ተጠቅልሎ ወጥቶ አንድ ደመና ኾኗል ይላል (ሔኖ 16፥34)።

ደመናና ዓይነቱ በመጽሐፍ ቅዱስ

በመጽሐፍ ቅዱስ ላይ ደመና አንድ ዓይነት ሳይሆን ብዙ ዓይነት ደመናት በተለያየ ከፍታ ላይ እንደሚገኙ ከብዙ ሺሕ ዓመት በፊት ለመጀመሪያ ጊዜ የገለጠ ነው።

ይህንንም በመጽሐፈ ኢዮብ እንዲህ በዚህ መልኩ ተጽፎ እናነባለን፡-

- “ዐይኖችህን ወደ ሰማይ አቅንተህ እይ ከአንተም ከፍ ከፍ ያሉትን ደመናት ተመልከት” (ኢዮ 35፥5)

ደመናና ዓይነቱ በሳይንስ

በመጽሐፈ ኢዮብ ከሺሕዎች ዓመታት በፊት እንደተገለጸው በዘመናችን ደግሞ በተደረጉ ጥናቶች ዓለም ዐቀፍ የሥነ ዐየር ሕብረት ዋና ዋና 10 የደመናት ስብስብ እንዳለ ሲገልጽ በ3ት ደረጃዎች እንደሚከፈሉ አረጋግጧል፡- እነዚህም፡-

- ➢ ታሕታይ ደመና
- ➢ ማእከላዊ ደመና
- ➢ ላዕላይ ደመና በመባል ይታወቃሉ፡፡

ታሕታይ ደመናት የሚባሉት 3ት ሲሆኑ፡-

- ✓ ኲምሉስ (cumulus)
- ✓ ስትራተስ (stratus)
- ✓ ስትራቶኲሙሉስ (stratocumulus)

በመባል ሲታወቁ ከ6,500 ጫማ (1,981 ሜትር) በታች ያሉት ደመናት ናቸው፡፡

ማእከላዊ ደመናት የሚባሉት፡-

- ✓ አልቶኲሙሉስ (altocumulus)
- ✓ ኒምቦስትራተስ (nimbostratus)
- ✓ አልቶስትራቱስ (altostratus)

ሲባሉ በ6,500 እና 20,000 ጫማ (1981–6,096 ሜትር) መካከል ያሉ ደመናት ናቸው፡፡

ላዕላይ ደመናት የሚባሉት፡-

- ✓ ሲረስ (cirrus)
- ✓ ሲሮኲሙሉስ (cirrocumulus)
- ✓ ሲሮስትራተስ (cirrostratus)

ሲባሉ ከ20,000 ጫማ (6,096 ሜትር) ከፍታ ላይ ያሉ

የደመናት ዓይነታት ናቸው፡፡

ደመናና ክብደቱ በመጽሐፍ ቅዱስ

ብዙዎቹ ደመናትን ሲያዩት ቀለል ያለ ክብደት የለሽ የማይመዘን የማይለካ አድርገው ሊያስቡ ይችላሉ፡፡ ነገር ግን እውነታው በተቃራኒው ነው፤ የምናያቸው ደመናት የሚመመዘኑ የሚለኩ እንደሆኑ በመጽሐፍ ቅዱስ ላይ ለመጀመሪያ ጊዜ የተገለጠ ሲሆን በተለይ በመጽሐፈ ኢዮብ ላይ በዚህ መልኩ ተቀምጦልናል፡-

- "የደመናውንም ብርሃን እንዴት እንደሚያበራ አውቀሃልን? ወይስ <u>የደመናውን ማዛን</u>" (ኢዮ 37፥11)
- "የሰማይን ደመና በጥበቡ ሊቆጥር የሚችል ማነው?" (ኢዮ 38፥37)
- "የደመናውን መዘርጋት የማደሪያውን ነጎድጓድ የሚያስተውል ማን ነው?" (ኢዮ 36፥29)

ደመናና ክብደቱ በሳይንስ

ሆላንዳዊው ሜትሮሎጂስት ክርስቶፈር ባይስ ባሎት የራሱን የባይስ ባሎት ሕግ በመመሥረት በአየር ግፊት እና ነፋስ መካከል ያለውን ግንኙነት ለማወቅ ቻለ፡፡ ይህም ደመናትን የሚያመጡ ልኬቶችን ለማወቅ እንደ መነሻ ሆነ፡፡

በ1930 በከፍታ ላይ የሚበሩ አይሮፕላኖችን እና ባሉኖች በመጠቀም የአየር ንብረት አጥኚዎች ስለ ደመና ሚዛን፣ የአየር ግፊት እና ሙቀትን መረጃ እንድናውቅ ማድረግ ቻሉ፡፡

በ1950 በከፍታ ላይ የሚበሩ አይሮፕላኖች ላይ አስፈላጊውን መሣርያ በመግጠም በአማካይ አንድ አምፔር ከፍተኛ የኤሌክትሪክ ኀይል መብረቅ ካለው ደመና አይኖስፌር ወደሚባለው “ላይኛውን ከባቢ አየር” እንደሚጓዝ ለማወቅ ተችሏል፡፡

ይህም የሚያሳየው ነጎድጓዳማ ደመና የኔጌቲቭ ኤሌክትሪክ እንዳለውና ይህንኑ ወደ መሬት ወደ ላይኛው ከባቢ አየር ደግሞ ፓዘቲቭ ቻርጅ እንደሚያመላልስ ማረጋገጥ ተችሏል፤ በዚህም ጥናት በመጀመሪያ ጊዜ የሰው ልጅ በመሬታችን ላይ የሚገኘውን የደመና ብዛት መገመት የሚያስችለውን ዕውቀት አግኝቷል፡፡

1960 የጢሮስ የአየር ትንበያ ሳተላይት ከባቢ አየር ላይ ምርምር በማድረግ ከፍተኛ ጠቀሜታን መስጠት ቻለ፤ በዚሁ መሠረት በመሬት ላይ የሚገኝ ደመናን ታላላቅ ወጀብ የሚያመጡ ጥምዝ ቅርጽ ያላቸውን ደመናትን አሠራር የመጀመሪያውን መረጃ ሰጠ፡፡

በማንኛውም ጊዜ (አንድ ሺህ ስምንት መቶ) ብዛት ያለው መብረቅ ሊታይ እንደሚችል አረጋገጠ፡፡ ሳተላይቱም በመሬት ላይ ያለውን የሙቀት ሚዛን ምን ያህል እንደሆነ ዐዲስ መረጃ ሰጥቷል፡፡ አጠቃላይ የከባቢ አየር እንቅስቃሴ ሂደት መቆጣጠር የሚቻለው መሬት ከፀሐይ ብርሃን ከምታገኘው ሙቀት እና እንደገና ወደ ላይ ተንጸባርቆ በሚሄደው ቅዝቃዜ አማካይነት ነው፡፡

አሁን ባለንበት ክፍለ ዘመን በቋሚነት የተተከሉት የአየር ሁኔታ ሳተላይቶች እያንዳንዱን የትሮፒካል ማዕበሎች ከመፈጠራቸው እስከሚጠፉ ድረስ ያለውን እያንዳንዱን ገጽታ የሚያሳዩ በመሆናቸው አደጋ የሚደርስባቸውን ቦታዎች ላይ ያሉ ሰዎችን አስቀድመው እንዲለቁ ማስጠንቀቂያ ይሰጣሉ፡፡

በመሆኑም በዘመናችን በተደረጉት አስደናቂ ጥናቶች የኩሙሉስ ደመና 1.1 ሚሊየን ፓውንድ ይመዝናል፡፡ ይህም 1.1 ሚሊየን ፓውንድ ውሃ ከበላያችን በደመናው ላይ ይንሳፈፋል ማለት ነው፡፡

ይህም የደመናው ክብደት ማለት 100 ዝሆኖች ወይም ከ500 አውቶሞቢል ክብደት ጋር ተነጻጻሪ እንደ ማለት ነው፡፡

ለዚህ ነው የደመናን ክብደት የተረዳው ኢዮብ በአድናቆት በመሆን ይህንን ሁሉ የዝናብ መጠንን ሲሸከምም በአንዴ ውሃውን አለመዘርገፉ ድንቅ የአምላክ ሥራን በአድናቆት በዚህ መልኩ ይገልጠዋል፡-

- “ውሆችን በደመናዎቹ ውስጥ ያስራል፤ ደመናይቱም ከታች አልተቀደደችም” (ኢዮ 26፥8)

ደመናና ምሳሌነቱ

በመጽሐፍ ቅዱስ ላይ ደመና በብዙ መልኩ ተገልጦ የምናነብ ሲሆን ምሳሌነቱም በእጅጉ ያስደንቃል፡፡ የተወሰኑትን ከዚህ በመቀጠል በዐጭሩ ከዚህ በታች አስቀምጬዋለኍ፡-

ደመናና የእግዚአብሔር ክብር

ልዑል እግዚአብሔር ክብሩን ገናንነቱን በደመና ይገልጥ እንደነበር መጽሐፍ ቅዱስ በዝርዝር ያስረዳል፡፡ በተለይ ይመሰግንባቸው በነበረው በኦሪቷ ድንኳንና በቤተ መቅደስም በታላቅ ክብር በደመና ላይ ይገለጥና ቃሉን ያሰማቸው ነበር፡፡ ይህንንም በተወሰነ መልኩ ከዚህ ቀጥለን እናያለን፡-

- "ሙሴም ወደ ድንኳኑ በገባ ጊዜ የደመና ዓምድ ይወርድ ነበር በድንኳኑም ደጃፍ ይቆም ነበር፤ እግዚአብሔርም ሙሴን ይናገረው ነበር፤ ሕዝቡም ሁሉ የደመናው ዓምድ በድንኳኑ ደጃፍ ሲቆም ያየው ነበር፤ ሕዝቡም ሁሉ ተነሥቶ እያንዳንዱ በድንኳኑ ደጃፍ ይሰግድ ነበር" (ዘፀ 33፥9-10)
- "ደመናውም የመገናኛውን ድንኳን ከደነ፣ የእግዚአብሔርም ክብር ማደሪያውን ሞላ፤ ደመናውም በላዩ ስለ ነበረ የእግዚአብሔርም ክብር ማደሪያውን ስለ ሞላ ሙሴ ወደ መገናኛው ድንኳን ይገባ ዘንድ አልቻለም፤ ደመናውም ከማደሪያው በተነሣ ጊዜ የእስራኤል ልጆች በመንገዳቸው ሁሉ ይጓዙ ነበር፤ ደመናው ባይነሣ እስከሚነሣበት ቀን ድረስ አይጓዙም ነበር" (ዘፀ 40፥34-37)
- "ካህናቱም ከመቅደሱ በመጡ ጊዜ ደመናው የእግዚአብሔርን ቤት ሞላው" (1ኛ ነገ 8፥10)

ልዑል እግዚአብሔር በብሉይ ኪዳን በደብረ ሲና ላይ በረድኤት ሲገለጽ በከባድ ደመና ነበር፡፡ ዳግመኛም ጌትነቱን በታቦር ተራራ በገለጠ ጊዜ በብሩህ ደመና የተገለጠ ሲሆን በዚህም ደመና የጌትነት መገለጫው እንደሆነ እንረዳለን፡፡

ይህንንም በሁለቱ ተራራዎች የመገለጡን ነገር በነዚህ

የመጽሐፍ ቅዱስ ጥቅሶች እናውቃለን፦

- "እነሆ በከባድ ደመና እመጣልሃለሁ አለው። ሙሴም የሕዝቡን ቃል ለእግዚአብሔር ነገረ ...እንዲህም ሆነ፤ በሦስተኛው ቀን በማለዳ ጊዜ ነጐድጓድና መብረቅ ከባድም ደመና እጅግም የበረታ የቀንደ መለከት ድምጽ በተራራው ላይ ሆነ፤ በሰፈሩም የነበሩት ሕዝብ ሁሉ ተንቀጠቀጡ" (ዘፀ 19፥9-16)
- "እነሆም፥ ከደመናው፦ በእርሱ ደስ የሚለኝ የምወደው ልጄ ይህ ነው፤ እርሱን ስሙት የሚል ድምፅ መጣ" (ማቴ 17፥5)

ጌታችን ኢየሱስ ክርስቶስና ደመና

ሊቃውንት ከዚህ ተነሥተው የጌታችን የመድኀኒታችን የጌትነት መገለጫው ደልቁኑ የታቦር፣ የዕርገት፣ የምጽአት ክብሩ ደመና እንደሆነ ይተነትናሉ፤ ይህንንም ከዚህ ቀጥለን በምናያቸው የመጽሐፍ ቅዱስ ንባባት ላይ እንመለከታለን፦

- “በሌሊት ራእይ አየሁ፤ እነሆም፥ የሰው ልጅ የሚመስል ከሰማይ ደመናት ጋር መጣ በዘመናት ወደ ሸመገለውም ደረሰ፤ ወደ ፊቱም አቀረቡት” (ዳን 7፥13)
- “የሰው ልጅንም በኃይልና በብዙ ክብር በሰማይ ደመና ሲመጣ ያዩታል” (ማቴ 24፥30፤ 26፥64)
- “ይህንም ከተናገረ በኋላ እነርሱ እያዩት ከፍ ከፍ አለ፤ ደመናም ከዓይናቸው ሰውራ ተቀበለችው” (የሐዋ 1፥9)
- “እነሆ፥ ከደመና ጋር ይመጣል፤ ዓይንም ሁሉ የወጉትም ያዩታል፥ የምድርም ወገኖች ሁሉ ስለ እርሱ ዋይ ዋይ ይላሉ። አዎን፥ አሜን” (ራእ 1፥7)
- “አየሁም፥ እነሆም ነጭ ደመና በደመናውም ላይ የሰውን ልጅ የሚመስል ተቀምጦአል፥ በራሱም ላይ የወርቅ አክሊል በእጁም ስለታም ማጭድ ነበረው፤ ሌላ መልአክም ከመቅደሱ ወጥቶ በደመናው ላይ ለተቀመጠው፦ የማጨድ ሰዓት ስለ ደረሰ ማጭድህን ስደድና እጨድ፥ የምድሪቱ መከር ጠውልጓልና ብሎ በታላቅ ድምፅ ጮኸ፤ በደመናውም ላይ የተቀመጠው ማጭዱን ወደ ምድር ጣለው ምድርም ታጨደች” (ራእ 14፥14-16)

በታላቅ ክብር በሰማይ ደመና የሚመጣውን ንጉሣችን ኢየሱስ ክርስቶስን ለመቀበል እኛም በደመና ወደ አየር የምንነጠቅ እንደሆነ ሐዋርያው ቅዱስ ጳውሎስ ለተሰሎንቄ ምእመናን ያስተማረ ሲሆን፤ ይህም በዚህ መልኩ ከዚህ በመቀጠል ተገልጧል፦

- “ከዚያም በኋላ እኛ ሕያዋን ሆነን የምንቀረው፥ ጌታን በአየር ለመቀበል ከእነርሱ ጋር በደመና እንነጠቃለን፤ እንዲሁም ሁልጊዜ ከጌታ ጋር እንሆናለን” (1ኛ ተሰሎ 4፥17)

ቅድስት ድንግል ማርያምና ደመና

ቅድስት ድንግል ማርያም በመጽሐፍ ቅዱስ ውስጥ በተለያየ የደመና ዓይነቶች በምሳሌ ተገልጣለች። ከዚህ በመቀጠል በጥቂቱ የተወሰነውን ምሳሌቷን ከዚህ በታች እናያለን።

ዝናብን የያዘችና ያልያዘች ደመና

የሕይወት ውሃ ጌታን በማሕፀኗ የተሸከመች በክንዷ የታቀፈች ቅድስት ድንግል ማርያም የዝናምን ውሃ በያዘች ደመናና በተጨማሪም ባልያዘችውም ደመና ትመሰላለች።

ይኸ ደመና ታላቅ አገልግሎት አለው፤ የዝናም ውሃን ከውቅያኖስ ቋጥሮ በሰማይ ይታያል።

ዝናም ተሸክሞ የሚታይ ደመና እንዳለ ኹሉ የዝናም ውሃን ያልቋጠረ ደመናም በሰማይ ይታያል።

ለምሳሌ በግንቦት የሚታይ ደመና በሰማይ ከዞረ በኋላ ሳያዘንብ ይበተናል፤ በሐምሌ በነሐሴ የሚታይ ደመና ግን ከዞረ ዝናም ሳያዘንብ አይበተንም።

መጽሐፍ ቅዱስ ሁለቱንም በዚህ መልኩ ገልጧቸዋል፡-

ዝናብን የተሸከመ ደመና

- "ደመናትም ደግሞ ውኃን አንጠበጠቡ" (መሳ 5፥4)
- "በደመና ውስጥ የነበረ የጨለማ ውኃ አደረገ" (2ኛ ሳሙ 22፥12)
- "ውሆችን በደመናዎቹ ውስጥ ያስራል ደመናይቱም ከታች አልተቀደደችም" (ኢዮ 26፥8)
- "ከምድር ዳር ደመናትን ያወጣል፤ በዝናብ ጊዜ መብረቅን አደረገ፤ ነፋሳትንም ከመዛግብቱ ያወጣል" (መዝ 135፥7)
- "ሰማዩን በደመናት ይሸፍናል፤ ለምድርም ዝናብን ያዘጋጃል፤ ሣርን በተራሮች ላይ ያበቅላል፤ ለምለሙንም ለሰው ልጆች ጥቅም" (መዝ 147፥8)
- "ደመናትም ጠልን ያንጠባጥባሉ" (ምሳ 3:20)
- "ደመናት ዝናብ በሞሉ ጊዜ በምድር ላይ ያፈስሱታል" (መክ 11፥3)

ዝናብን ያልተሸከመ ደመና

- "ስለ ስጦታው በሐሰት የሚመካ ሰው ዝናብ እንደማይከተለው ደመና ነፋስም ነው" (ምሳ 25፥14)
- "በነፋስ የተወሰዱ ውኃ የሌለባቸው ደመናዎች" (ይሁ 1፥12)
- "ደመና ተበትኖ እንደሚጠፋ እንዲሁ ወደ ሲኦል የሚወርድ

ዳግመኛ አይወጣም" (ኢዮ 7፥9)

እመቤታችን ቅድስት ድንግል ማርያም በነዚህ ኹለት የደመና ዐይነቶች እንደምትመሰል ከሊቃውንቱ መኻከል ቅዱስ ኤፍሬም፣ ቅዱስ ያሬድ፣ አባ ጊዮርጊስ ዘጋሥጫ አብራርተው አስተምረዋል፡፡

ሊቁ ቅዱስ ኤፍሬም ዝናምን በያዘች ደመና ሲመስላት በረቡዕ ውዳሴ ማርያም ላይ፡-

- "አንቲ ዘበአማን ደመና እንተ አስተርአይኪ ለነ ማየ ዝናም"
  (የዝናምን ውሃ ቋጥረሽ የታየሽ እውነተኛ ደመና አንቺ ነሽ)

በማለት "ንጹሕ ዝናም እንተ በአማን" የተባለ የነፍሳትን ጥም ያበረደ የሕይወት ዝናም፣ የሕይወት ጠል፣ የሕይወት ውሃ ክርስቶስን በድንግልና ፀንሳ፣ በድንግልና ወልዳ ያስገኘችልን እውነተኛዪቱ ደመና ድንግል ማርያም የመኾኗን ምስጢር አጕልቶ ተናግሯል፡፡

ሊቁ አባ ጊዮርጊስ ስለ አማናዊት ደመና ስለ ድንግል ማርያም ክብር በአርጋኖን መጽሐፉ ላይ-

- "ንዑ እንከ ከመ ናልዕላ ለዛቲ ደመና ብርሃን እንተ ጾረቶ ለማየ ዝናም ንጹሕ"
  (ንጹሑን የዝናም ውሃ የተሸከመችውን የብርሃን ደመና ኑ ከፍ ከፍ እናድርጋት)፡፡

በማለት የሕይወት ውሃ የንጹሐ ባሕርይ የስቴ ጽሙኣን የክርስቶስ እናት መኾኗን አስተምሯል፡፡

በተቃራኒው ኢትዮጵያዊዉ ሊቅ ቅዱስ ያሬድ በምስጢር በመራቀቅ በድጓው ላይ ቅድስት ድንግል ማርያምን፡-

- "ንጽሕት ይእቲ በድንግልና አልባቲ ሙስና ዕራቁ ደመና" (የተራቈተች ደመና፣ ነውር ነቀፋ የሌለባት በድንግልና የጸናች ንጽሕት ናት)

በማለት የዝናምን ውሃ ባልተሸከመች ደመና መስሏታል። ይኸውም ይኽቺ የተራቆተች ደመና ከላይ እንዳየነው ምንም ዐይነት የውሃ ነጠብጣብን ያልቋጠረች የዝናምን ውሃ ያልያዘች፣ ያልተቀበለች እንደኾነች ኹሉ፤ ቅድስት ድንግል ማርያምም በውሃ ነጠብጣብ በዝናም የተመሰለ ዘርዐ ወራዙትን ያልተቀበለች፤ ያለ ዘርዐ ብእሲ በግብረ መንፈስ ቅዱስ ብቻ አምላክን ፀንሳ የተገኘች በመኾኑ ዕራቁ ደመና በማለት አመስግኗታል።

ዳግመኛም ዝናብን ያልተሸከመች ደመና በዝናብ ምክንያት የሚሆን ምንም ጨለማነት ጥቍረት እንደማይታይባት እንደ ተባዘተ ጥጥ ነጭ እንደሆነች ቅድስት ድንግል ማርያምም ምንም ነውር ነቀፋ የሌለባት ፍጹም ቅድስት ናትና።

የኖኅ ቀስተ ደመና

እናታችን ቅድስት ድንግል ማርያም ኖኅ ከእግዚአብሔር ዘንድ የጥፋት ውሃ ዳግመኛ እንዳይመጣ ምልክት አድርጎ በተቀበላት ሰባት ሕብር ባላት ቀስተ ደመና ትመሰላለች (ዘፍ 9፥8-17)፤ ይኸውም ኖኅ ከመርከብ ከወጣ በኋላ መሥዋዕት ለእግዚአብሔር አቀረበ፤ ያን ጊዜ ዳግመኛ "ብዝኁ ወተባዝኁ ወምልዕዋ ለምድር" (ብዙ ተባዙ ምድርን ምሏት) ቢለው፤ እኔ ብበዛ ምን ያደርግልኛል፤ የኔ ልጆች ኀጢአት ከመሥራት

አያቋርጡ፤ አንተም በእውነት ፈርደኽ ልታጠፋቸው አለ፡፡

ጌታም ዳግመኛ በንፍር ውሃ እንደማያጠፋት የቃል ኪዳን ምልክት አድርጎ እንዲህ ብሎ ሰጥቶታል፡-

- “ቀስቴን በደመና አድርጌአለሁ፥ የቃል ኪዳኑም ምልክት በእኔና በምድር መካከል ይሆናል፤ በምድር ላይ ደመናን በጋረድሁ ጊዜ ቀስቲቱ በደመናው ትታያለች፤ በእኔና በእናንተ መካከል፥ ሕያው ነፍስ ባለውም ሥጋ ሁሉ መካከል ያለውን ቃል ኪዳኔን አስባለሁ፤ ሥጋ ያለውንም ሁሉ ያጠፋ ዘንድ ዳግመኛ የጥፋት ውኃ አይሆንም፤ ቀስቲቱም በደመና ትሆናለች፤ በእኔና በምድር ላይ በሚኖር ሥጋ ባለው በሕያው ነፍስ ሁሉ መካከል ያለውን የዘላለም ቃል ኪዳን ለማሰብ አያታለሁ፤ እግዚአብሔርም ኖኅን፦ በእኔና በምድር ላይ በሚኖር ሥጋ ባለው ሁሉ መካከል ያቆምሁት የቃል ኪዳን ምልክት ይህ ነው አለው” (ዘፍ 9፥13-17)፡፡

ጌታ ይህንን ሰባት ሕብራት ያሉትን ቀስተ ደመናትን ምልክት አድርጎ ለኖኅ ማሳየቱ፤ እንግዲህ ወዲህ ከአራቱ ባሕርያተ ሥጋ ከሦስቱ ባሕርያተ ነፍስ የተፈጠረ ሰውን በንፍር ውሃ አላጠፋውም ሲለው ሲኾን ፍጻሜው ግን ደመና የቅድስት ድንግል ማርያም፤ አራቱ ሕብር የአራቱ ባሕርያት፤ ሦስቱ የሦስቱ ባሕርያተ ነፍስ ምሳሌ ሲኾን፤ ጌታ ይህንን ማሳየቱ ከእመቤታችን አራቱን ባሕርያተ ሥጋ፤ ሦስቱን ባሕርያተ ነፍስ ነሥቼ ተወልጄ ሰውን አድነዋለኍ ሲል ነው፡፡

ይንንንም በርካቶች ሊቃውንት በሰፊው ተርጕመውታል፤ ከነዚህ መኻከል አባ ጊዮርጊስ ዘጋሥጫና አባ ጽጌ ድንግል

ይገኙበታል፤ ይኸውም ጌታ ለወዳጁ ለኖኅ በሰጠው ቀስተ ደመና ዳግመኛ ምድርን በንፍር ውሃ እንዳላጠፋት ኹሉ ለእናቱ ለድንግል ማርያም በሰጣት ቃል ኪዳን ፍጥረቱን አያጠፋምና፡፡

ሊቁ አባ ጊዮርጊስም በእንዚራ ስብሐት መጽሐፉ ላይ-

"ትእምርተ ኪዳን አንቲ ዘገጸ ደመና ረቂቅ
ቅድመ ዐይነ አብ መሓሪ ለከቲረ መዓት ዘትትዌሰቅ"

(እመቤቴ ማርያም ሆይ በይቅርታ ባዩ አብ ፊት ያለች የቃል ኪዳን ምልክት ነሽ)፡፡

"ትእምርተ ኪዳን አንቲ ዘተሰመይኪ ቀስተ ደመናት
ከመ ኢይምጻእ ውስተ ምድር ዳግመ ዝናመ መዓት"

(ዳግመኛ የመዓት ዝናም ወደ ምድር እንዳይመጣ ቀስተ ደመናት የተባልሽ የኪዳን ምልክት አንቺ ነሽ) በማለት ከአምላክ የተሰጠቸን የድኅነት ምልክት መኾኗን አስተምሯል፡፡

ሊቁ አባ ጽጌ ድንግልና አባ ገብረ ማርያምም በመጽሐፋቸው ላይ፡-

"ቀስተ ደመና ማርያም ትእምርተ ኪዳኑ ለኖኅ
ዘእግዚአብሔር ሤመኪ ለተዝካረ ምሕረት ወፍትሕ
ህየንተ ቀሠፋ ለምድር ወአማሰና በአይኅ
በእንቲአኪ አሰርገዋ በጽጌ ኵሉ አቅማሕ
ከመ በከዋክብት አሰርገዎ ለሰማይ ስፉሕ"

(ለምሕረትና ለፍርድ መታሰቢያ አድርጎ ያኖረሽ፤ የኖኅ የቃል ኪዳኑ ምልክት ቀስተ ደመና ማርያም፤ ምድርን በንፍር ውሃ ስለመታትና ስለአጠፋት ፈንታ፤ ሰፊ ሰማይን ስፍር ቍጥር በሌላቸው ከዋክብት እንደ አስጌጠው ኹሉ፤ በአንቺ ምክንያት ልዩ

ልዩ በኾኑ አበባዎች ፍሬዎች ምድርን አስጌጣት) በማለት አማናዊት ቀስተ ደመና የድኅነት ምልክት የኾነችው ቅድስት ድንግል ማርያም መኾኗን መስክረውላታል።

ደመና ግብጽ

ኹሉ የሚቻለው ልዑል እግዚአብሔር በግብጻውያን ላይ ከሃሊነቱን ለማሳየት "ወይረውድ እሳቱ ዲበ በረዱ ወበረዱ ዲበ እሳቱ" (በረዶም ነበር በበረዶም መኻከል እሳት ይቃጠል ነበር) (ዘፀ 9፥24)፤ በማለት እንደተጻፈ ድንቅ በኾነ ምስጢር እሳቱ በረዱን ሳያቃጥለው በረዱ እሳቱን ሳያጠፋው ኹለት ተቃራኒዎች ነገሮችን እሳትና በረድ እንደ ሰምና ፈትል ተስማምተው እንዲወርዱ አድርጓል።

በተመሳሳይ መልኩ በዘመነ ሐዲስም እናቱ ቅድስት ድንግል ማርያምን ድንግልናዋ እናትነቷን፤ እናትነቷ ድንግልናዋን ሳይለውጠው እንደ እሳትና በረዶ ውሕደት ኹለቱን መስተፃርራን (የሚቃረኑ ነገሮችን) ማለትም እናትነትን ከድንግልና ድንግልናን ከእናትነት ጋር እንድታስተባብር አድርጓታል።

ደመና ሙሴ

እመቤታችን ቅድስት ድንግል ማርያም ሥጋውን ቈርሶ ደሙን አፍስሶ የሰጠን የሕይወት ምግብ መና ወልደ እግዚአብሔርን በድንግልና ፀንሳ በድንግልና ወልዳ ያስገኘችልን በመኾኗ ለእስራኤል ልጆች መናን ይዞ በተገኘች ደመና በርካቶች

ሊቃውንት በመመሰል ደመና ሙሴ የሚል ሥያሜን ሰጥተዋታል (ዘፀ 16፥13-23)።

ኾኖም ግን ያቺ በምድረ በዳ መና የያዘቸ ደመና እስራኤልን ከሞት ልታድን ከቶ አልተቻላትም፤ እመቤታቸን ቅድስት ድንግል ማርያም የወለደቻቸው ግን አማናዊ መና ጌታ ግን ሥጋውን ቈርሶ ደሙን አፍስሶ የዘላለም ሕይወት ሊኾነን የሰጠን አምላካቸን ክርስቶስን ነው።

የዜማ አባት ቅዱስ ያሬድም በመጽሐፈ ድጓው ላይ በምሳሌ እንዲህ አላት፡-

“ዓይ ይእቲ ዛቲ ቀሊል ደመና
እንተ ትፀውር መና
ማርያም ይእቲ ንጽሕት በድንግልና አልባቲ ሙስና”

(መናን የተሸከመች ፈጣን ደመና የትኛዪቱ ናት? ነውር ነቀፋ የሌለባት በድንግልና ንጽሕት የምትኾን ማርያም ናት!)።

ሌላው ኢትዮጵያዊ የቤተ ክርስቲያን መጻሕፍት ሊቅ አባ ጊዮርጊስም በእንዚራ ስብሐት መጽሐፉ ላይ እንዲህ ይላታል፡-

“እንቲ ውእቱ ደመና ዘአዝነምኪ ጊዜ ርደተ ሳቦ
አያያተ ኵሉ መፍቅድ መጣዕመ ፍተታት ዘቦ”

(የፍላጎት ኹሉ ወለላ ማርንና የነበረ የመና ቁርስራሽ ጣዕምን፤ ውርጭ በሚወርድበት ጊዜ ያዘነምሽ ደመና አንቺ ነሽ)።

ፈጣን ደመና

ነቢዩ ኢሳይያስ በመንፈስ እግዚአብሔር እየተቃኘ ቅድስት ድንግል ማርያም የባሕርይ አምላክ ዐማኑኤልን ይዛ ወደ ግብጽ የመሰደዷን ነገር አስቀድሞ ተገልጾለት በምዕ 19፥1 ላይ፡-

- "እነሆ እግዚአብሔር በፈጣን ደመና እየበረረ ወደ ግብጽ ይመጣል፤ የግብጽም ጣዖታት በፊቱ ይርዳሉ"

በማለት ከገነት የተሰደድነውን እኛን ወደ ቀደመ ርስታችን ሊመልሰን እንደመጣ ለማጠየቅና፤ ጠላታችን ዲያብሎስን ከሰዎች ልብ አውጥቶ ለመስደድ፤ ወልደ እግዚአብሔር ልመናዋ ፈጥኖ በሚሰማላት "ደመና መፍጠኒት" በተባለች በእናቱ በቅድስት ድንግል ማርያም ጀርባ ታዝሎ ወደ ግብጽ የመሰደዱን ነገር አስቀድሞ ገልጾታል።

ይኸውም በቅዱስ ወንጌል እንደተጻፈ ንጉሡ ሄሮድስ ክርስቶስን ለመግደል በፈለገ ጊዜ ቅዱስ ገብርኤል ለአረጋዊዉ ለዮሴፍ በሕልሙ ተገልጾለት "ተንሥእ ወንሣእ ሕፃነ ወእሞ ወጕየይ ውስተ ብሔረ ግብጽ" (ሕፃኑንና እናቱን ይዘኽ ወደ ግብጽ ሽሽ) ባለው ጊዜ ይኽ ኢሳይያስ የተናገረው ትንቢት ሊፈጸም ምልጃዋ ፈጥኖ በሚደርስ "ደመና መፍጠኒት" በተባለች በእናቱ በቅድስት ድንግል ማርያም ጀርባ ታዝሎ ወደ ግብጽ በኼደ ጊዜ የግብጽ ጣዖታት ኹሉ እየተሰባበሩ ሲወድቁ፤ በነርሱ ዐድረው ያስቱ የነበሩ አጋንንት ኹሉ ሸሽተዋል፤ በመኾኑም በዚኽ የነገረ ማርያም አስተምህሮ እመቤታችን "ደመና መፍጠኒት" ወይም "ደመና ኢሳይያስ" ተብላ ተጠርታለች።

ኢትዮጵያዊዉ የነገረ ማርያም ሊቅ አባ ጊዮርጊስም ይኽነን የኢሳይያስን ትንቢት በጥልቀት እንዲህ ተርጕሞታል፡-

❖ "ሄሮድስ ኀሠሠ ዘኢይትረከብ ወእግዚእ ተግሕሠ ውስተ ምድረ ግብጽ ተጽዒኖ ዲበ ደመና ቀሊል፤በከመ ይቤ ኢሳይያስ ናሁ እግዚአብሔር ይወርድ ውስተ ምድረ ግብጽ ተጽዒኖ ዲበ ደመና ቀሊል ደመናሰ ቀሊል አንቲ ከመ ኦ ቅድስት ድንግል ሄሮድስ ፈተወ ይዕዱ ነፋሰ ውስተ ጽርሑ በአይቴ ይትከሀል ዐዲወ ነፋስ፤ ሄሮድስ ፈተወ ይጽብጥ ብርሃነ ፀሓይ በእዴሁ በአይቴ ይትከሀል ጸቢጠ ብርሃነ ፀሓይ እግዚአብሔር ተአንገደ ውስተ ምድረ ግብጽ ተሐዚሎ በዘባንኪ"

(ሄሮድስ የማያገኘውን ፈለገ፤ ጌታም በፈጣን ደመና ተጭኖ ወደ ግብጽ ምድር ኼደ፤ ነቢዩ ኢሳይያስ እነሆ እግዚአብሔር በፈጣን ደመና ተጭኖ ወደ ግብጽ ምድር ይወርዳል ብሎ እንደተናገረ፤ ቅድስት ድንግል ሆይ ፈጣን ደመና መቸም መቸ ቢኾን አንቺ ነሽ፤ ሄሮድስ በአዳራሹ ውስጥ ነፋስን ሊዘጋ ወደደ፤ ነፋስን መዝጋት በወዴት ይቻላል፤ ሄሮድስ የፀሓይ ብርሃንን በእጁ ሊጨብጥ ወደደ፤ የፀሓይ ብርሃንን መጨበጥ በወዴት ይቻላል፤ እግዚአብሔር በዠርባሽ ታዝሎ በግብጽ ምድር እንግዳ ኾነ) በማለት ምስጢሩን አምልቶ አጕልቶ ተንትኖታል።

ማሕሌታዊዉ ቅዱስ ያሬድም በመዋሥዕት መጽሐፋ ላይ ይህንን ምስጢር እንዲህ ተርጕሞታል፡-

❖ "ኢሳይያስ ነቢይ ልዑለ ቃል እም ነቢያት ከልሐ ወይቤ

እግዚአብሔር ጸባኦት ይወርድ ብሔረ ግብጽ ደመና ቀሊል ዘይቤ ኢሳይያስ ይእቲኬ ማርያም ድንግል እንተ ጾረቶ በከርሣ ለወልደ እግዚአብሔር"

(ከነቢያት ይልቅ ድምፀ ታላቅ የሚኾን ነቢዩ ኢሳይያስ አሸናፊ እግዚአብሔር ወደ ግብጽ ምድር ይወርዳል ብሎ አሰምቶ ተናገረ። ኢሳይያስ ቀላል ደመና ብሎ የተናገረላት የእግዚአብሔር የባሕርይ ልጁን በማሕፀኗ የወሰነቻው ድንግል ማርያም ናት።)

ይኸነንም ሊቁ ቅዱስ ኤፍሬም እንዲህ ተርጕሞታል፡-

- "ጌታቸን ወደ ዓለም ሰው ኾኖ ሲመጣ በፈጣን ደመና በድንግል ክንዶች ውስጥ ኾኖ ወደ ግብጽ ተጓዘ...ጌታ የተጓዘበት ደመና የእግዚአብሔር እናት የድንግል ማርያም አምሳል ናት" (St. Ephr. in loc, In Jer. xliv.) ይላል።

የመከራ ደመና

በመጽሐፍ ቅዱስ ላይ የመከራ ቀን እንደሚመጣ ይህም በአስፈሪ ደመናና በጨለማ፣ በጭጋግ የተመላ እንደሚሆን ነቢዩ ሶፎንያስና ነቢዩ ኢዩኤል በትንቢት ተናግረዋል።

በተለይ ነቢዩ ኢዩኤል በዚያ የድቅድቅ ደመና ጊዜ መልካቸው የፈረስ የሚመስል፣ በኀይል የሚሮጡ፣ የማይቆስሉ፣ የማይደጋፉ፣ የማያፈገፍጉ፣ በዐጥር ላይ መሮጥ የሚችሉ፣ በመስኮት መሹለክ የሚችሉ እንደሚመጡ፤ ያን ጊዜ ምድሪቱም ከፊታቸው እንደምትናወጥ፣ ሰማያትም እንደሚንቀጠቀጡ፣ ፀሐይና

ጨረቃም እንደሚጨልሙ፣ ከዋክብትም ብርሃናቸውን እንደሚሰውሩ ጽፏል።

መቼም ሥጋ ለባሽ ሰዎች ቢሆኑ ኖሮ በሰው ግብር መቁሰላቸው አይቀርም፣ ታዲያ በግልጽ የተቀመጡት እነዚህ የማይቆስሉ፣ በመስኮት የሚሾልኩ፣ ፈረስ መሳይ አካላት ምን ይሆኑ? ሰማያት የመንቀጥቀጣቸው ምስጢር ለምን ይሆን? ሐሳቡን ሊቃውንት እንዲራቀቁበት፣ አንባብያን በጥንቃቄ እንዲያስተውሉት ለእነርሱ በመተው ሙሉ ጥቅሱን ከዚህ በታች አስፍሬዋለሁ፡-

- "በምድርም የሚኖሩ ሁሉ ይንቀጥቀጡ፤ የእግዚአብሔር ቀን መጥቶአልና፤ የጨለማና የጭጋግ ቀን <u>የደመናና</u> የድቅድቅ ጨለማ ቀን ነው፤ ታላቅና ብርቱ ሕዝብ በተራሮች ላይ እንደ ወገግታ ተዘርግቶአል፤ ከዘላለምም ጀምሮ እንደ እነርሱ ያለ አልነበረም፣ ከእነርሱም በኋላ እስከ ብዙ ትውልድ ድረስ እንደ እነርሱ ያለ ከእንግዲህ ወዲህ አይሆንም፤ እሳት በፊታቸው ትባላለች፣ በኋላቸውም ነበልባል ታቃጥላለች፤ ምድሪቱ በፊታቸው እንደ ዔድን ገነት፣ በኋላቸውም የምድረ በዳ በረሃ ናት፤ ከእነርሱም የሚያመልጥ የለም፤ መልካቸው እንደ ፈረስ መልክ ነው፣ እንደ ፈረሶችም ይሮጣሉ፤ በተራራ ላይ እንዳሉ ሰረገሎች ድምፅ፣ ገለባውንም እንደሚበላ እንደ እሳት ነበልባል ድምፅ፣ ለሰልፍም እንደ ተዘጋጀ እንደ ብርቱ ሕዝብ ያኰበኵባሉ፤ ከፊታቸው አሕዛብ ይንቀጠቀጣሉ፤ የሰውም ፊት ሁሉ ይጠቍራል፤ እንደ ኃያላን ይሮጣሉ፣ እንደ

ሰልፈኞችም በቅጥሩ ላይ ይወጣሉ፤ እያንዳንዱም በመንገዱ ላይ ይራመዳል፥ ከእርምጃቸውም አያፈገፍጉም፤ አንዱ ካንዱ ጋር አይጋፉም፥ እያንዳንዱም መንገዱን ይጠበጥባል፤ በሰልፍ መካከል ያልፋሉ፥ እነርሱም አይቈስሉም፤ በከተማም ያኰበኵባሉ በቅጥሩም ላይ ይሮጣሉ፤ ወደ ቤቶችም ይወጣሉ እንደ ሌባም በመስኮቶች ይገባሉ፤ ምድሪቱም ከፊታቸው ትናወጣለች፥ ሰማያትም ይንቀጠቀጣሉ፤ ፀሐይና ጨረቃም ይጨልማሉ፥ ከዋክብትም ብርሃናቸውን ይሰውራሉ" (ኢዮ 2፥1-10)

- "ያ ቀን የመዓት ቀን የመከራና የጭንቀት ቀን፥ የመፍረስና የመጥፋት ቀን፥ የጨለማና የጭጋግ ቀን፥ የደመናና የድቅድቅ ጨለማ ቀን" (ሶፎ 1፥15)

ደመናና የዐየር ትንበያ

ከብዙ መረጃዎች በመነሣት በዘመናችን የዐየር ትንበያ በመላው ዓለም ያለ ሲኾን ይኸውም በታላላቅ መሣሪያ በመታገዝ ዐየሩ ሞቃታማ፣ ቀዝቃዛ፣ ደመናማ፣ ከፊል ደመናማ እየተባለ በመረጃ ምንጮች ይነገራል፤ ሰዎችም ይህንን እየሰሙ አለባሳቸውን፣ ጕዟቸውን ያስተካክላሉ።

መጽሐፍ ቅዱስ ስናነብ አየርን መመርመር፣ ማወቅ፣ ማጥናት እንግዳ ነገር እንዳልኾነ እንረዳለን፤ ይኸውም ፈሪሳውያንና ሰዱቃውያን ሕዝቡም ወደ ጌታችን ቀርበው ምልክት ከሰማይ እንዲያሳያቸው በለመኑት ጊዜ ጌታችንም እነዚህ

ተፈጥሮዎች ስለ እግዚአብሔር ገናንነት የሚያመለክቱትን ዋናውን ምልክት ሳያውቁ የተፈጥሮ ክስተቱን ብቻ ለሚያውቁት እንዲህ ብሏቸዋል፡-

- “በመሸ ጊዜ ሰማዩ ቀልቶአልና ብራ ይኾናል ትላላችኹ፤ ማለዳም ሰማዩ ደምኖ ቀልቷልና ዛሬ ይዘንባል ትላላችኹ የሰማዩን ፊትማ መለየት ታውቃላችኹ የዘመኑንስ ምልክት መለየት አትችሉምን? ... ደመና ከምዕራብ ሲወጣ ባያችኹ ጊዜ ወዲያው ዝናብ ይመጣል ትላላችኹ እንዲኹም ይኾናል፤ በአዜብም ነፋስ ሲነፍስ ትኩሳት ይኾናል ትላላችኹ ይኾንማል፤ እናንተ ግብዞች የምድሩንና የሰማዩን ፊት ልትመረምሩ ታውቃላችኹ፤ ነገር ግን ይህን ዘመን የማትመረምሩ እንዴት ነው?” (ማቴ 16፥1-3፤ ሉቃ 12፥54-56)

መብረቅና ነጐድጓድ በመጽሐፍ ቅዱስ

በዝናም ወቅት ሁለቱን የስሜት ሕዋሳት የሚያስተባብረው፤ በዐይን የሚታየው አስደናቂው የመብረቅ ብልጭታና በጆሮ የሚሰማው የነጐድጓድ ድምፅ በእጅጉ የሚገርም ነው፤ ስለ መብረቅና ነጐድጓድ በስፋት አንድሮሜዳ ቍጥር 1 መጽሐፍ ላይ ስለተጻፈ በዚያ ላይ ይመልከቱ። ነገር ግን የተወሰነው ብቻ በዚህ መጽሐፍ ላይ እንመለከታለን።

መጽሐፍ ቅዱስ ስናነብ የመብረቅ ብልጭታና የነጐድጓድ ድምፅ እንደማይለያዩ የጻፈልን ሔኖክ ሲሆን ብርሃን ፈጣን ነውና አስቀድሞ ብልጭታው እንደሚታይ በመቀጠል ደግሞ ድምፁ እንደሚሰማ እነዚህን የሚይዝ ከባቢ አየር እንዳለ እንዲህ ሲል ይጽፋል፡-

- "ነጐድጓዶችም በመውደቂያቸው ይሰማሉ፤ ለሚከፈለው ክፍል ኹሉ መጠን አለው፤ መብረቁ ይበራ ዘንድ፤ ሰራዊታቸውም ፈጥነው ይሰሙ ዘንድ ለነጐድጓድ ማረፊያ አለውና፤ በትዕግሥት ለቃሉ ተሰጠው፤ ነጐድጓድና መብረቅ አይለያዩም፤ እያንዳንዳቸው ኹለቱ በነፋስ ይኼዳሉ፤ መብረቅ ብልጭ ባለ ጊዜ ነጐድጓድ ቃሉን ይሰጣልና አይለያዩም" ይላል (ሔኖ 16፥19-22)

እዚህ ጋር ምናልባት ብዙዎቻ ሊያነሡ የሚችሉት ጥያቄ ቢኖር ከድምፅ ቀድሞ ብርሃን ለምን ይታያል? የሚለው ሲሆን ምክንያቱ በስፋት አንድሮሜዳ መጽሐፍ ላይ እንደተጻፈው ብርሃን ከድምፅ የበለጠ ፍጥነት ስላለው ነው የሚል ነው። ብርሃን በሴኮንድ 300,000 ኪ.ሜ የሚጓዝ ሲሆን ድምፅ ደግሞ በአማካይ የቤት የሙቀት መጠን በሴኮንድ 343 ሜትር ይጓዛል። ልዩነቱ ምን ያህል ሰፊ እንደሆነ ከቁጥሮቹ መረዳት ይቻላል።

የመብረቅ ጥቅም በመጽሐፍ ቅዱስ

ስለ መብረቅ፣ ስለ ነጐድጓድ ጕርምርምታ፣ የብልጭታውን ጥቅም የጻፈው ሔኖክ ሲሆን በተለይ መብረቅ ለዕፀዋት መፋፋት

ጥቅም እንዳለው የጻፈ ሲሆን በመጽሐፈ ኢዮብም ከዚሁ ሐሳብ ጋር ተመሳሳይ የሆነ ነገር እናነባለን፡- ጥቅሶቹም፡-

- “በዚያም የነጐድጓድ ምስጢርን አየሁ፤ በሰማይ ላይም ብልጭ ባለ ጊዜ ቃላቸው ይሰማል፤ የየብሱንም ቦታዎች አሳየኝ፤ የነጐድጓዱም ቃል ለሰላምና ለበረከት ነው፤ ለመርገምም ቢሆንም በመናፍስት ጌታ ቃል ነው፤ ከዚህም በኋላ የብርሃናትና የመባርቅት ምስጢሮች ሁሉ ተገለጡልኝ፤ ለበረከትና ለጥጋብም ያበራሉ” (ሔኖ 15፥41-45)
- “ሣሩንም እንዲያበቅል ማንም በሌለባት ምድር ላይ ሰውም በሌለባት ምድረ በዳ ላይ ዝናብን ያዘንብ ዘንድ፥ ለፈሳሹ ውሃ መንዶልዶያውን ወይስ ለሚያንጐደጕድ መብረቅ መንገድን ያበጀ ማን ነው?” (ኢዮ 38፥27)

መተርጕማን የኢትዮጵያ ቤተ ክርስቲያን ሊቃውንት የመብረቅ ብልጭታ አዝርዕት፣ አትክልት፣ ዕፀዋትን የሚያፋፋ እንደሆነ የመብረቅን ጥቅም በትርጓሜ ሔኖክ ላይ ከሔኖክ ቃል ተነሥተው ጽፈዋል።

ስለ መብረቅ ሳይንሳዊ ጥቅም በዝርዝር አንድሮሜዳ ቍጥር 1 መጽሐፍ ላይ እንደተተነተነው ተክሎች ናይትሮጂንን ለማግኘት ናይትሮጂን ፊክሴሽን በሚባል ሂደት ከባክቴርያ ናይትሮጂንን ያገኛሉ። በሌላ መልኩ ደግሞ መብረቅ ተክሎች ናይትሮጂንን እንዲያገኙ የሚያደርግበት መንገድ ሲኖረው ይኸውም መብረቅ በሚጥልበት ወቅት አየር ውስጥ ያለውን ናይትሮጂን ከኦክስጂን ጋር እንዲዋሐድ በማድረግ ናይትሮጂን

ኦክሳይድ እንዲፈጠር ያደርጋል። ይህም ዝናብ በሚዘንብበት ወቅት በናይትሬት የበለጸገ ዝናብ ሆኖ በመውረድ እንደ ተፈጥሮ ማዳበርያ ሆኖ ያገለግላል።

የመባርቅት ዐይነቶችን በምንመለከትበት ጊዜ በግእዝ ቋንቋ "መብረቅ" የሚለው አንድ ሲሆን በብዙ ደግሞ "መባርቅት" ይባላሉ። መብረቅ አንድ ሳይሆን ብዙ ዓይነት የመባርቅት ዓይነቶች ስላሌ እነዚህንም "መባርቅት" ብሎ ለመጀመሪያ ጊዜ የገለጠው ሔኖክ ሲሆን እንዲህ ይላል፡-

- "ከዚህም በኋላ የብርሃናትና የመባርቅት ምስጢሮች ሁሉ ተገለጡልኝ" (ሔኖ 15፥45)

እንደሚታወቀው በሳይንሱም ብዙ ዓይነት የመብረቅ ዓይነቶች ሲኖሩ የነዚህም ዝርዝር "አንድሮሜዳ ቁጥር አንድ" መጽሐፍ ላይ በስፋት ስለተጻፈ በዚያ ላይ ያንብቡ።

በቅዱሳት መጻሕፍት ስለመብረቅ ሥርዐት ከተጻፉት ውስጥ ጥቂቶቹን ከዚህ በታች ይመልከቱ፡-

- "ለዝናብም ሥርዐትን ለነጐድጓድ መብረቅም መንገድን ባደረገ ጊዜ" (ኢዮ 28፥26)
- "ከምድር ዳር ደመናትን ያወጣል በዝናብ ጊዜ መብረቅን አደረገ ነፋሳትንም ከመዛግብቱ ያወጣል" (መዝ 135፥7)
- "ድምፁን በሰማ ጊዜ ውሆች በሰማይ ይታወካሉ ከምድርም ዳር ደመናትን ከፍ ያደርጋል ለዝናብም መብረቅን ያደርጋል ነፍሳትንም ከቤተ መዛግብቱ ያወጣል" (ኤር 51፥16)

በተጨማሪም መጽሐፍ ቅዱስ መብረቅ በዚህ ሁሉ አግልግሎቱ ላይ የራሱ መንገድ እንዳለው እንዲህ ገልጦታል፡-

❖ "ሣሩንም እንዲያበቅል ማንም በሌለበት ምድር ላይ ሰውም በሌለባት ምድረ በዳ ላይ ዝናብን ያዘንብ ዘንድ፣ ለፈሳሹ ውሃ መንዶልዶያውን ወይስ ለሚያንጐደጕድ መብረቅ መንገድን ያበጀ ማን ነው?" (ኢዮ 38፣27)

በ1930 ዓ.ም. ሰር ቻርለስ በይስ፣ ፕሮፌሰር ባሲል እና ዶ/ር ካርል ማክኤቸሮን በጥናታቸው መብረቅ በደመናዎች ውስጥ መንገዱን ጠብቆ ወደ ታች ወደ መሬት እንደሚያልፍ ከፍተኛ ፍጥነት ያለው ካሜራ በመጠቀም አረጋግጠዋል፡፡

መሬት ፖዘቲቭ ቻርጅ ሲኖራት እና ከመሬት በላይ ያለው ደመና ኔጌቲቭ ቻርጅ ኖሮት ሁለቱ ተቃራኒ ቻርጆች በሚሳሳቡበት ወቅት በደመናና በመሬት መካከል የሚፈጠረው መብረቅም የራሱ መንገድ አለው፡፡

በአንድ ደመና ውስጥ ብቻ ኔጋቲቭ እና ፖዘቲቭ ቻርጆች ሲፈጠሩና ሲሳሳቡ የሚከሰተው "ኢንትራክላውድ መብረቅ" (intracloud) የሚባለው የመብረቅ ዓይነት የራሱ መንገድ ነው፡፡

ከአንዱ ደመና ወደ ሌላኛው ደመና በአየር ላይ የሚጓዘው ኢንተርክላውድ (intercloud) የራሱ መንገድ አለው፡፡

ከደመና ወደ መሬት ከአንዱ ደመና ወደ ሌላ ደመና ወይም በደመናና አየር መሓከል በሚኖር የቻርጆች መሳሳብ የሚመጣው ብዙ ቅርንጫፎችን የሚሠራው "ሹካ መሰይ መብረቅ" (forked lightening) የራሱ መንገድ አለው፡፡

ከመሬት ሆነን በዐይናችን የማናየውና ከደመና በላይ የሚከሰተው "የከፍታ ላይ መብረቅ" (high altitude lightening)፤ ደመናውን በሙሉ በብርሃን የሚሞላው "ሺት መብረቅ" (sheet lightening) ደመና በማይታይበት ቦታ ላይ ድንገት ሳይታወቅ የሚከሰት መብረቅ ደግሞ "አንቪል መብረቅ" (anvil lightening) የራሳቸው መንገድ አላቸው።

ዝናብና መጽሐፍ ቅዱስ

እንደ መጽሐፍ ቅዱስ ትምህርት ዝናም የሚመጣው ከውቅያኖስ በትነት እንጂ ከሰማይ እንዳልሆነ ከብዙ ሺሕ ዓመት በፊት ተገልጦ ነበር። ዓለም ከተፈጠረ ዠምሮ ዝናም ቢዘንብም እስካኹን ግን የዓለም ወንዞች ውቅያኖሶች ምንም ዐይነት መጨመር ያላሳዩት ከሰማይ የሚወርደው ውሃ በነፋስ ግፊትነት እንደገነና በትነት መልኩ ተጭኖ ወደ ላይ እየወጣ የሚመላለስ ስለኾነ ነው።

ስለዚኽ ነገር የአዳም ሰባተኛ ትውልድ ሔኖክና የትዕግሥት አባት ኢዮብ እንዲህ ሲሉ ጽፈውልናል፡-

- "የጠልም ነፋስ ቦታው በሰማይ ዳርቻ ነው፤ ከዝናም መዛግብትም ጋር አንድ ነው፤ መኼጃውም በክረምትና በበጋ ነው፤ ደመናውም ከጉም ደመና ጋር አንድ ነው፤ አንዱ መግቦ ለሌላው ይሰጣል፤ የዝናሙ ነፋስ ከመዝገቡ በሚናወጥ ጊዜ መላእክት ይወጣሉ፤ መዝገቡንም ከፍተው ያወጡታል፤ በምድር ኹሉ ላይ ዝናሙ በሚበተን ጊዜ በምድር ላይ ካለው

ውሃ ኹሉ ጋር አንድ ይኾናል፤ ዝናሙም በየጊዜው ኹሉ በምድር ላይ ካለው ውሃ ጋር በሚተባበርበት ጊዜ ውሃዎች በምድር ለሚኖሩ ሰዎች ለጥቅም ናቸው፤ ከሰማይ ከልዑል ዘንድ ለምድር ምግቧ ናቸውና" ይላል (ሔኖ 16፥33-37)

- ❖ "የውኃውን ነጠብጣብ ወደ ላይ ይስባል ዝናብም ከጉም ይንጠባጠባል፤ ደመናት ያዘንባሉ በሰዎችም ላይ በብዙ ያንጠባጥባሉ" (ኢዮ 36፥27-28)

ይኸነን የውሃ ዑደት (Water Cycle) ከ3000 ዓመት በፊት ሰሎሞን በመጽሐፈ መክብብ ላይ እንዲህ ገልጦት ነበር፡-

- ❖ "ነፋስ ወደ ደቡብ ይሄዳል፣ ወደ ሰሜንም ይዞራል፤ ዘወትር በዙረቱ ይዞራል፣ ነፋስም በዙረቱ ደግሞ ይመለሳል፤ ፈሳሾች ሁሉ ወደ ባሕር ይሄዳሉ ባሕሩ ግን አይመላም ፈሳሾች ወደሚሄዱበት ስፍራ እንደ ገና ወደዚያ ይመለሳሉ" (መክ 1፥6-7)

በተመሳሳይ መልኩ ነቢዩ አሞጽም ውሃ በእግዚአብሔር ትእዛዝ በትነት መልክ ከባሕር ወደ ሰማይ በመውጣት እንደገና ወደ ምድር እንደሚዘንብ እንዲህ ይገልጠዋል፡-

- ❖ "አዳራሹን በሰማይ የሠራ ጠፈሩንም በምድር ላይ የመሠረተ የባሕርንም ውሃ ጠርቶ በምድር ፊት ላይ የሚያፈስሰው ርሱ ነው ስሙም እግዚአብሔር ነው" (አሞ 9፥6)

ከአራቱ ዐበይት ነቢያት አንዱ የኾነው ኤርምያስም በአምላክ ፈቃድ ውሆች ወደ ሰማይ እንደሚሰበሰቡና

እንደሚዘንቡ እንዲህ ሲል ጽፎልናል፡-

- “ድምፁን ባሰማ ጊዜ ውሆች በሰማይ ይሰበሰባሉ፤ ከምድርም ዳር ደመናትን ከፍ ያደርጋል ለዝናቡም መብረቅን ያደርጋል፤ ነፋስንም ከቤተ መዛግብቱ ያወጣል” (ኤር 10፥13)

በእጅግ የሚገርመው ደኅ የሚታየው ውሃን የተሸከመው ደመና እንደ ወንፊት ነውና ጥሩ ጥሩውን እያዘነበ ለምድር ይጥላል እንጂ ባንድ ጊዜ ደመናው ተቀድዶ ቍልቍል ኹሉንም አይጥለውምና ኢዮብ በመጽሐፉ ላይ እንዲህ አለ፡-

- “ውሆችን በደመናዎቹ ውስጥ ያስራል፥ ደመናይቱም ከታች አልተቀደደችም” (ኢዮ 26፥8)፡፡

የኤልያስ ደቀ መዝሙርም ከ3 ዓመት ከ6 ወር የድርቅና የረኀብ ዘመን በኋላ በኤልያስ ጸሎት ዝናብ መምጣቱ ያወቀው ደመና ከውሃ ወደ ላይ ሲወጣ (ሲተን) ካየ በኋላ እንደሆነ መጽሐፍ ቅዱስ እንዲህ ይገልጠዋል፡-

- “በሰባተኛውም ጊዜ እነሆ የሰው እጅ የምታህል ታናሽ ደመና ከባሕር ወጣች አለ፡፡ እርሱም ወጥተህ አክዓብን ዝናብ እንዳይከለክልህ ሠረገላን ጭነህ ውረድ በለው አለ” (1ኛ ነገ 18፥44)

ይኸነኑ የቅዱስ መጽሐፍ ምስጢርን በጥልቀት የተረዳው ከ1357-1417 ዓ.ም. የነበረው አባ ጊዮርጊስም በመጽሐፈ ሰዓታቱ ላይ ስለ ዝናም አዘናነም የገለጠ ከ600 ዓመት በፊት የነበረው የሀገራችን ሜትሮሎጂስት ያሰኘዋል፡፡ ይህንንም የትነትና የዝናብ ምስጢር ሲያብራራ፡-

- “ቅዱስ ቅዱስ ቅዱስ እግዚአብሔር ጸባኦት አምላክነ በተነ ገሜ ረቂቅ ዘየአቍሮ ለማይ የዐርጎ እምቀላይ ወያወርዶ እምኑኅ ሰማይ”

 (በረቂቅ ጉም ተን ውሃውን የሚቋጥረው፤ ከወንዝም የሚያሳርገው (የሚያወጣው) ከሩቅ ሰማይም የሚያወርደው (ቅዱስ ቅዱስ ቅዱስ አሸናፊ እግዚአብሔር ተብሎ የሚመሰገን ፈጣሪያችን ነው)።

በ4ኛው ክፍለ ዘመን ሊቁ ቅዱስ ጎርጎርዮስም በቅዳሴው ላይ የዝናብን የአዘናነብ ዑደት በጥልቀት እንዲህ ይገልጸዋል፡-

- “የዐቍር ማየ በከርሠ ደመና ወያወርድ ዝናመ እምከርሠ ማሕፀና ያዐርግ ዐቀበ መንገለ ሰማያት ወያወርድ ዝናመ ለሲሳየ ኵሉ ፍጥረት ይገብር በከመ ኀለየ ወይፌጽም በከመ ወጠነ ወያጠዓጥዕ በከመ ፈቀደ”

 (ውሃን በደመና ውስጥ ይቋጥራል፤ ዝናምንም ከማሕፀኗ ውስጥ ያወርዳል፤ ወደ ሰማይ ሽቅብ ያወጣል፤ ለፍጥረት ኹሉ ምግብ ሊኾን ዝናምን ያወርዳል፤ እንደ ዐሰበ ያደርጋል እንደ ጀመረም ይፈጽማል፤ እንደ ወደደም ያከናውናል)

ዝናብና ሳይንስ

በዓለም የሳይንስ ጥናት ይህ የዝናብ አዘናነብ የውሃ ዑደት በዝርዝር የታወቀው በቅርብ በ17ኛው ክፍለ ዘመን ነው።

ከፈላስፎች ደግሞ አሪስቶትል የተባለው ለመጀመሪያ ጊዜ የውሃ ትነት እና ዑደት ዝናብ እንደሚፈጥር ያወቀ ነበር። የእርሱ አስተምህሮ ለሁለት ሺህ ዓመታት እንደመመዘኛ ሆኖ ሲሠራበት

ቆይቷል።

በንድፈ ሐሳቡ ላይ ደመና እና ዝናብ በሰማይ ላይ ውሃው ወደ ትነትነት ተቀይሮ ከዛም ከቀዘቀዘ በኃላ ወደ መሬት በዝናብ መልክ እንደሚወርድ አስተምሯል። በማጠቃለያውም ዝናብ ከመሬት ካለው ውሃ በፀሐይ ኃይል ከተነነ በኋላ እና ከቀዘቀዘ በኃላ በዝናብ መልክ ወደ መሬት እንደሚወርድ አረጋግጧል።

እስከ 1520 ድረስ ወደ ውቅያኖስ የሚፈሱት ወንዞች ውቅያኖሱን ከፍ እንዲል አያደርጉትም ተብሎ የሚታሰብ ሲሆን ምክንያቱም እኩል የሆነ ውሃ እስከ ምድር ዳርቻ ድረስ ይሄዳል ተብሎ ስለሚታመን ነበር። ከማጅላን ግኝት በፊት ማንም ሳይንቲስት በውቅያኖስ ውስጥ ያለው ውሃ ዑደት አድርጎ ለወንዞች የተጣራ ውሃ ይሰጣል ተብሎ አያምንም ነበር።

እስከ ዐሥራ ስምንተኛው ክፍለ ዘመን እስከ 1770 ድረስ ደመናዎች ከተሠሩበት ቦታ ርጥበትን እንደሚያጓጉዙ አልታወቀም ነበር።

ቤንጃሚን ፍራንክሊን ግን የተባለው በተናጠል የሚንቀሳቀሱ ማዕበሎች (ዐውሎዎች) በመሬት ፊት ከአንዱ ቦታ ወደ ሌላ ቦታ እንደሚንቀሳቀሱ የገለጸ የመጀመሪያው ተመራማሪ ነው። ቤንጃሚን ፍራንክሊን ያደረገውን ጥናት መሠረት በማድረግ ከወንዝ - ወደ - ባሕር- ከባሕር- ወደ - ወንዝ የውሃ ዑደት የሚል መጽሐፍ ያሳተመ ሲሆን ይህም የሰው ልጅ የአየር ንብረትን እንዲያጠና በሰፊው የረዳው ነበር።

እንደሚታወቀው በ1593 ጋሊሊዮ ቴርሞሜትርን ሲፈለስፍ ኢቫንግሊስታ ቶሪሴሊ ባሮ ሜትር በ1643 ላይ ፈልስፏል። በእነዚህ

መሣሪያዎች በመታገዝ ጀምስ ኤስፒ የወጣው አየር መፍታታትና መቀዝቀዝ ለደመናዎች መገኘት ያለውን ጠቀሜታ ለማወቅ ቻለ።

በዚህ ምክንያት የደመናት መነሾ ለመጀመሪያ ጊዜ ሊረጋገጥ ችሏል ስለሆነም በውሃ ዑደት በትነትና ከደመናው የሚወርደው በአማካይ 16 ሚሊዮን ቶን በሰከንድ እንደሆነ ለመታወቅ ተችሏል። ይህም በምድር ላይ ያለው ዓመታዊ የዝናብ መጠን ሦስት ጫማ የሚደርስ ይሆናል ማለት ነው።

ተመራማሪው ዶ/ር ኬሪ ሪመርም ይኸነን የዝናም አዘናነምን ነገር ሳይንሳዊ በሆነ መልኩ ሲገልጸው፡-

በየዓመቱ ከምድር ላይ ኹለት መቶ ሰማንያ ስድስት ሺሕ ኪውቢክ ውሃ ወደ ባሕር ይፈስሳል፤ ከመቶ ክፍለ ዘመናት እስከ መቶ ክፍለ ዘመናት ዝምሮና ከሺሕ ዘመናት እስከ ሺሕ ክፍለ ዘመናት ድረስም እንዲኹ ሲጕርፍ ይኖራል፤ ዳሩ ግን ባሕር ያንዲት ዐጽቅ ስፍር ያኽል ስንኳ ከፍ አላለም።

ይኽስ እንዴት ነው? እንዲኽ የሚኾንበት ምክንያትም ውሃውን ፀሓይ ሲያሞቀውና ላቦት ኾኖ ቅዝቃዜ ሲሰማው ወደ ውሃነት ወይም ዝናብነት እየተለወጠ ተመልሶ ምድርን ስለሚያጠጣት ነው፤ መጠኑ ግምትና ስፍር የሌለው ውሃም በየዓመቱ ወደ ባሕር ቢጕርፍም ቅሉ ውቅያኖስ ወደ ላይ ከፍ አይልም፤ ምክንያቱም ወደ ባሕር የፈሰሰው የየወንዙ ውሃ ተመልሶ ወደ መጣበት ስፍራ ስለሚኼድ ነው።

ውሃዎች እየፈጠኑ እየተንቧቡና እያዜሙ በተራራ ቍልቁለቶች ወደ ባሕሮች ይፈስሳሉ፤ ከዚያም ፈጣሪ ባዘጋጀላቸው መሰላሎች አማካይነት ወደ ጠፈር ተስበው ላቦት

ከኾኑ በኋላ በደመና ይቋጠራሉ፤ ከዚኽም በኋላ ኹለት እጅ ሐይድሮጅንና አንድ እጅ ኦክስጅን ማለት ፍጹም ውሃ ይኾኑና እንደገና ለስላሳ ዜማቸውን በማተመም እያሰሙ አሽቈልቍለው በየሸንተረሩ እየተንቧቡ ተመልሰው ደረቁን ምድር ያጠጡታል ይላል።

ለምሳሌ ያኽል ጥናቶች እንደሚጠቁሙት በዓለም ካሉ ሺዎች ወንዞች አንዱ የሚሲሲፒ ወንዝ እንኳ በአማካይ 518 ቢሊየን ጋሎን ውሃ በየ24 ሰዓቱ ወደ ሜክሲኮ ባሕር ሰላጤ ያፈስሳል፤ ውሃው ግን ወደ የት ይኼዳል ቢሉ መጽሐፍ ቅዱስ እንዳለው ውሃው ወደ ላይ በሚያደርገው ዑደት የተነሣ ነው።

የባሕር መንገድ በመጽሐፍ ቅዱስ

ባሕርን ካነሣን መጽሐፍ ቅዱስ የባሕር ውስጥ መንገድ እንዳለ ለመጀመሪያ ጊዜ የገለጠ ድንቅ የመጻሕፍት ሁሉ መጽሐፍ ሲሆን ለዘመናችን ጥበብ መሠረትን ጥሏል። ይኸውም ከ3000 ዓመት በፊት የነበረው ክቡር ዳዊት እንዲህ ሲል ይገልጠዋል፦

- “በባሕር መንገድ የሚሄደውንም ሁሉ” (መዝ 8፥8)

ይህ የባሕር ውስጥ መንገድ የታወቀው በ1855 ላይ ከመጽሐፍ ቅዱስ ንባብ ነበረ። ይኸውም በወቅቱ የአሜሪካ የባሕር ኀይል አዛዥ የነበረው ማቲው ፎንቴይን ማውሪ የዘመኑ የሥነ ውቅያኖስ ሳይንስ አባት ነው ተብሎ ይጠራል። በተጨማሪ የእርሱ ታላቅ ዕውቅናው የአናፓሊሲ ትምህርት ቤት በመመሥረቱ ጭምር ነበር። ላደረገው ሥራ የባሕር ኀይል አዛዥ አድሚራል ማውሪ ሐውልት በሪችመንድ ቨርጂንያ ሐውልት ተሠርቶለታል።

በቆመለት ሐውልት ላይም በስተግራው ዘወትር የሚያነበው መጽሐፍ ቅዱስና ስለ ባሕር መንገድ የጻፈው መጽሐፉ ሲገኝ በግራ እጁ የሠራውን የነፋሳት ካርታን ይዞ፤ በቀኝ እጁ ደግሞ ዕርሳስና ኮምፓስ ይዞ ይታያል።

ማውሪ image credited: Bible Ca

ይህ የባሕር ኀይል አዛዥ የማውሪስ ግኝት ድረስ በመርከብ

ጉዞ መንገድን የሚያሳይ ካርታ አልነበረም። ለዚህ ነው "የባሕር መንገድ አግኚ" የተባለው። ይህንን ምስጢር ያወቀበት ትልቁ ቁልፉ መጽሐፍ ቅዱስ ነበረ።

ይኸውም ከዕለታት አንድ ቀን እሱ በጊዜያዊ ሕመም አልጋ ላይ በነበረበት ወቅት ትልቁ ወንድ ልጁ ከመጽሐፍ ቅዱስ ውስጥ የሚከተለውን አነበበለት፡-

- "ይህም በባሕር መንገድ የሚሄደውንም ሁሉ" (መዝ 8፥8)

ያን ጊዜ ማውሪ የሚያነበውን ልጁን አስቆመውና "እንደገና (መዝ 8፥8) ዐረፍተ ነገሩ ምን እንደሚል ደግመህ አንብብልኝ" አለው አነበበለት። ማውሪም በመደነቅ "ይህ የእግዚአብሔር ቃል ከተናገረ በባሕር ውስጥ መንገድ መኖር አለበት" በማለት ይህንኑ በጥቂት ዓመታት ውስጥ ለማግኘት ፍላጎት አሳደረ።

በዚህ ምርምሩ እውነት እንደሆነ ደርሶበት የአትላንቲክ ውቅያኖስን የባሕር መንገድ ካርታ አዘጋጀ፡፡ የጻፈውም የዘመናዊው የሥነ ውቅያኖስ የባሕር ውስጥ መንገድ ለመማሪያ የመጀመሪያው መጽሐፍ ለመሆን በቃ። ከ18 በላይ ቋንቋዎች ተተርጕሟል።

እሱ የባሕር መስመሮችን ካገኘ ጀምሮ የንግድ ዓሳ አጥማጆች መሥመሩን በመከተል በቀላሉ በተከታታይ ምግባቸውን የመፈለግ እና የማጓጓዝ ሂደት ለመጀመር በቅተዋል። ይህም መጽሐፍ ቅዱስ ለታላላቅ ግኝቶች መነሾ እንደነበረ ነው።

በረዶ

የግእዝ ቋንቋ ሊቅ የነበሩት አለቃ ኪዳነ ወልድ ክፍሌም በረድ በነጠላ ሲኾን በብዙ አብራድ እንደሚባል በመጥቀስ በዕብራይስጥ ባራድ፤ በሱርስት ባርዳ እንደሚባል በመጥቀስ፤ ሲፈቱትም የዝናም ድንጋይ፤ የውሃ ጠጠር፤ በነፋስና በደመና ወንጭፍ ከላይ ከሰማይ የሚወርድ የሚወረወር፤ ዝናመ መዐት በማለት የጠጣሩን በረዶ ዐይነት ገልጠው፤ በዕብራይስጥ ሼሌግ ቄራሕ የሚባለውን ብትን በረዶን ውርጭ ዐመዳይ ተበትኖ ወርዶ የሚረጋና የሚጋገር ባዘቶ ንድፍ የሚመስል ይሉታል።

በረድ በክረምት ወር ባለንበት ሀገር ዐልፎ ዐልፎም ቢኾን ከላይ እየተወረወረ ክብ ክብ እየኾነ እየወረደ ይታያል፤ በአውሮፓ በተለይ እንደ ስዊድን፣ ኖርዌ ሀገር ደግሞ በብዛት እንደተባዘተ ጥጥ ነጩ በረዶ ከሰማይ ብን ብን እያለ በመትመም ሲወርድ፤ ዛፎቹን ሲከድናቸው ለተመለከተ ሰው አኩሌታው በንጣቱ፤ አኩሌታው በአወራረዱ ሲደነቅ፤ ሌላው ደግሞ ይኽነን እንደ መልካም አጋጣሚ ቈጥሮ በበረዶው ላይ እየተንሸራተተ ራዙን ያዝናናል።

ከ3000 ዓመት በፊት የነበረው ቅዱስ ዳዊትም በመዝሙሩ ላይ የበረድን መልክ፤ የአወራረዱን ነገር፤ የመጠኑን ኹኔታ፤ በረዱን ሲዘንብ የሚመጣውን ቅዝቃዜ፤ በፀሓይ እንደሚቀልጥም እንዲህ ይጽፋል፦

❖ “ዘይሁብ በረደ ከመ ጸምር ወይዘርዎ በረደ ከመ ፍተታት ወመኑ ይትቃወሞ ለቊሩ ይነፍሕ መንፈሶ ወያውኅዝ ማየ”

(በረዶውን እንደ ባዘቶ ይሰጣል፤ ጉሙን እንደ ዐመድ ይበትነዋል፤ በረዶውን እንደ ፍርፋሪ ያወርዳል፤ ቅዝቃዜውንስ ማን ይቋቋማል? ቃሉን (ማለት ፀሓይን) ልኮ ያቀልጠዋል፤ ነፋሱን ያነፍሳል፤ ውሆቹንም ያፈስሳል) (መዝ 147፥5-7)

በተመሳሳይ መልኩ በብሉይ ኪዳን ዘመን የነበረው ጠቢቡ ሲራክም ድንቅ በኾነ በተራቀቀ ተፈጥሯዊ ውበቱን በጠበቀ አገላለጥ ስለ በረዶ እንዲህ ይጽፋል፡-

- “ወከመ አዕዋፍ ዘይሠርር ይዘርዎ ለበረድ ወከመ ርደተ አንበጣ ርደቱ ወዕፁብ ለዐይን ሥነ ጻዕድዎቱ ወነኪር ለልብ ዝናሙ እስመ ይሰውጣ ለበረዱ ከመ ጼው ወይዘርዎ ለገሜሁ ውስተ ምድር፤ ወእምከመ ረግዐ አስሐትያ ይትፈለጥ ከመ ስባራተ ማህው በሊኅት”

  (በረድንም እንደሚበርሩ ወፎች ይበትነዋል፤ አወራረዱም እንደ አንበጣ አወራረድ ነው፤ የንጣቱም ውበት ለዐይን ድንቅ ነው፤ መዝነቡም ለልብ ድንቅ ነው፤ በረድንም እንደ ጨው ያፈስሰዋል፤ ጉምንም በምድር ላይ ይበትነዋል፤ ውርጭም ከረጋ በኋላ እንደ ሻፎ የብርሌ ስባሪ ብልጭ ይላል) (ሲራ 43፥17-19)

በ4ኛው መቶ ክፍለ ዘመን የነበረው ቅዱስ ኤጲፋንዮስም ስለ በረድ አወራረድ በቅዳሴው ላይ እንዲህ ይገልጠዋል፡-

- “ወይከዑ ዝናማተ ከመ ነጠብጣበ ማሕየብ ይዘርዎ ለጊሜ ከመ ሐመድ ወያወርድ በረደ ከመ ፍተታት”

(ዝናምንም እንደ መሸረብ ነጠብጣብ ያፈስሳል፤ ጉምን እንደ ዐመድ ይበትነዋል፤ በረድንም እያጠቃቀነ ያወርዳል)።

ልዑል እግዚአብሔር በበረድ ድንቅ ሥራ ሠርቷል፤ ለምሳሌም ያኽል እግዚአብሔርን አላውቅም፤ እስራኤልን አለቅም ባለው ፈርዖን ላይ ካመጣበት መቅሠፍት አንደኛው በግብጽ ሀገር ላይ በረድን አውርዶ በሜዳ ያለውን ኹሉ ሰውንና እንስሳን የዕርሻን ቡቃያ ኹሉ ሲመታ የሀገሩንም ዛፍ ኹሉ ሰባብሯል።

❖ "ሙሴም በትሩን ወደ ሰማይ ዘረጋ፤ እግዚአብሔርም ነጎድጓድና በረዶ ላከ፥ እሳትም ወደ ምድር ወረደ፤ እግዚአብሔርም በግብፅ አገር ላይ በረዶ አዘነበ፤ በረዶም ነበረ በበረዶውም መካከል እሳት ይቃጠል ነበር፥ በረዶውም በግብፅ አገር ሁሉ ሕዝብ ከሆነ ጀምሮ እንደ እርሱ ያልሆነ እጅግ ታላቅ ነበረ፤ በረዶውም በግብፅ አገር ሁሉ በሜዳ ያለውን ሁሉ ሰውንና እንስሳን መታ፤ በረዶውም የእርሻን ቡቃያ ሁሉ መታ፥ የአገሩንም ዛፍ ሁሉ ሰበረ" (ዘፀ 9፥18-25)።

በተመሳሳይ መልኩ ደግሞ በአሞራውያንን ነገሥታት ላይ ከሰማይ ታላላቅ በረድ አውርዶባቸው በበረድ እየተመቱ ዐልቀዋል።

❖ "እግዚአብሔር ከሰማይ ታላላቅ የበረዶ ድንጋይ አወረደባቸውና ሞቱ፤ የእስራኤል ልጆች በሰይፍ ከገደሉአቸው ይልቅ በበረዶ ድንጋይ የሞቱት በለጡ" (ኢያ 10፥11)።

በተጨማሪም በመጨረሻው ዘመን ይኽ የበረድ መቅሠፍት ተመልሶ ምድር ላይ እንደሚመጣ ዮሐንስ በራእዩ እንዲህ ሲል ይጽፍልናል፡-

- “በሚዛንም አንድ ታላንት የሚያኽል ታላቅ በረዶ በሰዎች ላይ ከሰማይ ወረደባቸው፤ ሰዎቹም ከበረዶው መቅሠፍት የተነሣ እግዚአብሔርን ተሳደቡ፤ መቅሠፍቱ እጅግ ታላቅ ነውና” (ራእ 16፥21)
- “እነሆ በጌታ ዘንድ ኃያል ብርቱ የሆነ አለ። እንደ በረዶ ወጨፎ እንደሚያጠፋም ዐውሎ ነፋስ፥ እንደሚያጥለቀልቅም እንደ ታላቅ ውኃ ፈሳሽ በጠነከረ እጅ ወደ ምድር ይጥላል።” (ኢሳ 28፥2)
- “የሚያሰጥም ዝናብ ይዘንባል፥ ታላቅም የበረዶ ድንጋይ ይወድቃል፥ ዐውሎ ነፋስም ይሰነጣጥቀዋል” (ሕዝ 13፥11)
- “በቸነፈርና በደም እፈርድበታለሁ ዶፍም የበረዶም ድንጋይ እሳትና ድኝም በእርሱና በጭፍሮቹ ከእርሱም ጋር ባሉ በብዙ ሕዝብ ላይ አዘንባለሁ” (ሕዝ 38፥22)
- “ፊተኛውም መልአክ ነፋ፤ ደምም የተቀላቀለበት በረዶና እሳት ሆነ፥ ወደ ምድርም ተጣለ፤ የምድርም ሲሶው ተቃጠለ የዛፎችም ሲሶው ተቃጠለ የለመለመም ሣር ሁሉ ተቃጠለ” (ራእ 8፥7)

የበረዶ ብሩህነት በመጽሐፍ ቅዱስ

የበረዶ ነጭነት ለጌታ ንጹሐ ባሕርይነት መሐሪነት ይቅር ባይነት ተጠቅሶ ለማነጻጸሪያ በመጽሐፍ ቅዱስ ላይ እንዲህ ተገልጧል፡-

- "ዙፋኖችም እስኪዘረጉ ድረስ አየሁ በዘመናት የሸመገለውም ተቀመጠ፤ ልብሱም እንደ በረዶ ነጭ፥ የራሱም ጠጕር እንደ ጥሩ ጥጥ ነበረ፤ ዙፋኑም የእሳት ነበልባል ነበረ፥ መንኰራኵሮቹም የሚነድድ እሳት ነበሩ" (ዳን 7፥9)
- "እጠበኝ፥ ከበረዶም ይልቅ ነጭ እሆናለሁ" (መዝ 50፥7)
- "ከእንስሶች ራስ በላይ የሚያስፈራ በረዶ የሚመስል የጠፈር አምሳያ በራሳቸው ላይ ተዘርግቶ ነበር" (ሕዝ 1፥22)
- "መልኩም እንደ መብረቅ ልብሱም እንደ በረዶ ነጭ ነበረ" (ማቴ 28፥3)
- "ራሱና የራሱ ጠጕርም እንደ ነጭ የበግ ጠጕር እንደ በረዶም ነጭ ነበሩ፥ ዓይኖቹም እንደ እሳት ነበልባል ነበሩ" (ራእ 1፥14)

በበረዶ ጊዜ ስለሚለበስ ልብስ በመጽሐፍ ቅዱስ

ሰዎች በረድ በሚወርድበት ጊዜ ካለው ከፍተኛ ቅዝቃዜ የተነሣ ሰዎች ወፋፍራም ሹራቦችን፣ ካፖርቶችን፣ ጃኬቶችን እየለበሱ ሥራቸውን ያከናውናሉ፤ ወቅቱን ስለሚጠብቀው ይህ አለባበስ በተለይ ብልሳ ሴቶች እንዲኽ ዐይነት የክረምት ልብስን

ቀድመው እንደሚያዘጋጁ ጠቢቡ ሰሎሞን በመጽሐፈ ምሳሌ ላይ በአስገራሚ መልኩ እንዲህ ሲል ገልጾታል፡-

- “እጅዋን ወደ ዐመልማሎ ትዘረጋለች ጣቶቿዋም እንዝርትን ይይዛሉ ... ለቤትዋ ሰዎች ከበረዶ ብርድ የተነሣ አትፈራም፤ የቤትዋ ሰዎች ኹሉ ዕጥፍ ድርብ የለበሱ ናቸውና፤ ለራስዋም ግብረ መርፌ ስጋጃ ትሠራለች ጥሩ በፍታና ቀይ ግምጃ ትለብሳለች” (ምሳ 31፥19-22)፡፡

የበረዶ ሀብት በመጽሐፍ ቅዱስ

የበረዶን ሀብት ራሱ ልዑል እግዚአብሔር ለወዳጁ ለኢዮብ በምዕ 38፥22 ላይ፡- “በውኑ ወደ በረዶው ቤተ መዛግብት ገብተኻልን? የበረዶውንስ ቅንጣት ቤተ መዛግብት አይተኻልን?” ይለዋል፡፡

ታዲያ በረዶ የያዘው የመዝገብ ሀብት ምን ይኾን? ምንስ ጥቅም ይሰጣል? ይኽነን በማንበብ በካናዳ መንግሥት በዕርሻ ማስፋፊያ ሥራ ክፍል የሚያገለግለው የቅመማ ሊቅ ዶ/ር ፍራንክ ቲሸት የተባለው የረጋ በረዶና ከዝናም ውሽንፍር ጋር የሚዘንቡት ቅንጣት በረዶች በገንዘብነት ረገድ ከፍ ያለ ጥቅም ያላቸው መኾናቸውን ዐሥራ ሰባት ዓመታት ሙሉ ያላቋረጠ ምርመራና ጥናት አድርጎ ተመራምሯል፡፡

ይኸውም እንደ ዶ/ር ሄሪ ሪመር ጥናት መሬትን (ዕርሻን) ማዳበር የሚችል ናይትሮጄን የሚባለውን አየር ከረጋ በረዶና

ከዝናም ውሽንፍር ጋር የሚዘንሙ ቅንጣት በረዶች መሬትን ሊያዳብሩ የሚችሉ የተጣራ አሞኒያ ናይትሬት ኔትሪትና አልበሚኖይድ አሞንያ የሚባሉ ነገሮች ይገኙበታል።

እነዚኽ ነገሮችም በክረምት ወራት ከሚዘንበው ዝናብና ከረጋ በረዶ ጋር በአንድ ኤከር፤ በአሜሪካ ወደ 14 ዶላር ከ80 ሳንቲም የሚያወጣ የመሬት ማዳበሪያ ሀብት ያስገኛል እንደማለት ነው።

እነዚኽ በየአትክልቱ ለዕፀዋት ማዳበሪያ ምክንያት የኾነውን የአየር ናይትሮጂን ሊሰጡ ስለሚችሉ በእነርሱ ምክንያት ከሚገኘው ማዳበሪያ ሀብት አትክልት ከፍ ያለ መፋፊያ ምግብን ያገኛል፤ ይኽም ለመሬት ማዳበሪያ ይኾን ዘንድ ለአንድ ኤከር መሬት ከቺሌ ሀገር ከሚመጣው ከፍ ያለ ዋጋ ካለው የጨው ደንጊያ እንደ አርባ አራት ነጥር ሒሳብ የሚገመት ነው።

አንድ ገበሬ ዐሥር ሄክታር ስፋት የኾነ የዕርሻ መሬት ቢኖረው እንግዲኽ ለዚኹ መሬት ማዳበሪያ የሚያስፈልገው 140 የአሜሪካ ዶላር ከ80 ሳንቲም ሒሳብ የሚያወጣ በረዶ ያስፈልገዋል ማለት ነው በማለት ተመራማሪው በጊዜውን የበረዶን ሀብት በገንዘብ እያስቀመጡ ምሁራዊ ትንተና ጽፈዋል።

“በሰላም አስጀምረህ በሰላም ያስፈጸምከኝ ሰማያዊውን ምስጢር በተፈጥሮና በቅዱሳት መጻሕፍት በመግለጥ ያስተማርከን የፍጥረታት አስገኝ አባቴ፣ ጌታዬ፣ ንጉሤ፣ መድኀኒቴ፣

ፈጣሪዬ፣ መምህሬ፣ አለቃዬ፣ሕይወቴ፣ ፀሐዬ፣ ብርሃኔ፣ ጋሻዬ፣ ጠባቂዬ፣ እረኛዬ፣ የሕይወት እንጀራዬ፣ የሕይወት መጠጤ የእግዚአብሔር ልጅ ኢየሱስ ክርስቶስ ሆይ አመሰግንሃለኍ።"

ዋቢ መጻሕፍት

በብራናና በእጅ ጽሑፍ በግእዝ ከሚገኙ ጥቂቶቹ

- ትርጓሜ ሚጠተ ብርሃናተ ሰማይ
- መጽሐፈ አቡሻህር (በርካታ አይነት የብራና መጻሕፍት)
- መጽሐፈ ባሕረ ሐሳብ (በርካታ አይነት የብራና መጻሕፍት)
- መጽሐፈ አክሲማሮስ ዘኤጲፋንዮስ
- መጽሐፈ አክሲማሮስ ዘባስልዮስ
- መጽሐፈ ሥነ ፍጥረት (በርካታ አይነት የብራና መጻሕፍት)
- ትርጓሜ ሥነ ፍጥረት
- መጽሐፈ ቀሌምንጦስ
- መጽሐፈ ሔኖክ
- መጽሐፈ ምስጢረ ሰማያት ወምድር
- ትርጓሜ ሐዲሳት በእጅ ጽሑፍ የሚገኙ
- ትርጓሜ ውዳሴ ማርያምና ቅዳሴ ማርያም (፰ አይነት)

በሕትመት ያሉ

- ዶ/ር ሮዳስ ታደሰ እና ዶ/ር ጌትነት ፈለቀ፤ 2011፤ አንድሮሜዳ ቍጥር 1፤ ፋር ኢስት ማተሚያ ቤት
- ዶ/ር ሮዳስ ታደሰ እና ዶ/ር ጌትነት ፈለቀ፤ 2013፤ አንድሮሜዳ ቍጥር 2፤ ፋር ኢስት ማተሚያ ቤት
- መጋቤ ሐዲስ ዶ/ር ሮዳስ ታደሰ፤ 2004፤ የክርስቶስ አስደናቂ የልደት ምስጢር በቅዱስ ያዕቆብ ዘሥሩግ ድርሳን፤ ዓለም ማተሚያ ቤት
- መጋቤ ሐዲስ ዶ/ር ሮዳስ ታደሰ፤ 2002፤ ነገረ ማርያም በብሉይ ኪዳን ክፍል አንድ፤ ካፍ ማተሚያ ቤት
- መጋቤ ሐዲስ ዶ/ር ሮዳስ ታደሰ፤ የአባ ጊዮርጊስ ዘጋሥጫ የሰባቱ ጊዜያት የሃይማኖትና የጸሎት መጽሐፍ ንባብና ትርጓሜው፤ 2005፤ ዓለም ማተሚያ ቤት
- መጋቤ ሐዲስ ዶ/ር ሮዳስ ታደሰ፤ መጻሕፈ ሰዓታት ንባቡና ትርጓሜው፤ 2006፤ ዐዲስ አበባ ሚሊኒየም ማተሚያ ቤት
- መጋቤ ሐዲስ ሮዳስ ታደሰ፤ የእመቤታችን ዘላለማዊ ድንግልናና ወላዲተ አምላክነት በቅዱስ ያዕቆብ ዘሥሩግ፤ 2008፤ ፋር ኢስት ማተሚያ ቤት
- መጋቤ ሐዲስ ዶ/ር ሮዳስ ታደሰ፤ 2013፤ መጽሐፈ ፊልክልዮስ በግእዝና በዐማርኛ
- ሊቀ ሊቃውንት ዕዝራ ሐዲስ፤ 1996፤ መጽሐፈ ትንቢተ ኢሳይያስ ንባቡና ትርጓሜው
- መጽሐፈ ሥነ ፍጥረት፤ 1987፤ ትንሣኤ ማተሚያ ድርጅት፤
- መጻሕፍተ ብሉያት የኦሪት ዘፍጥረት እና ዘፀአት አንድምታ ትርጓሜ፤ 1999፤ ትንሣኤ ማሳተሚያ ድርጅት
- አለቃ ኪዳነ ወልድ ክፍሌ፤ 1948፤ መጽሐፈ ሰዋስው ወግስ

ወመዝገበ ቃላት ሐዲስ፤ አርቲስቲክ ማተሚያ

➢ ቅዱስ ያሬድ፤ መጽሐፈ ድጓ፤ 1999፤ ምሥራቅ ጎጃም ሀገረ ስብከት ጽ/ቤት

➢ ወንጌል ቅዱስ ንባቡና ትርጓሜው፤ 1988፤ ተስፋ ገብረ ሥላሴ ማተሚያ ቤት

➢ ደስታ ተክለ ወልድ፤ 1962፤ ያማርኛ መዝገበ ቃላት፤ አርቲስቲክ ማተሚያ ቤት

➢ ሃይማኖተ አበው፤ 1982፤ ተስፋ ገብረ ሥላሴ ማተሚያ ቤት

➢ ዶ/ር ሄሪ ሪመር፤ 1943፤ የቅዱሳት መጻሕፍትና ሳይንስ ስምምነት፤ (ትርጉም ጉበዜ ጣፈጠ፤ ትንሣኤ ዘጉባኤ ማተሚያ ቤት

➢ መምህር ዐምደ ወርቅ እስጢፋኖስ፤ 2007፤ ኖሳተ ብርሃን ወእንዚራ ስብሐት ዘደረሰ አባ ጊዮርጊስ ዘጋሥጫ በግእዝና በዐማርኛ፤ ክዊን ኦፍ ሼባ ማተሚያ ቤት

➢ መሪራስ አማን በላይ፤ 2004፤ ሠረገላ ታቦር ኢዮር፤ ቦሌ ማተሚያ ድርጅት

➢ መጽሐፈ ሔኖክ ንባቡና ትርጓሜው፤ 2003፤ ትንሣኤ ማሳተሚያ ድርጅት

➢ መጽሐፈ ቅዳሴ ንባቡና ትርጓሜው፤ 1988፤ ትንሣኤ ማሳተሚያ ድርጅት

➢ Hexaemeron (Basil) Translated by Blomfield Jackson. From Nicene and Post-Nicene Fathers, Second Series, Vol. 8. Christian Literature Publishing Co., 1895.

➢ The Book of Enoch (Enoch 1). translation by M. Knibb of the Ethiopian text in the S.O.A.S. Library at the University of London

- The book of the secrets of Enoch (Enoch 2). Translated from the Slavonic by W. R. Morfill, M.A.
- The Hebrew book of Enoch (Enoch 3). R. Ishmael Ben Elisha. Translated by Hugo Odeberg
- Fr Tadros Y. Malaty. The Gospel According to St John. Church of St George, Sporting, Alexandria. Anba Roweiss (Offset) Abassia, Cairo.
- Fr Tadros Y. Malaty. INTERPRETATION OF THE BOOK OF GENESIS Abassia, Cairo.
- Donald B. De Young. Astronomy and the Bible. 2010. USA
- A.O.Schnable. Has God Spoken.2004.USA
- Joe Amaral, Story in the Stars: Discovering God's Design and Plan for Our Universe, Kindle Edition
- E.W. Bullinger. The witness of the stars. 1893
- Richard B. Sorensen, The Star Gospel, January 16, 2021
- René Guénon, Sophia Perennis, 2004, Symbols of Sacred Science Collected Works of Rene Guenon Works
- R.A. Freedman & W.J. Kaufmann, 2008, *Universe*, 8th Ed., W. H. Freeman and Company. John D. Fix, 2008, *ASTRONOMY Journey to the cosmic Frontier*, 5thEd, McGraw-Hill Companies, Inc.
- Courtney Roberts, The Star of the Magi: The Mystery That Heralded the Coming of Christ, November 30, 200
- E. Chaisson & S. McMillan, 2011, *Astronomy Today*, 7th Ed., Pearson Education, Inc .
- M.A. Seeds & D.E. Backman, 2011, *Stars and Galaxies*, 7th Ed, Brooks/Cole Cengage Learning.
- T.T Arny, 1996, *EXPLORATIONS* An Introduction to Astronomy, Mosby-Year Book, Inc.

- Zodiac Symbol Meanings. http://www.bible-study-lessons.com/Zodiac-Symbol-Meanings.html 7
- Cloud names and classifications https://www.metoffice.gov.uk/weather /learn-about/ weather /types-of-weather/ clouds/ cloud-names- classifications
- The Water in You: Water and the Human Body, https://www.usgs.gov/special-topics/ water-science-school/ science/water-you-water-and-human-body
- How much do clouds weigh? https://www.sciencefocus.com/planet-earth/how-much-does-a-cloud-weigh
- The Gosple of Jesus Christ is written in the stars, https://gbible.org/tree-of-life-post/gosple-jesus-christ-written-stars/
- Amazing Space_ Orion the Hunter constellation, https://amazing-space.stsci.edu/news/archive/2013/01/ill-01.php
- Constellation Pegasus - The Constellations on Sea and Sky. http://www.seasky.org/constellations/constellation-pegasus.html